ፍለጋ

ፍ ለ ጋ

ያላገኘሁትን ማንነቴን ማደን

ግለ ታሪክ

በ

ዓድል ቤን - ሀርሃራ

ትርጉም - ደሳለኝ ሥዩም

አርትኦት - ኃይለሚካኤል አበበ መሥፍን

ቅጽ 1 - ኢትዮጵያ

የቅጂ ባለ መብት © 2014 ዓ. ም. ፤ ዓድል ቤን - ሀርሃራ

ያለደራሲው ፈቃድ በየትኛውም መንገድ ማባዛት ወይም ማሠራጨት በሕግ የተከለከለ ነው፡፡

Copyright © 2022 by Adel Ben-Harhara

All rights reserved. No part of this book may be reproduced or transmitted in any form or by any means without written permission from the author.

Scripture quotations are from the *ESV® Bible (The Holy Bible, English Standard Version®)*, Copyright © 2001 by Crossway, a publishing ministry of Good News Publishers. Used by permission. All rights reserved.

Qur'anic quotations are from *The Qur"an: A New Translation by M. A. S. Abdel Haleem*, Copyright ©2005 by Oxford University Press. Used by permission. All rights reserved.

God Bless the Child Who's Got His Own (Holliday/Herzog) Round Hill Music
1800 Grand Ave., Nashville, TN 37212
All Rights Reserved. Used by Permission

Cover design: - Jana Rade

የሽፋን ሥዕል: ጄና ሬድ

ISBN (ሕትመት): 978-1-7780233-4-7

ISBN (የበይነ መረብ ንባብ): 978-1-7780233-5-4

ISBN (የድምጽ ንባብ): 978-1-7780381-4-3

ሁሉ አስቀድሞ

በዚህ መጽሐፍ ውስጥ የሰፈረው የትኛውም መረጃ ትክክለኛና ያልተዛነፈ ይሆን ዘንድ ብርቱ ጥረት አድርጌአለሁ:: ዳሩ ግን ከሕትመቱ በኋላ በመጽሐፉ ላይ ለሚፈጠር ጉድለት፣ ዝንፈት፣ ቸልተኝነት፣ ስህተት፣ ጉዳት፣ ብልሽት... ኃላፊነት አልወስድም::

ይህ መጽሐፍ ለኃይማኖት፣ ለፖለቲካ፣ ለጂኦግራፊ ወይም ለፖለቲካ ጉዳዮች ድርሳንነት ሊያገለግል አይችልም:: የተጠቀሱት የሃይማኖት ፣ የታሪክ፣ የጂኦግራፊና የፖለቲካ ጽንሰ ሀሳቦች ለታሪኬ ማዋሰጃነት የሚያገለግሉ እንጂ ለማስተማሪያነት የሚውሉ አይደለም::

"ዐረቦች" እና "ዐረብኛ" እያልኩ አልፎ አልፎ የጠቀስኳቸው ቃላት የመኖችንና የመንን ብቻ የሚመለከቱ ናቸው::

"የመን" የሚለው ቃል በ1982 ዓ.ም. ሰሜንና ደቡብ የመን ከተቀላቀሉ በኋላ የተፈጠረውን ምድር የሚገልጽ ነው::

አበርክቶ

መኖሬ ትርጉም ያለው እንዲሆን ምክንያት ለሆኑት ልጆቼ ለ**ሊና** እና ለ**ሰመር**፣

ሰው እንድሆን ለደከሙልኝ እናቶቼ ለ**ወይንሸት**፣ ለ**ሩቅያ**፣ ለ**እመቤት**፣ ለ**መርየም**፣ ለ**ዘይነብ**፣ ለ**ፋጡማ** እንዲሁም በ "ማደጎ" ላሳደገችኝ አሜሪካዊቷ እናቴ ለ**ኖርማ**፣

በየመን በነበርሁ ጊዜ ላገዙኝ **ባውዚር**፣ **አል ማቃህ**፣ **አል አራሲ**፣ **ማርክ ሀሰንሰን**፣ **ሪቻርድ ማዲ**፣ **አል ራዛሂ**፣ **ጀምስ ዚጊላር**፣ **ሪስ እና አስካር በርናርድ** መታሰቢያ ይሁን

ቀዳሚ ቃል

በ1992 መቀመጫውን በሀገረ እንግሊዝ ያደረገው የምስራቡት ኩባንያ በቴክሳስ ሂውስተን የሚገኘው ቢሮውን በመዝጋት ላይ ነበር፡፡ በወቅቱ በእንግሊዝ ሬዲንግ ከተማ የሚገኘው ዋና መሥሪያ ቤት በየመን አንድ ሥራ ለመሥራት በዝግጅት ላይ ስለነበረ እኔም ከሥራዎቹ በአንዱ ላይ እንድሳተፍ ተጋበዝሁ፡፡

እውነቱን ለመናገር «የመን» ለእኔ አዲስ ያልሆነብኝ ቃል ነው፡፡ ሰምቼው የማውቅ ይመስለኛል፡፡ ግን የት ነበር? ትዳሬን ፈትቼ ስለነበርና የገንዘብ አቅሜ በመመናመኑ ወደ የመን የማቅናቱ ውሳኔ ቀላል ነበር፡፡ መልክአ ምድሩ የአሪዞናን ብርሃን አስታወሰኝ፡፡ ወይም ጨረቃይቱን አሰብሁ፡፡ አቧራማ እና ፍጹም ጭንጫ የሆነ መሬት ነበር፡፡

ህዝቦቹ ተግባቢና እንግዳ ተቀባይ ናቸው፡፡ በሌላ በኩል ደግሞ አልፎ አልፎ ወንዶች በፍየል እረኝነት ላይ ተሰማርተው ስለማይ ወደ ኋልዮሽ ዘመን የመጓዝ ስሜት ይሰማኛል፡፡ በከተሞች ጎዳና ላይ እረኞችን ማየት ....

ኩባንያው አስቀድሞ የውጭ ሀገራት ሠራተኞችን ወደ ሰንዓ ከተማ ልኮ ነበር፡፡ ሰንዓ የሰሜን የመን መናገሻ ከተማ ናት፡፡ አብዛኛው ሥራ በጥቂት እንግሊዛውያን እና የአሜሪካ ዜጎች የተያዘ ነበር፡፡ የበዛውን ድርሻ የሚይዙት ግን እንግሊዘኛ ተናጋሪ የመናዊያን ናቸው፡፡ የተዘጋጀልኝ መኖርያና ጥቅማ ጥቅም ከበቂ በላይ ነበር፡፡ ኹለት መኝታ ክፍሎች ያሉት አፓርትመንት ለሌላ ግዙፍ የነዳጅ ኩባንያ ሠራተኞች የተዘጋጀ የህንጻ መኖሪያ ሥፍራ ነበር መኖሪያዬ፡፡

የዚህ ኩባንያ ዋና መሥሪያ መቀመጫ አሜሪካ ነው፡፡ ሁሉም የመኖሪያ ቤቶች መጠቀሚያ ቁሶች ከአሜሪካ የመጡና ዩቴሌቪዥርን ሳተላይት ግንኙነት ከብዙ ቻናል አማራጮች ጋር በእንግሊዘኛ ቋንቋ ተሰናድቷል፡፡ በቃ የገዛ መኖሪያ ቤት የመኖር ያህል ስሜትን ይፈጥራል፡፡ በንጽጽር የእኛ ቢሮ ጠባብ ያለ በመሆኑ ሁላችንም እርስ በእርስ እንድንተዋወቅ ዕድል ፈጥሮልናል፡፡

ሁሉም የሥራ ባልደረቦቼ እጅግ ተግባቢ እና መልካም የነበሩ ቢሆኑም ከዓድል ጋር ግን ለዩት ያለ ቀረቤታ እና ወዳጅነት ነበረን፡፡ ለዚህ የወዳጅነት ጥምረታችን ምናልባት ወንደላጤ መሆኑ ከእኔ ጋር ስለሚያመሳስለው አንድ ምክንያት ነበር ማለት እችለለሁ፡፡

በሀገረ አሜሪካ ትምህርቱን የተከታተለ በመሆኑ የእንግሊዘኛ ቋንቋ ተግባቦቱ እጅግ የሚያስመካና ጥርት ያለ ነው:: የእኔን ያህል ነበር የሚራቀቅበት:: ለእኔ ዓድል ብዙ ነገሬ ነው:: የግል አስተርጓሚዬ ከመሆኑም ባሻገር አልፎ አልፎ እንደ አስጎብኝ የሚረዳኝ ወዳጄም ጭምር ነበር:: ከሥራ በኋላ ለበርካታ ጊዜያት ወደ እኔ መኖሪያ ክፍል ጎራ እያለ ስለ ቤተሰባዊ ጉዳዮች እንጨዋወታለን::

በእንግሊዘኛ ቋንቋ የሚተላለፉ የቴሌቭዥን ፕሮግራሞችንም በማየት እናሳልፍ ነበር:: ሦስት ትላልቅ ወንድ ልጆች አሉኝ:: በቅርቡ የፈታኳት ሚስቴን ጨምሮ ማለት ነው:: ዓድል የኤሌክትሮኒክስ እውቀቱ ከፍ ያለ ነው:: ቴሌቪዥን ኮምፒውተር ሌሎችም የኤሌክትሮኒክስ ቁሳቁሶች ሲበላሹብኝ እሱ ነበር በብቃት የሚጠግንልኝ:: ዓድል ማለት በተመደበበት የሥራ ዘርፍ የሚመጥን የተዋጣለት ባለሙያና ባለ ብዙ ተሰጥኦ ጭምርም እንደሆነ መመስከር እፈልጋለሁ:: አሁን ካለበት ቦታ በተሻለ መልኩ ብዙ የተሻለ አበርክቶ የማድረግ አቅም ያለው ነው::

እንዲያውም ብዙ ጊዜ ወደ ውጭ ዓለም ተጉዞ በርካታ የተሻሉ ዕድሎችን እንዲያማትር እናወራ ነበር:: ብዙ መሥራት የሚችል ብቁ ግለሰብ ነው::

ስለ የመን ማኅበረሰብም ብዙ ብዙ ነገሮችን አውርተናል:: ስለ የመን ጎሣዊ መዋቅር በማኅበረሰቡ ስለተንሰራፋው ሙስና ስለማውቃቸው በርካታ የሀገሬው ባህል ሁሉ የተማርኩት ከወዳጄ ዓድል ነው:: ሀገሪቱ ለምን የግጭት አዙሪት ውስጥ ለመዳከር እንደተገደደች በሚገባ አብራርቶልኛል:: በርካታ ጎሣዎች ለክፍለ ዘመናት እርስ በእርስ ሲራኮቱባት የቆየች ሀገር ስለመሆኗም አንስተን ስለ የመን በርካታ ውይይቶችን አድርገናል:: ማኅበራዊ ጉዳይን በተመለከተም ሀገሪቱ ችግር ውስጥ የገባችበትን የጫት መዘዝ አስመልክቶ ለጥያቄዎቼ ሁሉ መለስ ሰጥቶኛል::

የዚህ ሰው እውቀት የኮምፒውተር ዘርፍ ላይ ብቻ አልነበረም:: ስለ ሀገሬው ባህልና የሙስና ትብታብ አግላይና የተከፋፈለ ማኅበረሰብ የሚፈጥሩ ምክንያቶችን ጨምሮ ሁለንተንናዊ እውቀትን የታደለ ሰውም ነው ለኔ::

የመናዊያን ከዚህ ሰው ብዙ ነገሮችን ሊማሩና ሊጠቀሙ እንደሚችሉ አምናለሁ:: ለዚያም ነው የመን ታይምስ በተሰኘው ጋዜጣ ላይ በጠማሪነት እንዲሳተፍ ያደረግሁት::

አልፎ አልፎ ስለማኅበረሰቡ ጠለቅ ያለ እውቀት እንድይዝ ዕድል የሚፈጥሩ ጉዞዎችንም እናደርግ ነበር፡፡ በጀብድ የተሞላ ሕይወትን አብዝቶ ይናፍቃል፡፡ ዓድል ለእኔ እንደ አስተርጓሚ ብቻም አልነበረም፡፡ የሸምጋይነት ጠባይም ያለው ጭምር እንጂ፡፡

የመናዊያን በጥቅሉ ለአሜሪካውያን ጥሩ አመለካከት የላቸውም፡፡ ለአሜሪካውያን ፈጽሞ እምነት የላቸውም የሚለው አገላለጽ የተሻለ ይመስለኛል፡፡ ታዲያ ዓድል ዘወትር ለምናገኛቸው የመናውያን መልካም ሰው መሆኔን ከመናገር በዝኖ አያውቅም፡፡ ጥሩ መስተጋብር እንድፈጥር በማድረግ ከየመናውያኑ ጋር ጥሩ ሰላምታ እንዲኖረኝ ፎቶግራፍ እንዳስቀር ቀርቤም እንዳዋያቸው የእርሱ ሚና ከፍተኛ መሆኑን መናገር እፈልጋለሁ፡፡

በምናደርጋቸው ጉዞዎች በርካታ አሣዛኝ ነገሮችንም ለማየትና ለመታዘብ ችያለሁ፡፡ ከነዚህም መካከል በሀገሬው የሚታዩት ድህነትና ድንቁርና ቀዳሚውን ድርሻ ይይዛሉ፡፡ ካየኋቸውና ካስገረሙኝ ነገሮች አንዱ የሀገሬው ዜጎች የኤሌክትሪክ ብየዳን በሚሰሩበት ጊዜ ዐይናቸውን በጸሃይ መነጽር ብቻ ሸፍነው መሆኑ አስደንግጦኛል፡፡

በዚህም ምክንያት ወደ አይነ-ሥውርነት ሊያደርስ የሚችል አደጋን መጋፈጣቸው አይቀሬ ነው፡፡ ይህን ስመለከት የብየዳ መከላከያ እንዲገዛ ለማድረግ ሞክሬ ነበር፡፡ ነገር ግን ሌላ እቃ ለመግዛት ይሸጡታል የሚል ምክር ተለግሶኝ ነገሩን በትዝብት አልፌዋለሁ፡፡

የመን በሌላ መልኩ ብዙ አስደሳች ነገሮችን ይዛለች፡፡ የባሕር ዳርቻዎቿ ልዩ መልከዓ-ምድራዊ መስህቦቿ፣ ባህልና ታሪኳ ሁሉ አይጠገብም፡፡ በሀገሪቱ ባሳለፍኋቸው አሥራ ስምንት ወራት ያህል ቆይታዬ ካየሁትና ካስተዋልሁት ነገር ይልቅ በወሬ የሰማሁት ይበልጥ ነበር፡፡ ምክንያቱም ከሰንዓ ከተማ ውጭ መጓጓዝ በራስ ላይ አደጋ መጋበዝ ነው የሚል ተደጋጋሚ ምክር ይደርሰኝ ነበርና ነው፡፡ ተንቀሳቅሼ የሰማሁትን በዓይኔ ልመለከት አልቻልሁም ነበር ማለት እችላለሁ!!

በ1994 በሀገረ የመን የእርስ በርስ ጦርነት ተከሰተ፡፡ በዚህ ሳቢያ ብዙዎቻችን የአሜሪካ ዜጎች ሀገሪቱን ለቅቀን ለመሄድ ተገደድን፡፡

ከሀገሪቱ ከወጣሁም በኋላ ግን ከዓድል ጋር የነበረን የወዳጅነት ግንኙነት አልተቋረጠም፡፡ በተደጋጋሚ ሀገሪቱን ለቆ በመውጣት ወደ ምዕራቡ ዓለም እንዲሄድ መክሬዋለሁ፡፡ በግሌ ከሀገሬው ባህልና አኗኗር ጋር ባለመጣጣሙና

በተከሰተው ጦርነት ምክንያት ዓድል በሀገሪቱ በርካታ ፈታኝ ጊዜያትን አሣልፏል፡፡

በወቅቱ በየመን ውስጥ መኖር የዛፍ ላይ እንቅልፍ ነበር ማለት ይቻላል፡፡ ማንም ቢሆን የህላዌውን እጣፈንታ መወሰን አይችልም ነበር፡፡ በእያንዳንዱ ቅጽበት ምን ሊፈጠር እንደሚችል ማወቅ የማይቻል ነበር፡፡ ዓድልም በገጠመው ችግር ምክንያት በርካታ «አልቦ-ዘመድ » ያሰኙትን ዘመናት አልፏል፡፡

በርካታ አቅምና እውቀት ያለው ሰው በመሆኑ የተሻለ ሕይወት የሚገባው ሰው ነበር፡፡ በጊዜ ሂደት ነገሮች የተረጋጉ መሰሉ፡፡ ይህን ተከትሎ ዓድል ትዳር መሠረተ፤ የልጅ ፍሬ ከአብራካቸው ለማግኘት ከባለቤቱ ጋር በተስፋ እየተጠባበቁ ነበር በወቅቱ፡፡ ከዚያ ወዲህ በገጠማቸው ችግር ምክንያት ግን ሚስቱን ይዞ ወደ ካናዳ አቀና፡፡

በሀገረ ካናዳ ጥሩ የሚባሉ ጊዜያትን አሣልፏል፡፡ በዚያውም መጠን በብዙ የተፈተነባቸው ጊዜያትም ነበሩ፡፡ በካናዳ የተሻለ ኑሮ እንደሚኖረው ስለማውቅ በተቻለኝ መጠን በችግሮቹ ጊዜያት ሁሉ ድጋፌን አልነፈግሁትም ነበር፡፡ በጣም ጠንካራ ሰራተኛ የባለምጡቅ አስተሳሰብ ባለቤት ነው፡፡ ለዚያም ነበር የተሻለ ነገር ተረጋግቶ እንዲኖር የምመኘለት፡፡ በየመን ቢቆይ የእርሱን እውቀት የሚመጥን ሥራ እና የተሻለ ትምህርት የማግኘት ዕድሉ አይኖረውም ነበር፡፡ አሁን ላይ ታዲያ ከበርካታ ዓመታት በኋላ ያ ሁሉ የሕይወት ውጣ ውረዱን አልፎ ሦስት መጻሕፍትን ጽፎ እነሆ ብሎናል፡፡ በጣም አስደሳች ነው፡፡

ይህ ሁለተኛ ቅጽ መጽሐፍ የመንን ለቅቄ ከወጣሁ በኋላ በኢሜይል፣ በደብዳቤዎችና በንግግሮቻችን ሁሉ ያነሳናቸውን በርካታ ርዕሰ ጉዳዮች ይዟል ማለት እችላለሁ፡፡ የየመንን ጎሣዊ ግጭቶችና መግፍኤ ምክንያቶቹን እንዲሁም ለክፍለ ዘመናት የዘለቀውን ሽኩቻ ሁሉ በሚገባ ተንትኖበታል፡፡

ከሕይወት ልምዱ ሁሉ በአዝናኝና ፈገግታ ጫሪ ገጠመኞቹ እያዋዛ ከትቦናል፡፡ በዚህ ቅጽ እንዴት ከሀገረ የመን እንደወጣ፣ በየመን ስለሚታዩ ሁለንተናዊ ህጸጾች እርሱ እና መሰሎቹ ስለተጋፈጧቸው ፈተናዎች በግልጽና በቀጥተኛ ቋንቋ ተጽፏል፡፡

ሳይንሳዊ እና ፖለቲካዊ ይዘት ካላቸው የየመን ጋዜጣ መጣጥፎች የሕይወት ታሪኩን በመጽሐፍ መልክ ወደ መደጎሱ ማዘንበሉ መላው ዓለም ጥልቅ እና የሻለ መረጃ እና እውቀት እንዲያገኝ ዕድል ይፈጥራል የሚል

እምነት አለኝ፡፡ የርሱም አበርክቶዎችና አስተማሪ የሕይወት ገጾች ወደ ብዙዎቻችንን እንዲደርስ በመጽሐፍ መልክ የሕይወት ታሪኩ መቅረቡ ከፍተኛ ፋይዳ እንዳለው ይሰማኛል፡፡

በምክር መልክ የነገርሁትን ሁሉ በሚገባ አድርጎ እያሳየኝ ነው፡፡ ስለ ሕይወቱ ታሪክና ስለ የመን ያለውን እውቀት በመልካምም በመጥፎ መልኩ እውነታውን ከትቦልናል፡፡ ለሁላችንም ብዙ ትምህርት የሚሰጥ መጽሐፍ ነው፡፡ በእርግጥም ዛሬም ድረስ ዓድል ምጡቅ አእምሮ ያለው የሰንዓ ጓዴ ታናሽ ወንድሜ ሆኖ ግንኙነታችን ቀጥሏል፡፡

ዛሬም ምናለ በጉርብትና ዳግም ተገናኝተን በኖርን ስል አብዝቼ እመኛለሁ፡፡

አስካር በርናርድ - ሎይዚና

አሜሪካ - ሚያዝያ 2022

መቅድም

በእኔ እውቀት ዐረቦች በተለይ ከእስልምና መመሥረት ቀደም ባሉት ጊዜያት በአብዛኛው ፊደል ያልዘለቃቸውና ያልተማሩ ነበሩ፡፡

ሆኖም ለብዙ ዘመናት በኅብረተሰቡ መካከል ታሪኮችና መረጃዎች በአፋዊ ቅኔ ይሰራጩ እንደነበር ታሪክ ያወሳል፡፡

ሁነቶችም በውብ ቅኔዎች በኩል ከትውልድ ትውልድ እንደ አፈታሪክ ሲተላለፉ ኖረዋል፡፡

እንዲያውም በዘመኑ የነበሩ ባለቅኔዎች ብሩህና ገናና ከመሆናቸው የተነሣ በአንዲት ነጠላ ስንኝ አንድን ጎሣ በመግለጽ ከማኅበራዊ ደረጃ ዝቅ ብሎ እንዲታወቅ የማድረግ ተሰጥኦና ጠንካራ አገላለጽ እንደ ነበራቸው ይነገርላቸዋል፡፡

ከፈለጉም በአፈ-ቅኔያቸው ኃያልነት ተቃራኒውን ተቀኝተው ገንቢ ታሪክን ሊያወርሱም ይችላሉ፡፡ ለዚህም ይመስላል ዐረቦች የድንቅ ቋንቋ ባለቤትና አዝማናትን የተሻገረ የሥነ ግጥምና ቅኔ ችሎታ ባለቤቶች የሆኑት፡፡ በዘመኑ የነበሩ ዐረቦች የሚታወቁት አንድን ሁነት ትርጉም ባለው መልኩ በመግለጽ ችሎታቸው ነው፡፡ ራስን በሚገባ ከመግለጽ አንጻርም የቋንቋው ውብነት ወደር የሌለው ነው፡፡አንዳንዴ ይህን ሳስብ የዚያን ዘመን የሥነ ቋንቋ ቃላዊ ርቅቀትና ፍልስፍና ተጋሪ በሆንሁ ስል እመኛለሁ፡፡

የየመን ዜጎች የዘር ግንዳቸው ከዐረብ ብሔረሰብዕ የሚመዘዝና ከዐረብ በረሃ የተገኙ ሕዝቦች መሆናቸውን በሚገባ አውቃለሁ፡፡ ዐረቦች ደግሞ የመካከለኛው ምሥራቅ ገገሮችን ከሳሳንያን እና ቤዛንታይን ግዘተ አጼያቸው ድልን በመንሳት በምትኩ የዐረብ እስላማዊ መካከለኛው ምሥራቅ ግዛቶችን መመሥረት ችለዋል፡፡

ግዛቶቹም በዋነኝነት ከስፔን ወደ መካከለኛው ኢስያ እንዲሁም ከካውካስ እስከ ህንድ ድረስ የተንሰራፋና የተስፋፉ ነበር፡፡ በታሪክ ውስጥ ንግሥተ ሳባ ከእኛ ወገን ናት በሚል ኢትዮጵያዊያኑም ሆኑ የመናዊያን ይሞግታሉ፡፡

ምናልባትም ለዚህ ሙግት ቁርጥ ያለ ምላሽ ማግኘት ከባድ ሊሆን ይችላል፡ ፡ ንግሥተ ሳባንም ከዚህ አለዚያም ከዚያ ወገን ብሎ በርግጠኝነት መናገር

እንዳንችል ንግሥቷ በሁለቱም ሀገራት ኖራ እንደነበር ማስረጃዎች ሲቀርቡ ይስተዋላል::

የንግሥተ ሳባ ታሪክ በአይሁድ፣ በክርስቲያኖችና በሙስሊም መንፈሳዊ መጻሕፍት ተከትቦ እናገኛለን:: በመጽሐፍ ቅዱስ ውስጥ ‹‹የምሥራቅ ንግሥት›› በሚል ነው የተገለጸችው:: የዘመኑ ምሁራን እንደሚገልጹት ደግሞ ንግሥቲቷ የመጣችው አክሱም ከተባለው የኢትዮጵያ ግዛተ መንግሥት አለዚያም ከሁለቱም ወገን ነች የሚሉም አልታጡም::

እኔም የተማርኩት ንግሥቷ ልክ እንደእኔ ሁሉ ከሁለቱም ወገን ማለትም ከየመንም ከኢትዮጵያም ወገን እንደ ሆነች ነው:: እኔም ከሁለቱም ሀገራት ጋር አንዳች ዝምድና እንዳለኝ በጽኑ አምናለሁና ነው ይህ ማለቴ::

*** *** ***

የሰማዩ ባቡር (ጢያራ) በብረት አክናፎቹ አየሩን እየቀደደ ሲጓዝ እኔ በሐሳብ ማዕበል ጭልጥ ብዬ የአባቴ ልጆች የሆኑ እህቶቼ ለመጀመሪያ ጊዜ ሲያዩኝና በዐይን ስጋ ስንተያይ ምን ሊሰማኝ ይችል ይሆን እያልኩ አወጣና አወርድ ነበር:: ታላቅ የደስታ ማዕበልና ፌሽታ በዐይነ ኅሊናዬ ይታየኛል::

በ60ዎቹ መጨረሻ ገደማ ከኢትዮጵያ የወጣው ታላቅ ወንድሜ ቀደም ብሎ በኢትዮጵያ ሳለ በአዲስ አበባ እውቅ በሆነው የብሪቲሽ እንግሊዘኛ ብቻ የሚያስተምር ትምህርት ቤት የተማረና ጥሩ የእንግሊዘኛ ቋንቋ ችሎታ ያለው እንደሆነ ተነግሮኛ:: እንግሊዝኛን ምናልባትም እንደዋነኞቹ የቋንቋው ባለቤቶች ያምበለብለዋል ብለው ነው የነገሩኝ::

እኔም ይህን ሰምቼ አልቦዘንሁም:: የማውቃቸውን የእንግሊዝኛ ቋንቋ ዓረፍተ-ነገሮች መልሼና ከልሼ ማጥናቱን ተያይዠዋለሁ:: ታድያ አድናቆቱን እንደሚቸረኝ በመተማመን ነው!

ቅዱሱ ቁርዓን የመንን በርካታ ጊዜያት በስሟ ይጠቅሳታል:: በመጽሐፉ በቁ. 46:21 የተጠቀሰው የአሸዋ ጉብታ የሚገኘው አል-አቃፍ (A1-Ahgaf) በተሰኘው ምሥራቃዊት የመን መሆኑን እዚህ ጋር ልብ ይላሉ::

ቅዱሱ መጽሐፍ ቁርዓን --- ጥንታዊውን የዐረብ ከድ አድን ን ይጠቅሳል:: ለዚያውም በተደጋጋሚ:: እንዲህም ይላል ለአብነት:- ‹‹በአሸዋ ክምር መካከል ህዝቦቹን አስጠነቀቃቸው ሌሎች ያስጠነቀቁ ከርሱ በኋላም በፊትም

መጥተው ሄደዋል አልፈዋል ከአምላክህ በቀር ለሌላ አምላክ አትስገድ ይህ ከሆነ ወየውልህ ቅጣህ በዚያች ከፉ ቀን ይፈጸማል››

በ27፡15-44 በሰፈረው ቃል ደግሞ “የሱሌማን ታሪክ --- ነብየ ንጉሥ እሥራኤል ሳባን በመማረክ ከእነልዑኮቿም በመቀበል ይታወቃል፣ ሕዝቦቹም እስላምን እንደ እምነት ከመቀበላቸው አስቀድሞ ለጸሐይ ይሰግዱና ያመልኩ ነበር”

ነብዩ መሐመድ (ሰ.ዐ.ወ) በሚከተለው ንግግራቸው ይታወቃሉ

‹‹የየመን ሰዎች ከተመረጡት እጅግም ምርጦቹ ናቸው እምነቱም የመኒ ነው እናም እኔ የመኒ ነኝ ይላሉ››

ቅድመ አያቶቻቸው አለዚያም የቁሬይሽ ነገድም የጵርው ዐረብ ነገድ የዘር ሃረግ ከፋይ ናቸው፡፡ ከየመን ማንነት የሚመዘዙ ስማቸውም ባኑ ጁርሁም ጎሣ ተብሎ ይታወቃል፡፡

የባኑ ጁርሁም ጎሣ በ200 ዓ.ም አካባቢ ወደ መካ ተሰዷል፡፡ ይህም የአያህና ሀዲዮች ምስክርነት ሲሆን የመናውያን በእስልምና ከፍ ያለ ሥፍራ እንዳላቸው አመላካች ሆኖ ነው የምናገኘው፡፡ እናም ይህን ሳስብ ለራሴ እንዲህ ስል እነግረዋለሁ” የመናዊ ነኝ የመኒያዊ እንደሆንሁም አልፋለሁ”

*** *** ***

የዚህ መጽሐፍ ክፍል ቀዳሚ ምዕራፍ በየመን የነበረኝን የበርካታ ዓመታት የሕይወቴን ጉዞት የሚተርክ ነው፡፡ በምዕራፉ የከፍተኛ ትምህርቴን ከጨረስኩበት አንስቼ ሥራ እስከጀመርኩበትና የአያት ቅድመ አያቶቼን የዘር ሃረግ እስከተዋወቅሁበት እና ከሰሜኑ የየመን ማኅበረሰብ ጋር ለመዋሃድ የነበረኝን ትግል ሁሉ ዳስሻለሁ፡፡ በመቀጠልም የምዕራቡን ዓለም ትምህርት ለመቅሰምና ያለኝን ህልም እውን ለማድረግ ወደ አሜሪካ ተጉዣለሁ፡፡ ሆኖም ከስምንት ዓመታት የአሜሪካ ቆይዬ በኋላ ዳግም ወደ የመን ለመመለስ የተገደድኩበት ሁነት ተፈጥሯል፡፡ ይህ ሁነት በዚህ መጽሐፌ ሁለተኛ ምዕራፍ በሚገባ ተብራርቶ ታገኙታላችሁ፡፡

በሦስተኛው ተከታታይ መጽሐፌ ላይ ደግሞ በአሜሪካ የነበረኝ የኑሮ ሁኔታና የትምህርት ዘመኔ ይዳሰሳል፡፡

*** *** ***

በአውሮፕላን ጉዞዬ ማለትም ከኢትዮጵያ ወደ የመን በማቀናበት ወቅት የአባቴን ወገኖችና ዘመዶቼን ልገናኝ በመሆኑ ደስታዬ ወደር አልነበረውም፡፡ በበርካታ የየመን ውብ ከተሞችና ታሪካዊ መስህብነት ባላቸው ድንቅ ሥፍራዎች አይረሴ ጉብኝቶችን ለማድረግና ማስተታወሻዎችንም ለማስቀረት ችያለሁ፡፡ ከታሪካዊ ሥፍራዎች መካከል የመረብ (የንግሥተ ሳበ የትውልድ ሥፍራ) እና የአረቢካ ቡና መገኛ ምንጭ የሆነችውን ሞካ ከተማ ጉብኝቶቼ ከቶም ከልቤ የሚጠፉ አይደሉም፡፡

መግቢያ

የዘር ግንዱ ከአባቴ ማጅድ አህመድ ሁሴን የዘር ሃረግ የሚመዘዘው ሼህ አሊ ቤን ሐርሓራ ትውልዱ ከላይኛው ያፋ ሡልጣኖች የሚቀጣጠል ነው::

የላይኛው ያፋ ‹‹ያፋ›› በተሰኘችው ማራኪና አስደሳች ቀጠና የምትገኝ ሥፍራ ናት::

በአቀማመጥም በየብስ የተከበበች ማራኪና ውብ ሆና በደቡባዊት የመን ጠረፍ በቅርብ ርቀት የምናገኛት ናት:: ያፋ በዚህም መሠረት አንድም የጎሣ መጠሪያ አንድም ደግሞ የቦታ መጠሪያ ሆኖ ታገለግላለች::

ያፋ ከክርስቶስ ልደት በፊት ከ110 እስከ 632 የቆየውና ሃይማሪያት የተሰኘው ሥርዎ መንግሥት ጥንታዊ ማዕከልም ሆና አገልግላለች::

ቢን (bin)፣ ኢብን (Ibn) ፣ አል (Al) ፣ እንዲሁም ቤን (ben) የተሰኙት ቅድመ ቅጥያ ቃላት ወንድ ልጅ የሚል ትርጉምን ያዘሉ ናቸው::

በዚህም መሠረት የሐርሓራ ሥርዎ መንግሥት አባላትን ባነሳን ጊዜ በአብዛኛው ቢን/ቤን ሐርሓራ እያልን መጥቀሳችን የተለመደ ነው::

ቃሉ እንደ ቤተሰብ የወል መጠሪያ ሆኖ የሚያገለግል ሲሆን የሐርሓራ ልጅ የሚለውን ትርጉም ይይዛል እንደማለት ነው:: ይበልጥ ግልጽ ለማድረግ ካስፈለገ ይህን አጠራር ከምዕራቡ ዓለም ባህል የእከሌ-ልጅ (the son of) ሲገባ እንመልከት Anderson (የእንድርያስ ልጅ) ፣ peterson (የጴጥሮስ ልጅ) የደች ቋንቋ ቅድመ ቅጥያ ሲሆን ደግሞ Van (ቫንን) እንደምንጠቀመው ማለት ይሆናል ለአብነት ቫንጎህ (van Gaugh) ::

የሐርሓራ ሥርዎ መንግሥት

የያፋ አከባቢ ወይም አውራጃ በ1700ዎቹ ገዳማ የላይኛውና የታችኛው ያፋ በሚል ጎራ ለኹለት የመከፈል እጣ ደርሶበታል:: ለዚህ ደግሞ ዋነኛ

ምክንያቱ በጊዜው የነበሩት ጎሣዎች የስልጣን ሽኩቻን መነሻ በማድረግ በመሬት፣ በምግብና በሴቶች ይገባኛል ምክንያትግጭት ውስጥ ስለገቡ የኃይል ሚዛን ክፍፍል ሊደርስ በቅቷል፡፡

የያፋ ጎሣ ሼህነት ተዋረድ በአሥር ያህል ቅርንጫፎች የተከፋፈለ ሆኖ እናገኘዋለን፡፡ አምስቱ በላይኛው የተቀሩት አምስቱ ደግሞ በታችኛው ያፋ ይመደባሉ፡፡

በዚህም መሠረት የላይኛው ያፋ በሐርሓራ ሥርዎ መንግሥት ከ1730 እና 1967 ባሉት ዘመናት መካከል ሲተዳደር የቆዬ ነው፡፡

የያፋ ህዝብ በታላላቅና ጉምቱ ሃይማኖታዊ ምሁራኑ፣ በጀግንነቱና በጦረኝነቱ የገነነ ስም ያለው ነው፡፡

በርካታ ሱልጣኖች ማለትም ቀጠራ፣ ማህራ፣ ቋይቲ፣ ኻድራሚ፣ ጁባን፣ ሃውራል፣ ሐርሓራ የተሰኙት የየመንን ታላቁን መንግሥት ኻድራሙትን ለማስተዳደር በቅተዋል፡፡

የአስተዳደሩ አለዚያም የግዛቱ መቀመጫም ሙከላ በመባል የምትታወቀው ከተማና አል ሺህር መናገሻ ናቸው፡፡ አልሺህር የአባቴ የትውልድ ሥፍራ ነች፡ ፡

የቋአይቲ ሡልጣን አንዱ መሪ በመሆን የአባቴ ቅም ቅም አያት ከያፋ ወደ ኻድራሙት የተጓዙት በ1800 ገደማ ነበር፡፡

ሡልጣኖችና ሼሆች

ሡልጣን ማለት፡- ሞራላዊ፣ ሃይማኖታዊና ፖለቲካዊ ኃላፊነትና ሥልጣን ያለው ሰው ማለት ነው፡፡

ሡልጣኖች በባህሉ መሠረት በአብዛኛው አስተዳደሪነት፣ ዳኝነት፣ መምህርነት እና ቀራጭነት (ግብር ሰብሳቢነትን) የመሳሰሉ ኃላፊነቶችን ይዘው ይሾማሉ፡፡ ሡልጣን የተሰኘው ቃል የከበረና ታላቅ የማዕረግ መጠሪያ ሆኖ ያገለግላል፡፡ ሡልጣን የተሰኘው ቃል ጥሬ ትርጉም ከመነሻው ጥንካሬ አለዚያም ኃላፊነት የሚለውን ይይዝ ነበር፡፡ ነገር ግን በጊዜ ሂደት በምድረ ዐረብ ሰፋፊ ግዛቶችን በልዑአላዊነት የሚያስተዳድር ኃያል ገዢ የሚል ሰፊ ትርጉም እየያዘ ሊመጣ ችሏል፡፡ ኋላ ላይ እንዲያውም ኃላፊነት የሚለው

ቁንጽላዊ ትርጉሙን ለተጠቀሰው ሰፊ የበላይነት መገለጫ እየለቀቀ የመጣ የማዕረግ መጠሪያ ጭምር የሆነ ነው፡፡

የማዕረግ ቃሉ (ሡልጣን) በሂደት በሙስሊም ሀገራት የተገደበና ይበልጥ ሃይማኖታዊ አንድምታ የያዘ ዓለማዊ ንግሥናንም ተጻርሮ የቆመ ሆኗል፡፡ ምክንያቱም በዚያ ዘመን መጠሪያው በሙስሊምም ሆነ ሙስሊም ባልሆኑ ሀገራት ጥቅም ላይ የሚውል ነበርና፡፡

ከሡልጣን ተዋረድ አንጻር ሼህ የተሰኘው ማዕረግ ከሡልጣን ዝቅ ያለ ነው፡፡ ቃሉም በአብዛኛው በቤዶይን ጎሣ መጠሪያነት ተነጥሎ የተተወና ከማኅበረ-ፖለቲካ መሪዎች ይልቅ የልዑላዊ ቤተሰቦች መጠሪያ ማዕረግ ሆኖ የሚያገለግል ሆኖ ነው የቀጠለው፡፡ በሌላ መልኩ ሼህ እስልምና እምነት የመምህርነት ሚና ያለው ሰው የሚጠራበትም ሃይማኖታዊ ማዕረግ ነው፡፡

ሁሉም ጎሣዎች ሡልጣን የላቸውም፡፡ ነገር ግን ሁሉም ጎሣዎች ሼህ ይኖራቸዋል፡፡ የኔ ቤተሰቦች ጎሣ ግን ሁለቱም አሉት፡፡

እንደ መግቢያ

የአንድ ሼህ ኃይል ወይም ስልጣን መሠረት ከፖለቲካዊ ይልቅ ከማኅበራዊ ቅቡልነት የሚመነጭ ነው:: በአሜሪካ አለዚያም በካናዳ እንደሚገኙ የመንግሥት ኃላፊዎች አለዚያም ባለሥልጣናት ተጠያቂነታቸው እንደማንኛውም ተርታ ዜጋ እንደሆነው ሁሉ ሼሆች በተመሳሳይ መልኩ ለድርጊቶቻቸው ተጠያቂ አይሆኑም:: መሰሉ ተጠያቂነት የሚሰፍንበት መደበኛውን የፍታብሔር ሕግ እንዲተላለፉ መብትን ሊያጎናጽፍላቸው ይችላል:: ለምሳሌ አንድ ሼህ የተሽከርካሪ ሕግን ጥሶ ቢገኝ የትራፊክ ፖሊሱ ከመቅጣትና ሕግን ከማስከበር ይልቅ በዝምታ ማለፍ ግድ ይለዋል::

ሺአና ሱኒ

ዛያዲዝም አለዚያም ዘያዲያዊነት ከሼአ ወገን የሚመደብ እስላማዊ እምነት ነው:: የተመሠረተውም በስምንተኛው መቶ ክፍለ ዘመን ገደማ መሆኑ ይነገርለታል:: የዛያዲ እስልምናን የሚከተሉ አማንያን የዛያዳይ ሺአ ተብለው ነው የሚጠሩት:: በየመን ከሚገኙ የእስልምና እምነት ተከታዮች ውስጥ 25 በመቶ የሚሆኑት በዚህ እምነት ሥር የሚመደቡ ናቸው::

የሺአ እና ሱኒ ታሪካዊ የግንኙነት መሠረትን ስናነሳ ከእስላማዊ ነብይ መሐመድ (ሰላም ከርሱ ላይ ይስፈን) የእስላማዊ ማኅበረሰብ መሲህ አለዚያም መሪ ሆኖ መምጣት በኋላ የተነሣውን የግንኙነቱን ውዝግብ እናገኛለን::

ነብዩ መሐመድ በ632 ማለፋቸው ተከትሎ ሱኒዎች የተባሉ እስላማዊ ቡድኖች መሐመድን ሊተካው የተገባው መሪ አቡባክር ነው ብለው ተነሡ:: ሌሎቹ ሙስሊሞች ማለትም ሺአ ተብለው የሚጠሩት ወገኖች ደግሞ በአንጻሩ፣ የለም! አቢ (ቢን አቢ ጣይብ) መሪያችን ሊሆን መሐመድን ሊከተልና ሊተካ ይገባል ብለው ተነሡ:: ይህም የሁለቱ ወገኖች ውዝግብ በመላው የሙስሊም ዓለም ተንሰራፋ::

አቡ ባክር የነብዩ መሐመድ የቅርብ ወዳጅና የባለቤታቸው አባት በመሆን ይታወቃል:: ይህ ሰው የነብዩ መሐመድ ዘመድና የወንድም ያህል የሚቆጠር ሰው ነበር:: መንበረ አስተዳደሩ ወይም እስላማዊ መንግስቱ ደግሞ ኻሊፋ

ለነብዩ መሐመድ ቅርብ ዝምድናና የዘር ሃረግ ያለው ሰው እንዲተዳደር ነው የሚፈለገው፡፡›

በዓለም ላይ ከሚገኙ የእስልምና ተከታዮች ውስጥ 90 በመቶ የሚሆኑት ሱኒዎች ናቸው፡፡ በአንጻሩ ምንም እንኳን በቁጥር ያነሱ ቢሆኑም የሺአ ተከታዮች በጥንካሬያቸው የጸኑ በመሆናቸው ይታወቃሉ፡፡ የሐርሓራ ቤተሰብ ከሌሎች ሱኒ ቤተሰቦች አለዚያም ገሳዎች አባላት ጋር በመሆን በሰሜኑ የመን በኩል ከዘየዲ አለዚያም ሺአ ጋር ለከፍለ ዘመናት በውጊያ አሣልፈዋል፡፡

ሁሉም ሙስሊሞች ማለት ይቻላል በቁራን መለኮታዊነት ቢስማሙም ሱኒያ ሺአ ግን በነብዩ መሐመድ አስተምህሮ ላይ የተለየ ምልከታ ነው የነበራቸው፡፡ በጀግና ተዋጊ ወታደርነታቸው ገናን የሆኑት ቅድመ አያቶቼ በደቡቡ የመን ዘወትር ማለት ይቻላል ሥልጣናቸውን ለማስጠበቅ ተዋድቀዋል፡፡

አባቴ

እንደማንኛውም የኻድራሚ ወጣት አባቴም የተሻለ ሕይወትን ፍለጋ ወደ ኤደን (ደቡባዊት የመን) ያቀናውና ከትውልድ መንደሩ አልሺሂር የተሰደደው ገና የ15 ዓመት አዳጊ ወጣት እያለ ነበር፡፡

ከኤደን ባሻገር ስሙር ሕይወትን በመሻት ወደ ኢንዶኔዢያ፣ የእንግሊዝ ሱማሌላንድ፣ እና የኬንያዋ ሞምባሳ ተጉዟል፡፡ በለጋነት ዕድሜው በሁለተኛው የዓለም ጦርነት የእንግሊዝን ጦር በመቀላቀል በኢትዮጵያ ዘመቻ ተሳትፏል፡፡

የሁለተኛው የዓለም ጦርነትን ግዳጅ ከተወጣ በኋላም አባቴ የግሉን የንግድ ሥራ ለመጀመር በቅቷል፡፡ በ1940ዎቹም በጅግጅጋ፣ ድሬደዋ እና ሐረር በተሰኙት የምሥራቃዊ ኢትዮጵያ ከተሞች ውስጥ ዝነኛ ከነበሩና ከተዋጣላቸው ነጋዴዎች ተርታ መሰለፍ የቻለ ሰው ነው፡፡ በ1950ዎቹ ወደ አዲስ አበባ ከተማ ጠቅልሎ ከመግባቱ በፊት አባቴ በእነዚህ ከተሞች ከንግድ ሸሪኮቹ ጋር በመሆን የልዩ ልዩ ሸቀጦች አስመጪና ላኪ እንዲሁም የአገልግሎት ዘርፍ ንግድ ሁነኛ ተዋናይ በመሆን ሠርቷል፡፡

በአዲስ አበባም ቢሆን ከቁንጮ ነጋዴዎች መካከል አንዱ በመሆን በተለይ የመጀመሪያ ሥራው በሆነው የቡና ንግድ አንቱታን አትርፏል፡፡ በዚያን ዘመን በአዲስ አበባ የከተሙ ዐረቦች በሦስት ቡድን የሚከፈሉ ነበሩ፡፡

የመጀመሪያዎቹ የጥቃቅን መደብር አለዚያም ሱቅ ባለቤቶች ሲሆኑ ሁለተኛዎቹ ደግሞ የናጠጡ ሃብታም ነጋዴዎች ናቸው፡፡ ሶስተኛዎቹ ወግ አጥባቂዎች እና ግዙፍ መዋዕለ-ንዋይ የሚጠይቁ ንግዶች ላይ የሚሰማሩት ናቸው፡፡ ቱባ ነጋዴዎቹ በአብዛኛው ከአውሮፓውያኖች ማለትም ከግሪክ እና ጣሊያን ነጋዴዎች ጋር በመጣመር በሽሪክ የሚሰሩትን ጨምሮ በኢትዮጵያ ኑሯቸውን ያደረጉ ምሥራቃዊ ህንዶች ይገኙበታል፡፡ በዚህም ዘርፍ በርግጥ የመሳፍንት ቤተሰብ የሆኑ ኢትዮጵያንም በስፋት ነበሩበት፡፡ አባቴም እንግዲህ ከአውሮፓውያኑ ጋር ተሻርከው ከሚሰሩት ሃብታም ነጋዴዎቸ የሚመደብ ነበር፡፡

ኻድራሚዎች (እውነተኛ ኻድራሙቶች) በታማኝነታቸው፣ በማንነታቸው ጥንካሬና ቅንጅታቸው ይታወቃሉ፡፡ አንዳንዶች እጅግ ቆጣቢ በመሆናቸው ሲገልጽዋቸው ሌሎች ደግሞ በማይነጥፍ ሃብታቸው ያነሷቸዋል፡፡ ኻድራሚዎች ሌላው የማያወላዳ መለያቸው ወደ የትኛውም ክፍለ ዓለም ቢሰደዱ ለቱባ እሴቶቻቸውና መነሻ ሀረጋቸው የታመኑና አክባሪዎች መሆናቸው ነው፡፡

የዘር ሃረግ ማንነትና ተዋርሶ በህይወታችን ትልቁን ሥፍራ የሚይዝ ጉዳይ ነው፡፡ እኔም ብሆን የባንሴር፣ ባጋሪሽ፣ ባአባይድ የተባሉ ኻድራሚዎች በጎ ተጽእኖና አስተምሮ ሕያው ውጤት መሆኔን እመሰክራለሁ፡፡ ገና በልጅነት ዕድሜዬ በአእምሮዬ ጓዳ የታተሙ መልካም ትውስታዎች አሉኝ፡፡

በመጀመሪያው መጽሐፌ ለማብራራት እንደሞከርሁት እነዚህ የኢትዮጵያ ቆይታዬ በብዙ ያገዙኝ አይረሴ ሰዎች ናቸው፡፡ አባቴን በሕይወት የተነጠቅሁት ገና የ5 ዓመት ህጻን እያለሁ በመሆኑ ወላጅ አጥ ሆኜ ነው ያደግሁት፡፡ በርግጥ አምጣ የወለደችኝ እናቴ አሁንም ድረስ በሕይወት መኖሯን አልክድም፡፡ ነገር ግን የጠቀስኋቸው ሰዎች ነበሩ በሕይወት ጎዳና የጉዞ ሀዲዴን እንዳልስትና እንዳልሰናከል መንገዴን የመሩኝ፡፡ ይህን ለምን እንዳልሁ በመጀመሪያው መጽሐፌ በሚገባ ስላብራራሁ በዝርዝር አልመለስበትም፡፡

ጥቂት ስለ ነጽሐፉ ርእስ

“Hope in the sky” አለዚያም በአማርኛው ግርድፍ ትርጉም ተስፋ በሰማይ ብዬ መጽሐፌን ርዕስ መስጠቴ በዋነኝነት በባለብረት ክንፉ የሰማዩ ባቡር በቀይ ባሕር አናት ወደ የመን ያቀናሁበትን ጊዜ ለመግለጽ ነው፡፡ ይህ ጉዞዬ ያለገኘሁትን ማንነቴን ለመፈለግ የተደረገ ጉዞ ነው፡፡

ገና የ16 ዓመት ታዳጊ ሳለሁ ነበር የዚያ በረራ ስሜቱ በአእምሮዬ የቀረው፡፡ ለምን ካላችሁ በረራው የመጀመሪያዬ እና ከምናቤ ውጪ የነበረ ከቶውም ቢሆን አስቤው አልሜው የማላውቀው ገጠመኝ በመሆኑ ጭምር ነው፡፡ በምናባዊ ገለጻ ንገረን ካላችሁ ሰማዩን አድማስ የማይጋርደው፣ ተዝቆ የማያልቅ የተስፋ እና ዕድል ተምሳሌት አድርጌ ነው ያየሁት፡፡ ያ በረራ ለእኔ የሕይወት በረከትን ከላይ ሆኖ እንደመቅዘፍ ያለ የነፍስያ ጸአዳ መንፈስ ነበረ፡፡ ወደ ተሻለ አስደሳች የሕይወት ምዕራፍ እንደሚደረግ ጉዞ ያለ ማራኪ! እንዴ ከ6 ዓመታት በፊት እኮ እኔ ማለት አንድ በሴጣ እግሩ የሚጓዝ፣ ቤት አልባ ህጻን ነበርሁ፡፡ ታድያ በአንዲት ጀንበር የሥነ ፈለክ ተጓዥነት ስሜት ቢሰማኝና በረራዬ ልዩ ትርጉም ቢኖረው ምን ይደንቃል?! እናም ለራሴ እንዲህ ስል ነገርሁት!

አሁን በዚህ ጊዜ ሕይወቴ ላይ ሙሉ ቁጥጥርን ተጎናጽፌያለሁ፡፡ አንድ ዐረብ ነኝ፤ ጥሩ ዐረብ ዜጋ መሆንም አለብኝ፡፡ ለራሴ ቃል የመግባት ያህል የዐረብኛ ቋንቋን እስከ መጨረሻው ጥግ በቅጡ ለማወቅ ራሴን ለማስተማር ቃል ገባሁ፡፡ ቋንቋውን ጠንቅቄ ለማወቅ ተጋሁ፡፡ የዐረብኛ ቋንቋን ጽሑፍ ዘወትር ስመለከተው አንዳች የተለየ መስህብ ያዘለ ልዩ ጥበብ መስሎ ነው የሚታየኝ፡፡ አለ አይደል፤ ልክ የመሳል አለዚያም የስነ ስዕል ጥበብ የመሰለ ነገር ሆኖ ነው የሚታየኝ፡፡

ሥነ ጽሑፍ በዐረቦች ዘንድ ከሁሉም ቋንቋ ላቅ ያለና ቅኔያዊ ተውህቦ ያለው ኅብር ተደርጎ ነው የሚቆጠረው፡፡ ለዚህም ነው የዚህን ቋንቋ አጻጻፍና ንባብ በቅጡ ማወቅና መማር የተለየ ክብርና ዕድል ሆኖ የተሰማኝ፡፡ በዚያ የልጅነት ዘመን ስለ የመን ጥንታዊ ታሪክ ያለኝ ዕውቀት በርግጥ እዚህ ግባ የሚባል አልነበረም፡፡ ነገር ግን በዐረብኛ ቋንቋ ከኀሎቴ በተለይ ደግሞ የዐረባዊ ቅርሶች ላቅ ያለ የልብ ኩራት ይሰማኝ ነበር፡፡ ሆኖም እያደግሁ በሄድሁ ቁጥር ከዚህ

ጥልቅ ስሜትና ጉጉት እየራቅሁ መሄዴም ይታወቀኝ ነበር፡፡ ስለ ዐረብኛ ቋንቋና የማኅበረሰቡ ባህል ያለኝ የከበረ እሳቤ ምንጩ የተጋነነ አይመስለኝም፡፡ ይልቅም ለነበረኝ ክብርና ልባዊ መመካት ምክንያት የሆነልኝ በልጅነት ዘመኔ በቃልና በጽሑፍ የተማርሁት ታሪክ ስንቅነት ነው እንጅ፡፡ በኢትዮጵያ የነበረው የዐረብኛ መምህሬ ከበርካታ መጻሕፍት በማጣቀስ ተመሳሳይ ትርጉም ስላላቸው ቃላት ሲነግረኝ አስታውሳለሁ፡፡

ለምሳሌ አንድ መጽሐፍ ላይ እንዳስተማረን በዐረብኛ ቋንቋ ማር የሚለውን ቃል ለመግለጽ ብቻ 40 ተመሳሳይ ቃላት እናገኛለን፡፡ በዚያው መጽሐፍ ላይ ብቻ አንበሳ የተሰኘውን እንስሳ የሚገልጹ 400 መንገዶችንም መማሬን ዛሬም ድረስ ከልቤ ማህደር ከትቤዋለሁ፡፡ ይህን ሳስብ የቋንቋው ጥልቅነት ይደንቀኛል፡፡ ከዘመናት ማገባደጃና ታሪክ ጅማሮም ውስጥ የአዲስ ሕይወት ጅማሮን ዑደት የመፈልፈል ልባዊ ምኞት ነበረኝ፡፡ ስለ ሀገሬ ጥንታዊ ቅርሶችና ታሪክ የመመርመርና የማወቅ ጥልቅ ጉጉትም አድሮብኛል፡፡

ሆኖም የበረራ አጋማሽ ህልሜ የየመንና የመናዊነት ጽኑ እምነቴንና ፍላጎቴን የሚደመስስና የሚያቃጥል ሁነት ነበር በየመን የጠበቀኝ፡፡ በንዑስ ርዕስነት በመጽሐፌ ያስፈርኩት /The hunt for who I have Not yet become/ የሚለው ሃረግ ይህን በቅድመ አያቶቼ ምድር ያጋጠመኝን ክፉ ጊዜ ጠቅልሎ ይገልጸዋል የሚል እምነት አለኝ!

***

ዓበይት የሕይወት ክንውኖችና ሁነቶች

- **በቅጽ 1**

- 1962 በአዲስ አበባ፣ ኢትዮጵያ ተወለድሁ
- 1964 ከወላጅ እናቴ ተነጥዬ ከእንጀራ እናቴና ከወላጅ አባቴ ጋር መኖር ጀመርሁ
- 1967 አባቴን በጉበት ህመም አጣሁት
- 1967 የጥንታዊ እብራውያን ሃይማኖት የሆነው የይሁዲ እምነትና እስልምናን ማጥናት ጀመርሁ
- 1970 አጎቴ የአባቴን መሬትና ንብረት አባክኖ በመስወሩ፣ ያለወላጅና መጠለያ ቤት ለኹለት ዓመታት አሣለፍሁ
- 1972 በአክስቴ መድህንነት እስከ 1978 ድረስ በእንክብካቤዋ አብሬያት ኖርሁ
- 1972 እስከ 1973 ድረስ የወንጌላዊያንመጽሐፍ ቅዱስ ጥናት ት/ቤት በመግባት ተማርኩ
- 1976 የኮሚኒስት ፓርቲ የወጣቶች ክንፍ አባል ሆኜ በመግባቴ ከ1976 እስከ 1977 ባሉት ዘመናት ለ3 ጊዜያት ያህል ለእሥር ተዳረግሁ
- 1978 ወደ ሰሜን የመን ተጉዤ መኖር ጀመርኩ

- **በቅጽ 2**

- 1978 በሰሜናዊት የመን ታእዝ በተሰኘው የሁለተኛ ደረጃ ት/ቴን በማጠናቀቅ ኑሮዬን በሁዴይዳህ አደረግሁ
- 1981 ወደ ሰንዓ በማቅናት ለአሜሪካ የልማት ተራድኦ ወኪል ድርጅት (USAID) መሥራት ጀመርኩ
- 1981 ወደ ኮሚኒስት ደቡብ የመን ተደጋጋሚ ጉዞ በማድረግ በቀጣዮቹ 3 ዓመታት ዘመዶቼን ጠየቅሁ
- 1983 ወደ ሳኡዲ አረቢያዋ መካ ከተማ መንፈሳዊ ጉዞ ተሳታፊ ሆንሁ
- 1984 ኮምፒውተር ሳይንስና ምህንድስና ዘርፍን ለማጥናት ወደ አሜሪካ አቀናሁ
- 1992 ወደ የመን ተመለስኩ (በዚህ ጊዜ ደቡብና ሰሜን የመን በመዋሃድ አንድ ሀገር ሆነዋል)
- 1994 ከአሰቃቂው የየመን የእርስ በእርስ ጦርነት በተአምር ተረፍሁ
- 1995 ከአንዲት የደቡብ የመን ውብ ኮረዳ ጋር በጋብቻ ተፈጣጠምን

• ቅጽ ሦስት

- 1985 የነዋሪነት ፍቃድ ለማግኘት በሚል ከአንዲት አሜሪካዊት ጋር ጋብቻ ፈጸምሁ:: ወዲያውኑም የስደተኞች ጉዳይ አገልግሎት መሥሪያ ቤት (INS) በቁጥጥር ሥር አውሎኝ የነዋሪነቴንም የተማሪነቴንም ፍቃድ በአንድ ጊዜ ተነጠቅሁ:: ጋብቻውም ውድቅ ተደረገብኝ::
- 1987 ስድስት ዓመታትን በፈጀ አስቸጋሪ የጥገኝነት ጥያቄ ውስጥ ሆኜ በአሜሪካ ደጅ ጠናሁ
- 1996 ወደ ካናዳ አቀናሁ
- 1996 የመጀመሪያ ሴት ልጄን አገኘሁ
- 2003 ሁለተኛ ሴት ልጄን ወደዚህች ምድር መጣች
- 2006 የድኅረ ምረቃ ዲግሪዬን አገኘሁ
- 2010 ለ15 ዓመታት የዘለቀው ትዳር በፍች ተጠናቀቀና ከእናቴ ጋር ዳግም ለመገናኘት በቃሁ
- 2014 በካላግሪ የመጀመሪያ የማራቶን ሩጫ ውድድሬን ተሳተፍሁ: : ከዚያ በኋላ ለ30 ጊዜያት ያህል የተሳተፍሁ ሲሆን አምስቱ ማለትም ከ6ቱ ዋና ዋና ተሳትፎዎቼ የቦስተኑ፣ የበርሊኑ፣ የቺካጎው፡ቶኪዮ፡ የኒዮርክ፡ እና የለንደኑ በዋናነት የሚጠቀሱ ናቸው::
- 2017 ታላቁን የኪሊማንጃሮን ተራራ ወጣሁ
- 2022 የመጀመሪያ 2ቱ መጽሐፎቼን ለኅትመት አበቃሁ:: ርእሳቸውም እንደሚከተለው ነው
  - ባዶነት

- ፍሊጋ
- 2024
  - የተስፋ ጭላንጭል
  - 2024 ቶኪዮ ማራቶን

:

ይዘት

ሁሉ አስቀድሞ 4
አብርክቶ i
ቀዳሚ ቃል i
መቅድም i
መግቢያ i
ጥቂት ስለ ነጽሐፉ ርእስ i
ዓበይት የሕይወት ክንውኖችና ሁነቶች i
ይዘት 3
ካርታ 7
ምዕራፍ አንድ 9
የተስፋይቱ ምድር 9
ምዕራፍ ሁለት 14
ሰንዓ 14
ምዕራፍ ሦስት 20
ታእዝ 20
ምዕራፍ አራት 26
አጋጉል ዝንፈት 26
ምዕራፍ አምስት 32
ሞካ 32
ምዕራፍ ስድስት 37

ሁዴይዳህ	37
ምዕራፍ ሰባት	43
እጣፈንታ	43
ምዕራፍ ስምንት	46
መወለዲን	46
ምዕራፍ ዘጠኝ	53
አል - አራሲ	53
ምዕራፍ አሥር	60
የመታወቂያ ወረቀት	60
ምዕራፍ አሥራ አንድ	68
ማሪብ	68
ምዕራፍ አሥራ ሁለት	74
ጎሣዊ ማንነቴ	74
ምዕራፍ አሥራ ሶስት	80
መሪያም	80
ምዕራፍ አሥራ አራት	87
እህቶቼ	87
ምዕራፍ አሥራ አምስት	104
ወታደራዊ ግልጋሎት	104
ምዕራፍ አሥራ ስድስት	107
የባህል ተቃርኖ	107
ምዕራፍ አሥራ ሰባት	115
እጅህን አንሳ	115
ምዕራፍ አሥራ ስምንት	122

ኡምራህ	122
ምዕራፍ አስራ ዘጠኝ	127
ትዳርና የትምህርት ዘመን	127
ምዕራፍ ሃያ	135
የአሜሪካ ህልም	135
ምዕራፍ ሃያአንድ	144
የምዕራቡ ዓለም ትምህርት	144
ክፍል ሦስት	155
ምዕራፍ ሃያ ሁለት	156
ዳግም ጅማሮ	156
ምዕራፍ ሃያ ሶስት	163
ትግል	163
ምዕራፍ ሃያ አራት	171
ከውጥረት የመገላገል ትግል	171
ምዕራፍ ሃያ አምስት	178
ነገረ መጻሕፍት መደብር	178
ምዕራፍ ሃያ ስድስት	182
ሱቀጥራ	182
ምዕራፍ ሃያ ሰባት	188
የእርስ በእርስ ጦርነት ዘመን	188
ምዕራፍ ሃያ ስምንት	193
የጋዜጣ አምደኝነት	193
ምዕራፍ ሃያ ዘጠኝ	197
አስካር	197

ምዕራፍ ሰላሳ	207
ካፒታሊዝም	207
ምዕራፍ ሰላሳ አንድ	212
የአማጭ ጋብቻ	212
ምዕራፍ ሠላሳ ሁለት	219
የሰርግ ሥርአቶቹ	219
ምዕራፍ ሰላሳ ሶስት	223
ስንብት	223
ቅጽ አንድ - ባዶነት	231
ቅጽ ሦስት - የተስፋ ጭላንጭል	233
ከሎርና (ተባባሪ ጸሐፊ)	244
ተጨማሪ - ሁለት	251
Bibliography	254
Endnotes	257

ካርታ

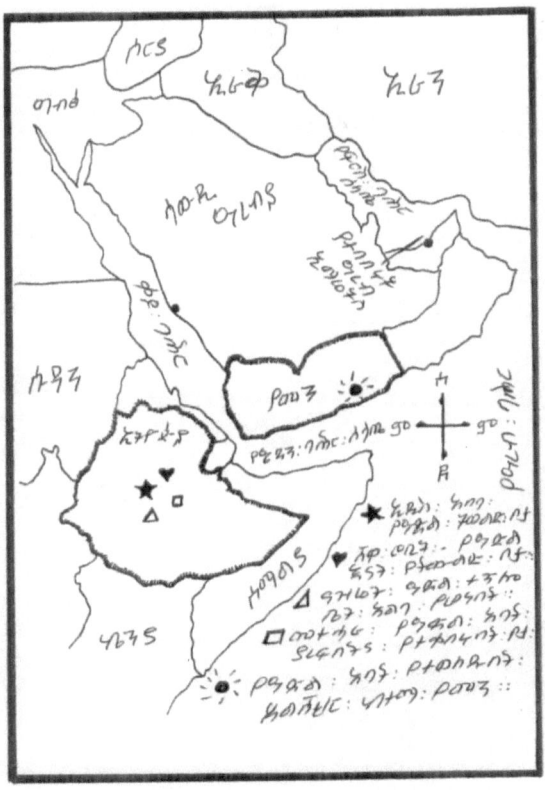

ካርታ በጄኒን ሻምና የቃላት አወጣጥ በዓድል (2014) ። በፍቃድ ጥቅም ላይ

ምዕራፍ አንድ

የተስፋይቱ ምድር

‹‹ መንፈሳዊ ጉዞ ባደረግን ጊዜ ከምድሪቱ አገዛዝ ብቻ አይደለም ነጻ የምንወጣው፤ ይልቁንም ወደ ጥልቁ ነፍስያችን እንደርሳለን እንጂ፤ በዳዮች ተመላልሰው ብርቱ ያልሆኑቱን የሚታደጉበት ጊዜም ሩቅ አይሆንም››

አርፋን ፓሙክ

ሌ ክ በዕለተ አርብ ጥር 13 1978 ላይ ሰንዓ ዓለም አቀፍ አየር ማረፊያ ራሴን አገኘሁት፡፡

ከኢትዮጵያ ርዕሰ መዲና አዲስ አበባ ወደ ሰሜናዊቷ የመን መናገሻ ከተማ ሰንዓ ያደረሁት የአውሮፕላን በረራ የሕይወቴ የመጀመሪያው በረራ ሆኖ የተመዘገበ ነው፡፡ የመጀመሪያ ጉዞዬ እንደመሆኑ መጠን በተፈጠረብኝ ድንጋጤና መረበሽ የተነሣ ምናልባትም በብዙ ድካም በመናጤ ምክንያት አላውቅም አውሮፕላኑ ሲነሳና ሲያርፍ አስመልሶኛል፡፡ እስኪደርስ ድረስም እንቅልፍ አልባ ሌሊት እንዳሳለፍሁ ትዝ ይለኛል፡፡ በወቅቱ በአውሮፕላኑ መስኮት አሻግሬ ከአዲስ አበባ በቀር ጨርሶ እግሬን አንስቼ የማላውቀው የያኔው የ16 ዓመት ብላቴና የሁለቱን ሀገራት ልዩነት ሳጤን የፈጠረብኝ መገረም ልዩ ነበር፡፡

ናዝሬትና አዲስ አበባ ያደግሁባቸው ከተሞች ናቸው፡፡ ታዲያ ከአድማስ ባሻገር ቁልቁል እያየሁ በነበረኝ የአየር ላይ ቅኝትና ትዝብቴ አዲስ አበባ ከሰንዓ

ይልቅ ጽዱ፣ ዘመናዊት፣ ግንባታዎቿም በሚገባ የተሰደሩ መስለው ነው የታዩኝ፡፡ በአንጻራዊ ዕይታዬ ጣሪያዎችም ችምችም ብለው በቀይ መልከ ነበር የሚስተዋሉት፡፡ ከሰንዓ በተሻለ መልኩ ይህች ከተማ ለምለምና አረንጓዴ ሆና ነው የተመለከትሁት፡፡

ሰንዓ በአንጻሩ አሸዋማና ደረቅ ስትሆን ጥቂት በሚባሉ ጥርጊያ መንገዶች የተከበበች ዘብረቅረቅ ያለች ከተማ ነች፡፡ በጊዜው ከኹለት ሰዓት ተኩል የአየር ላይ በረራ በኋላ የተጓዝንበት አውሮፕላን ያረፈው ከቀኑ 8፡00 ሰዓት በኋላ ነበር፡፡ ሁሉም ተጓዥ ከአውሮፕላኑ በመውረድ ወደ አየር ማረፊያው አዳራሽ እንዲያመራ ተደርገ፡፡ ይህን ጊዜ በሥፍራው የነበሩት የአየር ማረፊያ ኃላፊዎችና የጥበቃ ሠራተኞች ምክንያቱ ግልጽ ባልሆነልኝ ሁኔታ እየተጯጯሁ ነበር፡፡ ጭቅጭቅና ጸብ ነው እንዳልል ለዚያ የሚያደርሳቸው ነገር አላየሁም፡፡ ነገሩ የአነጋገር ዘያቸው መሆኑን ዘግይቼ ተረዳሁ፡፡ ዝግ ብሎ መነጋገር የሚባል ባህል ጨርሶ ያለ አይመስልም፡፡ ውክቢያ ሆነ ‹‹ተንቀሳቀስ!›› ‹‹ፍጠን!›› ‹‹ቶሎ በል!›› ‹‹ፍጥነት!ፍጥነት!›› መጮህ ብቻ፡፡

በኢትዮጵያ ስሠራ የየመን ዐረቦችና ኢትዮጵያዊ ሙስሊሞች በመዝናኛ ቀናት ሰብሰብ ብለው ጫት ሲቅሙ መመልከቴ የተለመደ ነበር፡፡ ማንም ቢሆን ግን ከረፍት ቀናት ውጭ በሥራ ሰዓታትና ቀናት ጫት ሲያላምጥ ተመልክቼ አላውቅም፡፡

እዚህ ሰንዓ ግን የገጠመኝ ፈጽሞ ያልጠበቅሁትና የተለየ ነበር፡፡ የተጓዦች ጉዳይ መኮንኑ በአፉ ሙሉ ጫቱን ጠቅጥቆ ጉንጮቹ ተወጥረዋል፡፡ በአፉ አንዳች ነገር የሞጀረ ዝንጀሮ ነበር የሚመስለው፡፡ ወደኔ መጣና ፓስፖርቴንና ሰነዴን መመልከት ያዘ፡፡ ሰነዱ ላይ ስሜ በአግባቡ ተጽፏል፡፡ በቅጹ ላይ አስፈላጊና ወሳኝ መረጃዎችም በዐረብኛ ቋንቋ ተከተበዋል፡፡ የበረራ ቁጥሬን ET 0311 በእንግሊዘኛ አስፍሬበታለሁ "የመናዊ ነህ?" ሲል አምባረቀብኝ ጫቱን እያላመጠና ምራቁን እየደፈቀ፡፡ ‹‹አዎ የመናዊ ነኝ፤ ለዚያም ነው የየመን ፓስፖርት መያዜ›› ስል መለስኹለት፡፡ ሰዎች ሁልጊዜም የብሔሬን ማንነት ይጠይቁኛል፤ ዐረብ አልመስል ብያቸው መሆኑ ነው፡፡ በመልኬ ገጽታ በርግጥ ኢትዮጵያዊም አልመስል ይሆናል፡፡ ጠቆር ያለ የቆዳ ቀለሜን የተመለከተ ማንኛውም ሰው አንዳችም የዐረብ ደም ወይም ዝርያ አለበት ብሎ መጠርጠር ሊከብደው ይችላል፡፡

ብዙ ሰው ሲያየኝ የሚያስበኝ አለ አይደል ልክ ከአንዳች ኢስያዊ ሀገር የመጣሁኝ መጠሪያ ስሜም የዚያ ሃረግ የሆነና ምናልባት ሰማያዊ የአይን ቀለም

ወርቃማ ጸጉር ያለው የጀርመን ሰው አድርጎ ነው፡፡ ሰውዬውን ምን ቅር እንዳለው ጠየቅሁት፡፡

‹‹ዐረብ ለዚያውም የመናዊ ብትሆን ኖሮ የይለፍ ወረቀትህ በኹለት ቋንቋዎች ሊጻፍበት አይችልም ነበር ብዬ ነው፡፡ ዐረብ ከሆንህ ቅጹ በሙሉ በዐረብኛ ቋንቋ ነው ተጀምሮ ማለቅ ያለበት›› ሲል መለሰልኝ በጩኸት፡፡ ዝምታ ሆነ ምላሼ፡፡

በርግጥ የበረራ ቁጥሬ በእንግሊዘኛ ከመጻፉ በቀር ቅጹ በሙሉ የተሞላው በዐረብኛ ነበር፡፡ ሆኖም ይህ አቅሉን የሳተ ሰውዬ ይህችን ቁንጽል ጉዳይ ምክንያት አድርጎ ሊያፋጥጠኝ ቃጣው፡፡ ንዝንዙ ቀጥሏል ...

‹‹ለመሆኑ የሚቀበልህ ደጋፊ አለህ?›› ሲል አይኑን ጎለጎለብኝ ‹‹ለምን? ምን ማለት ነው?›› ስል ፈርጠም አልሁበት፡፡ ይሄኔ ‹‹እንደምመለከተው የደቡብ የመን ዜግነት ነው ያለህ፤ ስለዚህ ወደ ሰሜን የመን የመግቢያ ፍቃድ ለማግኘት የሚቀበልህ ደጋፊ መኖር አለበት›› ሲል አምባረቀብኝ፡፡ ከአየር ማረፊያው ውጭ የሚቀበሉኝ ዘመዶቼ እየጠበቁኝ መሆኑን አስረዳሁት፡፡ በርግጥ ዘመዶቼ ሳይሆኑ የሚጠብቀኝ የአባቴ የልብ ወዳጅ ባውዚር ነበር፡፡ እውነቱን ለመናገር ባውዚር ከአባቴ ጋር የእንግሊዝ ጦርን በመቀላቀል በኤደን እና ሞምባሳ ግዳጅ ተወጥቷል፡፡

ከሁለተኛው የዓለም ጦርነት ማብቂያ በኋላ ደግሞ የተቀጣለት ነጋዴ በመሆኑ ምክንያት ከያኔው የደቡብ የመን ኮሚኒስት ሥርዓት ሸሽቶ ወደ ሰሜኑ ገብቷል፡፡ ብዙም የወጪ ገቢ ንግዱን ሲያጧጡፈው ነው የቆየው፡፡ የስደተኞች ጉዳይ መኮንኑ የተሰላቸ በመሰለ አኳኋን አመናጭቆ ፓስፖርቴን ከመለሰልኝ በኋላ የጥበቃ ጓዶች እስከ ዋናው መውጫ በር አጅበውኝ እንዲከታተሉኝ ትዕዛዝ አስተላለፈላቸው፡፡ ቀጥሎ ምን ሊፈጠር እንደሚችል በመገመት ልቤን ፍርሃት ፍርሃት ይለው ጀመር፡፡

ወደ ሰሜን የመን ለመግባት ቪዛ ስለተጠየቅሁ ከንክኖኛል፤ ገርሞኛልም፡፡ ይህን እያሰብሁ ምናልባት ከውጭ ሆነው የሚጠባበቁኝ ባውዚርና ሌሎች ተቀባዮቼ ሂደቱን ተረድተው አስፈላጊውን የተቀባይነት (ደጋፊነት) ሰነድ ይዘው ይጠብቁኝ ይሆናል ስል ተስፋ አደረግሁ፡፡

በሌላ በኩል የባውዚር ሹፌር መርሴዲስ ቤንዝ መኪናውን ከመውጫ በር ፊት ለፊት አቁሞት ተመለከትሁ፤ ባውዚር በመኪናው ኋለኛ ወንበር ተቀምጧል፡፡ ልክ ሲመለከተኝ መስኮቱን አውርዶ ሰላምታ ሰጠኝ፡፡ በኋላ ወደ

ውስጥ እንድገባ ነገረኝ ከዚህ በፊት የሌጦ ምቹ መቀመጫዎች ባሉት መርሴዲስ ቤንዝ መኪና ገብቼም አላውቅም፡፡ መኪናውን በአግራሞትና በአድናቆት እየተመለከትኩ ከባውዚር ጋር ስለ በረራዬ እስከምናወጋ ድረስ ጉጉት ይንጠኝ ያዘ፡፡

ከመኪናው የፊት ወንበር ሌላ ሰው ይታየኛል፡፡ ይህ ሰው ተስፈንጥሮ ከመኪናዋ በመውጣት ለአየር ማረፊያው የጥበቃ መኮንን በዛዚያን ጊዜ ከ50 የአሜሪካ ዶላር ጋር የሚተካከል የገንዘብ መጠን አስጨበጠው፡፡ ይህን ጊዜ ገንዘቡን ይዞ እብስ አለ፡፡ ገንዘቡን የሰጠው ሰውዬ ሻንጣዬን ወደ መኪናው ሆድ እየከተተ ሳለ ውስጥ የተጠየኩት ሰነድ ጉዳይስ ስል ጥያቄ አቀረብኩለት፡፡ ይሄኔ ሰውየው ወደ መቀመጫው አምርቶ እየተስተካከለ “አትጨነቅ ጥቂት የጫት መግዣ ገንዘብ አስጨብጥነው እኮ! በቃው ጨረስን” ሲል አረጋጋኝ፡፡ ጉዳዩ በዚህ እልባት አግኝቶ ከሥፍራው ተንቀሳቀስን ለባውዚር በኢትዮጵያ ከሚኖሩና ከአባቴ ጋር ከሚጋራቸው ወዳጆቹ የተላኩለትን የእጅ ጽሑፍ የአደራ ደብዳቤ አስረከብሁት፡፡

መንገዳችን ላይ ሳለን በፍጥነት ከባንሴርና ባጋሪሽ የተላኩለትን ደብዳቤዎች በጉጉት ከፖስታዎቻቸው አውጥቶ ማንበብ ተያያዘ፡፡ ደብዳቤዎቹን አንብቦ ሲጨርስ አጣጥፎ ወደ ቦታቸው መለሳቸው፡፡ በእያንዳንዱ ደብዳቤ መሃል ዕድሜ ለማይቆጠርላቸው ጥቂት ቅጽበታት ያህል በዝምታ ይቆዝም ነበር፡፡

ደብዳዎቹን አንብቦ እንዳገባደደ ወደ እኔ መልከት አድርጎ” ለመጨረሻ ጊዜ ያየሁህ ገና የ3 ዓመት ልጅ ሳለህ በ1965 ነበረ፤ በጣም ደቃቃ ነህ፤ እንደ አባትህ ረጅም አይደለህም?” አለኝ፡፡ ለዚህ ጥያቄው ምላሽ ከመስጠት ይልቅ የሰሜን የመናዊያን አነጋገር ምነው በፊት ከማውቀው ለየት አለብኝ? ስል ጠየቅሁት፡፡ ሽማሊ ተብለው ነው የሚጠሩት፤ እኛ የምንናገረው የኻድራሚ የመን ቅላጼን ነው፡፡ እነርሱ ደግሞ የራሳቸው የሆነ የዐረብኛ አነጋገር ዘዬ ነው ያላቸው፡፡ ሲል አብራራልኝ፡፡ ከሚናገሩት አንዳችም ቃል መረዳት እንደከበደኝ ነገርኩት፡፡‹‹እኔ እዚህ ለበርካታ ዘመናት የኖርሁት እንኳን ቋንቋቸውን መረዳት ይከብደኛል እንኳን አንተ›› ሲል መለሰልኝ፡፡ ንግግሩን ቀጠል አደረገና ”የመን ከመላው መካከለኛው ምሥራቅ የተለየ መልከአ ምድር ባለቤት ናት፤ ትእይንቱ ሁሉ አስደማሚ ነው፡፡ ያው እንደማንኛውም በማደግ ላይ እንዳለ ሀገር ችግርና ተስፋም አያጣትም፡፡የየመናዊያን የአኗኗር ዘዬ በመጠኑ ዘና ያለ ይመስላል፡፡ ከዚህ ቀደም እንደማውቃቸው የምሥራቅ

አፍሪካ ሀገራት ወይም ህንድና ኢንዶኔዢያ አይደለችም፡፡ ወጣት ሳለ አባትህ በኢንዶኔዢያ ኑሮውን አድርጎ እንደነበር ታውቃለህ አይደል?” አለኝ

እንደማላውቅ ነገርኩትና ለመሆኑ እዚህ ነው እንዴ የምትኖረው ስል ጥያቄ አስከተልሁ” ኧረ በጭራሽ፤በሁዴይዳህ ነው የምኖረው ከዚህ 224 ኪ/ሜ ርቀት ላይ የምትገኝ የቀይ ባሕር አካባቢ የወደብ ከተማ ናት ሆዴህዳይ መሥሪያ ቤቴም እዚያው ነው፤ ቤተሰቦቼ ደግሞ ከሰንዓ 260 ኪሎ ሜትር እንደተጓዝክ በምትገኘው ታእዝ ከተማ ውስጥ ነው የሚኖሩት ወደዚህ ወደ ሰንዓ አንተን ለመቀበልና ጥቂት የቢዝነስ ጉዳዮችን ላማክርህ ነው አመጣጤ” ሲል በዝርዝርአስረዳኝ፡፡

ምዕራፍ ሁለት

ሰንዓ

ሁሉ ፍጥረት የወረሰውና የሚወርሰው ዘር አለው፣ ከበሽታ ጀርም የደቀቀ ደቃቃ እንኳም ቢሆን!

ኤድጋር ዋትሰን ሆዬ

ሰንዓ በመላው የዐረብ ልሳነ ምድር ምናልባትም በዓለም ሁሉ ጥንታዊና ዘመን ጠገብ ከተማ ሳትሆን አትቀርም:: ከተማዋ ግን ከሰማይ ቁልቁል ሲመለከቷት ከምላ ጎደል ሁለንተናዋ አንዳች ግዙፍ የበረሃ መካነ መቃብር ነው የምትመስለው:: ነገር ግን ቀረብ ብለው በምድር ትዕይንቷ ሲመለከቷት ሌላ ፍፁም የተለዬ መልክ ነው ያላት::

ወደ ከተማዋ እምብርት ስንዘልቅ ሰንዓን በበርካታ ሰዎች የተጨናነቀች ሆና ነው ያስተዋልኋት:: ምናልባትም ከዚህ ሁሉ ተመላላሽ ህዝብ 90 እጅ ከመቶ የሚሆነው ተባእት ሳይሆን አይቀርም ስል ገመትሁ:: በመንገዶቿ ወንዶች በዝተው ይታያሉና::

ወንዶች በአብዛኛው ቱባውን የሰሜን የመን መለያ አለባበስ የሚከተሉ ናቸው:: ገሚሶቹ ደግሞ ረዘም ያለ እጅጌ ያለው ጀለብያ ነው ለብሰው ያስተዋልሁት:: ከፊት ለፊታቸው ደግሞ በጌጥ ያሸበረቀ ጊሌ መሳይ ነገር ታጥቀዋል:: ኻድራሚዎች (የኔ ዘር) ባደገደጉት ሽማቸው ውስጥ ጊሌ የመታጠቅ ልምድ የላቸውም:: በእግሊዞች ተፅእኖ ወይም ፈጽሞ ባህላቸው ባለመሆኑም ሊሆን ይችላል::

በአንፃሩ ሰሜን የመናዊ ወንዶች ጊሌ ታጥቀው ይታያሉ፡፡ በቆይታዬ ለእኔ አዲስና እንግዳ የሆኑ በርካታ ነገሮችን መታዘብ ችያለሁ፡፡ የተመለከትኳቸው ቤቶች ሁሉ ማለት ይቻላል በራቸው የተሰራው ከብረት ነው፡፡ አንድም የጣውላ በር አላየሁም፡፡

ሁሉም ማለት በሚቻል መልኩ የሚጫሙት ጫማ ተመሳሳይ ቡናማ ሰንደል ጫማ ነው፡፡ ሴቷም ወንዱም ይህንኑ ጫማ ነው የሚጠቀሙት፡፡ አብዛኞቹ ነዋሪዎች ይኸው ጫማ የሚሰጣቸው በሩስያ እና በሌሎች ሽቀጣሽቀጥ ደጓሚ ሀገራት በመሆኑ የሚጫሙት ጫማ ለእግራቸው የሰፋ ወይም የጠበበ ሆኖ ይታያል፡፡ ነገሩ ሲታይ የጫማ አሰጣጡ የነሲብ ይመስላል፡፡

በየመንገዱ ዳር መደብሮችን ማግኘት የተለመደ ነው፡፡ አብዛኞቹ መደብሮች ታዲያ በዐረብኛ ቋንቋ የተጻፈባቸው ሲሆኑ ሌሎች ጥቂቶች ደግሞ ለሱቅነታቸው መጠቁም የሚሆን ምልክት በዐረብኛና በእንግሊዘኛ ተጽፎ ይታያሉ፡፡

በእንግልዘኛ የተጻፈባቸው ሱቆች በርካታ ገጽታዎች የሚስተዋሉባቸውና አቃቂር የሚወጣላቸው ዓይነት ናቸው፡፡ ሁሉም መደብሮች ማለት ይቻላል የየመን ሰንደቅ-ዓላማና የፕሬዝዳንቱ ምስል አያጣቸውም ፡

ነገሩ ሁሉ ምኑም የማይለይ ውጥንቅጥ ሆኖ ይታያል፡፡ መኖሪያ ቤቶች፣ የንግድ ሥፍራዎች፣ አነስተኛ ሱቆችና ተቋማት በአንድ ላይ ታጅለው ነው የሠፈሩት፡፡

በአዲስ አበባ ጭምር አይቻቸው የማላውቃቸው ቄንጠኛና አዳዲስ ሞዴል ስሪት ተሽከረካሪዎችን፣ በርካታ አቧራ የጠገቡ ታክሲዎችን በመንገድ ላይ አስተውያለሁ፡፡ የህዝብ መገልገያ አውቶብስ በከተማዋ ማግኘት ግን ፈጽሞ የሚታሰብ አይደለም፡፡

የሄድሁበት መኖሪያ ቤት በመስጊድ አቅራቢያ የሚገኝ ነበር፡፡ ኸረ አጋጣሚ ሆኖ ጎን ለጎን ናቸው ማለት ይቻላል፡፡ ለ12 ሰዓት 10 ጉዳይ ገደማ ከአየር ማረፊያ ከመጣን 30 ገደማ ደቂቃ በኋላ በአካባቢው የመስጊድ አዛን ጥሪ ደውል ሲሰማ ከመቀመጫዬ ተስፈንጥሬ ተነሣሁ፡፡ ድንገተኛ ድምጽ በጆሮዬ ላይ በድምጽ ማጉያ የጮሁብኝ ያህል ሆኖ ስለተሰማኝ ነበር መበርገጌ፡፡ ያረፍሁበት ቤት አባወራ ወዲያውኑ ተጣጥቤ የጸሎት ሥርዓቱን እንድቀላቀል ነገሩኝ፡፡

ለረጅም ዓመታት ከጸሎት ተለያይቼና ርቄ በመኖሬ ሌላው ቀርቶ አብዛኞቹን የቅዱስ ቁርዓን ጥቅሶችንም ሆነ ጸሎቱን ዘንግቻቸዋለሁ ማለት ይቻል ነበር፡፡ ሆኖም በተባልኩት መሠረት ሥርዓቱን ተቀላቀልሁ፡፡ ፀሎተ ምቱን በመከተል «አላህ አከበር» ማለት ብቻ ሆነ ሥራዬ፡፡

በዚያው ዕለት ኢትዮጵያ ለሚገኙት አክስቴና አጎቴ የሀይማኖቱ ደብዛ ፈጽሞ እንደጠፋብኝና ምኑንም ከምኑ እንደማልለይ ደብዳቤ ጻፍሁላቸው፡፡ እነ ባውዚር እንዳርፍ ያገናኙኝ ቤተሰብ በ1950 እና 60^ዎቹ^ በኢትዮጵያ የኖሩ ነበሩ፡፡

በመጠኑም ቢሆን ጥቂት ጥቂት አማርኛ ቋንቋ ይችሉ ኖሮ ሞቅ ባለ ሰላምታ ነበር የተቀበሉኝ፡፡ በሰንዓ አንድ ቀን ካሳለፍሁ በኋላ የተቀበለኝ ሹፌር እኔና ባውዚር ወደ ሁለተኛዋ ታላቅ ከተማ ታእዝ ወሰደን፡፡

በዚያም ስንደርስ ባውዚር ከሚያውቃቸው ቤተሰቦችና ወዳጆቹ ዘንድ እንድቆይ አመቻቸልኝ፡፡

ለምን እነርሱ ዘንድ እንዳርፍ እንደፈለገ ስጠይቀው «የኔ ልጅ የሰንዓ ሕዝቦች ትንሽ ባኗኗራቸው ኋላቀር በመሆናቸው መላመድ ሊከብድህ ይችላል ብዬ ነው፤ የተቃራኒው የ ታእዝ ሕዝቦች ለመግባባት ቀላልና የተመቹ ናቸው ትምህርትህንም እዚህ ልታጠናቅቅ ትችላለህ" የሚል ምላሽ ሰጠኝ፡፡

"እናንተ መቼም በበርካታ የዓለም ሀገራት ተጉዛችሁ ከልዩ ልዩ ዓይነት ሕዝቦችና ማኅበረሰብ ጋር ሰርታችኋል፡፡ ከሰሜን የመናዊያን ጋር በሰንዓ መኖር ምን ያህል ከባድ ይሆን?» ስል ጥያቄ አከልኩለት

ዓይኖቼን ትክ ብሎ እየተመለከተ "ሰሜን የመናዊያን በተለይ ደግሞ የሰንዓ ሰዎች ትንሽ ለየት ያሉ ፍጥረቶች ናቸው ልጄ፤ ለከፍለ ዘመናት ከየትኛውም ዓለም የመቀራረብ ዕድል ሳያገኙ ዝግ ሆነው ነበር የኖሩት፣ በራሳቸው ዓለም ተትተው ነው የቆዩት ገባህ? ይህ ደግሞ የተቀረውን ዓለም ነዋሪ ጠባይ እንዳይረዱ እክል ፈጥሮባቸዋል፡፡ ይህን ስልህ ግን መጥፎ ሕዝቦች ናቸው እያልሁ አይደለም፡፡ ከተቀረው የዓለም ህዝብ ጋር ለመግባባት ጥቂት ጊዜን ይወስድባቸው ይሆናል፡፡ ከዚህ በተቃራኒ የታእዝ፣ የአደን፣ የሞካ እና ሆዴይዳህ ሰዎች ከዓለም አቀፍ ተጓዦች ጋር የመተዋወቅ ዕድል ነበራቸው፡፡ የሰንዓ ሰዎች ግን በተራራዎችና ኮረብታዎች በተከበበ ኑሯቸው ከጠረፋማ ሥፍራዎች ርቀውና ተነጥለው ነው ኑሯቸውን የገፉት፡፡ ለዚህ ነው የሰንዓ ሰዎች ለውጭ እንግዶች ባዳ ናቸው ማለቴ" ካለኝ በኋላ የሚከተለውን አካለ

«...እና ሰንዓ ወይም የሰሜን መለስተኛው ክፍል በዘመን ተገይዶ ነበር የኖረው:: በቃ በአጭሩ ከደቡቡ ጫፍ የዐረብ ልሳነ ምድር ተጠፋፍቶ ነው የቆየው ማለት ይቻላል:: ይህ ለሁላችንም እንግዳ ነገር ነው:: መላውን 20ኛው መቶ ክፍለ ዘመኑን ከውጭው ዓለም ጋር ተቆራርጦና ዝግ ሆኖ የቆየ አካል ነው::

መጀመሪያ በአቶማን ቱርኮች አማካኝነት ተዘግቶና ተነጥሎ ለመኖር ተገድዶ ኋላ ላይ ዳግም የዘየዲ ኢማሞች በቱርኮች እግር ተተክተው ከዓለም የተቆራረጠ ከተማ እንዲሆን አድርገው ፈጠሩት:: ይሄው ነው የህዝቡ ሥነ ልቦና ታሪካዊ ዳራው» አሁንም ዘለግ ያለ ማብራሪያውን አላቋረጠም::

«ከኹለት አሥርት ዓመታት ቀደም ብሎ በ1962 ሰሜን የመን በአመጽ ተወለደ:: ይህ እንግዲህ የ20ኛው መቶ ክፍለ ዘመን ታሪክ እውነት መሆኑ ነው:: አንድ ነገር ልብ እንድትል እፈልጋለሁ:: እዚህ ላይ በዚች ከተማ የምታያቸውና የሚገጥሙህ ነገሮች የማይዋጡልህና የማትወዳቸው ቢሆኑም አንድ ነገር መገንዘብ አለብህ:: ይህም የንግሥት ሳባ ምድር መሆኑን ነው:: የሥልጣኔ ዘመኑም ጅማሮ ወደ ኋላ እስከ 6 ሺህ አዝማናት ድረስ ሊለካ ይችላል:: የሰንዓ ቆርቋሪም የኖህ ልጅ ሴም እንደነበረ ነው የሚታመነው::

የጥንት የመናዊያን እስከ አሥር ወለል ድረስ የሚደርሱ ሰማይ ጠቀስ ግንባታዎችና የዐረቡ ዓለም ጥንታዊ ግድቦች ባለቤት ጭምር ናቸው:: በታሪካቸው እንደሚወሳው በኋላኛው ዘመንም ከኻድራሙት ነጋዴዎች ጋር የየመን ብልጽግና እውን ሆነ:: ምክንያቱም በዘመኑ የመናዊያን በሜድትራንያን ባሕር ገበያዎች ቅመማ ቅመሞችን፣ እጣኖችን እና ሌሎች ውድ ማዕድናትን ለምሥራቅ ክፍል ይሸጡ ነበርና ነው የመከበራቸው ምሥጢር»

በጣም በርካታ የማላውቃቸውን ታሪኮች እንደነገረኝ በአድናቆት ገለጽኹለት:: እርሱም መለሰና እንዲህ አለኝ "የአያት ቅድመ አያቶችህን አኩሪ ታሪክ ከመማርና ከማጥናት ይልቅ የማርክሲስት እንቶፈንቶ መጻሕፍትን በማገላበጥ መጠመድህን ነው የሰማሁት:: ኹረ እንዲያውም ታስረህም ነበር አሉ:: ብቻ ግን የራስህን ታሪክ በሚገባ ማወቅ መመርመር ይኖርብሃል:: እና ወደ ታሪኩ ስመለስ አንድ ወቅት ላይ በርካታ የንግድ መስመሮቻችን ወደ ሌላ በመዛወራቸው የየመን አስተዳደሮች አጣብቂኝ ውስጥ መግባታቸው ግድ ሆነ:: ክብራቸውም ቀስ በቀስ እያሽቆለቆለ መጣ:: ያደጉት ቀዬዎችና መንደሮች ግዙፍ የተራራ እርከኖች የከተማ እድገቶች እንዳልነበር ሆነው

ተመቱ:: እድገቱም ወደ 15^{ኛው} ክፍለ ዘመን ወደ ኋላ የመመለስ ያህል ነበር የተቀዘቀዘው::

ይህ ሁሉ ታሪክ በአንድ ጊዜ በርካታ ፍሬ ነገሮችን እንድረዳ ምክንያት ሆነልኝ::

በሰሜን የመን የምጠብቃቸውን ነገሮች ሁሉ መለስ ብዬ ዳግም እንድቃኛቸውና እንዳስተካክላቸው ዕድል የፈጠረልኝ ማብራሪያ ነበር የሰጠኝ:: እውነቱን ለመናገር ከጥቂት አፍታ በኋላ ባውዚር ንግግሩን በመቀጠል የሚከተለውን ምክር በግልጽ ነገረኝ:: እንዲህ ነበር ያለኝ

“ላንተ እውነቱን ለመናገር በታእዝ መኖር ሰንዓ ለኔ ጭምር ከባድ በመሆኑ ነው ይህን የምልህ:: ሁዴይዳህ ወደ ታእዝ ቢያንስ በወር ሁለቴ ስለምመላለስና ቤተሰቦቼን ለማግኘት ስለምመጣ አንተ ታእዝ ከመጣህ እግረ መንገዴን ጎራ እያልሁ እጠይቅሃለሁ:: የመልካም ወዳጄ የባልንጀራዬ ልጅ ነህና፤ አንተም እርሱን ትተካለህ ብዬ ነው የምተማመነው::

በርግጥ የዚህ ሰው ምክር የወንጌል ያህል ሆኖ ነበር ለልቤ የተሰማኝ:: ንግግሩ ሁሉ የሚያንጽ ነበር:: በነገረኝ ታሪክ ተመርኩዤ ለሰንዓ ያለኝ ጥላቻ ይበልጥ የተጋነነ ሆነብኝ::

ህዝቡንም ገና በቅጡ ሳላውቅ ጠላኋቸው:: ስንወለድ ገና ከእናታችን ማህጸን ስንወጣ ሁላችንም ብንሆን ለመዋደድ በንጹህ ኅሊና ነበር ወደ ዚህች ምድር የመጣነው:: ነገር ግን ቀስ በቀስ በዚህች ዓለም ስንኖር በግድ ጥላቻንና ጥሪጣሬን መላመዳችን ግድ ይሆንብናል::

ባውዚር የቢሮ አድራሻውንና የስልክ ቁጥሩን ከጥቂት የኪስ ገንዘብ ጋር ስጠኝ:: አስፈላጊ በሆነና ችግር ውስጥ በገባሁ ጊዜ ሁሉ እንድደውልለት አሣሰበኝ:: ከኹለት ሳምንትም በኋላ እኔና ውድ ቤተሰቦቼን ለመጎብኘት እንደሚመለስ ነግሮኝ ተሰነባበትን:: ወደ ባህል ከተማዋ ታእዝ እንኳን በደህና መታህ ተባልኩ

***   ***   ***

”

ምዕራፍ ሦስት

ታእዝ

ወደ የመኒቱ ታላቅና መልካሚቷ ከተማ የሀገሬው ንጉሥ መናገሻ ታእዝ አቀናን፡፡ የሀገሬው ህዝብ ሲበዛ ዋልጌና አስቸጋሪ ነው፡፡ የንጉሡም ከተማ ሰዎች እንደዚያው ናቸው፡፡ ታእዝ በሦስትዮሽ መደብ የተከፋፈለች ናት፡፡

ቀዳማዊ የንጉሡ መኖሪያና የፍርድ ሸንጎ መቀመጫ፤ ሁለተኛው አዳይና የተባለው የጦር ሠራዊት መሥፈሪያ ሲሆን ሦስተኛው ደግሞ አል ማህ ሊከ ተብሎ የሚታወቀው ዐብይ የገበያ ሥፍራ ነው፡፡

ኢብን ባቱታ

በ2005 የወጡ አሃዛዊ መረጃዎች መጠቁም መሠረት ታእዝ የየመን ሦስተኛዋ ግዙፍ ከተማ ናት፡፡ መገኛዋ በቀይ ባሕር በሚገኘው ሞካ ወደብ ከተማ አቅራቢያ በደቡብ ምዕራብ የመን ደጋማ ሥፍራዎች ነው፡፡

ሥፍራውም ከ21ዱ ከፍልፋይ የየመን ግዛት አስተዳደሮች አንዱ ሲሆን መናገሻዋም ይህችው ከተማ ታእዝ ናት፡፡

ከሌሎች ሰሜን የመን ከተሞች ጋር ስናነጻፅራት ታእዝ የተለየ ስሜት የምታጭር ህዝቦቿ በጥቅሉ ለቀቅ፣ ዘና ያሉና በተፈጥሮ ላይ የተመረኮዘ የኑረት ሥርዓት ያላቸው ናቸው፡፡

ይህች ከተማ ለረጅም ዘመናትም የሰሜን የመን የባህል እምብርት በመሆን ትታወቃለች፡፡ ሆኖም እንደ አለመታደል ሆኖ ከቅርብ ጊዜያት ወዲህ በተቀሰቀሰው የየመን የእርስ በእርስ ጦርነት ሳቢያ ታእዝ የጦርነቱ ዋነኛ ቀጠና - የግጭት አውድማ ለመሆን በመዳረጓ የጠብመንጃ አንጋቾች መነሃርያ ሆናለች፡፡

በሰንዓ ከተማ የሚነገረው ዐረብኛ ቋንቋ ዘዬ ቀበልኛነት ስላለው ነው የነዋሪዎቿን ቋንቋ መላመድ ለእኔ ከ ታእዝ ይልቅ ይበልጥ ፈታኝ የሆነብኝ፡፡ ነገር ግን በተሻለ መልኩ በታእዝ የሚነገረውን ዐረብኛ ቋንቋ መረዳት ችያለሁ፡ ፡

የአለባበስ ሥርዓትን የተመለከትን እንደሆነ አብዛኞቹ ወንድ ነዋሪዎቹ ከጀለቢያ መሰል ቀሚስ ይልቅ ሱሪ የሚታጠቁ ናቸው፡፡

በጣም ጥቂት ነዋሪዎቿ በመጠኑ እንግልዘኛ ቋንቋን ይናገራሉ፡፡ በቀድሞ ሕይወታቸውም የበዙት በኤደን ደቡብ የመን ኑሯቸውን የማድረግ አጋጣሚ የነበራቸው ናቸው፡፡

ወደ ከተማዋ ስደርስ ገና ትምህርት አልተጀመረምና ዞር ዞር ባልሁባቸው በርካታ ቀናት አዳጊዎችን ጨምሮ ከበርካታ የአካባቢው ነዋሪዎች ጋር የመግባባትና የመወዳጀት ዕድል ላገኝ ቻልሁ፡፡

በአካባቢው ከነበሩ ነዋሪዎች ጥቂት ያህሉ ወይ በኢትዮጵያ የተወለዱ አለዚያም በኢትዮጵያ የመኖር አጋጣሚ የነበራቸው ናቸው፡፡ ባነጋገርኋቸው ጊዜም ወዲያው የዐረብኛ አነጋገር ቋንቋ ዘዬዬን በማጤን እዚያ ሀገር ውስጥ ነዋሪ እንዳልነበርሁ በቀላሉ ነበር የለዩት፡፡ ከኢትዮጵያ መምጣቴም ገባቸው፡ ፡

ይህን ሲያውቁም ኢትዮጵያ ከነበሩ ልጆችና አዳጊ ወጣቶች ጋር ለማስተዋወቅ በጣም ነበር የጓጉት፡፡ ከነዚህ ኢትዮጵያ ውስጥ ነዋሪ ከነበሩ ሰዎች ጥቂቶቹ እኔ እዚህ ከመድረሴ አንድ ወይም ኹለት ዓመት በፊት ኑሯቸውን በኢትዮጵያ ያደረጉ ነበሩ፡፡ ሌሎች ግን ከኢትዮጵያ ጓዛቸውን ጠቅላላው የተመለሱት በጣም በልጅነታቸው ወይም በአፍላ ወጣትነታቸው እንደመሆኑ መጠን አማርኛ ቋንቋን በጊዜ ብዛት ረስተውታል፡፡

ከዚህ በፊት በኬንያ፣ ታንዛንያ ሱዳን የነበሩ በርካታ ልጆችንም እዚሁ ተዋወቅሁ፡፡

ከነዚህኞች መኻከል ሀሩን ባህሩንና ወንድሞቹ ይገኙበታል፡፡ የአጋጣሚ ነገር ሆኖ የእነዚህ አዳጊዎች አጎት የአባቴ ጥብቅ ወዳጅ ነበር፡፡ ታላቅ ወንድማቸው ሁሴን ባህሩን በየመን ሊግ የእግር ኳስ ተጫዋች ነበር፡፡ በኢትዮጵያ በቅዱስ ጊዮርጊስ የእግር ኳስ ክለብ ተጫውቶ ማለፉ ለዚህ ክብር ሳያሳጨው አልቀረም፡፡

በርካታ የምንጋራቸው ማንነቶች እንደመኖራቸው መጠን ወዳጅ ለማፍራት ያን ያህል እክል አልሆነብኝም፡፡ ለዚያም ነው በአንዲት ጀምበር ወዳጄ ብዙ መሆኔ፡፡ በንግግራችን ውስጥ የበርካታ ቋንቋዎችን ቅይጥ እየተለዋወጥን ወዳጅነታችን በርትቶ የእግር ኳስ ጨዋታዎችንና ሲኒማ በጋራ ለመታደምም ቻልን፡፡ በመሃል ኹለት ታዳጊዎች ከአዳዲሶቹ ባልንጀሮቼ ጋር ለጉብኝት ወደ መካነ እንስሳት ሊወስዱኝ እንደሚችሉና በዚያም የኢትዮጵያ ንጉሠ ነገሥት ቀዳማዊ ኃይለስላሴ ለየመኑ ንጉሥ በስጦታ ያበረከቱትን አንበሳ ማየት እንደምችል ነገሩኝ፡፡ መረጃው ለኔ ጠቃሚ ነበር፡፡

የትምህርት ዘመን ሀ ተብሎ ሲከፈት የሁለተኛ ደረጃ ትምህርቴን ማጠናቀቅ ስለነበረብኝ ሄጄ ተመዘገብሁ፡፡ ከኢትዮጵያ ወደ ዚህ ስመጣ አስረኛ ክፍል ያጠናቀቅሁበትን የምስክር ወረቀት ይዤ የመጣሁ ቢሆንም ከሰሜን የመን የትምህርት ሥርዓት ጋር የምመጥን ስለመሆኔ ለማረጋገጥ የግምገማ ፈተና እንድወስድ ተደረገ፡፡

ፈተናው በዐረብኛ ቋንቋ ስለነበር ደካማ ውጤት ነበር ያገኘሁት፡፡ ዐረብኛ ቋንቋን ገና ህጻን ሳለሁ ጀምሮ ግፋ ቢል እስከ አራተኛ ክፍል ድረስ ተምሬ ነበር፡፡ ሆኖም እንደ አለመታደል ሆኖ ለመግቢያ ፈተናው የጠበቀኝ ሃይማኖታዊ ጥያቄ እኔ ከነበረኝ ጥቂት እውቀት በብዙ የራቀና ሰፊ ሆነብኝ፡፡ በእንግሊዘኛ፣ ሳይንስ፣ ሒሳብ የትምህርት ዓይነቶች ከ90 በመቶ በላይ ውጤት ባስመዘግም የዐረብኛ ቋንቋ ችሎታዬ ጥያቄን በመረዳት ደረጃ እንኳን ደካማ ሆኖ በመገኘቱ ከአራተኛ ክፍል እንድጀምር ተፈረደብኝ፡፡ ይሄኔ እኔም አሻፈረኝ አልሁ፡፡

ሌላው የነበረኝ አማራጭ መሐመድ አሊ ኡስማን ተብሎ በሚጠራው የግል ትምህርት ቤት መመዝገብና መማር ነበር፡፡ በነገራችን ላይ ይህ ትምህርት ቤት በሰሜን የመን አሉ ከተባሉ ምርጥ ትምህርት ቤቶች የሚመደብ፣ ትምህርትም የሚሰጠው በእንግሊዘኛ ነበር፡፡ በጊዜው ለሀገር ውስጥ ተማሪዎች ዓለም አቀፍ ትምህርት የመስጠት ዓላማን ይዞ በ1972 የተመሠረተ ትምህርት ቤት ነው፡፡

የሚከተለው ሥርዓት ትምህርት የእንግሊዞችን ነው፡፡ በተለይ በዋና ዋና የትምህርት ዓይነቶች ላይ፡፡ በሌላ በኩል ለሃይማኖታዊ ጥናት ትምህርቶች

በጥምር የየመንን ሥርዓተ ትምህርት ተቀብሎ ያስተምራል፡፡ ያም ሆነ ይህ ግን የዋጋው ነገር ለእኔ የሚቀመስ ዓይነት አልነበረም፡፡ እጅግ ውድ ነው!

ከውድነቱ የተነሣ በዚህ ትምህርት ቤት ለመማር ዕድል ያላቸው የናጠጡ የነጋዴ ልጆችና የመንግሥት ባለሥልጣናት ልጆች ናቸው፡፡

ለባውዚር የመግቢያ ፈተና ውጤቴን ለመንገር ስልክ ደወልኩለት፡፡ የውጤቴን ደካማነት ስነገረው የርሱም ግምት እንደነበረ የቋንቋ ነገር ከፍተኛ እክል እንደሚሆንብኝ ካስረዳኝ በኋላ ከኹለት ቀናት በኋላ ስለሚመለስ በትዕግስት እንድጠብቀው አሣስቦ ተሰናበተኝ፡፡

አንዳች አማራጭ መፍትሔ ሊሰጠኝ ሳያስብ አልቀረም፤ እንዳሰብሁትም አልቀረ ባውዚር ከመቃለህ (ቤተሰብ) ጋር በመማከር የግል ትምህርት ቤቱን ወጭ ሊሸፍኑልኝ ወሰኑ፡፡ መቃለህ በሁዳይዳህ ወደብ በጉምሩክ አገልግሎት የሚሰራና ለባዊዚዬርና ሌሎች ነጋዴዎች ንግድ መሣለጥ የሚታትር ባለሙያ ነው፡፡

ከአባቴ ጋር እውቂያ ባይኖራቸውም በአንድ ወቅት በኢትዮጵያ በመኖሩ ምክንያት ላምነው የምችለው ዓይነት ሰው እንደሆነ ተሰምቶኛል፡፡

ይህ ግለሰብ በታእዝ ትምህርታቸውን የሚከታተሉ መንትያ ታናናሽ ወንድሞች አሉት፡፡ እድሜያቸውም ከእኔ ጋር በተመሳሳይ የሚገኝ ነውና ባውዚርና መቃለህ ተማክረው ከእነዚሁ ልጆች ጋር እንድኖር ከውሳኔ ደረሱ፡፡ ይህም ብቻ አይደለም፡፡ ለሶስታችንም ቀለብና ወጭ እንዲሆነን 2 ሺህ ገደማ የየመን ሪያል ወይም በወቅቱ በነበረው ተመን 5 መቶ የአሜሪካ ዶላር ላኩልን፡፡

እኔ ደግሞ ለውለታቸው ምላሽ ቢሆነኝ ብዬ ሁለቱን ልጆች እንግሊዘኛ፣ ሒሳብና ሣይንስ ትምህርቶችን አስጠናቸው ጀመር፡፡

እነዚህ ልጆች በየመን ያደጉ በመሆናቸው የትምህርት ችሎታቸው የኔን ያህል ጥሩ የሚባል አልነበረም፡፡ ያም ሆኖ ዐረብኛ ቋንቋን አቀላጥፈው መናገራቸው የእኔን የዐረብኛ ቋንቋ ችሎታ ለማዳበር በኩል ያግዙኛል፡፡

ከዚያ በተጨማሪ ግን በታእዝ የሚኖሩትን የባውዚር ቤተሰብ የማገዝ ኃላፊነት ተሰጥቶኛል፡፡ በምችለው ሁሉ ረዳቸዋለሁ፡፡ የባውዚር ዐራት ሴት ልጆች እናታቸውን ጨምሮ በታእዝ ነው ኑሯቸውን ያደረጉት፡፡ የትምህርት ከፍለ ጊዜዬን በማይነካ መልኩ እንዳግዛቸው አሣስቦኛል፡፡ በሚፈልጉኝ ሰዓት ሁሉ ከጎናቸው እሆናለሁ፡፡

በየመን በቅንጡ ቤተሰብ ያደጉ ሴቶች ፈጽሞ ወደ ገበያ እንዲወጡ አይፈቀድላቸውም፡፡ ከዚያ ይልቅ ሞግዚት ካለ ሞግዚት አለዚያም የቅርብ ታማኝ የቤተሰብ አባል ማለትም ወንድም፣ ባል፣ አጎት ወዘተ የሚፈልጉትን ሁሉ ወጥቶ ነው የሚገዛላቸው፡፡

በዚህ መሠረት የእኔ ኃላፊነት ወደ ቤታቸው ሄዶ የሚፈልጉት ነገር ካለ ማረጋገጥና መጠየቅ፣ ትዕዛዛቸውን መቀበል፣ በትዕዛዙ መሠረት ገበያውን ፈጽሞ ወደ ቤታቸው ማድረስ ነበር፡፡

ይህን ኃላፊነት ታዲያ ባውዚር ባልኖረበትና ከከተማዋ ለሥራ በወጣበት ጊዜ ሁሉ በየቀኑ መከወን ይጠበቅብኛል፡፡ ይህን የመላላክና አስቤዛ የመሸመት ጉዳይ አክስቴ ዘንድ በአዲስ አበባ ስኖር ፈጽሞ ሞክሬው የማላቀውና የማልፈቅደው ነበር፡፡ ይህ ማለት ግን ይህን ትዕዛዝ ለዚህ ቤተሰብ መተግበሬ የግዴታ ነገር ሳይሆን በመተጋገዝ መንፈስ በፍቃደኝነት ነበር፡፡

ኧረ እንዲያውም ባውዚር ከሥራ ከተመለሰና አብሯቸው ከለ ቤተሰቡ ከኔ መሰል እገዛን አይሻም ማለት ይቻላል፡፡ ሁሉን እርሱ እንደ አመሉ ይፈጽመዋል፡፡ በሚኖር ጊዜ ከመንትዮቹ ወንድማማቾች ጋር አብረን ስንማር በነበረበት ጊዜ አንድ ሳናዛንፍ በየዕለቱ የምንከውነው ጉድ ጉድ ነበረብን፡፡ ማልደን ተነስተን ከእንቁላልና ባቄላ የሚሰራ ጣፋጭ ቁርስ እናዘጋጃለን፡፡ ሻይ የማፍላቱም ሥራ የኛው ድርሻ ነበር፡፡ ሻዩ ለቁርስ በወተት ጋር ተደባልቆ ይፈላል፡፡

ከትምህርት ቤት መልስ አንዳች ምግብ ለማግኘት በየመን ቬትናም ምግብ ቤት ምግብ ደጃፍ እንቆማለን፡፡ ምግብ ቤቱን የቬትናም እንበለው እንጂ ምግቡ ከቬትናሞች ጣዕም ጋር አገናኝተን አይደለም፡፡ እንደ በካናዳ የኢስያ ምግብ ቤቶች፣ አለዚያም በአሜሪካና ሌሎች ሀገራት እንዳሉት የሚሰናዳ ባህላዊ ምግብ የላቸውም፡፡

አንድም በግሩም ንጽህናው አንድም ደግሞ በሰሜን የመን ምግብ ቤቶች ከሚዘጋጀው ምግብ በተሻለ አቀራረቡ ደስ ስለሚለን ግን እዚህ ምግብ ቤት እናዘወትራለን፡፡ በርግጥ የቬትናሞች የምግብ አሰራር በመጠኑ ለየት ያለ ነው ማለት ይቻላል፡፡ ለምሳሌ ሰሜን የመናዊያን ዶሮን በወጥ መልክ አብስለው በዳቦ የመመገብ ልምድ ያላቸው ሲሆን ቬትናሞች ግን ዶሮ ጥብስ በማድረግ ነው የሚያቀርቡት፡፡ ለዚህ ነበር ከቤታችን ከምናገኘው ምግብ የተለዩ የተመገብንና ባለ ልዩ ማዕረግ የመሆን ስሜት የሚሰማን፡፡ ሌላው ይህን የቬትናም ምግብ ቤት ደጋግሞ የመጎብኘታችን ምስጢር ድብቅ ፍትዎት ስሜት የወለደው ሳይሆን አይቀርም፡፡ ምን መሰላችሁ፣ የቬትናም ምግብ ቤት

ታእዝ

አስተናጋጅ ሴቶችና ሠራተኞች እንደ የመን ልጃገረዶች ጸጉራቸውን ስለማይከናነቡ ውበታቸውን በበግላጭ የማየት ዕድል ማግኘታችን ነው የደጅ ጥናታችን ምስጢር አይ -- ወጣትነት ያሰኛል፡፡

ምዕራፍ አራት

አጓጉል ዝንፈት

በዓለም ላይ ያለ ነገር ሁሉ ፍጥረቱ ምክንያታዊ ነው፡፡ ዝንፈት አለዚያም ነሲባዊ የሚባሉ ነገሮች የሉም፡፡ ድገተኛ እና ያልተለመዱ የሚሰኙ ነገሮችም ፈጽሞ አይኖሩም ከዛ ይልቅ የማንረዳቸውና ያልገቡን ነገሮች ይኖራሉ እንጅ፡ ፡

ማርሎ ሞርጋን

በ1975 በቬትናም የሳይጎን መንግሥት መውደቅንና በሀገሪቱ ጦርነት መቀስቀሱን ተከትሎ በሺ የሚቆጠሩ የየመን ቬትናማውያን ወደ ሰሜን የመን ለመሰደድ ግድ ብሏቸው ነበር፡፡

ከእነዚህ ስደተኞች ብዙዎች ታዲያ በአያት ቅድመ አያቶቻቸው በኩል የመናዊ ናቸው ወይም ከቬትናም ጋር ጋብቻ አስተሳስሯቸዋል፡፡ በጥቅሉ ትውልድን የሚሻገር ሰሜን የመናዊ የዘር ሃረግ አላቸው፡፡

በስደታቸው ወቅት የበዛውን ቁጥር የሚይዙት ቅድሚያ መዳረሻቸውን ያደረጉት በታእዝ ከተማ ነው፡፡ ለዚህ ምክንያቱ በወቅት ታእዝ ከተማ ከቬትናም ቀጥታ በረራ የሚደረግበት ብቸኛ ከተማ መሆኗ ነበር፡፡ የስደተኞቹ ኑሮ ግን አልጋ በአልጋ አልሆነም፡፡

በቱባ የመናዊያን እና ቬትናሞች መካከል ህልቆ መሣፍርት የሌለው የባህል ግጭት ነበር፡፡ በጊዜው ከሰንዓና ታእዝ ነዋሪዎች ጋር ሲነጻጸር የመናዊ

ቬትናሞች በእስልምና እምነታቸው ጥብቅና ወግ አጥባቂዎች አልነበሩም። ግዳጅም በመፈጸም በኩል ልል የሚባሉ ዓይነት ሆኑ።

ቬትናሞች ሴቶች እንደ ሰሜን የመናዊያን ሴቶች አይከናነቡም። አለባበሳቸውም ዘመንኛ የሚባል ነበርና የየመን ወንዶች ከሀገሬው ሴቶች ይልቅ በቀላሉ የሚከጀሉ አድርገው ቆጠሯቸው። ይህ ነው እንግዲህ የባህል ልዩነቱን ግጭት ያቀጣጠለው። ከዚህም በጨማሪ እነዚህ ሕዝቦች በከተሞች ሲኖሩ በቡድን በቡድን ሆነውና አነስተኛ ማኅበረሰብን ፈጥረው ቢሆንም ከተቀረው ነዋሪ አለዚያም ኅብረተሰብ መገልገልን ከማትረፍና የባህል ተቃራኒያቸውን ይበልጥ ከማባባስ በቀር የፈየደላቸው ነገር የለም።

በርካታ የቬትናማውያን ልጆች የዐረብኛ ትምህርት ቤቶች ለመማር ቢሞክሩም አልተሳካላቸውም። የዐረብኛ ቋንቋን ባለመቻላው ከመምህሮቻቸው ጋር በቅጡ ስለማይግባቡ ቀስ በቀስ ከትምህርት ቤቱ አንድ በአንድ ለመልቀቅ ተገደዋል።

እንደ ማስታውሰው ትምህርት ቤት ለመመዝገብ የመግቢያ ፈተና ሲሰጥ በርካታ የየመን ቬትናም ተማሪዎች አብረውኝ ፈተናውን ወስደዋል። በዚህም ምክንያት ከአንድ ኹለት ልጆች ጋር ተቀራርቤ ጓደኛቸው ለመሆን ችያለሁ።

ከእነዚህ ጓደኞቼ አንዱ ጀማል ሲሆን የዚህ ልጅ እናት ጥሩ የፈረንሳይኛ ቋንቋ ብቃት እንዳላትና በፈረንሳይ ቅርንጫፍ ባንክ ውስጥ የሥራ ዕድል ማግኘቷን አስታውሳለሁ።

የዐረብኛ ቋንቋ ግን ፈጽሞ አታውቀውም ነበር። ከምታገኘው ደሞዝ ታዲያ እኔ አሁን በምማርበት ታእዝ በሚገኘው ትምህርት ቤት ለሚማሩ ኹለት ልጆች የገንዘብ ተቆራጭ ትልክላቸው ነበር። በዚህ ትምህርት ቤት ከጀማልና እህቱ ጋር በመሆን ዐረብኛና እንግሊዘኛን እናጠናለን። የትምህርት ክፍያ ወጭው በአማካይ ለአንድ ተማሪ በዓመት እስከ 1200 የአሜሪካ ዶላር ይደርሳል። ነገር ግን በወቅቱ የየመን ቬትናማውያን ማኅበረሰብን የሚደግፉ የመናዊ ሀብታም ነጋዴዎች ነጻ የትምህርት ዕድል ለተሰጣቸው ጀማልና እህቱ ለእያንዳንዳቸው 100 የአሜሪካ ዶላር ብቻ ነበር እንዲከፍሉ የሚጠበቅባቸው።

የጀማል አባት በቬትናም ሳለ በህቡዕ የፈረንሳይ የደኅንነት አገልግሎት ተቋም በመሆን ይሰራ ነበር። ታዲያ የቬትናም ኮሚኒስት ባለሥልጣናት የሀገሬውን ዜጎች ማንነትና የኋላ ታሪክ ሰነድ መመርመር ጀምረው ስለነበር

በፍርሃት ቆፈን ውስጥ ሆኖ ይደርሱብኛል በሚል ስጋት ተሸብቦ እንዳሳለፈ ይናገራል፡፡

ይህን ስሰማ የአባትየውን እና ውስጥ የኔን ሁኔታ በኢትዮጵያ ካሳለፍሁት ሕይወት ጋር ማናጻጸር ያዝሁ፡፡ በዚያች ሀገር የማርክሲስት ፓርቲ የወጣቶች ክንፍ አባል በነበርሁበት ዘመን ያየሁት መጎሣቆል፣ የወጣቶችና ሌሎች ዜጎች አሣርና እንግልት ስቃይና ግፍ ሁሉ ዐይኔ ላይ ድቅን አለብኝ፡፡

በርግጥም ያኔ በህቡዕ አባልኔት የደረሰብኝ መሳቀቅና ስጋት ከየመን ቬትናሞቹ የትግል እንቅስቃሴና እሱን ተከትሎ ከደረሰባቸው መከራ ጋር በብዙ ይመሳሰል ነበር፡፡ ሌላው በቅጡ የተገነዘብሁት አብዛኞቻችን ከየመናዊያን ባህል ወግና ልማድ ሥርዓት ጋር ተመሳስሎ ያለን ነን፡፡ በዚህ የተነሣ ከየመን ቬትናሞች ይልቅ ሻል ያለ መቀራረብ አለን ብዬም አምናለሁ፡፡

እኔና ጀማል ስገናኝ በሰሜን የመናዊያን ኋላቀርነትና አኗኗር እንሳለቅና እንቀልድባቸው እናፌዝባቸውም ነበር፡፡ በባህልም ሆነ በአስተሳሰብ ደረጃ ከተቀረው ዓለም የተጠሉና ኋላቀር በመሆናቸው ተሰደው ከውጭው ማኅበረሰብ ጋር እንዴት ይኖሩ ይሆን? ስንል በአግራሞት እናሽሟጥጣቸዋለን፡፡

ጀማል በ1950ዎቹ ሰሜን የመንን ለቀው የወጡትን አያቱን እያነሳ ሰሜን የመን ቀመስ ታሪኮችን እንዳወጉ አጫውቶኛል፡፡ ታዲያ አሁን ላይ ሆኖ ሲያስበው አያቱ በታሪክ ወጋቸው ለአባቱና ለእርሱ የሚነግሯቸውን አረንጓዴ፣ ለምለም፣ የበለጸገች ሀብታም ውብ ሰሜን የመንን ባለመመልከቱ አያቱ እንደዋሹት ይገልጻል፡፡

በልጅነት ልቦናው በአያቱ የታሪክ ነገራ የሳላት ሰሜን የመን በተቃራኒው ዘረኝነት የገነነባት፣ ታማኝነት የሚሉት ነገር ያልፈጠረባትና ፈጽሞ አስቀያሚ ሆናበታለች፡፡ ይህን ባሰብን ጊዜ ሁለታችንም ሰሜን የመናዊነታችን አሣፋሪና የሚጸየፉት ማንነት ይሆንብናል፡፡

ከጀማል ጋር ብዙ ተጫውተናል፣ ስለ ቬትናም ጦርነት፣ ስለ ኢትዮጵያ አብዮታዊ ለውጥ፣ ስለ ልጅነት ዘመናችን ብዙ ብዙ አንስተን ጥለናል፡፡

ሁለታችንም አጋጣሚ ሆኖ የኮሚኒዝም ሥርዓት ርዕዮተ ዓለም የህዝባቸውን ኑሮ ካናጋው ሀገራት ነው የመጣነው፡፡ በትውልድ ሀገራችን የነበሩት መንግስታትና የሚከተሉት ሥርዓት ለስደት ባይዳርጉን ኖሮ ወደ ሰሜን የመን መምጣትን አስበነውም አናውቅ፡፡

በርግጥ በአመለካከታችን ጥቂት ልዩነቶች ነበሩ፤ በሁላችን መካከል እኔ ለማርክሲስታዊ ርዕዮተ ዓለም አለዚያም ፍልስፍና በጎ ምልከትና ስለ ልብ ነው ያለኝ።

እርሱ ደግሞ በተቃራኒው በጥላቻ ነው የሚመለከተው። እኔ ገና የአሥራ አምስት ዓመት አዳጊ ወጣት ሳለሁ ሆቺ ሚኒ እንደ ቼኩ ቬራ ሁሉ የምወደው ጀግናዬ ነበር። ጀማል ደግሞ ምንም እንኳን የሆቺ ሚኒን የተወሰኑ ገድሎች ቢያደንቅም የአመራር ፖሊሲውን እንደማይወድለት ነው የነገረኝ። በሌላ በኩል እንደተረዳሁት ጀማል አሜሪካኖች በቬትናም ላይ የተከተሉትን አካሄድ ፈጽሞ አይደግፍም።

***　　　***　　　***

የከፍተኛ ትምህርት ለመማር ወደ እንግሊዝና አሜሪካ የመሄድ ፍላጎቴም እርሱ ጋር ፈጽሞ የለም። የርሱ ጽኑ ፍላጎት የነበረው ወደ ቬትናም አለዚያም ወደ ደቡብ ምሥራቅ ኢስያ አንዱ ሀገር ተመልሶ መግባት ነበር።

ጀማል የየመን ክልስ ቢሆንም መልኩ ወደ ቬትናሞች ያደላል። ጀማል በሰሜን የመን የተረጋጋ ቆይታ ኖሮት ከኅብረተሰቡም ጋር ተግባብቼ መኖር እችላለሁ የሚል ፍላጎት ሆነ ህልም አልነበረውም። ልቡ በስደት ሀገር ስደተኛ ነች።

ሌላው ከጀማል ጋር የሚለየን ነገር እኔ ያለ አባትና እናት የደግሁ ስሆን እርሱ ደግሞ ከሁለቱም ወላጆቹ እና ከታናሽ እህቱ ጋር ነበር ያደረገው።

ብዙ ጊዜ በቤታቸው ተጋብዤ እናቱ የምትሰራውን ጣፋጭ የምግብ ማዕድ ተቋድሻለሁ

ቀደም ብዬ እንደነገርኳችሁ ግሩም እንግዳ ተቀባይ የሆነችው ደግ እናቱ ፈጽሞ ዐረብኛ ቋንቋ መናገር ባትችልም በሰው ወዳድነቷና ተግባቢነቷ በምታዘጋጀቸው ልዩ ልዩ ጣፋጭ ምግቦች ግን ወደር አይገኝላትም ነበር። ቤተሰቡ ወደ ሰሜን የመን ሲሰደድ የጀማል ታናሽ እህት ጀሚላ ገና የ12 ዓመት አዳጊ ነበረች። ከዚህ በፊት የምትማረውን ትምህርት አቋርጣ በ13 ዓመቷ እቤት መዋል ጀምራለች።

ለዚህ ደግሞ ምክንያቱ በትምህርት ቤት ውስጥ በልጆችና በመምህራን የሚደርስባትን ጥቃት መቋቋም አለመቻሏ ነበር። ዐረብኛ ቋንቋ እንዴት አትችይም በሚል ከሚደርስበት ዘለፋ ባሻገር ጸጉሯን በመንተት በመግፋትና ሌሎች ጉንተላዎች እያደረሱባት ተሰላችታ ከቤት ለመዋል ተገደደች። እነሱ

ቤተሰብ ቤት ተጋብዤ የምሄደው ብቸኛ ቬትናማዊ ያልሆንሁት እንግዳ እኔ ብቻ እንደነበርኩ አስታውሳለሁ፡፡

በወቅቱ የመን ቬትናሞች ውሻ ይመገባሉ የሚል አሉባልታ በከተማው በሰፊ ይነገር ነበር፡፡ ይህን ጥያቄ ከጀማል ይልቅ ትንሽ ስለሆነች እውነቱን ትነግረኛ ይሆናል በሚል እህቱ ጀሚላን እውነት ነው ወይ? በርግጥ ውሻ ትመገባላችሁ? ስል ጠየቅኋት፡፡ ለአፍታ ዝም ካለች በኋላ ‹‹አዎ በርግጥ እውነት ነው ውሻ እንመግባለን›› ካለች በኋላ ከተል አደረገችና “ኧረ ኢትዮጵያንም የሰው ስጋ ይመገባሉ ሲባል ሰምቻለሁ›› አለችኝ፡፡

ይሄኔ በድንጋጤ ጭንቅላቴን በእጄ ይዤ አናቴን በአሉታ እየነቀነቅሁ “ኧረ ፈጽሞ የለም የሰው ስጋ አይመገቡም›› ስል አምባረቅሁባት፡፡ ‹‹ይህንን አስቀያሚ ነገር ያደርጋሉ ብሎ ማነው ለመሆኑ የነገረሽ አንቺ?›› ስል ጫን ብዬ አፋጠጥኋት

“አንተም የፈጠራ ታሪክ አምነህ ስትጠይቀኝ እኔም በምላሹ ታሪክ ፈጥሬ ነገርኩሃ ታዲያ ማነው ለመሆኑ ኧረ ውሻ ይመገባሉ ብለህ እንድታስብ ያደረገህ?`` ብላ መልሳ በጥያቄ አፋጠጠችኝ፡፡

እኔም ከተለያዩ ሰዎች የሰማሁት አሉባልታ መሆኑን ስነግራት ፍፁም ሃሰት መሆኑን አስረዳችኝ፡፡ በዚህ አጭር ሙግታችን ከዚህች ትንሽ ልጅ አንድ ነገር ተማርሁ፡፡

አንድ ነገር መሆን አለመሆኑን ትክክለኛነት ሳያረጋግጡ በበሬ ወለደ አሉባልታ ግምት አለመነዳትና በጅምላ ህዝብን መፈረጅ ፍጹም ተገቢ ያልሆነ ነውር መሆኑን ተማርሁ፡፡

***   ***   ***

በሣምንቱ የመጨረሻ ቀናት እኔና ጀማል ከታ ኢዝ 65 ኪሎ ሜትሮችን ያህል ወደ ምትርቀው ኢብ ከተማ እናቀናለን፡፡ ኢብ ከተማ በኦቶማን ቅኝ ግዛት ዘመን ታላቅ እድገት ያስመዘገበችና በሀገሬው እጅግ ወሳኝ ከሚባሉት ከተማዎች አንዷ ሆና የዘለቀች ናት፡፡ አብሬያቸው የምኖረው የመቃለህ ልጆች ታዲያ ይህችን ከተማና አካባቢዋን መጎብኜት እንዳለብኝ ዘወትር ይነግሩኝ ነበር፡፡

ኢብ ከተማ ከጥንት ዘመናት ጀምሮ በኦቶማኖች ቁጥጥር ሥር በመዋል የስተዳደራቸው ወሳኝ ስትራቴጂካዊ ሥፍራ በመሆን አገልግላለች፡፡ በዘመኑ

አቶማኖች በዚህች ከተማ የረቡዕ ገበያ እንዲለመድና የገበያ መነኻርያ ከተማ እንድትሆንም አድርገዋት ነበር፡፡ በተለያዩ ዘመናት በድርቅ የተጠቁ የሰሜን የመን ገበሬዎች ሥራ ለማግኘት በሚል ወደ ዚች ከተማ ይሰደዱም ነበር፡፡

ኢብ ከደቡብም ሆነ ከሰሜኑ የመን ከሚገኙ ሥፍራዎች በውበቷና በተፈጥሯዊ ማራኪነቷ የሚስተካከላት አልነበረም፡፡ በአረጓዴ ተራሮችና ልምላሜ ጠገብ መስኮች ያጌጠችውን ይህችን ከተማ ለመጀመሪያ ጊዜ ስንበኛት ዝናባማና ልምላሜ ወቅት ጋር ተገጣጥሞልኛል፡፡

እኔም ሆንሁ ጀማል ታዲያ በዚህች ውብ ሥፍራ ያየነው መልከዓ-ምድር ወደየሀገሮቻችን ቬትናምና ኢትዮጵያ በትዝታ እንድንሰደድ ምክንያት ሆናለች፡፡

በዚህች ከተማ በነበረን ቆይታ ትዝታዎችንን አውግተናል፤ ልቦቻችንን በናፍቆት ሸብተውብናል፤ በሁሉም የሣምንቱ የመጨረሻ ቀናትም ባረፍንበት ሆቴል ሰገነት ላይ አረፍ ብለን ቡናችንን እንጎነጭ ነበር፡፡ የተራራማ አካባቢዋ ውብ አየር የምግብ ያህል የሚቆጠር ንፁህ ስሜትን የሚዋጅ ሆኖ ነው ያገኘነው፡፡ ህዝቧም ቢሆን እንግዳ ተቀባይና ፍጹም ትሁት የሚባል ዓይነት ነው፡፡

የሆነ ሆኖ የከፍተኛ ትምህርት ቤት ቆይታዬ መጠናቀቅ በኋላ ቀጥታ ወደ ሁዴይዳህ ቀጥሎም ወደ ሀገሪቱ ርዕሰ ወዲና ሰንዓ በመዘዋወሬ ግንኙነታችን ከነ አካቴው ተቋረጠ፡፡

ምዕራፍ አምስት

ሞካ

በመጀመሪያ ሞካን (ቡና) ገዛህልኝ፤ ሰውነትህንም እንድሸፍን ምክንያት ሆንከኝ፤ ቀጠልከናም ወደ ሞተር ሳይክል ግልቢያ ከበብ ወሰድከኝ ታዲያ ለእኔ ከዚህ አስደሳች ቀን የሚልቅ ከወዴት ይገኛል፡፡

ኬሊ. አርምስትሮንግ፤ ካናዳዊ ጸሐፊ ፤ 1968

ከ16 እስከ 18 ዓመት ዕድሜዬ ማለትም ከ1978 እስከ 1980 ባሉት ዘመናት የሁለተኛ ደረጃ ትምህርቴን በታእዝ ከተማ ስከታተል የወደብ ከተማዋን ሞካን በተደጋጋሚ የመጎብኘት አጋጣሚ ነበረኝ፡፡

የባውዚር መሥሪያ ቤት የሚገኘው በሆዴይዳህ ነበር፡፡ ሞካ ደግሞ ከዚህ ሥፍራ በ200 ኪሎ ሜትሮች ያህል ብቻ የምትርቅ በመሆኗ ደጋግሜ ጎብኝቻታለሁ፡፡ ይህች ከተማ ለእኔ በተለይ አየሩ ቀዝቃዛ ስከን በሚልበት የከረምት ወቅት እጅግ ተስማሚዬ ነች፡፡ በሞካ ያሳለፍኩበት የእድሜ ዘመኔ ከልጅነት ወደ አዋቂነት የተሸጋገርሁበትና የኋልዮሽ ሕይወቴን መለስ ብዬ መመርመርና ማጤን የጀመርኩበት ነበር፡፡

በዝምታና በጽሞና ሆኜ ስለበርካታ ነገሮች ብሎም አጠቃላይ ስለሕይወት አሰላስላለሁ፡፡ ሕይወትን በተለያዩ አቅጣጫዎች እመረምራለሁ፡፡ ብቻ በጥቅሉ የከየት መጣሁና መዳረሻዬስ ወዴት ነው የመሰሉ ጥያቄዎን

ማብሰልሰል የጀመርሁበት እና ለመጀመሪያ ጊዜም በሕይወቴ ደስታን ያጣጣምሁበት ዘመን ነበር ማለት እችላለሁ፡፡

ሞካ አለዚያም በዐረብኛ መጠሪያዊ አል-ሙካህ የምትገኘው በቀይ ባሕር ጠረፋማ የመን ነው፡፡ ኤደን እና ሆዴይዳህ በተለይ በ19ኛው መቶ ክፍለ ዘመን ኃያል በነበረበት ጊዜ ሞካ የሰሜኑ የመን ክፍል ዋነኛ ወሳኝ የወደብ ከተማ በመሆኗ ትታወቃለች፡፡ ሁነኛ ንግዱም በምርጥ የቡና ምርቷ ላይ የተመሠረተ ነው፡፡ የሚገርመኝ አንድ ነገር ቢኖር በዓለም ላይ በርካታ ሰዎች ሞካን በቡና ትርጉም እንጂ በቦታነቷ አያውቋትም ነበር፡፡ ምናልባት የዚህችን የወደብ ከተማ ከቡና ጋር ያላትን ትስሥር በቅጡ ካለመረዳት በመነጨ ግንዛቤል ዕውቀት የተፈጠረ ይመስለኛል፡፡

ሞካን ገና ተማሪ ሳለሁ ነበር በትምህርት መጽሐፍ ላይ የማውቃት፡፡ እናም አንድ ቀን በጎበኘኋት የሚል ልባዊ ምኞት እንደነበረኝ አስታውሳለሁ፡፡ ገና በማለዳው ዕድሜዬ ያም ብቻ ሳይሆን ከሞካ ጋር በተያያዘ አባቴ ትዝታ ስለነበረው ትርጉሟ ለኔ ብዙ ነበር፡፡ አንድ ወቅት እንደሰማሁት በ1930ዎቹ ገደማ ይመስለኛል አባቴ በዚህች ከተማ ለእሥር ተዳርጎ ነበር፡፡ ታሪኩን ከሰማሁት ስለቀየ ብዙውን ብዘነጋውም ለእንግሊዞች የደኅንነት አካል ከጀርመኖች በተቃራኒ ቆሞ በሚያገለግልበት ዘመን የሰሜን የመን ንጉሥ አለዚያም ቱርኮች ደርሰውበት ነው በቁጥጥር ሥር ያዋሉት፡፡

ስሟ እንደሚነግረን ሞካ በተለይ በ15ኛው እና 18ኛው ክፍለ ዘመናት ዋነኛ የቡና ገበያ (Coffe Arabice) ንግድ መዳረሻ ነበረች፡፡ በወቅቱ በነበራት የተጧጧፈ የቡና ንግድ ሳቢያ በተለይ እስከ 19ኛው ክፍለ ዘመን እንግሊዞች፣ ፈረንሳዮችና ደቾች በርካታ የቡና ፋብሪካዎችን ተክለውበታል፡፡ አሁንም ድረስ ከሌሎች አዳዲስ መጤንና ተወዳጅ ቡናዎች የተለየ ጣዕም ያለው ቡናዋ በዓለም ላይ በገናና ዝናው ይታወቃል፡፡

ቡናው በአቅራቢያ ከሚገኙ ተራራማ ሥፍራዎች ተመርቶ ወደ ዚህች ወደብ ይጓጓዛል እንጂ እዚያው የሚመረት አይደለም፡፡ ወደብ የደረሰው የቡና ምርት ተሰናድቶ ወደ ውጭ ሀገራት ይላካል፡፡ ሞካ በተለይ በቾኮላታማ ጣዕም በልዩ የቡና ቅማሜ፣ እንዲሁም በወተት በቡና ስሪት ተለይታ ትታወቃለች፡፡

ኋላ ላይ ግን የከተማዋ ዋነኛ የኢኮኖሚ መሠረት አሣ ማስገር፣ የቱሪዝም መስህብነት እየሆነ መጣና ዋነኛ የንግድ ወደብነቷም እየቀረ መጣ፡፡ አካባቢው የአልኮል መጠጦች በብዛት ወደ ሳኡዲ አረቢያ የሚጓጓዝበት በመሆኑ በርካታ

ሰሜን የመናዊያን አልኮል እንደ ልብ ለማግኘት በሚል ሥፍራውን የሙጥኝ እንዳሉት እገምታለሁ፡፡

ይህን ያልሁበት ዋነኛ ምክንያት ሞካ ዓለም አቀፍ ዐቢይ የንግድ ልውውጥ ወደብ በመሆን አልኮል መጠጦች ከአውሮፓ፣ ህንድና ሌሎች ሀገራት ወደ ሰሜን የመን የሚገቡባት መስመር መሆኗን ከግንዛቤ በማስገባት መሆኑ ይታወቅልኝ፡፡ እኔና ጓኞቼም መጠጦችን አሽገው ወደ ከተማ ከሚያከፋፍሉትና ወደ ሳውዲ ዐረብያ ወደ ሚልኩት መደብሮች ጎራ እንል ነበር፡፡ ከእነዚህና መሰል ሁነቶች በቀር በሞካ ይሄነው የሚባል እንቅስቃሴ አይታይም፡፡

በርግጥ በርካታ ታዳጊ ወጣቶች በዋል-ፈሰስ ይመስላሉ፤ ጊዜ ለማሳለፍና ወደ መዝናኛ ቦታዎች ለመተላለፍ አብዝተው ጎራ ማለታቸው የተለመደ ነው፡፡

ሁላችንም ብንሆን በዚህች ሥፍራ በዋና፣ በኳስ ጨዋታ፣ የባሕር ቀንድ አውጣ (ዛጎል መሳይ) በመሰብሰብ በመሯሯጥ በማሰለፋችን በሰሜን የመን ከነበረኝ አስደሳቹን ጊዜ ያሳለፍሁበት ከተማ ናት ማለት እችላለሁ፡፡

አንድ ምሽት እድሜው 19 ገደማ የሚሆነው ወጣት ከቀይ ባሕር ጫፍ ወደ ሌላኛው (አንድ ኪሎ ሜትር) የሚሆን ርቀት ከዋኘ በኋላ ሲጨርስ ወዲያ ማዶ በኪሎ ሜትር ርቀት ተጉዤ ቀያሪ ቲሸርት እንደመጣለት አዘዘኝ፡፡ በዋና እጅግ ስለደከመ በስንፍናም ጭምር ቢጠይቀኝም አይሆንም አላመጣልህም አልሁት፡፡ ደጋግሞም በቁጣ እየደነፋ እንደታናሽ ሊያዘኝ ቢሞክርም በእምቢታዬ ጸናሁ፡፡ እንኳን ላከብረው ደንገጥም አላልኹለትም፡፡ ኧረ ዞርም ብዬ አላየሁትም፡፡

እንዴት ይህ ደቃቃ ትንሽ ልጅ በዚህ መልኩ ይገዳደረኛል ሲል በንዴት በገነ፡፡ በቁጣ ተንደርድሮ መጥቶ ጸጉሬን ጨመደደና ባሕር ውስጥ ደፈቀኝ፤ ታገልሁ ግን አልሆነልኝም፡፡ በኃይል ተጭኖ ይበልጥ ደፈቀኝ፡፡ የማደርገው ግራ ገባኝ፣ ጨነቀኝ አቅሜ ሲከዳኝ ታወቀኝ፡፡ መተንፈስ ተሳነኝ ልሞት ነው፤ ልሞት ነው አልሁ፡፡ አቅሌን እስከስት ተንፈራገጥሁ፡፡ ይሄኔ እዛው ደፍቆ ተወኝ እንድሞት፡፡

መንቀሳቀስ አልቻልሁም፣ በቅርብ የነበሩትና ጸባችንን ያላዩት ጓኞቼ ተንደርድረው መጥተው ሊያድኑኝ ተረባረቡ፤ አቅሌን ከመሳቴ የተነሣ ሲደፍቀኝና ጨዋማ ውሃው በአፌ ሲገባ እንጂ ሌላ የሆነውን ማስታወስ አልችልም ነበር፡፡ ጓደኞቼ ደርሰው ውሃውን ከሆዴ እንደስወጣ የረዱኝ እና

ያተረፉኝ ቢሆንም ከፉኛ ታምሜ ለኹለት ሳምንታ ያህል ከትምህርት ቤት ለመቅረት ተገደድሁ፡፡

በነዚያ ሰሞናት መመገብ አልቻልም ነበር፤ የበላሁትም ተመልሶ ይወጣል፡፡ በተከታታይ ያስመልሰኛል፡፡ መላ አካሌና አእምሮዬ ታመመ፡፡ የራስ ምታት ወደ ሞት የመጓዝ ያህል ጸናብኝ፡፡ በቅዠት የተሞሉ በርታ የመባነንና መቃተት ጊዜዎችን አሣለፍሁ፡፡ በዚያ ላይ ከትምህርት በቀረሁ ቁጥር የሚያመልጠኝ ሲታሰቡኝ በጭንቀት ተወጠርኩ፡፡ ለዚህ የዳረገኝ ልጅ በመሰወሩ ገድሎኝም ቢሆን ሳይታወቅ ይቀር ነበር ማለት ነው፡፡

ምንም እንኳን ከዚህ በኋላ ወደ ባህሩ ዳርቻ መጓዜ ባይቀርም የዋናን ነገር ግን እርም ብዬ ተውሁ፡፡ ከአደጋው በኋላ ፈጽሞ ዋኝቼ አላውቅም፡፡ ዛሬም ድረስ በተፈጠረብኝ ድንጋጤ ሻወር ከመውሰድ በዘለለ ብዙም ውሃማ አካላትን አልዳፈርም፡፡ በቃ ውሃማ አካላት ውስጥ ከገባሁ እንኳን ውሃው ከደረቴ ካለፈ አለዚያም ወደ አንገቴ ከተቃረበ ብርክ ብርክ ይለኝ ጀመር፡፡ ጥልቀት በሌላቸው መዋኛዎች እየዋኘሁ እንኳ ልክ ውሃው ደረቴን አልፎ ከፍታው ከታየኝ የሆነ ሰው አንቆ የሚደፍቀኝ ያህል ስለሚሰማኝ እፈራለሁ፡፡ የሆነ ጊዜ ላይ ሴት ልጆቹ በመዋኛ ገንዳ ውስጥ ደፍቀውኝ በድንጋጤ ተፍገምግሜ መውጣቴን አይተው መሳለቂያ ጭምር አድርገውኝ እንደነበር አስታውሳለሁ፡፡ ለእነርሱ ቀልድ ሆኖ ታያቸው እንጂ ከደረሰብኝ አደጋ በኋላ ምን ያህል አእምሮዬ በርግጎ እንደቀረና የማይሽር የፍርሃት ቁፈን ቀፍድዶ እንዳስቀረኝ መች ገባቸውና፡፡

በመካ ባሳለፍሁትም ሆነ ከዚያ ቀደም በነበረኝ ሕይወት ውቅያኖስና ባሕር በአጠቃላይ ውሃማ አካባቢ ማሳለፍ ነፍሴ ነበር፡፡ በቀይ ባሕር ዳርቻና ዙሪያ በነበረኝ ተዝናኖት ገደብ አልባ ደስታን አገኝ ነበር፡፡ ፡ ብቻ ምን አለፋችሁ በሃዋይም፣ በኤደንም በአልሻሂር ወይም ውቅያኖስና ሃይቅ ባለበት ሁሉ ከሆነ ነፍሴ ሃሴት ታደርጋለች፡፡

አሁን ላይ በአልቤርታ ከተማ በጆብዱ ጉዞ ከመዝናናት በላቀ መልኩ ታዳጊዎች ሳለን ከእኩያ ጓደኞቼ ጋር ጀልባ ተከራይተን የቀዘፍነውና ከአሣ አጥማጆች ጋር አሣ ያጠመድነው ዘወትር ደስታ ይሰጠኛል፡፡ ይህ ነው የሚባል የሚነገር ትዝታ ባይኖረኝም በስሜን የመኒቱ ሞካ እና ሆዴይዳህ ግን አይረሴ የተዝናኖት ዘመኖችን ነበር ያሳለፍሁት፡፡ የኢብ ከተማ ቀደም ብዬ ለመግለጽ እንደሞከርሁት ልምላሜዋ ያደግንበትን ሥፍራ ያስታውሰና ሞካ ደግሞ የተለየ እሳቤያዊ አቅጣጫና ተስፋን የፈነጠቅንበት ከተማ ነበረች፡

ምዕራፍ ስድስት

ሁዴይዳህ

ጥረትህ ለሥራ ያሳጫሃል፤ የትኛውንም ሥራ ቢሆን ተቀጥረህ ልትሰራ ትችልም ይሆናል፣ የሥራ ዘመንህ ደግሞ አዳዲስ ነገሮችን ለመማር፣ ሰዎችን ለማስተዋወቅ ለአዳዲስ ሃሳቦች ለመትጋት ዕድል ያጎናጽፍሃል

ኬት ሬርደንየአማርኛ ቋንቋ መምህሬ

በ1980 የሁለተኛው ደረጃ ትምህርቴን አጠናቀቅሁ፡፡ በዚያው ዓመት አጠቃላይ የትምህርት ብቃት መስከ ፈተና ወሰድሁ፡፡ በወቅቱ የቅኝ ግዛት ተጽእኖ ተጠናውቷት ይሁን እንጃ፣ የመላው የመን ሥርዓተ ትምህርት የእንግሊዞችን ሥርዓት መሠረት አድርጎ የተቀረጸ ነበር፡፡ በትክክል አንድ ተማሪ የሁለተኛ ደረጃ ትምህርቱን ማጠናቀቁ የሚለየው የGCE ፈተናን በአግባቡ ከተወጣ ነበር፡፡ ታዲያ የሁለተኛ ደረጃ ትምህርቴን ባጠናቀቅሁበት 1980 የክረምት ወራት ቀጥታ ወደ ሆዴይዳህ ከተማ አቀናሁና የባውዚርን አስመጪና ላኪ ድርጅት ተቀላቀልሁ፡፡

በድርጅቱ የተቀጠርኩት የአንድ ኢንጊ የተባለ ህንዳዊና ሌላ አልሸዋኒ የተባለ ግብጻዊ ሠራተኛ ረዳት በመሆን ነበር፡፡ የኢንጊ ዋነኛ የሥራ ዘርፍ ከድርጅቱ ግንኙነት ዘርፍ ጋር የተያያዘ በመሆኑ የሚላላኩ ቴሌግራሞች፣ ታክሶች፣ የንግድ ውል ደብዳቤዎች እና ከባንኮች ጋር የሚደረጉ ግንኙነቶችን ይመራል፡፡ ባውዚር በዋነኝነት ሸቀጦችን የሚያስመጣው ከኢስያና ምሥራቅ

ዓደል ቤን-ሀርሃራ

አፍሪካ በመሆኑ ኢግኒም የናሙናና የዋጋ መጠይቅ ጉዳዮችን ከውጭ ንግድ ወኪሎች ጋር ያጻጻፋል፡፡ አልቬዋኒ ደግሞ የድርጅቱ የገንዘብ እንቅስቃሴና የሒሳብ መዝገብ የሚቆጣጠርና የሚመራ የሒሳብ ሰራተኛ አለዚያም አካውንታንት ነው፡፡ ይህ ሰው በጠባዩ ብዙ ጊዜውን ከቢሮ ውጭ ንቅንቅ አይልም፡፡ ይሄኔ እኔም የሒሳብ መዝገብ አያያዝና የአካውንቲንግ ኮርሶችን ከእንግሊዝ ተቋም በርቀት መርሃ ግብር ወሰድሁ፡፡

*** ***

ሆዲህዳይ ከተማ የምትገኘው በቀይ ባሕር ዳርቻዎች ሲሆን ለበርካታ ዘመናት የወደብ ከተማ በመሆን አገልግላለች፡፡ ለንግድ መዳረሻነቷ ምክንያት የሆነው ደግሞ ኦቶማኖች ሰሜን የመንን በ1520ዎቹ መቆጣጠርና መግዛት መቻላቸው ነው፡፡ ይህቺ ከተማ እስከ 1830ዎቹ ድረስ በቱርክ ወታደሮች ቀንበር ሥር ከቆየች በኋላ በ1849 ገደማ መልሳ በሰሜን የመን ኢማም ቤተሰብ አስተዳደር ሥር ገባች፡፡ ይህን ጊዜ ነበር የሰሜን የመን ክፍልነቷ በይፋ የታወጀውና እውቅና የተቸረው፡፡ በሂደት ከክፍለ ዘመናት በኋላ ከተማዋ ሞካን በመተካት የሰሜን የመን ዋነኛ የባሕር ወደብነቱን ሥፍራ ለመያዝ በቃች፡፡ በዋነኝነትም ቡና፣ ጥጥ፣ ቴምርና ቆዳ የመሰሉ የወጭና ገቢ ንግዶች ማሳለጫ በመሆኗ ትታወቅ ነበር፡፡

በ1961 ይህችው ከተማ ሙሉ በሙሉ በመጋየቷ በቀድሞ ሶቪዬት ኅብረት ዳግም ተገነባች፡፡ ከተማዋ ወደ ርዕስ መዲናይቱ ሰንዓ ለመጓዝ አውራ መስመር የተገነባላት በ1961 ሲሆን በ1970ዎቹ እና 80ዎቹ የሶቪዬት የባሕር ኃይል መናገሻ ከፍተኛ ግልጋሎትን የሰጠችም ጭምር ነበረች፡፡

*** ***

ባውዚር እኔን እዚህ መሥሪያ ቤት የቀጠረበት ዓላማ ግልጽ ነበር፡፡ ከእነዚህ ኹለት ባለሙያዎች ሁሉንም ነገር በመቅሰም የበላይ መሆን ይጠበቅብኛል፡፡ አልቬዋኒ በገጽታው ሁሌም መለዋወጥ የማይነበብበት ተመሳሳይ አለባበስና ሥነ ምግባር ያለው ሰው ነው፡፡ ሰዎች የቢሮው ሥራ አስኪያጅ ብለው ቢጠሩት ይመርጣል፡፡

የታሪክ ነገር ደግሞ ነፍሱ ነበር፡፡ ስለ ታሪክ በተናገረ ቁጥር ታዲያ ግብጽ ለመላው የዓለም ዐረቦች ያበረከተታቸውን በተለይ በሰሜን የመን ያደረገቻቸውን አስተዋጾዎች ደጋግሞ መግለጽ አይሰለቸውም ነበር፡፡ ግብጽን

ሁሌም በንግግሩ ጣልቃ በዐረብኛ አግባቡ ምሥር ኡም አልዱንያ ሲል ያወድሳታል “ግብጽ የመላው ዓለም እናት” እንደማለት ነው ትርጉሙ፡፡

አልቬዋኒ የተጠየቀውን ሁሉ ለመመለስና ለማስተማር ሁሌም ፍቃደኛ ነው፡፡ ከምናደርጋቸው ጭውውቶች የሚበዛው ታሪክ ነበር፡፡ ታዲያ በ1973 በግብጽና በእሥራኤል መካከል የተደረገውን ጦርነት አንስቶ አይጠግብም፡፡ በወቅቱ የግብጽ ሠራዊት ን ተቀላቅሎም ስለነበር ስለ ጦርነቱ በረጅሙ ያወጋኝ ነበር፡፡ በእርሱም የተነሣ የዐረብኛና የግብጽ ሙዚቃዎችን ማዳመጥ ማዘውተር ጀመርኩ፡፡ የዘፈኖቻቸው ፍቅርም አደረብኝ፡፡ በቢሯችን ደጋግመን ከምናዳምጣቸው ከያንያን መካከል እነ ኡም ኩልቱም፣ አብድለከ ሃሊም ሃፌዝ፣ ፋሪድ አል አትራሽ እና ዋርዳ አልጀዚይራ ዋነኞቹ እንደነበሩ አስታውሳለሁ፡፡ ከሁሉም ሙዚቀኞች ግን ዘፈኖቹ እንጉርጉሯዊ፣ ኀዘን ቀመስ፣ ወደ ውስጥ የሚያሸፍቱ፣ የግል ታሪኮች፣ ባለ ጥዑም ዜማዎችና ትርጉም አዘል በመሆናቸው ለአብድል ሀሊም ሀፌዝ የተለየ ፍቅር ነበረኝ፡፡ ደጋግሜም አጣጥማቸው እንደነበር ትዝ ይለኛል፡፡ በወቅቱ ዜማዎቹ የተረበሸን መንፈስ የሚያረጋጉ ለስላሳና ጆሮ ገብ ናቸው፡፡ በመጀመሪያ ስለገማል አብድልናሥር የነበረኝ ዕውቀት የግብጽ ፕሬዝዳንት ሆኖ ከ1954 እስከ 1970 ስለማገልገሉ ብቻ ነበር፡፡ ኋላ ላይ ግን ከአልቬናዊ ጋር በነበረን ውይይት የተነሣ እና ስለእርሱ ባነበብኳቸው መጻሕፍት ምክንያት ከፍ ያለ ክብርና አድናቆትን ልቸረው ችያለሁ፡፡

ኢንጊ በገንዘብ ቆጣቢነቱ ይወቃል፡፡ ከዚህ የተነሣ በአግባቡ ታጥበው እስከተተኮሱ ድረስ የሚለብሳቸው ሸሚዞች ከ10 ዓመታት በፊት የተገዙ ቢሆንም ለርሱ ግድ አይሰጠውም ነበር፡፡ ዘወትር በተተኮሰ ሸሚዝ ሽክ ብሎና አምሮ ይታይ ነበር፡፡ ሆኖም አንድ አመል ነበረበት፣ ሥራውን ይቀናቀነኛል በሚል ስጋት ሥራዬን እንዳላጣ በሚል እሳቤው ሥራውን ሊያሳየኝና ክህሎቶቹን ሊያጋራኝ ፈጽሞ ፈቃደኛ አይሆንም፡፡

የእግሊዝኛ ችሎታው ላቅ ያለ ነበር፡፡ ለእርሱ የእንግሊዝ ግዛት የምርጦች ሁሉ ምርጥ ኃያልም ነው፡፡ በዚህ እሳቤው የተነሣ እንግሊዞችን በቅኝ ገዥነታቸው ከሚጠላቸው አልቬናዊ ጋር ዘወትር አይግባቡም ነበር፡፡ ከቅዳሜ እስከ ሃሙስ በሚኖሩ የሥራ ቀናት ከኢግኒ ጋር ወደ ባንክ እሄድን የቼክ ዝውውሮችን የማረጋገጥ ገንዘብ ገቢ የማድረግ ሥራን እናከናውናለን፡፡ ወደ ባንክ ከማቅናታችን በፊት ገንዘቦቹ በ100፣ 50፣ 20፣ 10፣ 5፣ እና 1 ተዋረዳዊ ቅደም ተከተል በመደርደር እያንዳንዳቸው ኖቶች ምን ያህል እንደሆኑ ከነ ድምራቸው ይመዘግብና የእጅ ላስቲክ (በባንድ) ያሥራቸዋል፡፡ ቀጥሎ ደግሞ

ቼኮችን በየባንክ ስማቸው መሠረት ለይቶ ያስቀምጣቸዋል፡፡ በወቅቱ የነበሩት ባንኮች 3 ሲሆኑ እነርሱም ብሔራዊ፣ እንግሊዝና ፈረንሳይ ባንኮች ናቸው፡፡ ቼኮቹም እንደየመጡበት ባንክ ተመንዝሪ ይሆናሉ፡፡ ከላይ የተጠቀስኳቸው ነገሮች ተከውነው ሲያበቁ ገንዘቦችና ቼኮችን (የሒሳብ ማዘዣዎችን) በሻንጣችን ይዘን ወደ ባንክ እንሄዳለን፡፡ ሦስቱም ባንኮች ከመሥሪያ ቤታችን ቢያስ በኹለት ኪሎ ሜትሮች ያህል ብቻ የሚርቁ ነበሩ፡፡ ከሞቃታማ በጋ ወቅት በቀር በእግር ጉዞ ማቅናት ያን ያህል የሚከበድ ነገር አልነበረም፡፡

ወቅቱ በጋ ሲሆን ሙቀቱ እስከ 48 ዲግሪ ሴልሺየስ አለዚያም 118 ዲግሪ ፋራናይት ሊደርስ ይችላል፡፡ በዚያ ዘመን የእንግሊዞችን መውጣት ተከትሎ በብዛት የባንክ ተቀጣሪዎች የነበሩት ከኤደን የመጡ ህንዶች ናቸው፡፡ የተቀሩት ጥቂቶች የባንክ ሠራተኞች የመናዊ ኢትዮጵያዊያንና የመናዊ ቬትናሞች ሲሆኑ በጣም፣ ጥቂት ደግሞ የግብጽና የዮርዳስ ሠራተኞች ነበሩ፡፡

ከኢግኒ ጋር የ ኤል.ሲ.ጉዳይ ለማስፈጸም ወደ ባንክ ስናመራ ከእነዚህ ሰዎች ጋር ሻይ ቡና የምንልበት ጊዜ ነበረና ጥቂት የማውጋት ዕድል ነበረኝ፡፡ በነገራችን ላይ ኤል.ሲ. (Letter of credit) ማለት ባውዚር ሊገዛ ለፈለጋቸው ነገሮችና ትዕዛዞቹ ግብይት የሚሆን ፈንድ መፍቀጃ ሰነድ ነው፡፡ የግብይት ትዕዛዞቹ በአብዛኛው ቅቤ፣ የጥራጥሬ ዓይነቶችና ሌሎችንም ያካትታል፡፡ በዚያን ጊዜ በነበረው የባንክ አሰራር መሠረት የኩባንያ ባለቤቶች ገንዘባቸውን በባንክ ያስቀምጣሉ፣ ባንኮች የገንዘብ ድጋፍ ያመቻቻሉ፡፡ በተጓዳኝ ደግሞ ኤል.ሲ አለዚያም የግዢ ማስፈጸሚያ ገንዘብ በሰነድ ማረጋገጫ ለሻጩ አካል ይሰጣሉ፡፡ የሚገዛውን ነገር የሚልከው ሰጭ በቅድሚያ ገዢው አካል በቂ የግብይት መፈጸሚያ ገንዘብ አለዚያም ኤል.ሲ ሰነድ ቅጂን በእጃቸው ማስገባት ይፈልጋሉ ይህ ነው አሰራሩ፡፡

ሦስቱን ባንኮች አዳርሰንና ኢግኒ የሚያገኛቸውን ሰዎች አነጋግረን ስንጨርስ ዕለቱ ይጋመስና ወደ ቢሯችን እንመለሳለን፡፡ ባውዚርን ለምንድን አልቬዋኒን በባንክ ጉዳዮች ላይ እንደማያሳትፈው ስጠይቀው "የመዝገብ አያያዝ ሙያን ከሒሳብ ሥራዎች ጋር መቀላቀል እንደማያስፈልግና፣ ሒሳብ በሚምታታበት ወቅት መዝገብ ያዡ በራሱ መንገድ ሊያስተካክለው እንደሚችል አለዚያም ከካሽ ገንዘቡ ላይ ሊያጭበረብር ስለሚችል ከሁለቱም ስህተት ለማራቅ እንደሆነ ነገረኝ፡፡

የቢዝነስ አመራር ጥናት ሀሁን እንድገነዘብ በቅጡ ያስረዳኛል፡፡ በኹለት ወራት ጊዜ ውስጥ የባንክ ጉዳዮችን መፈጸም የኔ ተቀዳሚ ኃላፊነት ሆኖ

ተሰጠኝ፡፡ ኢንጊ በእጁ ጽፎ የሚሰጠኝን የብዙ ኩባንያ አጋሮችን ሰነድ ታይፕ ማድረግ ይጠበቅበኛል፡፡ ተመሳሳይ ይዘት ያላቸውን የኩባንያቹን ስም መለወጥ ብቻ ነው የሚያስፈልገው፡፡ ጥሩ ጸሐፊ ስላልነበርሁና በርካታ የፊደል ስህተቶችን ስለምሰራ ኢንጊ አብዝቶ ይናደድብኛል፡፡ ያኔ በነበረው ቴክኖሎጂ በተለይም ታይፕራይተር ነበር ለጽሕፈት የምንገለገለው፡፡ ይህ ቴክኖሎጂ በአሁን ዘመን እንዳሉት የህትመት ማሽኖች ያህል ውድ የነበረ ነው፡ ፡

አማዞን ፕራይም የተሰኘው ኩባንያ ያኔም ሆነ አሁን ድረስ በየመን ምርቶቹን ስለማያቀርብ መለዋወጫ በማግኘት በጣም አታካች ነበር፡፡

በ1980 የበጋው ወቅት ራሴን መኪና መንዳት አለማመድሁ፡፡ ልምምዱም በተደጋጋሚ ሙከራና ስህተት የታጀበ እንደነበር አስታውሳለሁ፡፡ እንደነ ካናዳና አሜሪካ የመሰሉ ሀገራት ሁሉ በብዙ ዓለም ሀገራት የነበሩት ተሽከርካሪዎች አውቶማቲክ ስላልነበሩ ማኑዋሉን ተሽከርካሪ ስለማመድበት ማርሽ ማበላሸትና ሌሎች አታካች ሙከራዎችን በማለፍ ነበር የለመድኩት፡፡

ወደ መደብሮችና ሌሎች ቦታዎች ለመሄድ መኪና ይዤ ስንቀሳቀስ በተደጋጋሚ ሞተር እየጠፋብኝ ስለማሳነሳ ለመድረስ ረጅም ሰዓት ይወስድብኝ ነበር፡፡ ለነገሩ በዘመኑ ብዙዎች መኪና ስላልነበራቸው የትራፊክ ፖሊሶችም በጎዳናዎች ላይ ብዙም አይታዩም ነበር፡፡

በነበረኝ አጠቃላይ የሰሜን የመን ኑሮ መገለል ካልደረሰብኝ ብቸኛ ከተሞች መካከል ሞካ እና ሆዴይዳህ ይጠቀሳሉ፡፡ ሆዴይዳህ ሰዎች ከሌሎች የሰሜን የመን ሰዎች ይልቅ ጠቆር ያለ የቆዳ ቀለም ያላቸው በጠባያቸውም ትሁትና ጠንካራ ሠራተኞች በመሆናቸው ይታወቃሉ፡፡ በቆዳ ቀለሜ መጥቆርም ለየት ብዬ ባለመታየቴ ነው መሰል አንድም ቀን ትዝ ብሎኝ አያውቅም፡፡ ይበልጥ ጠንካራ የሥራ ባህል እንዲኖረኝ ጥረት አድርጊያለሁ፡፡

*** ***

አንድ ምሽት ነው በ1980 ወርሃ ታኅሣስ መጨረሻ አካባቢ ሥራ ጨርሰን ከ12 እስከ 3 ሰዓት ባለው መካከል ባውዚር ወደ ቀይ ባሕር ዳርቻዎች በመኪናው ይዞኝ ሄደ፡፡ ሥፍራው ከምንኖርበት ቤት 500 ሜትሮች ያህል ብቻ ቢርቅ ነው፡፡ ከዚያም አንድ ታላቅ ነገር እንዳቀደልኝ ሲነግረኝ ምን ይሆን ስል በጉጉት ጠየኩኝ፡፡

‹‹የህንድና የግብጽ ዜጎች ሠራተኞቼን አባርሬ በምትካቸው አንተ የመሥሪያ ቤቱን አስተዳደር በሙሉ እንድትመራው ለማድረግ ነው ያሰብሁት፤ በሌሎች የሥራ ዘርፎች ላይ የሚያግዙህ ሠራተኞችን ከዚሁ ሀገር ዜጎች እቀጥርልሃሁ፤ 18 ዓመት ሞልቶሃል፤ ኸረ እንዲያውም በሚቀጥለው ወር ወደ 19 ትሸጋገራለህ፡፡ እናም እድሜህ ደርሷልና ከሴት ልጆቼ አንዷን እድርልሃለሁ፡፡ አንድ ቆየት ያለ የኻድራሚ አባባል አለ ሴት ልጅህን ስታጣ ወንድ ልጅህን አምጣ የሚል አነጋገር ነው፡፡ እንደምታውቀው ወንድ ልጅ የለኝም፡፡ ሴት ልጆቼን ለባዳ መዳር አልሻም፡፡ አንተ ወገኔ ሆነህ እንድትቀር ነው ፍላጎቴ›› ሲል አስረዳኝ፡፡

በዝምታ ተውጬ ቆየሁ፡፡ ትክ ብሎ ተመለከተኝና ለምን ዝምታን እንደመረጥሁ ጠየቀኝ በረጅሙ ተነፈስሁና ... ‹‹ለራሴና ለባንሴር ቃል የገባሁት ወደ እንግሊዝ አለዚያም ወደ አሜሪካ ለመጓዝ ነው፡፡ ወደ ሰሜን የመን የመጣሁት ፓስፖርት ለማግኘትና ለመሸጋገሪያነት ነው፡፡ ከዚያም ወንድሜን ለማግኘት ወደ ጅዳ ሳኡዲ ዐረብያ መሄድ ነው የነበረኝ ዕቅድ፡፡ ነገር ግን አልሆነም፣ ወንድሜን ባለፈው ዓመት በሞት አጣሁት... 30 ዓመት የሆናት ሚስቱን እና ዐራት ሴት ልጆቹን ጥሎ ነው ይህችን ዓለም የተሰናበተው፡፡ እናም ለእነዚህ ቤተሰቦች ኃላፊነት አለብኝ ብዬ ነው የማስበው፡፡ ከተቻለኝ ደግሞ በኻድራሙት ቤተሰብ መሥርቼ ከእህቶቼ ጋር መኖር ነው ህልሜ፡፡ ያም ሆነ ይህ ግን በሰሜን የመን የመኖር ዕቅድ ፈጽሞ የለኝም፡፡ አሁን ላይም ትዳር መመሥረትን ፈጽሞ የማስበው አይደለም፡፡ እምነትህን እና የሰጠኸኝን ቦታ አከብራለሁ፡፡ ግን በቃ የሕይወት አቅጣጫዬ ወደ ሌላ ነው የሚያመላክተኝ›› አልሁት፡፡

በቅሬታ እየተመለከተኝ ወደ ቤት ስንመለስ በነገሩ ላይ ደጋግሜ እንዳስብበት አደራ አለኝ፡፡ አከለናም ‹‹እንደ አባትህ ግትር አትሁን፣ በሕይወቱ እርሱም የሰው ንግግር ሰምቶ አያውቅም›› አለኝ፡፡ ከዚህ በኋላ ጉዳዩ ዳግም ላይነሣ ተደመደመ፡፡

ምዕራፍ ሰባት

እጣፈንታ

አንድ ሰው በሕይወትህ ምርጡን ዕድል ሲሰጥህ እወጣዋለሁ ብለህ ባታስብ እንኳን በአዎንታ ተቀበል የኋላ ኋላ እንዴት መሥራት እዳለብህ ትማራለህ

ሪቻርድ ብራንሰን

ለ ኹለት ዓመታት ያህል በሆዴይዳህና ታእዝ ከተሞች ያሳለፍሁት ጊዜ በከተሞቹ መኖር እንደማልፈልግ የተረዳሁባቸውን የራሴን እውነት አስረግጠው አሣይተውኛል፡፡ ምንም እንኳ ከሰንዓ ህዝብ ጋር የመኖር ስጋት ቢሸብበኝም የኋላ ኋላ ወደ ዚህች ርዕስ መዲና አቅንቶ መኖርን አጥብቄ ፈለግሁት፡፡ ቀልቤ በሰንዓ የተሻለ ነገር እንደሚጠብቀኝ ነገረኝ፡፡ ከተማዋ ለመወለዷኖች አለዚያም በኢትዮጵያ ለተወለድን የመናዊ ቅይጥ ዜጎች የተሻለ ዕድል ሳይኖራት እንደማይቀር ተገንዝቤያለሁ፡፡

በ1960፣ 70 እና 80ዎቹ መባቻ ኢትዮጵያ የመን ወጣቶች ዋነኛ ትኩረታቸው ከሰሜን የመን ወደ አሜሪካና እንግሊዝ ካልሆነ ካልሆነ ደግሞ ወደ ያው ሶቪዬት ኅብረት ማቅናት ነበር፡፡

ከእነርሱ ጋር መገናኘቴ ነበር ከሰሜን የመን መልቀቅ እንዳለብኝ ጥሩ መረዳት የፈጠረልኝ፡፡ በዚያ ላይ ደግሞ አማርኛ ከተናገርሁና የኢትዮጵያንን ምግብ ከተመገብሁ ድፍን ኹለት ዓመታት ተቆጠሩ፡፡ ይሄኔ ወደ ሰንዓ በቻልሁት መጠን መጓዝ እንዳለብኝ ራሴን አሳመንኩት፡፡

*** ***

መወለድ የሚለው ቃል በዋነኝነት ቅይጥ ዘር ያለው ሰው የሚል ትርጉምን ይይዛል፡፡ አንድ ሰው በተለይ በአንድ ጎኑ የዐረብ በሌላው ጎኑ ደግሞ ዐረብ ካልሆነ ዘር ከሆነ በዚህ ቃል ሊጠራ ይችላል፡፡ እውነተኛ ትርጉሙም በተለይ ከየመንና ከኢትዮጵያን ቤተሰቦች መገናኘትን አመላካች ሆኖ በሰፋት ይነገርለታል፡፡ በትጉሙ መሠረት የኔ ክልስነት ከጀማል ቅይጥ የመናዊ እና ቬትናማዊነት ጋር ይመሳሰላል፡፡

በዚህም ሙሉ በሙሉ ኢትዮጵያዊ ወይም የመናዊ እናትና ከሳውዲ አባት ከተወለዱ የተለየ ትርጉምን ይይዛል እንደማለት ነው፡፡ ለምሳሌ ይበልጥ እናፍታውና የዐረብ ሴቶች አይሰደዱም በመሆኑም ቅይጥ ዝርያ የሚኖራቸው ልጆች የሚወለዱት በአብዛኛው የመናዊ ዜግነት ከሌላቸው የሱዳን፣ የኬንያ፣ የታንዛያ፣ የሱማሊያ፣ የኢትዮጵያ ወይም ሌላ በአቅራቢያ ሀገራት ካሉ እናቶች ይሆናል ማለት ነው፡፡

*** ***

በወርሃ የካቲት 1981፣ በባውዚር ቤት በምኖር ጊዜ ቁጭ እንዳልን ወደ ሰንዓ የማቅናት ዕቅድ እንዳለኝና ከውሳኔ እንዳደረስሁ ብሎም በመሥሪያ ቤቱ የነበረኝን ኃላፊነት የሚቀበለኝ ሌላ ሰው መፈለግ እንደሚኖርበት አሣሰብሁት፡ ፡ ይህን ስለው ‹‹አዬ እኔ ከዚህ ቀደም በባሕር ዳርቻው ስላወጋነው ጉዳይ ትነግረኛለህ ብዬ ነበር የጠበቅሁት›› አለኝ፡፡ ከኹለት ወራት በፊት ያማከረኝን ጉዳይ ማለቱ ነበር፡፡ አስቀድሜ ባልነገረውም ግን ከዚህ ውጭ ሌላ ዕቅድ እንዳልነበረኝ ቀድሞ ሳይገባው አልቀረም ብዬ አሰብሁ፡፡ ቀደም ሲል የጠቀስሁትን እቅዴን እንደሰማ ታዲያ በጾጥታ ወደ በመኖሪያ ቤቱ ውስጥ እንደ ጽሕፈት ቤት በሚጠቀምበት ክፍል ውስጥ ካለ የገንዘብ ካዝና ጥቅል 24 ሺህ የየመን ሪያል ገንዘብ ይዞ ተመለሰ፡፡ ያን ጊዜ በነበረው የምንዛሬ ተመን ወደ 6ሺህ 500 የአሜሪካ ዶላር የሚጠጋ ገንዘብ እንደማለት ነበር፡፡ ያኔ በነበረው የደሞዝ እርከን ከአንድ የየመን መምህር የዓመት ደሞዝ ጋር ሊመጣጠን የሚችል ብዙ ገንዘብ ነው፡፡

ይህ ሁሉ ገንዘብ ምንድነው? ስል በመገረም ጠየቅሁት፡፡ ‹‹ባለፉት ወራት ከነበረህ ደሞዝ ላይ የቆጠብሁልህ ገንዘብ ነው›› ሲል መለሰልኝ፡፡ እንዲህ ሲለኝ በጣም ነበር የተገረምሁት፡፡ ምክንያቱም ላለፉት ጊዜያት በእርሱ መሥሪያ ቤት የሠራሁት በነጻ እንደነበረና ምናልባትም ለትምህርት ቤት የከፈለልኝን እና የኖርሁበትን የቤት ወጭ ለማካካስ ብሎም ሥራውን ለማለማመድ እንደሆነ ነበር የማውቀው፡፡

በዚህ ድርጊቱ የኻድራሚን መልካም ምግባር፣ ታማኝነት፣ ቸርነት እና እውነተኛነትን በሚገባ አስተምሮኝ ነው ያለፈው፡፡ እመር ብዬ ከመቀመጫዬ ተነሣሁና ክብርና ምስጋናዬን ለመግለጽ ግንባሩን ሳምሁት፡፡ በሕይወቴ ከኻድራሚ ሰው ሆኖ የቀሸኝ ያጭበረበረኝ፣ ወደ ስሁት መንገድ የመራኝ አንድም ሰው ገጥሞኝ አያውቅም፡፡ እስከ ዚያች ሰዓት ድረስ በነበረኝ ተጠራጣሪ ተፈጥሮ የተነሣ ለእርሱ እንኳ ልቤን ሙሉ በሙሉ ከፍቼ አልቀረብሁትም ነበር፡፡ የዚህ ምክንያት በገዛ ቤተሰቤ ሳይቀር መበደሌ፣ መጠቀሚያ መሆኔና መገፋቴ ያመጣብኝ ያለፈ ጠባሳ ሳይሆን እንደማይቀር እገምታለሁ፡፡ በተለይ ኢትዮጵያ ውስጥ የነበረኝ የአዳጊነት ዘመን ለታላላቆቼ የነበረኝ አመኔታ ዝቅተኛ እንዲሆን ሰበብ ሆኖኛል፡፡ ይህ አስተሳሰቤን በእርሱ ላይ በማሳደሬ በጣም ጸጸት ተሰማኝ፡፡ ባውዚር እንኳንም የኻድራሚ ዘር ሆንሁ የሚል ኩራት እንዲያድርብኝ ነበር ያደረገኝ፡፡ አንድ የኻድራሚዎች አባባል፤ አለ እንዲህ የሚል

“አንድን ሰው በሚስትህ ላይ ልታምነው ባትችልም በገንዘብህ ግን እምነት ትጥልበታለህ” ይህ ቅጽበት ወደ ራሴ እንድመለከትና ትሁት እንድሆን ምክንያት ከመሆኑ ባሻገር የጎሣውን ታማኝነትና እርስ በርስ መተሳሰብ ጥልቅ ባህልና ማንነት በቅጡ እንድረዳ አግዞኛል፡፡

ምዕራፍ ስምንት

መወለዲን

ልከኛው ብሄራችን ሰው መሆናችን ነው::

ኤች. ኤን ዌልስ

ከአንድ ወር በኋላ አንድ አነስተኛ ቡናማ ቦርሳ ገዛሁ:: አስፈላጊ ነገሮችን ማለትም እንደ ትምህርት ቤት የምስክር ወረቀት፣ የሒሳብ መማሪያ መጻሕፍት፣ የመተየቢያ መማሪያ መጻሕፍት፣ ፎቶግራፎች እና አልባሳትን የመሰሉ አስፈላጊ ነገሮችን አስተካከልሁ:: ከዚያ ቀጥታ ወደ ሰንዓ በሚያመራው ተሽከርካሪ ተሳፈርሁ:: በሆዴይዳህና በሰንዓ መካከል ያለው ርቀት ወደ 224 ኪሎ ሜትሮች ያህል ቢሆን ነው:: ጉዞውም በአጠቃላይ ወደ ስምንት ሰዓታት ገደማ ሊፈጅ ይችላል::

ከሆዴይዳህ ከተማ አንጻር ሰንዓ ከተማ ቆሸሽ ያለችና ጭንቅንቅ ያለች ሆና ነው ያገኘኋት:: በሆዴይዳህ እያለሁ የነበረው መጠነ ሙቀት በአማካይ 36^0 ሴልሺየስ ነበርና ቅዝቃዜ ተሰምቶኛል:: ምክንቱም ሰንዓ ከተማ ስደርስ መጠነ ሙቀቱ 10^0 c ሆኖ ነው የጠበቀኝ:: እነዚህ ኹለት ከተሞች በአንድ ሀገር ቢገኙም የኹለት ሀገራት ያህል ነበር ልዩነታቸው:: ጠቆር ያለ የቆዳ ቀለም ያላቸው የሆዴይዳህ ሰዎች የተሻለ ትህትናና ጥሞና የነበራቸው ናቸው:: በሰንዓ የሚገኙ ነዋሪዎች በአነጋገራቸው ፈጠን ፈጠን የሚሉ በምግባራቸውም ዋልጌነት የሚስተዋባቸው ናቸው:: ‹‹የበላይ ነን›› የሚል የእብሪት ጠባይም የተጠናወታቸው ናቸው:: በሕይወቴ ለመጀመሪያ ጊዜ ምናለ በአይዳሆ (የአሜሪካ ግዛት) የገበሬ ልጅ ሆኜ በተፈጠርሁ ስል ተመኘሁ:: ምናለ በውጥንቅጡ ኒውዮርክ ከተማ ተወልጄ በነበረ ስል ተብከነከንሁ:: በየመን እንደ እሥር ቤቶች ፍርግርግ ሁሉ የቤት መስኮቶች የሚሠሩት ከብረት ዘንጎች

ነው፡፡ በየመናዊያን ዘንድ ሴብነት ፈጽሞ የተለመደ ነገር አልነበረም ወይም ደግሞ እንደ ሌላው ዓለም የተስፋፋ አልነበረም ማለት ይሻላል፡፡ ላለመታበይ በቤቶች ዙሪያ ገባ የሚደረገው አጥርና በር መጠናከር በብዛት ሴቶችን ከጥቃት ለመከላከል ነው፡፡ በዋነኝነት ልጃገረዶችን ከወንዶች ዕይታ እና ወሲባዊ ጥቃት ይጠብቃል፡፡

ለወንደላጤ በአፓርትመንት መከራየት የጭንቅ ያህል ነበር፡፡ ወንደላጤዎቹ ሴቶቹን አለዚያም ልጃገረዶቹን በማሽኮርመምና በመቀራረብ ለወሲባዊ ግንኙነት ሊዳርጓቸው ይችላሉ በሚል ብዙ ከበርቴዎች ወንደላጤዎችን ከማከራየት ይቆጠባሉ፡፡ በዚህ ምክንያት የኪራይ ቤት ለማግኘት ከአንድ ሳምንት የበለጠ ጊዜ መንከራተት ግድ ብሎኛል፡፡

ቤት ከመፈለግ ጎን ለጎን በኢትዮጵያ የተወለደ ሰው ባገኝና ወደ የኢትዮጵያ ምግብ ቤቶች ቢጠቁመኝ በሚል አፈላልግም ነበር፡፡ የኢትዮጵያ ምግብ በዐይኔ ዞሮ ነው የከረመው፤ ከምገልጸው በላይ ናፍቆኛልና፡፡ ያገኘሁትን ሰው ሁሉ የኢትዮጵያ ምግብ ቤት ወደየት እንደሚገኝ ታውቁ ይሆን? ስል በጥየቃ ባዝኛሁ፡፡ ነገር ግን የሚያረካ ምላሽ አላገኘሁም፡፡ ሰዎች አላውቅም ማለትን ከሽንፈት ይቆጥሩታልና የተሳሳተ አቅጣጫ እየጠቆሙኝ ብዙ ተንከራትቻለሁ፡፡

የኢትዮጵያን ምግብ ፍለጋ!

የሚገርመው የምጠይቀው በቅጡ ሳይገባቸው እንኳን የተሳሳተ አቅጣጫ የሚጠቁሙኝም ገጥመውኛል፡፡ በመጨረሻ ከብዙ መንከራተት በኋላ አንድ ምግብ ቤት አገኘሁ፡፡ ባለቤቶቹ የባንጃህ ቤተሰቦች ሲሆኑ ከአንድ ኢትዮጵያዊት ሴት ጋር በሽርክና የከፈቱ ምግብ ቤት ነው፡፡

ሴቲቱ አንድ የመናዊ አግብታ በሰሜን የመን ኑሮዋን ያደረገች ኢትዮጵያዊት እመቤት ናት፡፡ በምግብ ቤቱ ያዘዝሁትን ምግብ መምጣት ስጠባበቅ እርሱም የትዕዛዙን መምጣት የሚጠባበቅ ፈካ ያለ የቆዳ ቀለም ያለው አንድ ብቸኛ ወጣት ተስተናጋጅ ተመለከትሁ፡፡ መጀመሪያ እንዳየሁት ምናልባ ግብጻዊ ይሆን? ስል ገመትሁ፡፡ ነገር ግን ግብጾች ሰፊ አጥንት ያላቸውና ግዙፍ ተክለ ቁመና ያላው ናቸው፡፡ ይህ ወጣት ደግሞ አነስ ያለ ቁመና ያለው ነው፡፡ ወይ ደግሞ ዮርዳኖሳዊ አለዚያም የሊባኖስ ዜጋ ሊሆን ይችላል ስል ደመደምኩ፡፡

አስተናጋጆቹ ሴቶቹ የታዘዘው ምግብ ሲደርስ ወደ ተስተናጋጁ ከማምጣት ይልቅ እዛው ሆነው በሰሃን የተዘጋጀውን ምግብ ከኩሽናቸው በመስኮት ነበር

የሚያሾልኩት፡፡ የምግቡን መድረስ የልጁን ስም ጠርተው ሲነግሩት ይሄ ወጣት ከሴቷ ጋር በአማርኛ ቋንቋ መነጋገር ጀመረ፡፡

አንድ ጊዜ የማልረሳው ሁነት ተፈጥሮ ያውቃል፤ አንድ የእንግሊዝ ሰው በአዲስ አበባ ወንጌላዊት ቤተክርስቲያን አማርኛ ሲናገር ገጥሞኝ፡፡ በዛ ደረጃ የኢትዮጵያዊያንን የአማርኛ አነጋገር ለዛ የሚያስመስል ሰው ሰምቼም አላውቅ ነበር፡፡ የወጣቱን ምግብ ተከትሎ ወዲያው የእኔ ትዕዘዝ መድረሱ ተነገረኝ፡፡ ምግቤን ተቀበልሁና ቦታዬን ትቼ ወደ ወጣቱ ጠረጴዛ በማምራት አብሬው ብሆን ፍቃደኛ እንደሆነ ጠየቅሁት፡፡ ፍቃደኛ ሆነና በአማርኛ ቋንቋ መነጋገር ያዝን፡፡ ትንሽ ያዝ ቢያደርገኝም ከኹለት ዓመታት በኋላ አማኛ ቋንቋን ጥሩ መናገር ስመረልኝ፡፡ እየቆየም አንደበቴ ተፈታ፡፡

"ዓድል እባላለሁ፤ ከቀናት በፊት ነው ከሆዴህዳህ የመጣሁት ስምህን ማን ልበል?›› ስል ጠየቅሁት " አል አራሲ እባላለሁ" ሲል ተዋወቀኝ፡፡ ‹‹አማርኛ ቋንቋ ስትናገር ሰማሁና ገረመኝ፤ ፈጽሞ አልጠበቅሁም፣ እንኳን አማርኛ ልትናገር ይቅርና አለባበስህን የቆዳህን ቀለም ተከለ ቁመናህን ስመለከት የመናዊ ነህ እንኳን ብዬ አልጠበቅሁም›› አልሁት፡፡

‹‹ሁሌ እንዲህ ዓይነት አስተያየት ይገጥመኛል፡፡ እርግጥ ሁለቱም ወላጆቼ የመናዊያን ናቸው፡፡ ተወልጄ ያደግሁት አዲስ አበባ ቢሆንም ወደ ሰሜን የመን የመጣሁት ከ5 ዓመት በፊት በ1976 ነበር›› አለኝ፡፡ እኔም በተራዬ ከ3 ዓመታት በፊት ወደ የመን እንደመጣሁ በታእዝ ከተማ የ2ኛ ደረጃ ትምህርቴን እንዳጠናቀቅሁ ለጥቂት ጊዜያትም በሆዴይዳህ ከተማ እንዳሳለፍሁ ነገርሁት፡ ፡ ለወንደላጤ ቤት ኪራይ ማግኘት ከባድ በመሆኑ በሆቴል ለማረፍ መገደዴን ነገርሁትና ‹‹ጥሩ አማርኛ ትናገራለህ ለመሆኑ ቋንቋውን የት ተማርከው? መተዳደሪያ ሥራህስ ምንድን ነው?›› ስል ጥያቄ አከታተልኩበት፡፡

በዓለም አቀፍ አየር ማረፊያው ነው የምሰሠራው፡፡ ተጓዦች አውሮፕላን ከመሳፈራቸው በፊት ያለውን ሂደት እከታተላለሁ፤ እፈጽማለሁ፡፡ ሥራዬን በጣም ነው የምወደው፡፡ ለመማር ዕድል ያገኘሁበት ሥራ ነው፡፡ እድለኛ ከሆንን በቀን 2 በረራዎችን እናስተናግዳለን በእርግጥ በምሽቱ የሥራ ፈረቃም የምሠራበት ጊዜ ሲኖር ጥሩ ክፍያ ነው የማገኘው፡፡ ነጻ የበረራ ዕድል ም አለኝ›› ሲል አብራራልኝ፡፡ በዩኒቨርስቲ የሚያጠናው ትምህርት ምን እንደሆነ ጠየቅሁት፡፡ በአጭሩ የእንግሊዘኛ ቋንቋ ሥነ ጽሑፍ እንደሚያጠና ገለጸልኝ፡ ፡

ቀጥሎ የት እንደተወለድሁና እንዳደግሁ ጠየቀኝ፡፡ የሁለተኛ ደረጃ ትምህርት ዕድል ማግኘቴ በጣም አስገርሞታል፡፡ ምክንያቱም በርካታ ከልሶች ማለትም መወለዲኖች ይህንን ዕድል አያገኙትም ነበርና ነው፡፡ የንባብ ፍቅሬን ሲረዳ በጣም ተደነቀ፡፡

‹‹ከልጅነቴ ጀምሮ መጻሕፍትን ሳነብ ፈጽሞ ብቸኝነት አይሰማኝም ነበር›› አልሁት፡፡ እርሱም በዚህ ይስማማል፡፡ በርግጥም መጻሕፍት መልካም ወዳጆቼ ናቸው፡፡ አጫጭር ታሪኮችን ወይም ልቦለዶች ጸሐፊ የመሆን ህልም እንዳለው አሣወቀኝ፡፡ እኔ ግን ከማንበብ በቀር ፈጽሞ ጸሐፊ የመሆን ምኞት ኖሮኝ እንደማያውቅ ገለጽኹለት፡፡ ጻፍኩም ከተባለ ብቸኛው ጽሑፌ ከ11 ዓመቴ ጀምሮ የተለማመድሁት የመጽሔት ጽሑፍ መሆኑን አብራራኹለት፡፡

ምን ዓይነት መጻሕፍትን ማንበብ እንደምወድ ሲጠይቀኝ ከልቦለድ እስከ ኢ-ልቦለድ መጻሕፍት ዘረዘርኹለት፡፡ ይሄኔ እርሱ ከማርክሲዝም ጥቂት መጻሕፍት ውጭ ያነበብኳቸውን ሁሉ ማንበቡን ነገረኝ፡፡ ምግባችንን ካጠናቀቅን በኋላ ሻይ እየጠጣን ዘለግ ያሉ ሰዓታትን በምግብ ቤቱ ውስጥ አሣለፍን፡፡ ለ5 ሰዓታት ተቀምጠን ማውጋታችን ሁሉ አልታወቀንም ነበር፡፡ ከአል አራሲ ጋር ስንተዋወቅ እሱ በሰንዓ ዩኒቨርስቲ 2ኛ ዓመት የእንግሊዘኛ ሥነ ጽሑፍ እያጠና ነበር፡፡ በእድሜ 6 ዓመታትን ይበልጠኛል፡፡ ዐረብኛ፣ አማርኛ እና እንግሊዘኛ ቋንቋዎች አሣምሮ የሚናገር ከመሆኑ በላይ ጥልቅ ንባብ እና ምሁራዊ አቀራረቡ እንዳከብረውና ቦታ እንድሰጠው አደረገኝ፡፡ ከብ መነጽሩ አንዳች የእውቀት ሞገስን ያላበሰው ቁጥብና መደማመጥ ባለው መንፈስ የሚናገር ደርባባ ሰው መሆኑን ነው ያስተዋልሁት፡፡

አል አራሲ ስለ ኮሚኒዝም ርዕዮተ ዓለም ሥርዓት ግድ የማይለው በመሆኑ ይህንን ያህል የማርክሲስታዊ መጻሕፍትን አላነበበም፡፡ በኢትዮጵያ ሳለም ምንም ዓይነት ተሳትፎ ስላልነበረው እንደ እኔ ሁሉ ለእሥር አልተዳረገም ነበር፡፡ ሆኖም የተለየ ምልከታ እና ጥልቅ አረዳድ ያለው በቅጡ ያነበበ እና የሥነ ጽሑፍ ዝንባሌው ከፍ ያለ ወጣት ነው፡፡ በጠባዩና አቀራረቡ ተሳብሁ፡፡ ይበልጥ ተቀራረብን፡፡ ይሄኔ ላለፉት 2 ዓመታት የምፈልገውን ያህል መጻሕፍትን የማንበብ ዕድል እንዳልነበረኝ ስነግረው ብሪትሽ ካውንስል የተባለው መካነ መጽሐፍት የት እንደሚገኝ ጠቆመኝ፡፡

ከዚህ በኋላ እንግዲህ ከዚህ ቤተ መጻሕፍት እየተዋስሁ ማንበብ እችላለሁ ማለት ነው፡፡ የኪራይ ቤት የማግኘቱን ነገር ሳማክረው ለጊዜው ባለ አንድ መኝታ አፓርመንት የተከራየ መሆኑን፣ ለጥቂት ጊዜ አብሬው መኖር እችል

እንደሆነ ከጥቂት ጊዜ በኋላ ደግሞ ገንዘብ አዋጥተን ኹለት መኝታ ክፍል ያለው አፓርትመንት መፈለግ እንችል ከሆነ ፍላጎቴን ጠየቀኝኝ:: ውብና ቀና ልብ ያላቸው ሰዎች ዘወትር ይስቡኛል:: እናም ወዲያውኑ ነበር እሺታዬን የገለጽኹለት::

በሚቀጥለው ቀን ለመገናኘት ተቀጣጥረን ተለያየን:: አል አራሲን የተዋወቅሁበት ምግብ ቤት ባለቤቶች የባንጃህ ቤተሰብ የኻድራሚ ዝርያዎችና በአንድ ወቅት በኢትዮጵያ ይኖሩ ነበሩ ጥቂት ታሪኮቻችንና የቤተሰብ ወሬዎችን ከተለዋወጥን በኋላ የምግብ ቤቱ ባለቤት ቤቸው ሄጀ የተቀሩትን የቤተሰባቸውን አባላት እንድተዋወቅ ግብዣ አቀረበችልኝ:: ሦስት እህቶችና እናታቸው የቤተሰቡ አባላት ናቸው:: አባታቸው በኢትዮጵያ ሳለ ነበር ከረጅም ዓመታት በፊት በሞት የተለያቸው:: የምግብ ቤቱ ባለቤትና ከሦስት ሌሎች እህቶቿ አንዷ ትዳር መሥርተዋል:: ሌሎቹ ገና ያላገቡ ናቸው:: አራቱም ሴቶች የሁለቱን ባሎች ጨምሮ ከእናታቸው ጋር በአንድ ጣሪያ ሥር ነበር የሚኖሩት:: እናትየው ኢትዮጵያዊ ስትሆን ከሰሜኑ ክፍል ወደ ሆነውና በርካታ ብሔሮች በጋራ በመተሳሰብ በልዩ ልዩ ባህልና እምነት በሰላም ከሚኖሩበት የወሎ ምድር ነው የዘር ሃረጋቸው የሚመዘዘው::

በወሎ የሚኖር አንድ ሰው እናቱ ሙስሊም አባቱ ደግሞ ክርስቲያን የሚሆኑበት አጋጣሚ ብዙ ነው:: የተለያየ ሃይማኖት ያላቸው የአንድ ቤተሰብ አባላትና ዘመድ አዝማድ በአንድ ቤት በፍቅር ሲኖሩ ማየት ለወሎ ብርቋ አይደለም:: በቤታቸው ተጋብዤ ስሄድ እናትየው በርካታ ጥያቄዎችን አንስተውልኝ ተጨዋወትን:: የልጅነት ሕይወቴ ምን ይመስል እንደነበር፣ ስለ እናቴ፣ በየመን ምን ያህል ጊዜ እንደቆየሁ፣ ምን እሠራ እንደነበረ፣ በየመን ቤተሰብ እንዳለኝና እንደሌለኝ ... ወዘተ ብዙ ጥያቄዎችን አነሱልኝ::

በወቅቱ ባልገነዘበውም የእናትየው ጥያቄዎች አሁን ላይ ሆኜ ሳስባቸው በሥራ ቃለ ምልልስ ወቅት የሚገጥሙ ዓይነት ነበሩ:: እናትየው በትኩረት ጠባዬን እያጠኑ መሆኑ ነበር፤ ከኹለት ያላገቡ ሴት ልጆቻቸው አንዷን ለማጨት ለምራትነት ይመጥናል ወይ ሲሉ አብጠረጥረው ይመረምሩኝ ያዙ::

ያላገቡ ልጃገረዶች ባሉበት ቤት ውስጥ አንድን አፍላ ወጣት መጋበዝ የተለመደ ባይሆንም ቅሉ ተመሳሳይ የኋላ ታሪክ ስለነበረን ይመስላል ግብዣቸውን አልነፈጉኝም ነበር:: ይህ ባላገቡ ልጃገረዶች መኖሪያ ቤት ወጣት ወንዶችን የመጋበዝና የመጥራት ባህል አሁን ድረስ ተቀባይነት የሌለውና የማይፈቀድ ነውር ሆኖ ነው የሚቆጠረው:: ይህን ሳስብ የእኔ መጋበዝ

ከእምነትና ከብር የመነጨ በመሆኑ ጥሪውን ከልከና ገደቤ ዝንፍ ሳልል በደርባባነት ነበር ያስተናገድሁት፡፡ ለእናቲቱ መልካምና ጨዋ መሆኔን ለማወቅ ብዙም አልከበዳቸውም፡፡ ወዲያው ነበር ገምግመው ደረጃ ያወጡልኝ ማለት እችላለሁ፡፡ ታዲያ ከዚያ የመጀመሪያ የቤተሰቡ ጉብኝቴ በኋላ በተደጋጋሚ በዚህ ቤተሰብ በሳምንት አንድ ቀን ዕለተ አርብ ምሳ እየተጋበዝሁ እታደም ጀመር፡፡

ቅዱስ ቁርአን ‹‹አል ጁማህ›› በተሰኘው ምዕራፍ፤ ዕለተ አርብን የተቀደሰና የተከበረ ሃይማኖታዊ የአምልኮ ቀን መሆኑን ይናገራል፡፡ አል ጁማህ በዐረብኛ ቋንቋ አርብ የሚል ትርጓሜን የያዘም ጭምር ሆኖ ነው የምናገኘው፡፡ ዕለተ አርብ በአምላክ የተመረጠና ስብሰብ ብለው ጸሎት የሚያደርሱበት የአምልኮ ቀንም ነው፡፡ በእስልምና እምነት መሠረት ዕለተ አርብ አዳም የመጀመሪያ ሰው የተፈጠረበትና ከገነት የተባረረበት ዕለትም ጭምር ነውና የተለየ ትርጉም አለው፡፡

ሁለቱ የባንጀህ ቤተሰብ ልጃገረዶች ያገቧቸው ወንዶች የባዘራና የባሃሮን ቤተሰብ አባላት ናቸው፡፡ ሁለቱ ደግሞ ለእኔ በአማራጭነት ታጭተውልኛል ማለት ነው፡፡ እንግዲህ ባሃሮንን ከሦስት ዓመት በፊት በታእዝ ከተማ አግኝቸው እንደነበር ወዲያውኑ ነበር ያስታወስሁት፤ አጎቱ የአባቴ ጥብቅ ወዳጅ ነበሩ፡፡ እኚህ አጎቱ በአንድ ወቅት ከኢትዮጵያ የንጉሳውያን ቤተሰብ አንዷን በፍቅር ወድቀውላት እፍ ብለው ነበር፡፡ ታዲያ ይህቺ ልዕልት የፍቅር ጥያቄ ሲያቀርቡላት አፍንጫቸው የተስተካከለ እንዳልሆነ ትነግራቸዋለች፡፡ ይሄኔ ቀጥታ አጎትየው አፍንጫቸውን በቀዶ ጥገና ለማስተካከል ወደ ሃኪም ቤት ቢሆዱም ቀዶ ህክምናው የተሳካ አልነበረምና ወዲያውኑ ሕወታቸው ያልፋል፡፡ አባቴም ሕይወቱ ከማለፉ ቀድሞ የዚህ ሰው ማለፍ እጅግ ጎድቶታል፡፡

የባዛር ቤተሰብም ከአባቴ ጋር ጥብቅ ወዳጅነትና ጉድኝት የነበረው መሆኑ ሌላው እና ሁለተኛው የተፈታ የአባቴ ሕይወት እንቆቅልሽ ሆነ፡፡ መልካም አጋጣሚ ሆነና ከሁለቱ ሴቶች አንዷን እንዳገባ ግዳጅ ሳይጣልብኝ ቀረ፡፡ ከቤተሰቡም ጋር ጠንካራና ጥሩ ወዳጅነት ኖሮን ዘለቅን፡፡ ከሞተው አባቴ ጋር ከማንም በላይ ቅርበት ከነበረውና እኔንም በቅጡ ከሚያውቀኝ የባሃሮን ቤተሰብ ጋርም በጥሩ መቀራረብ አብሬ ቆየሁ፡፡ ከቤተሰቡ ጋር የነበረኝ ቁርኝት ቤተሰባዊነቴን ይበልጥ ዘልቄ እንዳጤንና ከአባቴ ጋር የነበራችውን መስተጋብርና የእርሱን ታሪክ እንድፈለፍል ፍላጎቴን አንሮታል፡፡

ዓዶል ቤን-ሀርሃራ

ምዕራፍ ዘጠኝ

አል - አራሲ

(አብደላ እዝራ)

እንደወንድምህ ያህል የሆነልህን ሰው የልብ ጓደኛዬ ብለህ ልትናገር ትችል ይሆናል፤ እኔ ግን በልባዊ ወዳጅነት ውስጥ ያልተወለድኩትን ወንድም አገኘሁት፡፡

ያልታወቀ ጸሐፊ

በሚያዚያ 1981 እና ሃምሌ 1984 መካከል ባሉት ዓመታት ከአል-አራሲ ጋር በጋራ መኖሬን ቀጠልሁ፡፡ በእነዚህ ዓመታት በሕይወቴ ወሳኝ ሚናን ተጫውቷል፡፡ ይህ ወዳጄ የስድስት ዓመታት ታላቄ ከመሆኑ ባለፈ ላቅ ያለ የሕይወት ልምድን በየመንና በኢትዮጵያ በነበረው ጊዜ አካብቷል፡፡ ብስለቱ ከዚህም ጭምር የመነጨ ይመስለኛል፡፡ ጸሐፊና ገጣሚ ነው፡፡ ከዚያም ባለፈ በሥነ-ጽሑፍ ዓለም ፈጽሞ አንብቤያቸው የማላቃቸውን እንደነ አልበርት ካሙ፣ ፊዮዶዮር ዶስቶዬቭስኪ፣ ቻርሊስ ዲከንስ፣ ቫን አውስተን፣ ማርክ ትዌይን እና ኧረንስት ሄሚንግዌይን የመሳሰሉ የታላላቅ ደራሲዎች ሥራዎችን እንድተዋወቅና እንዳነብ ምክንያት ሆኖኛል፡፡

በጎ አርአያ የሚሆን አስተሳሰቡ የሚጠቅም በመሆኑ ለዚህ ሰው ትልቅ ክብር ነበረኝ፡፡ ወደ ስሜን የመን ከመምጣቴ አስቀድሞ በልጅነት የኢትዮጵያ ዘመኔ

አንድ አፈ ታሪክን ተምሬያለው፡፡ ‹‹አንድ ሽህ አንድ ሌሊቶች›› የተሰኘው አፈ ታሪክ ነበር፡፡

ለዐረብኛ ሥነ ጽሑፍ ቅርበት አለዚያም ተጋልጦ ፈጽሞ አልነበረኝም ማለት እችላለሁ፡፡ ታዲያ በአል አራሲ አማካይነት ከዐረቡ ዓለም ሥነ ጽሑፍ ጋር መተዋወቄ ለእኔ በርግጥም ዐይን ከፋች ሆኖልኛል፡፡ በአል አራሲ ጥቆማ መሠረት የእነ ነጂብ ማህፉዝ፣ የእነ ካህሊል ጂብራል፣ ታዛ ሁሴን፣ አባለ መሐመድ አል አቃድ እና ናዋል ኤልካዳዊን የመሰሉ ታላላቅ ደራሲዎች የጻፏቸውን መጻሕፍት ማንበብ ችያለሁ፡፡

አል አራሲ 1፡67 አካባቢ ቁመት ያለውና ገባ ያው ገላጣ ግንባሩን ለመሸፈን ጸጉሩን ከጎን ሰብስብ ማድረግን ያዘወትራል፡፡ ጫት ፈጽሞ አይቅምም፡፡ አዋዋሉም ቢሆን በጣም የተመረጠና ቁጥብ የሚባል ዓይነት ሰው ነው፡፡ በጠባዩም ከአብዛኛዎቹ የመናዊያንና መወለዲኖች በተለየ መልኩ የማይለዋወጥ ወጥ እና ድርጊቶቹን የሚቆጣጠር ነው ማለት ይቻላል፡፡ መኪና ማሽከርከር አለመውደዱ ወይም አለመፈለጉ ለኔ ትርጉሙ የማይገባኝ አመሉ ነበር፡፡

ሌሎች በቅርብ እንዳውቀውና እንድጓጓ የሚያደርጉ ጠባዮችም ነበሩት፡፡ የመጀመሪያው ጉጉቴ ከቅርብ ዘመዶቹ ጋር ያለውን ግንኙነት ማወቅ የነበረ ሲሆን ኋላ ላይ ወላጆችን ጨምሮ ወንድም እህቶች እንዳሉት ማወቅ ችያለሁ፡፡ አባቱ ኤርትራዊ ናቸው፣ የጣሊያን ሠራዊትን ተቀላቅለው አገልግሎት ሰጥተዋል፡፡ ከዘጠኝ ልጆች መካከል አል አራሲ ለቤተሰቡ ኹለተኛ ልጅ ነው፡፡ እናቱ ደግሞ ከየመናዊ ቤተሰብ የተገኙትና በአስመራ የተወለደች ናት፡፡ አንድ ወቅት አባቱን ለማግኘት ዕድሉ ነበረኝ፡፡ የስኳር ታማሚ በመሆናቸው እግራቸው ተቆርጦ በህመም ሲማቅቁ ከቆዩ በኋላ ሕይወታቸው አልፏል፡፡ አል አራሲ በአጠቃላይ ኹለት እህቶችና ስድስት ወንድሞች ነበሩት ከእህቶቿ መካከል ከአንዷ የተለየ መቀራረብ ቢኖረውም እርሷም ብትሆን አባቷ ከሞቱ ከኹለት ዓመታት በኋላ በአሣዛኝ ሁኔታ በመኪና አደጋ ሕይወቷ አልፏል፡፡ አል አራሲ ስለ ቤተሰቦቹ ካነሳ ስለ አባቱ ብቻ ነበር መናገር የሚመርጠው፡፡ የአባቱን ፎቶ ግራፍ ከመጻሕፍት መደርደርያው ላይ በክብር ሰቅሎታል፡፡ የእህቱን ሞት በሰማ ጊዜ እጅግ በኀዘን ተውጦ ስለነገረኝ ላጽናናው ጥረት አደረግሁ፡፡ ለጋራ ጓደኞቻችንም ያጽናኑት እደሆነ ብዬ እህቱ ማረፏን ነገርኳቸው፡፡

የደረሰበትን ኀዘን የሰሙ ወዳጆች ሊያጽናኑት ያለንበት ድረስ ቢመጡም እርሱ ግን ፈጽሞ ደስተኛ አልነበረም፡፡ በዚህ የተነሣም ለመጀመሪያ ጊዜ

መጥፎ ቃላት ተለዋወጥን፡፡ የእህቱ ሞት ለማንም መናገር እንደሌለብኝ በግልጽ አስጠነቀቀኝ፡፡ ማንም ሰው ቢሆን ለማጽናናት እንዲመጣበት እንደማይፈልግ ነገረኝ፡፡ በዚህ ጉዳይ ሳብሰለስል በርካታ ወራት ካለፉ በኋላ እናቱን አግኝቻቸው እንደነበር ዐወቀ፡፡ ከከተማዋ ብዙ የሚባሉ መወለዲኖች ባለመኖራቸው ምክንያት እርስ በእርሳችን ለመተዋወቅና ለመለየት አንቸገርም ነበር፡፡ በገበያ ሥፍራዎች፣ በሰርግ ሥርዓቶች ወይም ሌላ አንዳች ሥፍራ ስንገናኝ ጥቂት የማውጋት ልምድ ነበረኝ፡፡

እናቱ የእኔ እህት ህክምናዋን በምትከታተልበት ሆስፒታል ነው የምትሠራው፡፡ እንደ አጋጣሚ ሆኖ በመንገድ ስንተላለፍ ነበር ተገናኝተን ያወራነው፡፡ ነገር ግን መገናኘታችንን ለአል አራሲ ስነግረው ከእናቱ ጋር ጥሩ ግንኙነት ስላልነበረው ቁጭ አድርጎኝ ከዚያን ጊዜ በኋላ ፈጽሞ ከእርሷ መራቅ እንዳለብኝ በግልጽ ነገረኝ፡፡ ለእኔ ይህ ፈጽሞ ትንግርታዊ እንቆቅልሽ ነው፤ እናቴን አልወዳትም ፈጽሞ ግንኙነት የለኝም የሚል ቃሉን ስሰማ ሊዋጥልኝ አልቻለም፡፡ ነገር ግን በግልጽ ያረጋገጠልኝ የተናገረው ነበር፡፡ ነገር ግን ከዚያ በኋላ በተከታታይ ከእናቱ ጋር በአጋጣሚ የተገናኘንባቸው ጊዜያት ብዙ ናቸው፡፡ ከእናትየው ጋር በነበረኝ ንግግር ሁልጊዜ እንዲህ ትለኝ እንደነበር አስታውሳለሁ፡፡

“ለመሆኑ ከዛ አውሬ ልጄ ጋር እንዴት ተስማምተህ መኖር ቻልህ? እርሱ እኮ ማለት የለየለት ዲያቢሎስ ነው” ትለኝ ነበር፡፡

ይህ የእርሱ አስተያየትና የእርሱ ለቤተሰቡ ያለው የመረረ ጥላቻ ፈጽሞ ግራ የሚያጋባ እንቆቅልሽ ነበር የሆነብኝ፡፡ የፈለገ ቢሆን ሰው ከእናቱ ጋር ወይም እናት ከልጇ ጋር በዚህ ደረጃ በጥላቻ መተያየት አለባቸው ብዬ አላስብም፡፡ የቱንም ያህል ልዩነትና አለመግባባት ቢፈጠር በልጅ እና በእናት መካከል መከባበር መኖር አለበት፡፡

በሌላ በኩል ደግሞ አል አራሲ ለእኔ እንከን ያላገኘሁበት መልካምና ደግ ሰው ነው፡፡ በታመምሁና የግል ጉዳዬ ባስጨነቀኝ ጊዜ ሁሉ ቀድሞ ከጎኔ የሚቆምልኝ እርሱ ነበር፡፡ አማካሪዬና ረዳቴ ጭምር የሆነልኝ ምርጥ ወዳጅ ነው፡፡ ያም ብቻ ሳይሆን ለበርካታ ሰዎች እገዛ ሲያደርግ በገንዘቡ ሲረዳ ተመልቻለሁ፡፡ በአንጻሩ ደግሞ ለቤተሰቡና ለቅርብ ዘመዶቹ ስባሪ ሳቲም ሲረዳና ርህራሄ ሲያሳይ ተመልክቼ አለማወቄ ታላቅ ተቃርኖና እንቆቅልሽ ይሆንብኛል፡፡

***   ***   ***

አል አራሲ ከማውቃቸው ሰዎች ሁሉ ይበልጡን ወሲብ ወዳድ ሳይሆን አይቀርም:: መጽሐፍ ሲያነብ የወደዳቸውን ማራኪ አንቀጾች ለጥቂት ጊዜያት ያህል መልሶ መላልሶ ያነባቸዋል:: ምልክትም ያደርግባቸዋል:: እኔ በአብዛኛው ማንበብ የምመርጠው የሕይወት ታሪኮችን፣ የጦርነት ታሪኮችን፣ ፖለቲካና ፍልስፍና የመሰሉ ዘውጎችን ነው:: እርሱ ደግሞ አጫጭር ልብ ወለዶችን ቅኔና ሥነ ግጥሞችንም አብዝቶ ያነባል:: በተደጋጋሚ ስላነበባቸው መጻሕፍት ውይይት አድርናል:: እኔም ብዙዎችን ባይሆንም ጥቂቶችን አንብቢያለሁ:: ታዲያ በመጻሕፍት ለይ ጥብቅ ቅርርቦችና ድርጊቶች ላይ ለምን ምልክት እንደሚደርግባቸው ስጠይቀው የመለሰልኝ መልስ አስገራሚ ነበር::

“የማንኛውም መጽሐፍ ምርጡ ክፍል ጥብቅ መስተጋብር የታየበት ክፍል ነው ወሲብ!!” የሚል መልስ ነው የሰጠኝ:: ቀጠለናም ‹‹የአእምሮ ውል ቋጠሮዬ ሲበታተን በመጨረሻ ታትሞ የሚቀርበኝ ሁነት ወሲብ ነው›› አለኝ::

*** *** ***

በ1980ዎቹ መጀመሪያ በሰሜን የመን ከአንድ ቤተሰብ ከዝርያ ውጭ ካለች ሴት ጋር ወሲብ መፈጸም ፈጽሞ የተከለከለና ውግዝ ነበር:: ከጋብቻ ውጭ ወሲብ ሲፈጽሙ መገኘትም ፈጽሞ የሚታሰብ አልነበረም:: ያስቀጣል:: ለምሳሌ ሌላውን ትተነው ጥቂቱን ቅጣት ብንመለከት ሲወሰልቱ የተገኙ በአደባባይ ይገደላሉ፣ ሴቶች ደግሞ እስከ ጭንቅላታቸው ድረስ ተቀብረው በዲንጋይ ተወግረው እንዲሞቱ ይደረጋል::

አል አራሲ ግን ከተለያዩ ሴቶች ጋር ዝሙት መፈጸሙ የሚያስከትልበትን መሰል አጸፋዊ ቅጣት ልብ ያለ አይመስልም:: እኔ አብሬው በምኖርበት ወቅት አል አራሲን ፍለጋ በርካታ የቱባ ባለሥልጣናትና ተጽእኖ ፈጣሪ የልጃገረድ ወላጆች እና ሴቶች መኖሪያ ቤት ድረስ ይመጡ ነበር:: በርሱ ጦስ ምክንያት እኔም ከእንግልት አላመለጥሁም ነበረ:: እርሱ አጠፋቸው በተባሉ ጉዳዮች ውስጥ ተባባሪ ነህ በሚል ክስ ቀርቦብኛል:: መልካም ስምና ሰላም አብሮ መኖር እንጂ እንዲሁ ባለው መልኩ ዐይን ውስጥ መግባቱ ፈጽሞ ያልጠበቅሁት ነገር ነበር::

በ1982 አንድ የሣምንቱ መጨረሻ ቀን አልጋዬ ላይ ጋደም እንዳልሁ የሴት ልጅ ድምጽ ሰማሁ፡፡ ይሄኔ አል አራሲ አንዷን ሴት ጎትቶ ይሆን ስል አሰብሁና መልሼ ማንበቤን ቀጠልሁ፡፡ ከሦስት ደቂቃዎች በኋ ይመስለኛል የአፓርትመንታችን በር ተንኳኳ፡፡ ጸጥ ብዬ ቆየሁ፤ እርግጠኛ ለመሆን፡፡ ተደጋግሞ ወደ እኛ መኖሪያ ቤት ሲንኳኳ ከፈትሁና ማን መሆኑን ለማወቅ ወጣሁ፡፡ በር ላይ ያየኋት እዚህ አፓርትመንት ላይ ከዚህ ቀድሞ የተመለከትሁት ከአል አራሲ የሴት ጓደኞች አንዷ የነበረችዋን ሴት ነበር፡፡

‹‹አፓርትመንቱ ለቀቅሽ እንዴ? በርሽ ሲከፈት ገጥሞኝ አያውቅም ጩኸቱን ሰምቼ ነው የወጣሁት›› አልኳት ድንግርግር እያላት ትክ ብላ እየተመለከተችኝ ‹‹አይ እንደርሱ ሳይሆን አል አራሲ ውስጥ ይኖር ይሆን እንዴ? ውስጥ እንድገባ ትፈቅድልኝ ወይስ ...›› ስትል ጠየቀችኝ፡፡

ደርቄ ቀረሁ፡፡ ወዲያውኑ አል አራሲ ክፍል ውስጥ ሌላም አብራው የነበረች ሴት እንደነበረች ገባኝ፡፡ አፌ እና ጉሮሮዬ ደረቀብኝ፡፡ ለመተንፈስ እየተጣጣርሁ ‹‹አል አራሲ በክፍሉ የለም ጭራሹኑ›› ስል መለስሁላት፡፡ ወዲያው ‹‹እንዴት እባክህ? ዛሬ እረፍት እንደሆነ ነው የነገረኝ ወደ ውስጥ ልግባ ልመልከት?›› አለችኝ

አለመኖሩን በድጋሜ ነገርኋት፡፡ ቀደም ብሎ ወጣ እንዳለና ከእኔ ጋር ብቻ በአንድ ክፍል መገኘት አግባብ እንደማይሆን ለማስረዳት ሞከርሁ፡፡ አከልሁናም መቼ እንደሚመለስ እርግጠኛ ሆኖ መናገር እንደማይቻል ነገርኋት፡፡ እርሷ ግን ወደ ውስጥ ገብታ ማረጋገጥ ነበር የፈለገችው፡፡

ከአነጋገሬ አንዳች ስህተት ነገር እንደተፈጸመ ጠርጥራለች፤ እምር ብላ ወደ መኝታ ክፍሉ ገብታ ቤቱ ድብልቅልቁ እንዳይወጣ ስጋት አደረብኝ፡፡ ፈጣሪ ምስጋና ይግባውና ኋላ ላይ እንደምንም ብዬ አሳመንኋት እና ተመልሳ ሄደች፡፡

እንዳላከበርሁትና እንዳላደነቅሁት ሁሉ፣ ሰብዓዊነቱ እንዳልተረዳሁ ሁሉ ራሱንና ሌሎቹን መጉዳቱ ያስጨንቀኝ ጀመር፡፡ እንደለመደው እህቴ ሙና እና ዘመዴ ፈርዲዮስም ሊጠይቁኝ ሲመጡ ወሲባዊ ቅሌት ሊፈጽምባቸው ይችላል ብዬም ሰጋሁ፡፡ በዚህ ስጋቴ ምክንያት ከእኔ እንዲርቁና ፈጽሞ ሊጎበኙኝ እንዳይመጡ አደረግሁ፡፡ ምክንያቴ ምን እንደነበር ግን ፈጽሞ አላወቁም፡፡

ከአል አራሲ ጋር ከተለያየን ከ40 ዓመታት በኋላ የመጻሕፍት ፕሮጀክቴን እና የ1980ዎቹ የመጽሔት ሥራዎቼን በመሥራት እና በማንበብ ላይ እንደተጠመድሁ የት ይሆን ስል ለማጣራት ሐሳብ መጣልኝ፡፡ ባጣራሁት መሠረት ባልጠበቅሁት መልኩ በድንገት ወርሃ ሰኔ በዐራተኛው ቀን 2016 በኢትዮጵያ ቡታ ጅራ በሚባል ሥፍራ መሞቱን ሰማሁ፡፡ ህልፈቱን ተከትሎ ታዋቂው ኢትዮጵያዊ ደራሲና ገጣሚ አበራ ለማ የቀብር ሥርዓቱ እንዲፈጸም አደረገ፡፡ ከዚህም በተጨማሪ የአል አራሲ መታሰቢያ ይሆን ዘንድ የፎቶግራፍ ስብስብ የሚታይበት ቋሚ አውደ ርዕይና ቤተ መጻሕፍት እንዲዘጋጅለት አድርጓል፡፡

የህክምና ዘገባው እንደሚያመለክተው ለህልፈት የዳረገው ሄፒታይተስ ቢ የተባለ የቫይረስ ህመም ነበር፡፡ ሥርዓተ ቀብሩ በአዲስ አበባ ቅዱስ ዮሴፍ መካነ መቃብር ተፈጸመ፡፡ ልክ ክርስቲያን እንደሆነ ተደርጎ ነበር የተቀበረው፡፡ አሁንም ድረስ የጋራ ወዳጆቻችን ባልንጀሮቻችን (ዐረብ እና ሙስሊሞቹን ማለቴ ነው)፤ ከእስልምና መቃብር ይልቅ በክርስቲያን ደንብ የመቃበሩን ነገር አንስተው ስሙን ያነሣሉ፡፡ የአል አራሲ ይህ ሁኔታ በተመሳሳይ መልኩ በ1967 አባቴ ሲሞት የተፈጠረውን ታሪክ ያስታውሰኛል፡፡

ዐረቦቹ አል አራሲ የሞተበትን አውድ ፈጽሞ የተረዱት እና ከግምት ያስገቡት አይመስልም፡፡ ከንግግራቸው ለመረዳት እንደሚቻለው ምናልባትም አበራ ለማ እና የአል አራሲ ሴት ልጅ እንዲሁም ቅን እና ተባባሪ ማኅበረሰቡ ባይኖርስ ኖሮ የአል አራሲ የቀብር ሥነ ሥርዓት በማዘጋጃ ቤት ሊፈጸም ነበር የሚችለው፡፡ ምክንያቱም ኃላፊነት ወስዶ ቀብሩን የሚያስፈጽም አንድም ወዳጅ ዘመድ አዝማድ አልነበረውም፡፡

ሌላው ይህ ሰው ሲሞት በቅርቡ የነበሩት ሰዎች ሙስሊሞች የነበሩ አለዚያም ስለ እምነቱ እውቂያ የነበራቸው ሰዎች አልነበሩም፡፡ ስለዚህ እንዴት በሙስሊም ደንብ ሊቀብሩት ይቻላቸዋል? አል አራሲን በቅርብ እንደማውቀው መጠን በሕይወት ኖሮ የት እንቅበርህ ቢባልም ምላሹ በክርስቲያን መካነ መቃብር ቅበሩኝ ሊል ይችል ይሆን ነበር ብዬ ነው የማምነው፡፡ ከዚህ ቀደም ከእርሱ ጋር እውቂያ ከነበራቸው ወዳጆች ጋር በነበረኝ የኢሜል ልውውጥና ንግግር እንደተረዳሁት አል አራሲ በኢትዮጵያ ሳለ የኢትዮጵያ ጸሐፍት ቀንደኛ ሐያሲ እና የሥነ ጽሑፍ ሰው ነበር፡፡ ከእነዚህ ሰዎች ጥቂቶቹ ጽሑፎቹን አሳይተውኛል፡፡ አል አራሲ ለደራሲዎች የሥነ ጽሑፍ ንጽረት ትንተና ትርጓሜ እና ግምገማ ያደርግላቸው ነበር፡፡

የሒስ እና ነጻ የሥነ ጽሑፍ ምልከታዎቹም ከፍተኛ ቦታ የሚሰጣቸውና ከመቼት፣ ከታሪክ፣ ከፖለቲካዊ አውድ፣ እንዲሁም ከፈትለ ነገራዊ የሥነ ጽሑፍ አላባዊያን አንጻር የሚሰነዘሩ በሳል የባለሙያ ዕይታዎች ናቸው፡፡

ምዕራፍ አሥር

የመታወቂያ ወረቀት

በዘመናችን የከፉት መጥ ማንነታችን የሚረጋገጥባቸው መጠይቆች መኖራቸው ሕይወትን በቀላሉ እጅግ አስልቺ ሊያደርጉብን ከሚችሉ ነገሮች አንዱ እና በቂው ምክንያት ነው፤ ጥልቁን የሥነ ኑረት ችግሮች የተሳካ ንቃተ ኅሊናን የሚጠይቀውን ዕውቀትን በሚያሻማ አኳኋን የሚፈትሽበት ዲበ አካላዊ ሁለንተናን ትተን ስናስብ ማለቴ ነው፡፡

ዳግላስ አዳምስ

ከየመን ሀገር ውጭ የተወለዱ ልጆች ከሰሜን የመን ከተወለዱት እኩል አለዚያም ሙሉ በሆነ መልኩ የሚስተናገዱበት ፍትሃዊ አግባብ የለም፡፡ ቅድሚያ የሚሰጠው አባታቸው ከሺያ ወይም ዘየዲ ነገድ የዘር ሃረግ ለሚመዘዝላቸው ጎሣዎች ነው፡፡ በ1970ዎቹ መጨረሻ 1980ዎቹ መባቻ በሚወጡ የጋዜጣ የቴሌቭዥን እና የሬዲዮ የሥራ ዕድል ማስታወቂያዎች ላይ መወዳደር አለዚያም ማመልከት የሚችሉት በኹለቱም ወገን የመናዊ የሆኑ በሰሜን የመን የተወለዱ ዜጎች ብቻ እንደነበሩ በግልጽ ይለፈፍ ይጻፍም ነበር፡፡ ይህ ማስታወቂያ ቁርጥ ያለ ትዕዛዝ የሚያስተላልፍ ከሀገር ውጭ የተወለዱ የመናዊያን እና የመናዊ ካልሆኑ እናቶች የተወለዱ በማንኛውም የመንግሥት መሥሪያ ቤት ሥራዎች ላይ መቀጠር እንደማይፈቀድላቸው ነበር፡፡ ይህ ያለ ይሉኝታ እና ሀፍረት የተደረገ ሆን ተብሎ የሚተገበር እና ቅቡልነት ያለው የማግለል መንገድ ነው፡

ይህ መመሪያ ወደ ውጭ ሀገራት በተለይ ወደ ምዕራቡ ሀገራት አሜሪካ እና እንግሊዝ ማመልከትንና በከፍተኛ ትምህርት ዕድል ማግኘትንም ጨምሮ የሚከለከል ነው፡፡ በእነዚያ ጊዜያት በሰሜን የመን የነበረው የትምህርት ጥራት ከደረጃ በታች ከመሆኑም በላይ የምህንድስና እና የህክምና የትምህርት ዘርፎችን ጨርሶ ያላካተተም ነበር፡፡ አንድ ሰው ርባና ያለው ትምህርት ከፈለገ ወደ ውጭ ሀገራት መሰደድ የግድ ይለዋል፡፡ ይህንን ሕግ ተከትሎ ከደረሰው ማግለል የተነሣ የቆዳ ቀለሙ ነጣ ያለ እና በሰሜን የመን የአነጋገር ዘዬ እና ቃላት አወጣጥ መናገር የሚችል ሁሉ ሰነዱን በሰሜን የመን እንደተወለደ አድርጎ መለወጥ እና ማስተካከልን ተያያዘው፡፡

ካልሆነ ግን በሀገሪቱ የሥራ ዕድል እና የውጭ ትምህርት ዕድል ማግኘት ከቶውንም የማይታሰብ መሆኑ ርግጥ ሆነ፡፡ በዘመኑ የኮሚኒስት ደቡብ የመንን ጨምሮ ማንም ሰው ቢሆን ከሰሜን የመን ውጭ ውልደቱ እንደሆነ መግለጽን የሚደፍር አለዚያም የሚፈልግ አልነበረም ማለት ይቻላል፡፡

የሰሜን የመን የነዋሪነት መታወቂያ ወረቀት ማግኘት ከዩኒቨርስቲ ዲግሪ የማግኘትን ያህል ከባድ ነበር በወቅቱ፡፡ ያለ መታቂያ ደግሞ ፓስፖርትም ሆነ የነዋሪነት መለያ ማውጣት፣ ሥራ ማግኘት፣ የባንክ ሒሳብ ደብተር መክፈት፣ በወታደራዊ ግልጋሎት መካተት ፈጽሞ አይቻልም፡፡ በርካታ ልጆች (የማንነት) የነዋሪነት መታወቂያን ለማግኘት በቅድሚያ የዘመድ አዝማድ እና የሼሆችን ይሁንታ ማግኘት ግድ ይላቸዋል፡፡ በሰሜን የመን የማንነት መታወቂያ ለማግኘት ሂደቱ በአጠቃላይ ከ6 እስከ 18 ወራት ያህል ሊፈጅ ይችላል፡፡ ፍጥነቱ በእጅ መንሻ (በጉቦ) መልኩ እንደሚሰጠው የገንዘብ ልክ ሊለያይ ይችላል፡፡ ከዚያም በላይ ትልቅ ትዕግስትና ጽናት ከአድራጊ ፈጣሪዎቹ ጋርም መልካም ግብብነት እና ስምምነት ማድረግን ይጠይቅ ነበር፡፡ በእጅ መንሻ መደራደሩ ታዲያ ከፌደራል የምርመራ ቢሮ ኃላፊዎችም ጋር መሆኑን ልብ በሉልኝ፡፡ አለበለዚያማ መታወቂያ መውሰድ ዘበት መሆኑ ነው፡፡ ለዚህ እኔን ጨምሮ በርካታ መወለዲኖች አያሌ ሂደቶችን ማለፍ ግድ ሆነብን፡፡ ሂደቱ ከሰሜን ይልቅ ለደቡብ የመናዊያን ይበልጥ የተወሳሰበና ልዩ ልዩ አታካች ደረጃዎች ያሉት ነበር፡፡ በዝርዝር ለማየት እንሞክር

ደረጃ አንድ

ሂደቱን ለመጀመር ማመልከቻውን በደምበኛ ጸሐፊ (የፍድቤት ጸሐፊ) መጻፍ ነበረበት፡፡ ጸሐፊ ተብየው ቋሚ የሥራ ሰዓት እና በቂ የጽሕፈት መሳሪያ

ስለሌለው እርሱን ፍለጋ በየጫት ቤቱ እየዞሩ ደጅ መጥናት ይኖራል:: ጫት ደግሞ በየዕለቱ ነበር የሚያመነዥከው:: ስለዚህ አብሮ መኳተንን ይጠይቃል:: አለዚያ ደግሞ ጸሐፊው የትርፍ ሰዓት ሥራውን በሚከውንበት ከፍርድ ቤቱ ፊት ለፊት በሚገኘው አግዳሚ ወንበር አለዚያም ታክሲ መጠበቂያ ፌርማታ ድረስ በመሄድ ነው የሚገኘው::

ትዕይንቱ አለ አይደል! በቃ ልክ በቴሌቭዥን እንደሚታየው አጓጊ እሽቅድድሞሽ መሯሯጥ ይመስል ነበር:: ይህ ሁሉ ታልፎ ጸሐፊው ሲገኝ ሎቶሪ የማሸነፍ ያህል ይቆጠራል:: ያው የሎተሪው እጣ ሽልማት የመንግሥት ሰነድ ቅጽ የሚሞላውን አካል ማግኘት ነው:: ከዚያ የፋይል ደብዳቢያ መጻፊያ ቅጽ እና ማህተም ያለውን ወረቀት ያዘጋጃል:: በዚህ የማይቀርብ ማንኛውም ማመልከቻ ፈጽሞ ተቀባይነት አይኖረውም:: ጸሐፊውም በሚዞርበት ሁሉ የቢሮ መገልገያዎች እና ማህተሙን ይዞ ነው:: ከእነዚህም ቁሳቀሶቹ የማመልከት የተዘጋጀ የራስጌ መለያ ያለው ወረቀት እና ማህተም ሁሌም አይለዩትም::

ይህ ጸሐፊ መንግሥት ደመዎዝ እየከፈለው የሚሠራ ቢሆንም ለአንድ ማመልከቻ እስከ 200 እና 250 የአሜሪካ ዶላር ጉቦ ይጠይቃል፤ ይህ ገንዘብ የአንድ የመንግሥት ትምህርት ቤት መምህር ወርሃዊ ደመዎዝ ነበር:: በጣም ብዙ ገንዘብ ነው:: የማመልከቻ ቅጹ ከተሞላ እና ማህተም ከተመታበት በኋላ አመልካቹ ወረቀቱን ይዞ ሌላ ሰሜን የመናዊነቱን፣ ጎሣውን እና የቤተሰብ ስሙን ማረጋገጫ ሰነድ ለማግኘት ሰነዱን ወደ ሚሰጡት ሰዎች በየቤታቸው መኳተን የግድ ይለዋል:: እንደየ ቤተሰቡ ችሎታ ቢለያይም አብዛኞቹ አረጋጋጭ መንደርተኛ ነዋሪዎች ለአድራጎታቸው እጅ መንሻ ይጠይቃሉ:: አለዚያ ማንነትን አይበይኑለትም ማለት ነው::

ይህን ለማግኘት ብዙዎቹ ትውልዳቸው ከሰሜን የመን ውጭ የሆኑ ልጆች በአባታቸው በኩል የሚኖራቸውን ውርስና ንብረት አሣልፎ ለመስጠት ተገደዋል:: ካልሆነ የቤተሰብ አባል ስለመሆናቸው ከአጎት በኩል ምስክርነት አለዚያም እውቅና አያገኙም:: ይህን አገልግሎት የሚፈልጉ ጥቂት ሴቶች ደግሞ የአጎታቸውን ወንድ ልጅ በግዳጅ እንዲያገቡ ይወሰንባቸል:: ይህ ከሆነ ነው እግዲህ የተቀሩት ቤተሰቦች የሰሜን የመን መታወቂያ ሰነድ የሚሰጣቸው::

ወደ እኔ ጉዳይ ስመጣ ባውዚር እና ባሽራሂል ዋስ ስለሆኑኝ እድለኛ ነበርኩ:: ከእኔ የሚጠበቁት አንዳች ጥቅምና የውለታ አጸፋ መልስ ባለመኖሩ ንጹህ እገዛቸውን አገኘሁ::

ሂደት ኹለት

በዚህ ሂደት ማመልከቻውና ማረጋገጫ ደብዳቤው ተያይዞ ወደ ሚመለከተው አካል ይመራል፡፡ የሚመራበት አካል በአካባቢው ተሰሚ የሆነ መሪ (ሼህ አልሃራ ተብለው ይጠራል) ነው፡፡ የዚህ ሂደት ዓላማ በዋነኝነት አመልካቹ የሚታወቅ ነዋሪ እና አድራሻ ያለው መሆኑን ማረጋገጥ ነው፡፡ እንደ ጸሐፊው ሁሉ ይህም ሰው ቋሚ የቢሮ አድራሻ ያለው ባለመሆኑ በየቦታው እየሄዱ ማደን የግድ ይሆናል፡፡ ምናልባትም ጸሐፊው በሚቀመጥበት አግዳሚ ወንበር ከሄዳችሁ ልታገኙትም ትችላላችሁ፡፡

አንዴ ይህ የማኅበረሰብ መሪ ከተገኘ በኋላ ደግሞ እርሱንም አስፈላጊውን ማረጋገጫ እንዲያዘጋጅ ማሳመን የሚጠበቅ ሂደት ነው፡፡ ለዚህ ደግሞ በትዕግስት ደጅ መጥናት፣ መለመን ተከታትሎ ወዳጁ ማድረግ ግድ ይሆናል፡፡ ይህም ሰው የምስክር ደብዳውን ለሠራበት ገንዘብ ይቀበላል፡፡ ይህ ሂደት ቅልጥፍናው እንደየ ወዳጅነት ደረጃ፣ እንደ አመልካቹ አድራሻ የሚወሰንም ጭምር ነው፡፡

ብዙ ጊዜ ሼሁ አመልካቹን የማያውቀው በመሆኑ አስፈላጊውን የሰነድ መጠይቅ ለመሙላት መረጃዎችን ከየአቅጣጫው መቃረም ይኖርበታል፡፡ የአመልካቹ የሥራ ሁኔታ መረጃ ባይጠየቅም ይህ ጉዳይ ፈጻሚ ከአመልካቹ የሚቀበለው ገንዘብ ከፍ ይልለት ዘንድ ሥራህ ምንድን ነው ብሎ ሊያፋጥጥም ይችላል፡፡ እኔ ተማሪ መሆኔን ደጋግሜ ስለምገልጽ ይህ ዓይነት ዘዴ እኔ ላይ አይሠራም፡፡ በጥቂት ክፍያ ተገላግያለሁ፡፡ ሆኖም ከተጠየቅሁት ኹለት እጥፍ ያህል ነበር የከፈልሁት፡፡ ይህን ማድረጌ ምን አልባት ኹለት ዓመታት በኋላ መታወቂያዬን ለማሳደስ ወደ ዚህ ሰው ስመለስ ሂደቱን ቀላል እና ቀልጣፋ ሊያደርግልኝ ይችላል በሚል ተስፋ ነበር፡፡

ሂደት ሦስት

እነዚህ ኹለት ጉዳዮች ከተከናወኑ በኋካ ቀጣዩ ሂደት ከተፈላጊነት ነጻ ሰነድ (ክሊራንስ) ለማግኘት ወደ ፖሊስ ጣቢያ ማምራት ይሆናል፡፡ በግልጽ እንደሚታወቀው የሀገሬው ፖሊስ ጣቢያ ምንም ዓይነት የወንጀል ማህደር የሉትም፡፡ እንዴትስ ብሎ ይኖረዋል? ፖሊስ ጣቢያው እኮ የፖሊስ ርዳታ ፈልገው የሚስተናገዱበት አገልግሎት መስጫ ሳይሆን የፖሊሶች መሰብሰቢያ

እና ጫት መቃሚያ ሥፍራ ሆኗል፡፡ ቦታው ደግሞ እጅግ የተጨማለቀና አፍንጫን በጥሶ የሚጥል ሰንፋጭ ሽታ ያለው ነው፡፡

የፖሊስ መኮንኖች፣ በጥቂት የመነሻ ጭቅጭቅ ለኹለት ቀናት የታሰሩ፣ በኪራይ ገንዘብ አልከፍልም ምክንያት የታሰሩ፣ የተበደሩትን ገንዘብ ያልመለሱ ሰዎች ስም ዝርዝ ይኖራቸዋል፡፡ ታዲያ ከእነዚህ ሌላ ከተፈላጊነት ነጻ ሰነድ ፈላጊ አመልካች ሲመጣ በቢሯቸው ለረጅም ሰዓታት ተቀምጦ መጠበቅ ግዴታው ነው፡፡ አሠራሩ ቅድሚያ የመጣ ቅድሚያ ይገለገላል ነው፡፡ ነገር ግን ቅድሚያ ወደ ጣቢያው የደረሰ አመልካች በአመዛኙ ወደ ከሰዓት እና ከዚያ በኋላ ከመጣ የፖሊስ መኮንኑ መልካምት መኖሩ ታክሎበት ይስተናገዳል፡፡ ለዚያውም የፖሊስ መኮንኑ ከጫት ቡድኑ ተነጥሎ ለመነሳት ፍንት ካሳዬ ብቻ፡ ፡ ታድያ 50 ሰው እና ከዚያ በላይ አገልግሎት ፈላጊ ተሰልፎ ጉዳዮች የሚታዩት (የሚፈጸሙት) 6:00 ሰዓትን ጠብቀው በመሆኑ ከተገልጋዮች ጫታቸውን ይዘው መጥተው ፖሊሶችን የሚቀላቀሉና ወረፋ የሚጠባበቁም ይኖራሉ፡፡ ይህም ብቻ አይደለም፡፡ አገልግቱ ለሰላት ሰዓት በሚል ከ 1 እ 2 ሰዓታ ይቋረጣል፣ ለአሱር ጸሎት ሦስት ሰዓት ላይ፣ ምሽት 6፡11 ለማብሪክ ሰዓት እና 7፡41 ደግሞ ለኢሻ ሰላት ይቋረጣል፡፡ በተለይ መስጊዱ ከጣቢያው ቅርብ ከሆነ ሁሉም ለ3 ጊዜ ያህል ሶላቱ በጣቢያው ይካሄዳል፡፡ ካልሆነ ሰላቱ በጣቢያው አካባቢ ይፈጸማል፡፡ እኔ በግሌ ጸሎት አላደርስም፡፡ ጉዳዬን በማስፈጽምበት ጊዜ ግን የሶላት ሥርዓትን በመፈጸሜ ማንንም ሳላስቀይም ቀርቻለሁ፡፡

ተራዬ ደረሰ እና የፖሊስ መኮንኑ ሰነዶችን ሁሉ አገላብጦ ከተመለከተ በኋላ ጥቂት ጥያቄዎችን ጠየቀኝ፡፡ የጉቦ ገንዘቡን ወሰደ፡፡ ከዚያም ምንም ዓይነት የወንጀል መዝገብ እንደሌለኝ ከማመልከቻዬ አናት ላይ ጻፈ፡፡ ይህን ያደረገው ከዚህ ቀደም ወንጀል ልሥራ አልሥራ ምንም ሳያጣራ ነበር፡፡ ከየመን ወንጀለኞች አንዱ ብሆንም ኖሮ የሙስና ገንዘቡን እስከ በላ ድረስ ማረጋገጫውን ከመስጠት ወደ ኋላ አይልም ነበር፡፡ እናም ፊርማውን አኖረና ሰነዶቹ ላይ ማህተም መታባቸው፡፡

ሂደት ዐራት

በዚህ የመጨረሻ ሂደት የሚጠበቅብኝ ወደ የመን የሀገር ውስጥ ደኅንነት መምሪያ መጓዝ ነበር፡፡ የየመን ተቀዳሚና እጅግ የተፈራው የሀገር ውስጥ

ጸጥታ እና ደኅንነት ጥምረት ላይ የፖለቲካ ደኅንነት ተቋም (pso) ተብሎ የሚጠራው ተቋም ነው፡፡ የሚመራው በወታደራዊ ሠራዊት መኮንን ሲሆን ተጠሪነቱም ለፕሬዝዳንቱ ሆኖ የራሱ የሆኑ የእሥር ቤት ማዕከላት አሉት፡፡ የሀገር ውስጥ ሚኒስቴር አካል የሆነው ማዕከላዊ የጸጥታ ተቋሙ ብሔራዊ የጦር ኃይሉን ያስጠብቃል፡፡ የራሱ የሆነና ህጋዊ እውቅና የሌለው እሥር ቤት ያለውም ጭምር ነው፡፡ ሌላው ከሀገር ውስጥ ሚኒስቴር ጋር በመዳበል የሚሰራው ተቋም የወንጀል ጉዳዮች ምርመራ መምሪያ (CID) የፖሊስ ክፍል ሲሆን የበዙትን የወንጀል ጉዳዮች መርምሮ ለእሥር ይዳርጋል፡፡

የአሜሪካ ውጭ ጉዳይ ሚኒስቴር ይፋ ባደረገው መረጃ መሠረት የ(pso) እና የሀገር ውስጥ ፖሊስ ኃይሎች ሚኒስቴር በጋራ በመሆን በርካታ የሰብአዊ መብት ረገጣ ወንጀሎችን ፈጽመዋል፡፡ ካደረሷቸው ጥቃቶች ያለክስ (ፍርድ ቤት ሳያቀርቡ) ተጠርጣሪን ለረጅም ጊዜ በእሥር ቤት ማጎርና አካላዊ ጥቃቶችና ድብደባዎች ይገኙበታል፡፡

የሀገር ውስጥ ጉዳዮች ሚኒስቴር፣ የወንጀል ምርመራ ዲፓርትመንት ፣ ፖለቲካዊ ጸጥታ ጉዳዮች ተቋም ... እነዚህ ሁሉ እንስሳዊ አስተዳደርና ጭካኔ የተሞላበትን ፖሊሲ የመረጡ አርዌላዊ ተቋምነትን የመረጡ ናቸው፡፡

እኔን ጨምሮ ማንነታቸው ከደቡብ የመን የሆኑ ሁሉ ሰነዳቸውን ለሀገር ውስጥ ጸጥታ ጉዳዮች መምሪያ ማቅረብ ይጠበቅብን ነበር፡፡ ይህ መምሪያ በአመልካቾች የሚሞላ ራሱን የቻለ የመጠይቅ ቅጽ ያዘጋጃል፡፡ የሚሞላው ቅጽ ከአንድ መቶ ቃላት የማያንስ ይዘት ያለውና የአመልካቹ የግል አጭር የሕይወት ታሪክ በዝርዝር የሚሞላበት የግል ማህደር ነው፡፡ ይህን ለማድረግ መለስ ብዬ የነበረኝን ሥራ፣ ከዚህ ቀደም በሦስት ቅጽ የጻፍሁትን ማስታወሻ በማጣቀስ ጥቂት ቃላትን ማስተካከልና የሕይወት ታሪክ ቅንጭብ አድርጌ በቅጹ መሙላት ነበረብኝ፡፡ ምክንያቱም ቀደም ሲል ከነበረው ማህደር ያሁኑ ማመልከቻ ልዩነትና መጣረስ ካለው አመልካቹ እሥርና ግርፋት ነው የሚከተልበት፡፡ ለሰሜን የመን መታወቂያ የተሞላበት የማመልከቻ ሰነድ በቂ ተደርጎ አይወሰድም እንደማለት ነው፡፡

አመልካቹ በዚህ ቢሮ ልክ እኩለ ሌሎት ላይ እንዲገኝ ቀጠሮ ይሰጠዋል፡፡ ይህ ፍጹም ኢ-ምክንያታዊ መጠይቅ ነው፡፡ በዚህ ተቋም የመጀመሪያ ጉብኝቴ ማመልከቻዬን ከወሰድሁ በኋላ ለወኪሉ አደገኛ የሆድ ህመም ስላለብኝ በቶሎ መመለስ እንዳለብኝ ነገርሁት፡፡ ልብ ያላለውን ባዶ የማመልከቻ ቅጽ ይዤ ከህንጻው ወጣሁ፡፡ በቀጣዩ ቀን ቅጹን ሞላሁና ኹለት ቅጅ አስቀርቼ ወደ

ተቋሙ አመራሁ፡፡ ከዚያም እንደደረስሁ ሁሉንም መረጃዎቼን በአዲስ ማመልከቻ ቅጽ ላይ ገለበጥኩና ለራሴ አስቀረሁት፡፡ ይህን ማድረጌ በሁሉም ቢሮና ተቋም የምሞላው ቅጽ ተመሳሳይና መጣረስ የሌለበት እንዲሆንልኝ አስችሎኛል፡፡ ጥንቃቄ መሆኑ ነው እንግዲህ፡፡ ቅጣቱን ነግሬያችሁ የለ?! ጎመን በጤና!

ታዲያ ግን ይህን በማድረጌ ከእኔ በፊት እንደተስተናገዱት አመልካቾች ሁሉ በጥያቄ አፋጠው አስረው፣ ገርፈውኛል፡፡ ከዚህ ተቋማ የከተፈላጊነት ነጻ ወረቀት ማግኘት ከባድ ሂደትን ማለፍ ይጠይቃል፡፡

የአመልካቾች ሰነድ በቢሮ መሳቢያ ተቆልፎበት ሳይታይ ለበርካታ ወራት ሊቆይ ይችላል፡፡ ባስ ሲል ደግሞ ዋናው ማመልከቻ አብሮ ሊጠፋም ይችላል፡ ፡ ይህ ካጋጠመ አመልካቹ እንደገና ሀ ብሎ ከመጀመሪያው ሂደት መጀመር ግድ ይሆንበታልና አያድርስ ነው፡፡

የአስተዳደር ሥርዓት ብልሹነት

ወዳጆቼና ዘመዶቼ እንደነገሩኝ ከሆነ የመታወቂያ ወረቀት በማግኘቱ ሂደት በርካታ ግለሰቦች እሥር፣ መገረፍና መንገላታት ተፈጽሞባቸዋል፡፡ ልጃገረዶች ለራሳቸውና ለተቀረው ቤተሰባቸው የመታወቂያ ወረቀት ለማውጣት ሲሉ የግዳጅ ወሲባዊ ጥቃት ይደርስባቸዋል፡፡

አንዳንድ የጸጥታ መኮንኖች በልጃገረዶች ላይ የሚፈጽሙት ወሲባዊ ጥቃት በአንድ ጊዜ ብቻ የማያበቃበት ሁኔታም ይፈጠራል፡፡ ሂደቱን ሁሉ አልፈው የማንነት መታወቂያ ሰነድ በእጃቸው ካስገቡ በኋላ በፖሊስ መኮንኖቹ ርህራሄ ቢስ ቅንዝረኝነት የተነሣ ቋሚ የወሲብ ጥቃት ሰለባዎች የሆኑም በርካታ ልጃገረዶች ነበሩ፡፡ ከፍርሃታቸው የተነሣ በተለይ ሥልጣኔ ያልገባቸው ደካማ ልጃገረዶች ይህ ዓይነቱን ጥቃት በጸጋ ነው የሚቀበሉት፡፡ ይህ የሚሆነው በኹለት ምክንያት ነው፤ አንድም የጥበቃ ከለላን ለማግኘት በሚል አንድም ለሴቶች እምብዛም ክብር ከማይሰጠው ማኅበረሰብ ራሳቸውን ለመጠበቅ ነው ሲባል፡፡

ወሲብን በፍላጎት ካላደረጉት ጥቂቱ ጉዳያቸው እልባት እንዲያገኝላቸው በማሰብ ከነዚህ ሙሰኛ የፖሊስ መኮንኖች ጋር ሳይወዱ በግድ ቀለበት ያስሩም

ነበሩበት፡፡ እንዲህ ባለው አጋጣሚ ሰነዱ ቢጠናቀቅ እንኳን በፖሊሶቹ እጅ ይቆያል፡፡

ከላይ የተጠቀሱት ሂደቶች በሙሉ ለባለሥልጣናቱ እንደ ገቢ ማግኛ ዘዴም ጭምር ሆነው ነው የሚያገለግሉት፡፡ በመታወቂያዎቹ ላይ የአገልግሎት ዘመን ማብቂያ ዕለት ስለሚያስፍሩባቸው በየኹለት ዓመታቱ ለመታወቂያ እድሳት ሂደቱ ከመጀመሪያው ጀምሮ በድጋሚ ይከናወናል፡፡ በዚህ የተነሣ በተለይ ከየመን ውጭ በሌሎች ሀገራት የተወለዱ የመናዊያን ከፍተኛ የገንዘብ ተበዝባዥና ተበዳይ ሆነዋል፡፡ በተለይ በ1970ዎቹ እና 1980ዎቹ በርካታ የመናዊያን እንግሊዘኛና ፈረንሳይኛን የመሳሰሉ የውጭ ቋንቋዎችን ይቅርና ዐረብኛ ቋንቋን እንኳን መጻፍ እና ማንበብ አይችሉም ነበር፡፡ ባንኮች፣ አየር መንገዶች፣ ኤምባሲዎችና፣ የመንግሥት ያልሆኑ ተቋማት ወዘተ. ሥራቸውን ለማከናወን በርካታ የሰው ኃይል ያስፈልጋቸው ነበር፡፡

ይህን ፍላጎታቸውን ደግሞ ከየመን ውጭ ከተወለዱት የመናዊያን በቀር አንድም የሚያሟላ ዜጋ አልነበረም፡፡ በዚያን ወቅት ብዙዎቻችን ለተጠቀሱት ተቋማት የሚመጥን የዕውቀት ስንቅ ይዘን ነበር ወደ የመን ያቀናነው፡፡ በተጠቀሱት 20 ያህል ዓመታ ውስጥ በግሉ ዘርፍ የተቀጠሩት ከ90 በመቶ በላይ ሠራተኞች ከየመን ውጭ በሌሎች ሀገራት የተወለዱ ነበሩ፡፡ ከተሰማሩበት ሙያ ታዲያ ማራኪ የሚባል ደሞዝ ነበር የሚቆረጥላቸው፡፡ ይህ አጋጣሚ በባህልና በማበራዊ ጉዳይ ለተገለልነው የብልጽግናችንና የሀብታችን መነሻ በመሆን ሊጠቀስ ይገባዋል፡፡

፡፡

ምዕራፍ አሥራ አንድ

ማሪብ

ንግሥተ ሳባ የንጉሥ ሰለሞንን ዝና በሰማች ጊዜ ፈተና ልታቀርብለት መጣች፡፡

- መጽሐፈ ነገሥት ቀዳማዊ 10÷1

ለመጀመሪያ ጊዜ በሰንዓ በነበረኝ ቆይታ ከተማዋን በቅጡ አላውቃትም ነበረና አል አራሲ (አብደላ እዝራ) ከማስጎብኘት በተጨማሪ ለሥራ ቅጥር እንዳመለከት ወደ አሜሪካ የልማት ተራድኦ ድርጅት (USAID Yemen) ይዞኝ ሄደ፡፡ በሰንዓ ዩኒቨርስቲ የመግቢያ ፈተና ወስጄ የሳይንስ ዘርፍ ለማጥናት እንድመዘገብም ምክንያት የሆነኝና ያበረታታኝ እርሱ ነበር፡፡

በ1981 ጸደይ ወቅት በUSAID ሒሳብ ሠራተኛነት ተቀጥሬ በወር 1800 የአሜሪካ ዶላር እየተከፈለኝ ማገልገል ጀመርሁ፡፡ በወቅቱ ክፍያው በዓመት ተጣርቶ 21 ሺህ የአሜሪካ ዶላር ይደርሳል፡፡ ይህ ማለት በወቅቱ በአሜሪካ የሚኖር የኮሌጅ ተመራቂ ከሚያገኘው ገቢ ጋር የሚስተካከል ትልቅ ክፍያ ነበር፡፡ ጥሩ ደመዎዝ በማግኘቴ አዲስ መኪና ለመግዛት፣ የተሻለ አፓርትመንት ለመከራየት፣ ውድና ቅንጡ ልብሶችን ለመግዛት፣ ቤቴን በውድ ዕቃዎች ለማሳመር እንዲሁም ከዚህ በኋላ በተለይ በልጅነት ዘመኔ ለእኔ ሩቅ ስለነበሩት ስለመሠረታዊያኑ ስለ ምግብ፣ አልባሳት እና መጠለያ ስለመሳሰሉት ጉዳዮች ማሰብና መጨነቅ ያቆምሁበት ወቅት ሆነ፡፡ ያ ዘመን አበቃ፡፡

ዘወትር አብሮኝ የሚሠራ ማንኛውም አሜሪካዊ ለረፍት ጊዜ ወደ ሀገሩ ሲሄድ የማነበውን ቢያንስ ኹለት መጻሕፍት እንዲያመጣልኝ አደርጋሁ፡፡ ተቋሙን በለቀቅሁበት 1984 ጊዜ ደሞዜ በእጥፍ ተመንድጎ በወር እስከ

3500 የአሜሪካ ዶላር ይከፈለኝ ነበር። ደሞዙ ጥሩ የሚባል በመሆኑ በየመን ቆይታዬ በማኅበረሰቡ ላይ ቅሬታ ቢኖርብኝም ቢያንስ በኢኮኖሚ ደረጃ የተደላደለ ኑሮ እንድኖር አስችሎኛል።

ከዚህ ቀደም ለመጎብኘት ዕድሉን ሳላገኝ የቀረሁባቸውን በርካታ ቦታዎችንም ለመጎብኘት ችያለሁ። ማሪብን ጨምሮ በሰሜን የመን የሚገኙ ብዙ ሥፍራዎችን ተዘዋውሬ ለመመልከትም በቅቻለሁ።

ማሪብ የጥንታዊው የሳባ ግዛተ መንግሥት ርእሰ መዲና ነበረች። ጥቂት ምሁራን ማሪብን የንግሥተ ሳባ መንፈሳዊ ዝና የናኘባት ምድር ሲሉም ገልጸዎታል። የአይሁድ እና የዐረብ አስተማሪዎቼ ደግሞ ንግሥተ ሳባን በብልህነቷ፣ ጥልቅ አስተሳሰቧና በጥበቧ እንዳውቃት አድርገው ነበር ያስተማሩኝ። ከሰለሞን እኩል ጠቢብነቷ ተነግሮኝ ነው ያደግሁት። ንጉሥ ሰለሞን (ጠቢቡ ሰለሞን) ከክርስቶስ ልደት በፊት በአሥረኛው መቶ ክፍለ ዘመን ገደማ የእሥራኤል ንጉሥ የነበረና በአይሁዶች ታሪክም እጅግ ጥበበኛና ብልህ ንጉሥ እንደነበረ የሚነገርለት ንጉሥ ነው።

(ስለ ማሪብ እና ንግሥተ ሳባ ተጨማሪ መረጃ ለማግኘት አባሪ አምስትን ይመልከቱ) ማሪብ በሳዋራት ተራሮች ተከብባ የምትገኝ ከሰንዓ 170 ኪሎ ሜትሮች ያህል የምትርቅ ሥፍራ ናት በ USAID እና አሜሪካ ኤምባሲ አብረውኝ የሚሠሩ አብዛኛዎቹት አሜሪካውያን ቤተሰባቸውን ይዘው በተደጋጋሚ የሚጎበኟት ከተማም ነበረች።

የትርጁማንነት ማለትም የአስተርጓሚነት ሥራ እንድሠራ አብሬያቸው እንድሄድ ይጋብዙኛል። እነዚህ አሜሪካኖች ቀደም ብለው ቢሆን ስለማሪብ ከተማ እና ህዝቦቿ በርካታ እውቀት የነበራቸው ቢሆንም ከሀገሬው ህዝብ ጋር ለማሳለፍና ለመጎብኘት በተደጋጋሚ ወደ ሥፍራው ይጓዛሉ። ምልባት ግር የሚላቸው የየመን ጥልቅ ባህልና ምን ምን አግባብነት ያላቸው ጥያቄዎችን ማንሳት እንዳለባቸው ነበር የማግዛቸው።

በአብዛኛዎቹ የየመን ሰዎች ቅር የሚሰኙባቸው “ስንት ሚስቶች አሉህ? ለአንድ ሚስትህ ምን ያህል ገንዘብ ትከፍላታለህ” የሚሉ አስደንጋጭ ጥያቄዎችን ይጠይቁ ነበር። እነዚህ ጥያቄዎች በየመናዊያን ዘንድ የሚፈጥሩትን ቁጣ ስለምረዳ ብዙ ጊዜ ከመተርጎም እቆጠባለሁ።

በአንጻሩ የመናዊያን ለአሜሪኖች መሰል አብግን ጥያቄዎችን ያነሳሉ። ‹‹ለምንድን ነው የሚስትህን ባቶቿንና ፊቷን እንድትከናነብ ያላደረግሀት?››

‹‹ለምን ሴት ልጅህ ቆማ ቀረች?›› የመሰሉ ጥያቄዎችን ቢጠይቁም ሰላም ለመፍጠር በሚል አልተረጉምላቸውም ነበር፡፡

የተወሰኑ የመናዊያን ለአሜሪካውያኑ በጎ አመለካከት አልነበራቸውም፡፡ በሰላይነት ይጠረጥሯቸዋል፡፡ የመናዊያን ሁሉም ነጮች በተለይ አሜሪካዊያኑ የእሥራኤል ደጋፊ እንደነበሩ ነበር የሚያስቡት፡፡ በየመናውያን ውስጥ ጎሣዊ አሳቤ ጎላ ያለ ሥፍራ ያለው በመሆኑ ምክንያት ሁሉም ነጮች የአንድ ጎሣ ሰዎች ተደርገው ነው የሚቆጠሩት፡፡ በቃ ለየመኖቹ አንድ ሰው ነጭ ከሆነ፤ አይሁድ ነው አለዚያም ደግሞ አፍቃሬ አይሁድ ነው፡፡ ይኸው ነው!

ታዲያ በጎብኚዎቹ እና በሀገሬው መካከል የሚታዩው መሰል የባህል ግጭት መኖሩ የማስተርጎም ሥራዬን እንድማረርበት ያደርገኝ ነበር፡፡ ፈጽሞ ምቾት ሳይሰጠኝ ነው ጊዜ የማሳልፈው፡፡ ሙያዬ አስጎብኚነት አይደለም፤ ስለዚህም በሰላም ጎብኝቼ መመለስን ነበር የምሻው፡፡ በአጠቃላይ መልኩ የመናዊያን እንግዳ ተቀባይ ሲሆኑ፣ አሜሪካኖች ደግሞ ለሰው የመጠንቀቅ ስሱ ጠባይ አላቸው፡፡ ያልተገቡ ጥያቄዎች (ነውሮችን) እንደ ጥያቄ የሚያቀርቡት ባህሉን ካለመረዳትና ለማወቅ ከሚፈጠር ጉጉት የተነሣ ነበር፡፡ የመናዊያን በአንጻሩ ያጡ የነጡ ቢሆኑም እንኳ በለጋስነታቸውና ያላቸውን በመስጠት ፈጽሞ የሚታሙ አይደሉም፡፡ አሜሪካኖቹን ባገኙ ቁጥር በሞቀ ፈገግታና በፍጹም ደስታ ነው የሚቀበሏቸው፡፡

USAID (የአሜሪካ የልማት ተራድኦ ድርጅት) የአሜሪካ መንግሥት ፈንድ ሲሆን 1975 በሰንዓ ከተማ መሥሪያ ቤቱን ተከሷል፡፡ ከ 1970ዎቹ አንሥቶም ለሀገሬው ህዝብ ምግብ፣ ንጹህ የመጠጥ ውሃ፣ መንገዶች፣ እና የግብርና ልማት ለማዳረስ ሲሠራ የቆየ ተቋም ነው፡፡

በተለይ በ1980ዎቹ የሚያደርገውን ድጋፍ በዐራት እጥፍ በማሳደግ በሰሜን የመን በትምህርት ፣ በጤና እና ንጹህ ውሃ ማዳረስ ዘርፍ ላይ በትኩረት ርዳታ ሲሰጥ ቆይቷል፡፡ በ1970ዎቹ መጨረሻ አካባቢ USAID ከሰሜን የመን መንግሥት ጋር በጋራ በመተግበር የየመን ዐረብ ሪፐብሊካዊት መንግሥት (YARG)ን ብሔራዊ የግል ዘርፍ ግብርና ምርት ማሳደግና ገበያ ልማት ላይ የሥልጠና ፕሮጀክት እና ቴክኒካዊ ድጋፍ በማድረግ አስተዋጽኦ አድርጓል፡፡

ቀዳማዊው የፕሮጀክቱ ምእራፍ ማለትም ከ1978 እስከ 1988 ባሉት ጊዜያት ከመንግሥት የሚደረገውን ድጋፍ ጨምሮ በአጠቃላይ 34 ሚሊዮን 494 ሺህ የአሜሪካን ዶላር መድቦ ተንቀሳቅሷል፡፡ ይህም ብቻ አይደለም

የአሜሪካ መንግሥት ከዋንግ ኮምፐዩተርስ (Wang computers) ጋር በመተባበር ይህንኑ ፕሮጀክት ለመደገፍ በተያዘው ቁርጠኝነት በርካታ ኮምፒውተሮችን በደጋፍ መልክ አስረክቧል፡፡

በወቅቱ የተለገሱት ኮምፐዩተሮች በአብዛኛው ለጽሕፈት አገልግሎት ጥቂቶቹ ደግሞ ለመረጃ ቋትነትና ስደራ ለሚያገለግሉ ነበሩ፡፡ በተሰጠኝ የሥራ ኃላፊነት ምክንያት በርካታ የገንዘብ ነክ መዛግብት እና ተያያዥ ጉዳዮች ጋር ብዙ ጊዜዬን ስለማሳልፍ ከብዙዎቹ ሰሜን የመናዊያን በተሻለ ስለ አሜሪካ መንግሥት የዘርፉ አሠራር ዕውቀትን ማዳበር ችያለሁ፡፡

የሀገሪቱ ዜጎች በአብዛኛው የተሰማሩት በአሽከርካሪነት ሥራ ላይ ነበር ማለት ይቻላል፡፡ በ1990ዎቹ መባቻ በአንድ የነዳጅ ኩባንያ ተቀጥሬ በምሰራበት ዘመን ደግሞ፤ ብዙኃኑ የሀገሬው ዜጎች በመለስተኛ ረዳትነት ሥራዎቹ ተሰማርተው በመርከብ ላይ ይሠሩ ነበር፡፡ የቢሮ አስተዳደር ሥራዎች የሚከወኑት በውጭ ሀገራት ዜጎች ነው፡፡ በዚህ ሳቢያ ብዙኃኑ የሰሜን የመናዊያን ተቀጥረው የሚያገለግሉባቸውን ተቋማት ሒሳባዊ እንቅስቃሴ ዘርፍ የመገንዘብና የማወቅ አንድም ዕድል አልነበራቸውም ማለት እችላለሁ፡፡ ይህ ሁኔታ በድንግዝግዝ ዕውቀት ውስጥ ብቻ እንዲዋልሉ ምክንያት ሆኖባቸዋል፡፡

በየመን USAID የሥራ ዘመኔ በሒሳብ ባለሙያና ገንዘብ ያዥነት እያገለገልሁ ሳለ ሪቻርድ ማዲ የተባለ ዐለቃዬ የኮምፒውተር ከፍተኛ ባለሙያ እሆን ዘንድ መረጠኝ፡፡ በዚህ የተነሣ ጄምስ ዚግሌ የተባለውን አሜሪካዊ የዘርፉ ባለሙያ መገዳደር ጀመርሁ፡፡ ኮምፒውተርን በአግባቡ ማንቀሳቀስ፣ የፕሮግራም ኮዶችን መጻፍ፣ ለሌሎች ሠራተኞች የኮምፒውተር ክኅሎት ሥልጠና መስጠት የመሰሉ ኃላፊነቶችን በብቃት ተወጣሁ፡፡ በእነዚህና በሌሎች አበርክቶዎቼ ከ40 ዓመታት በኋላ ዛሬም ድረስ ልባዊ ኩራት ይሰማኛል፡፡ ከኋላ ቀርና ያልሰለጠነ ኅብረተሰብ መኻል ወጥቶና ልቆ ተገኝቶ በታዳጊ ሀገር ላይ ባለ ያልዳበረ ቴክኖሎጂ አልፎ በጊዜው ለዚህ ብቃት መድረስ በርግጥም ቀላል የሚባል ነገር አልነበረም፡፡

በጊዜው በ1982 አጋማሽ በሂደት የዳበረውና አስተማማኝ ደረጃ ላይ የደረሰውን ሁለንተናዊ ክኅሎቴን እና ከአሜሪካኖቹ ባልደረቦቼ ጋር ያለኝን የትብብር መንፈስ ተገን በማድረግ የከፍተኛ ትምህርቴን ለመቀጠል በማሰብ የአሜሪካ ዩኒቨርስቲዎችን ማሰስና ማጥናት ተያያዝሁት፡፡ ዐለቃዬ ሪቻርድም ቢሆን ወደ አሜሪካ ሄጄ የተሻለ የትምህርት ዕድል በማግኘት ተምሬ በኮምፒውተር ቴክኖሎጂ ዘርፍ የየመን የወደፊት ተስፋ መሆን እንደምችል

አምኗል፡፡ ይህ እውን እንዳይሆን ግን በሰሜን የመን የነበረው የባህል፣ የሕግ እና የፖለቲካ ሥርዓት መሰናከል ሆነብኝ፡፡

ደጋግሜ ለመግለጽ እንደሞከርሁት እኔ ማለት ከአንዲት ኢትዮጵያዊት እናት የተወለድሁ፤ ከአፍሪካ ምድር የበቀልሁ ማንነቴ የተከለሰ አንድ ግለሰብ ነኝ፡፡ የሰሜን የመን ወገን አይደለሁም፡፡ የዘር ሃረጌ የሚመዘዘው ከኻድራሙት አካባቢ ከኮሚኒስት ደቡብ የመን ነው፡፡ ከሁሉ በላይ ደግሞ በማኅበራዊም ሆነ በአስተዳደር ሥርዓቶች ውስጥ በሚኖረኝ እንቅስቃሴ ለእኔ ወግኖ የሚቆምልኝና ድጋፋን የሚሰጠኝ የጎሣ ማንነታዊ መሠረት አልነበረኝም፡፡ በሰሜን የመን በኖርሁባቸው የመጀመሪያዎቹ ኹለት ያህል ዓመታት በደቡብ የመን፣ በሳውዲ አረቢያ፣ ኩዌት፣ እና የተባበሩት ዐረብ ኤምሬት ከሚኖሩ ማናቸውም የሥጋ ዘመዶቼ ጋር የመገናኘት ዕድል ፈጽሞ አላገኘሁም፡፡ ለበርኪታ ሥነ አካላዊና የኑሮ ፍላጎቶቼ መሟላት ስል ከእነዚህ ወገኖቼ ጋር የመገናኘት ፍላጎቴ ተነሣስቷል፡፡ ሰሜን የመንን ጨምሮ ሁሉም የባሕረ ሰላጤው ሀገራት ማለት ይቻላል ኅብረተሰባዊ መዋቅራቸው ጎሣ ላይ የተመሠረተ ነበር፡፡ የአንድ ግለሰብ ማንነት፣ ደኅንነት፣ በአጠቃላይ በሰላም መኖር የመሳሰሉት ነገሮች ሁሉ ከጎሣዊ ማንነቱ ጋር የተዛመዱና የተበየኑ ናቸው፡፡ ማንም ቢሆን ምን ያህል የተማረና የጥሩ ሥነ ምግባር ባለቤት መሆኑን ከግምት አያስገቡለትም፣ ጎሣዊ ቡድንተኝነት የገነነበት ማኅበረሰብ ነው፡፡

ካንተ ጋር ማኅበራዊ ቁርጠኝነትና ግለሰባዊ ግንኙነት ለመመስረት የሚሻ ሰው ሁሉ በቅድሚያ የየትኛው ጎሣ አባል መሆንህን ነው የሚጠይቀው፡፡ ከእህቶቼ አንዷ ወደ ኩዌት በሄደች ጊዜ የሚያውቋት ሁሉ የሞቀ አቀባበል ነበር የተቀበሏት፤ ምክንያቱም በዐረቡ ዓለም ሼህ አሊ-ሀርሀራ እጅግ ስማቸው የገነነና የተከበሩ ሰው ስለነበሩ ነው፡፡

እኔ አባቴ ያደርግ እንደነበረው ሁሉ ራሴን ሳስተዋውቅ ሼህ የሚለውን ማዕረግ በመግደፍ የአያቴን ስም ቤን ሐርሓራ ብቻ ብዬ ነበር የምገልጸው፡፡ ሼህ የሚለው ተቀጽላ የበላይ ማኅበረሰብ አባልነት አለዚያም ማንነታዊ መገለጫ መሆኑን በሚገባ ስለምትገነዘብ እህቴ ዘወትር ሼህ አሊ ሐርሓራ የቤተሰብ ሙሉ መጠሪያ ጠቅሳ ነው ራሷን ለሰዎች የምታስተዋውቀው፡፡ ይህ መሆኑ አንዳች በማኅበረሰቡ ዘንድ የሚፈጥረው የጋራ አመለካከት እንዲኖር ምክንያት ሆኗል፡፡ ጎሣን በማስተዋወቅ ይበልጥ የዝምድናና የደኅንነት ስሜትን ለራስ መፍጠርን መጎናጸፍ ይቻላል፡፡ በጎሣ ማንነት በመተሳሰር ራስን ከጠላት ለመከላከልና በጋራ ሠርቶ ለስኬት ለመብቃት ቀላል ይሆናል፡፡ በዚህ መሠረት በሥራው ዓለም ጎሣዎች ቡድን በማበጀት ይሠራሉ፡፡ በኢትዮጵያ በነበረኝ

ዕድገት አንድ ‹‹የት ወደቅህ›› የሚለው የሌለ የተረሳ ማርክሲስታዊ ታዳጊ ነበርሁ፡፡ አሁን ላይ ደግሞ ሳይወድ በግድ የየመንን ጎሣዊ ማንነትን እንዲሸት የሚቅበዘበዝ ወጣት ነኝ፡፡ ሆኖም ግን፤ ምንም ዓይነት የጎሣዊ ማንነት ትስሥርና ግንኙነት አልነበረኝም፡፡ ጨርሶ እንደነበረኝም አይሰማኝም፣ ማንም ነኝ፣ ምክንያቱም ያለ ጎሣዬ ተቀጽላ ማንነት የሚባል ነገር አይኖረኝም፡፡

ይህን ሳስብ ከግለሰባዊ ማንነት ባሻገር የብሄር ማህቀፍ በጎሣዊ ማንነት መለየትና በቤተሰቤ መጠሪያ ይፋ መሆንን ጀመርሁ፡፡ አንድ ንባቤ ላይ የሐርሓራ ጎሣ አባላት ጀግና ጦረኞች ሃይማኖታዊ ምሁራን፣ እና ሡልጣኖች መሆናቸውን በሚገባ አንብቤያለሁ፡፡ በርግጥ ከተጠቀሱት ውስጥ እኔ አንዱንም አይደለሁም፡፡ ሁሌም ቢሆን በተራ የሰሜን የመን ትራፊክ ፖሊሶች ወይንም በጸጥታ የደኅንነት አባላት እንደተመዘበርሁ ነበር፡፡ በዘሬና ጠቆር ባለው ገጽታዬ ምክንያት እንግልት ይደርስብኛል፡፡ አለዚያም ደግሞ በእነዚህ ሰዎች አላስፈላጊ ገንዘብ ወጭ እንዳደርግ ግድ እባል ነበር፡፡

ዘወትር ማንነቴን ፍለጋ የአያት ቅድመ አያቼን መሠረት ለማግኘት እቃብዛለሁ፤ ከራሴ ጋር ግጭት ውስጥ እገባለሁ፡፡ ሆኖም ግን በዘር ማንነት ከምዛመደው ማኅበረሰብ ገለል ተደርጌ ነው ኑሮዬን የገፋሁት ማለት እችላለሁ፡፡

በ1982 ድንገት ትኩረቴ በሰሜን የመን ለመኖር ከመፍጨርጨር ብንን ብዬ በደቡብ የመን ኤደን እና ኻድረሙት ከተማ፣ በአቡዳቢህ፣ በተባበሩት ዐረብ ኤምሬቶች እና ጅዳህ፣ ሳውዲ ዐረብያ የሚኖሩትን የወላጆቼን ወገኖች እንድጎበኝ / እንድጠይቅ ተነሣሳሁ፡፡

ምዕራፍ አሥራ ሁለት

ጎሣዊ ማንነቴ

የኋላ ማንነታቸውና ታሪካቸውን በቅጡ ያልተረዱ ሰዎች ባህላቸውና የዘር ምንጫቸውንም በአግባቡ የማያውቁ እነርሱ ልክ ሥር እንደሌለው ዛፍ ናቸው፡

- ማርከስ ጋር ቬይ

የሰሜን የመን መታወቂያ ካርድ ለማግኘትና የዘር ምንጬን ለማረጋገጥ የአባቴን ኻድራሚ ጓደኛችን እገዛ እፈልግ ነበር፡፡ እነዚህ ሰዎች እድሜያቸው የገፋና ጤናቸውም እምብዛም የማያስመካ ዓይነት ደካሞች ሆነዋል፡፡ ዝም ብዬ ስተነብይ ምናልባት ከ5 እና 10 ተጨማሪ ዓመታት በላይ የመኖር ዕድል ያላቸው አይመስለኝም፡፡ ይህን እያሰብሁ ‹‹አሁን እነዚህ ሰዎች ሕይወታቸው ቢያልፍ ማን ዋስ ይሆነኛል? ኧረ ማንስ ነው ለመሆኑ ይህ ግለሰብ የኛው ልጅ የመናዊ ነው ሲል የሚቆምልኝ?›› እያልሁ እብሰለሰላለሁ፡፡ ምክንያቱም መልኬ ከሱማሌያዊ እና ኢትዮያዊ የሰሜን የመን ነዋሪ ስደተኞች ጋር ያምታታ ነበር፡፡

በዚህ ጭንቀት ነው እህቶቼን፣ አጎቶቼን፣ ዘመድ አዝማዶቼን እና ሌሎች የሩቅ የሥጋ ወገኖቼን አፈላልጌ ዳግም የማግኘት ሐሳብ ወጥሮ የያዘኝ፡፡ የአባቴን ወገኖች የግድ ማግኘት ይኖርብኛል ስል ቆርጬ ተነሣሁ፡፡

ጎሣዊ ማንነት

የዘር ሃረግ ምንጭ

በአባቴ በኩል ያሉት አያት ቅድመ አያቶቼ የመጡት ከያፋ ነበር፡፡ ይህች ሥፍራ ከክርስቶስ ልደት 110 አስቀድሞ እስከ 632 ድኅረ ክርስቶስ በነበሩት ዘመናት የኻማራይት ሥርዎ መንግሥት መቀመጫ ነበረች፡፡ ከራሹዲን ካሊፌት (አስተዳደር) ጋር ሙሉ በሙሉ ስትዋሃድ የያፋ ጎሣ ከጥንታዊው ኻማራይቶች ሲወርድ ሲዋረድ የመጣ ከታላላቅ ጎሣዎችም አንዱ ለመሆን ቻለ፡፡

በባህሉ መሠረትም ለ10 ያህል ቅርንጫፍ አለዚያም ሼህአዊ ግዛት በመከፈል 5ቱ የታችኛው ያፋ ጎሣ 5ቱ የተቀሩት ደግሞ የላይኛው ያፋ ተብለው ተሰየሙ፡፡ የያፋ ጎሣ አባላት በከፊል ኻድራሙት በመዘዋወር ኑሯቸውን መሥርተዋል፡፡ ይህ አካባቢ አሁን ላይ በሳውዲ ዐረብያ ቀጠና የሚገኝና ምሥራቃዊ የመንን እንዲሁም ምዕራብ የመን እና ደቡባዊ ሳውዲ ዐረብያን የሚያጠቃልለው አካባቢ ሆኖ እናገኘዋን፡፡ የኋላ ኋላ ያፋዎች ቀስ በቀስ በመዋጥ ባለፉት 300 ዓመታት ያህል የኻድራሚ ባህል እና ማኅበረሰባዊ ስሪት አካል ሆነዋል፡፡

የሐርሓራ ቤተሰብ ከ1730 እስከ 1967 በነበሩት ዘመናት የሁለቱም ማለትም የሼሆችና ሡልጣኖች በመሆን በላይኛው ያፋ ኖረዋል፡፡ በሼህአዊ ግዛት አስተዳደር ሥር የግድ የማይጠቀሱ ነገር ግን ደግሞ በሼህዎች የሚተዳደሩ ጥቂት ሀገራት መኖራቸውን እዚህ ጋ ልብ ማለት ያስፈልጋል፡፡ ከዚያ ይልቅ ግዛተ መንግሥት፣ ኤሚሬት አለዚያም ሉአላዊ ሀገር በመባል ሊጠሩም ይችላሉ፡፡ የእነዚህ ሀገራት አስተዳደሪዎች ታዲያ ሼህ በሚል መጠሪያ ማዕረግ ከመጠራት ይልቅ በተለየ መሳፍንታዊ ስያሜ ንጉሥ አለዚያም ኤሚር የሚል ማዕረግ ነው የሚይዙት፡፡ ሼህአዊነት መልከአ-ምድራዊ ከባቢን ወይንም ደግሞ በሼህ የሚመራን ማኅበረሰብ ጎሣን የሚገልጽ ስያሜ ነው፡፡ ሼህአዊነት በተለየ መልኩ በዐረብ ሀገራት በግልጽ አነጋገር በዐረቡ ልሳነ ምድር ወይም ባሕረ ሰላጤ ሀገራት የሚዘወተር ብቸኛ የአስተዳደር ሥርዓት ነው፡፡

ስለ ኻድራሙት ብዙ በማንበቤና በመስማቴ አካባቢውን የመጎብኘት ጽኑ ፍላጎት አድሮብኛል፡፡ በሰሜን የመን በምኖርበት ወቅት ሀገረ የመን ለኹለት ተከፍላለች፡፡ ክፍፍሉ መልከዓ-ምድራዊ መነሻ ብቻ ሳይሆን የርዕዮተ ዓለምም ጭምር ነበር፡፡ ሰሜኖቹ በታሊባን ሥር የሚተዳደሩትን የአፍጋኒስትን ሕዝቦችን ይመስላሉ (ቀለል ያሉና እድገታቸውም ኋላቀር ነበር) ደቡቦች ደግሞ ከባሕረ ሰላጤው ሀገራት ምናልባም ከህንዶቹ ጋር ተመሳስሎሽ ያላቸውና በኮሚኒስት ሥርዓት ሥር የነበሩ ናቸው፡፡

በ1978 እና 1979 መካከል በታእዝ ከተማ በምኖርበት ዘመናት ሁለቱ ሀገራት በጦርነት ውስጥ ነበሩ፡፡ በምሥራቅና ምዕራብ ጀርመን፤ በሰሜን እና ደቡብ ኮርያ፣ በሰሜን እና ደቡብ ቬይትናም እንደነበረው ሁኔታ ሁሉ በኹለቱ የየመን ሀገራት መካከል ድንበር መስበር እጅግ አስቸጋሪ ነበር፡፡ ደቡብ የመናዊያን ወደ ሀገራቸው ስለሚገቡ ሰዎች ማንነት እጅግ የበዛ ትኩረትና ክትትል ማጣራት ያደርጋሉ፤ እስላማዊ ወኪል ደኅንነቶች አለዚያም የሳውዲ አረቢያ መልማዮችን ቅድሚያ በመስጠት ይጠነቀቋቸዋል፡፡ በሌለ በኩል የሰሜን የመን መንግሥት ደግሞ የሚያሣስበው ደቡብ የመን ኮሚኒስቶች ሰርጎ ገብነት ነበር፡፡ ይህ በመሆኑ ምክንያት በደቡብ የመን የሚገኙ ቤተሰቦቼን የመጠየቅ /የመጎብኘት/ ህልሜን ማሳካት አስቸጋሪ ሆነብኝ፡፡

ኋላ ላይ ወደ ደቡብ የመን ኤደን ከተማ ሄጄ የአባቴን የጥንት ባልንጀራ አቤይድ ቤን ሻህናን ለማግኘትና በኤደንና ሌሎች የደቡብ የመን ግዛቶች የሚኖሩ ዘመዶቼን እንዴት ማግኘት እንደምችል ለመጠየቅ ከውሳኔ ደረስሁ፡፡ ወደ ኤደን ከተማ ለመሄድ ጉዞ ከመጀመሬ በፊት ከአባቴ ጓደኞች ከነበሩት ባንሰር ባዚርና ባሽራሂል የወላጅ አባቴ መጂድ ልጅ ስለመሆኔ የሚገልጽ ሕጋዊ ማረጋገጫ ሰነድ ተላከልኝ፡፡

የቤተሰብ ፍለጋ የመጀመሪያ ጉዞዬን ከሰነአ ወደ ኤደን አደረግሁ፡፡ በአንድ ቀን ውስጥ እህቴ ፎዚያ የምትኖርበትን አካባቢ አገኘሁት፡፡ በኤደን ከተማ አቅራቢያ መንሱራ የተባለ ቦታ ነበረ ከእናቷ መሪየም እና ወንድ ልጇ ቤን ብራይክ ጋር አብራ የምትኖረው፡፡ በአባቴ በኩል ዐራት እህቶች ነው ያሉኝ፡፡ ወደ ደቡብ የመን ለመሄድ ከመነሣቴ በፊት እንኳ እህቶቼ በሕይወት እንዳለሁ ይወቁ አይወቁ ምንም እርግጠኛ አልነበርሁም፡፡ ወደ ኤደን ስገባ በርካታ የአባቴን ፎቶ ግራፎች፣ የየመን መታወቂያ ካርዴንና ሙሉ ስሜ የሰፈረበትን የይልፍ ሰነዴን (ፓስፖርቴን) ይዤ ነበር፡፡ እህቶቼ ግን ማንነቴን ለማወቅና ለማረጋገጥ ይህ ሁሉ አላስፈለጋቸውም፡፡ ሌላው ቀርቶ አባቴ በልጅነቴ

ያወጣልኝን ቅጽል የቤት ስም እንኳን በሚገባ ያስታውሱታል፡፡ ኢድ ነበር የምባለው፡፡

የኤደን ከተማ

ኤደን በህንድና በእንግሊዝ መካከል ለነበረው የንግድ መስመር ዋነኛ መጓጓዣና ዐቢይ የወደብ ማስተላለፊያ በመሆን ትታወቃለች፡፡ይህች የወደብ ከተማ በእንግሊዝ ቅኝ ግዛት ቀንበር ሥር ሳለችም በአንድ ወር ውስጥ ብቻ እስከ 650 የሚደርሱ መርከቦች ታስተናግድ እንደነበርም ነው የሚነገርላት፡፡ በዚህም ከሊቨርፑል በመቀጠል የዓለም ኹለተኛው ግዙፍ ወደብ ለመሆን በቅታለች፡፡ ከመካከለኛ ዘመን ሰንዓ በተቃራኒ የሶሻሊዝም ርዕዮተ ዓለም ፖለቲካን እና ጠሱን ተቋቁማ ለሁለቱም የየመን ሀገራት አማካኝና እጅግ ወሳኝ ብዝኃ ከተሜነትን ተጎናጽፋለች፡፡

ገና ስደርስ የእህቴ ፎዚያ ወንድ ልጅ ቤን ብራይክ ነበር የዚህችን ከተማ ዙሪያ ገብ ሊያስጎበኘኝ ኃላፊነቱን የወሰደው፡፡ ከእኔ በእድሜ በጥቂት ዓመታት አነስ ቢልም በዛች የሶሻሊስታዊ ደቡብ የመን ደርዝ ያለው እውቀት፣ ተወዳዳሪነትና በራስ መተማመን ያዳበረ ቀልጣፋ ልጅ ነበር፡፡ ዘወትር በሚኖረን ጉብኝት የዓረቡን ዓለም ባህል የሚያሳዩ ውብ ዕደ-ጥበቦችን ጥንታዊነት በተደምሞ ለመመልከት ቡታዋሂር (የከተማዋ አንድ ቀጠና) ወደ ሚገኘው ወታደራዊ ሙዚዬም ብቅ እንላለን፡፡

በጥንቱ ዘመን ወቅት ጠብቆ ከሚዘንበው ዝናብ ውኃ ለማቆር የተሠሩ ግዙፍ በርሜሎችን መጎብኘት አስደናቂ ስሜትን ይፈጥርልኛል፡፡ ከጉብኝቴ ሌላው የማልረሳው ነገር ቢኖር ቤን ብራይክ ወደ ታዋቂው የፈረንሳይ ባለቅኔ አርተር ራምቦ መኖሪያ ቤት ወደ ነበረው ሥፍራ ወስዶኝ ያደረግሁትን ጉብኝነት ነው፡፡

ይህ ጥንታዊ መኖሪያ ቤት በከተማዋ ዋና ፖስታ ቤት አቅራቢያ ይገኛል፡፡ አስጎብኚዬ የእህቴ ልጅ ሁሉን አወቅ ብዙ ያነበብኩ አድርጎ አስቦኝ ስለነበር ስለዚህ ራምቦ ስለተባለ ፈረንሲያዊ ባለቅኔ አንዳችም ነገር አለማወቄ ሳያስገርመው አልቀረም፡፡ ራምቦ ለመጀመሪያ ጊዜ ወደዚች ከተማ ያቀናው በ1880 ሲሆን በዚያን ዘመን ገና የ19 ዓመት ለግላጋ ነበር፡፡ ይሄኔ ሙሉ በሙሉ ለሥነ ጽሑፍ ዓለም ጀርባውን ሰጥቶ ነበር ማለት ይቻላል፡፡

ይህ ሰው ከኢትዮጵያ ታሪክ ጋር የሚያቆራኘው አንድ እውነትም እናገኛለን፡ ፡ በኢትዮጵያ ሳለ በሐረር ከተማ ኑሮውን በማድረግ የንጉሥ ነገሥት ኃይለሥላሴ የግል መምህር በመሆንም አገልግሏል፡፡ ከዚህ በኋላም በኤደን ከተማ በነበረኝ ተከታታይ ጉዞ በርካታ ሥፍራዎቹን የመጎኘት ዕድል ገጥሞኛል፡፡

በከተማዋ የታወቀውን ጎልድ ምሁር የባሕር ሥፍራ እስከነ ዋና ትዕይንቱ ጎብኝቻለሁ፡፡ በውቅያኖሱም የነበረኝ ቆይታ አስደሳችና ጥሩ ምስሎችን ለትዝታ ያስቀረሁበት ሆኖ አልፏል፡፡ አሁን ላይ ሆኜ ምስሎቹን ሳያቸው ከሲቶና ጎድኔ የሚቆጠር ስለነበርኩ እንደማፈር ይቃጣኛል፡፡ ይህ ባሕር መጠሪያውን ያገኘው ምሁር ከተባለ ሰው ነው፡፡

ምሁር (Mohur) በቀድሞ ዘመን ለመገበያያነት የሚውል የህንድና ፐርሺያ የወርቅ ሳንቲም ነበር፡፡ ታዲያ በዚህ ባሕር አደገኛ የአሣ ዝርያዎች ሻርኮች በመኖራቸው የእህቴ ልጅ ከፋኛ አስጠነቀቀኝ፡፡ በርግጥ ከአደገኞቹ ሻርኮች የሚጠበቅ ፍርግርግ ብረት በባሕር ዳርቻውም ተመልክቻለሁ፡፡

በኤደን ከተማ ከኢትዮጵያ ከወጣሁ ለመጀመሪያ ጊዜ በ1982 ቤተክርስቲያኖችን ለመጎብኘትም ችያለሁ፡፡ እስከዚያ ዘመን ድረስ አንድም ቤተክርስቲያን ማየት አልቻልሁም ነበር፡፡ ምክንያቱም ስሜን የመናዊያን ለእንደዚህና መሰል ብዝኃነት ፈቃደኛ አልነበሩም፡፡ ቤተ-ዘመዶቼ በኤደን ከተማ ኑሯቸውን የመሠረቱበት ሥፍራ ክሬተር በመባል ትታወቃለች በኦፊሴላዊ መጠሪያዋ ደግሞ ሴይራ ነው የምንላት፡፡

ክሬተር መባሏ በእሳተ ገሞራ ሳቢያ የተፈጠረች ሥፍራ በመሆኗ ነው፡፡ ክሬተር (Creater) የሚለው ቃል የእሳተ ገሞራ አናት የሚል ትርጓሜን መያዙን እዚህ ጋ ልብ ይሏል፡፡

የክሬተር ባሕር በሴይራ ባሕረ ሰላጤ ተቀንብቦ እስከ 19ኛው ክፍለ ዘመን አጋማሽ ዋነኛ ወደብ ሆኖ አገልግሏል፡፡ የእህቴ ልጅ አስጎብኚነት በከተማዋ የተለያዩ ፊልሞች ተመልክቻለሁ፡፡ የመዝናኛ መሸታዎችንም ጎራ ብዬባቸው ተዝናንቻለሁ፡፡

በኢትዮጵያ ሳለሁ ለጋ ታዳጊ በመሆኔ በነዚህ መሰል ቡና ቤቶች ለመዝናናት ዕድል አልነበረኝም፡፡ በሰሜን የመን ከጥቂት የተመረጡ ፊልሞችና ቲያትር ቤቶች በቀር የምሽት ክበቦች (መጠጥ ቤቶችን) ማግኘት ፈጽሞ የሚታሰብ አልነበረም፡፡ በኤደን ከተማ ልጃገረዶች እና ወንድ ልጆች በጋራ ትምህርት ቤት

ሲማሩ ፊልም ማሳያ ቤቶች ሲሄዱ፣ በምሽት ክበቦች (ቡና ቤቶች) ሲደንሱ መመልከቴ ለእኔ ብርቅ ነበር፡፡ ይህ ዓይነቱን ነገር ማየት በተለይ በዐረቡ ዓለም ጥብቅ ባህል ውስጥ መታዘዝ መቻል ፈጽሞ የምጠብቀው አልነበረም፡፡ ታዲያ በእነዚህ ሥፍራዎች ስንዝናና ትንሽ እንደማፈርና መሸማቀቅ ያልሁ የመሰለው የእህቴ ልጅ ‹‹ይህ እኮ ደቡብ የመን ነው፤ ነፃ ሀገር ላይ ነን ያለነው፣ ዘና በል እንጂ የምን መሸበብ ነው›› እያለ አይነ-ጥላዬ ለመግለጥ ይሞክር እንደነበር አስታውሳለሁ፡፡

በወቅቱ የእህቴ ልጅ እና እኔ ገና በአሥራዎቹ እድሜ የምንገኝ አፍላ ወጣቶች ነን፡፡ ቢሆንም ግን እርሱ ቢራ ይጠጣ ስለነበር የእኔ ጨርሶ ለመጠጣት አሻፈረኝ ማለት ግራ ያጋበው ነበር፡፡ የሚጠጣው መጠጥ የኤደን ምርት የሆነውን የሴይራ ቢራ ነው፡፡ የት እንደሚመረት ስጠይቀው በኩራት ነበር ‹‹እዚሁ ኤደን›› ሲል የመለሰልኝ፡፡ ቢራ በመጥመቅ በዐረቡ ዓለም ብቸኛ ከተማ ኤደን ነበረች፡፡ ከቅኝ ተገዥነት ዘመን አንስቶ ኤደን ቢራ መጥመቅን ብትጀምርም የእስላማዊ እምነት አስተምህሮ ጫና ያረፈባቸው በርካታ የዐረቡ ሀገራት ግን አልኮል መጠጥን አጥብቀው ይከለክላሉ፡፡

የዐረቡ ዓለም ግራ ዘምም ፖለቲካዊ ርእዮተ ዓለም ተከታይ በሆነችው ደቡብ የመን ዓለማዊነት ፈጽሞ የሚወገዝ አለዚያም የሚታፈርበት ነገር አልነበረም፡፡ በደቡብ የመን ማንኛውም ሰው መጠጥ የመጠጣት አለዚያም ያለመጠጣት ነፃነቱ የተከበረ ነው፡፡ እኔ ቢራ አለመጠጣት ፈጽሞ አለመቅመስም ምርጫዬ ነበር፡፡ ይኸው ነው፤ ነፃነቷን ሳስብ ደቡብ የመናዊነቴ ያኮራኛል፡፡

ከ1994 የእርስ በእርስ ጦርነት መጠናቀቅ በኋላ ሰሜኖቹ ደቡብ የመንን በኃይል ተቆጣጠሩና የሰሜን የመን የጎሣ መሪዎች ቢራ የሚባል ነገርን ከያለበት ሰብስበው አስወገዱ፡፡ የምርት ፋብሪካውንም በማቃጠል ዶግ አመድ አደረጉት፡፡ አብያተ ክርስቲያኑንም ወደ መጋዘን (ህንፃነት) ቀየሩ፡፡ ምፀት በሚመስል አኳኋን የአልኮል መጠጥ ቤቶች ሲዘጉ በየመኖሪያ ቤቶች የመሸታ ቤት አገልግሎት ተስፋፋ፡፡ ከዚህ ሁነት የተገነዘብኩት የሕይወትን አጠቃላይ ግብዛዊነት ነበር፡፡ የዚህች ዓለም ኑሮ ምን ያህል የታይታና የማስመሰል ገድል ስለመሆኑ ብዙ እንድታዘብ ምክንያት ሆነኝ፡፡ ለመሆኑ እንደዚህ ዓይነት የገሀዱ ዓለም ግብዛዊነት ድርጊቶች እስከመቼ ይቀጥሉ ይሆን? ስልን ተብሰለሰልኩ፡፡

ምዕራፍ አሥራ ሶስት

መሪያም

"«ጥቂት ነፍሶች ከማህፀንም ሆነ ከሌላ ወገን ተገኝተው ወዳንተ መንገድ ይመራሉ (ይሰጣሉ)"

- ሺሪል ክራው

ከእንጀራ እናቴ፣ ከፎዚያ እናት ለቤን ከራይከ ደግሞ አያት ከሆነችው መሪያም ጋር የተገናኘን ዕለት ሌሊቱን ሙሉ ስናወጋ አደርን። በሕይወቴ ከተመለከትኳቸው ውብ ሴቶች ሁሉ እጅግ ውብ ሴት ነበረች። በኢትዮጵያ ከ5 ዓመታት ጥቂት ዘለግ ላሉ ጊዜያት ኖራለች። ከኢትዮጵያ ከወጣች 25 ዓመታት ቢቆጠርም እስካሁን ድረስ ጥቂት የአማርኛ ቃላትና ሃረጋትን አልረሳችም።

ምናልባት ባንሰር ስለአባቴ ከሚያውቀው በላይ ዕውቀቱ እንደነበራት በነበረን ቆይታ ተረድቻለሁ። ዘለግ ላሉ ሰዓታት የወሬ ርዕሳችን የኔ አባት ነበር። ስለ ልጅነት ዘመኑ፣ ከታላቅ ወንድሙ ጋር ስለነበራቸው ያለመስማማት፣ ስለወታደራዊ የግልጋሎት ዘመኑና ስላጋጠመው የመቁሰል አደጋ፣ በየሣምንቱ በቤት ውስጥ ስለሚያሳየው ግብዣ፣ ለተሽከርካሪና ለሽጉጥ ስለነበረው ልዩ ፍቅር፣ ስለሴት አውልነቱ፣ ስለመጠጥ ቀበኛነቱና ሱሱ፣ እሷም ምን ያህል እንደምታፈቅረው ብቻ ብዙ ብዙ እያነሳች አጫወተችኝ።

እኔም የዋዛ አልነበርሁምና እንዴት ከአባቴ ጋር ሊገናኙ እንደቻሉ አውጣጣኋት። እንደነገረችኝ በትውውቃቸው ዘመን ከሌላ ሰው ጋር ትዳር መሥርታ ነበር። ባለቤቷ ለሥራ በሚል ከሀገር ሲወጣ የኔ አባት ደግሞ ወደዚች ከተማ (እርሷ ወደምትኖርበት) እናቱን ሊጠይቅ ይመጣል። ከዚህ በኋላ ያለውን ከእርሷ እንደወረደ እናዳምጥ እስኪ

‹‹ ከዚያ በኋላ እናቱ ከእኔ ጋር ያስተዋውቁናል፡፡ ይሄኔ ዘመዴ በሆነችው የእርሱ ሚስት ዘይነብ በኩል ደብዳቤ መለዋወጥ ጀመርን.... ዘይነብ እንዲህ ማንበብም ሆነ መጻፍ የማትችል ማይም መሆኗን ልብ በልልኝ፡፡ ያኔ ታዲያ ወንድሟ ታማሚ ስለነበር ያንተ አባት ለብልሀቱ ለታማሚ ወንድሜ የፈውስ ምክር የሚጽፍ በማስመሰል ነበር ደብዳቤውን የሚልክልኝ፡፡ በአጭሩ እንግዲህ የመገናኛችን እና ብዙ የሕይወት መንገድ የመጓዛችን ምክንያቶች የርሱ ወላጅ እናትና የገዛ ባለቤቱ ነበሩ እልሃለው.... እንዲያ ነው ነገሩ ሁሉ የተጠነሰሰው››

‹‹የኋላ ኋላ ባሌ እዛው ውጭ ሀገር እንዳለ እኔ ፀነስኩ፣ ይህን ሲሰማ ያንተ አባት በወቅቱ የነበሩትን ዳኛዎችና ኃላፊዎች በመደለል ባለቤቴ በሌለበት ፍቺ ፈፀመና ከእርሱ ጋር ትዳር እንድመሠረት ሆነ..... እልሃለሁ፡፡ እህትህም የተወለደችው አባትህን ባገባሁ ጥቂት ወራት ልዩነት ነው፡፡ እንግዲህ ይሄ ጉዳይ ሲሰማ በመንደሩ ሁሉ መነጋገሪያ ሆንን፡፡ እኔና ሴት ልጄም ከዚያ በኋላ ከቤተሰባችን ሁሉ ተቆራረጥን፡፡ ይህን ጊዜ አባትህ በዚህ መኖሬ መልካም እንዳይደለ ስለተረዳ ያኔውኑ ነበር አዲስ አበባ ኢትዮጵያ ጠቅለን የገባነው››

መሪያም የቀደመውን ትዳሯን ፈታ አባቴ ሲያገባት የ5 ወራት ነፍሰ ጡር ነበርች፡፡ የዚህ ሁኑት ይበልጥ አስገራሚው ታሪክ ሴት አያቴ (የአባቴ እናት) ሳታውቀው አገናኝ ሆና መሳተፏ ነበር፡፡

ለአያቴ ከሦስት ልጆቿ መካከል የእኔ አባት የመጨረሻው በመሆኑ ከሁለቱ በላይ በፍቅርና በቅምጥል ነው ያሳደገችው፡፡ ታዲያ አባቴን ለዚህ ትዳር እንዲበቃ ምክንያት የሆነቸው እንደ ዘይነባ ሁሉ የደብዳቤዎቹን መልዕክት ባለማወቅ አለዚያም ደግሞ ለልጇ ከነበራት ፍቅር የተነሣ ሊሆን ይችላል፡፡

ዘይነባ ሂንድ እና ሼሃ የተባሉ ኹለት ሴት ልጆችና ሁሴን የተባለ አንድ ወንድ ልጅ እናት ስትሆን መሪያም ደግሞ የነበረቻት ብቸኛ አንድ ሴት ልጅ ፎዝያ ነበረች፡፡

ቤተሰቡ በዚህ መልኩ የተሳሰረ ዝምድና በመፈጠሩ ምክንያት በተፈጠረው አጉል የፍቅር ቅሌት ሳቢያ የተቃቃሩት ዘይነብና መሪያም ብቻ ሳይሆኑ ከሁለቱ እናቶች የሚወለዱት እህቶቼም አይንሽን ላፈር ተባብለዋል፡፡ ላይነጋገሩ ተማምለዋል፡፡ በአባቴ ጠስ ምክንያት በቃ ተቆራርጠው ቀሩ፡፡ ይህን የቤተሰብ ቅራኔ ለመፍታትና እርቅ ለማውረድ የተቻለኝን ሁሉ ጥረት ባደርግም አልተሳካልኝም፡፡

ሌላው ቀርቶ በሰርጌ ሥነ ሥርዓት ላይ ሁለቱም ተቃቅረው አንዷ ሌላኛዋ ባለችበት አልገኝም ሌላዋም እንደዚያው በማለታቸው ኹለት ጊዜ ሰርግ ደግሼ ለየብቻ እስከመጥራት ደርሻለሁ፡፡

ይህ ሁኔታ ባንሰር የሚለኝን አንድ አባባል ያስታውሰኛል፡፡ የዐረቦች ቂምና ትውስታ እንደዝሆን ሁሉ የረዘመ ነው፡፡ አሣዛኙ ደግሞ በመካከላቸው ለተፈጠረ ቁርሾ ምህረትም መርሳትም የሚባል ነገር ፈጽሞ አለመኖሩ ነው ይለኝ ነበር፡፡

*** ***

መሪያም በአዲስ አበባ ከተማ ብዙ አይረሴ ትውስታዎችን አሳልፋለች፡፡ የተጓዘችባቸው ጎዳናዎች፣ የምታውቃቸው የሞግዚቶቿ ነገር ሁሉ ትውስ ይሏታል፡፡ እየተከዘች የኋልዮሽ በምናብ ትነጉዳለች፡፡

በአዲስ አበባ በነበረችበት ጊዜ መዲናይቱ ደጋማ የአየር ንብረት ያላት በመሆኑ ከለመደችው ሞቃታማ የአየር ፀባይ አንፃር ቅዝቃዜውን መላመድ ቸግሯት ነበር፡፡ በዚያ ላይ የቋንቋውም ነገር ትግል ነው፡፡

ያን ዘመን ስለምታውቃቸው እነ በሃሮን፣ አልባር፣ በምባይድ፣ ባንሰር፣ በጋራድ፣ ባሽራሂል፣ ቤንሳሊምና ሌሎች በርካታ አብረዋት ያሳለፉ የኻድራሚ ቤተሰቦችን እያነሳሳች ጠየቀችኝ፡፡ በተለይ ባንሰር ከእኔ ጋር በነበረን ጊዜ ይረዳት ነበርና የደህንቱን ነገር አጥብቃ ጠየቀችኝ፡፡

በ1950ዎቹ በኢትዮጵያ ሳለች መንታ ልጆች ፀንሳ በ5 ወሯ እንደወረደባት በወቅቱ አባቴ በቅርብ ባለመገኘቱ ባንሰር አፋፍሶ ሆስፒታል እንደደረሳትና ከጎኗ እንዳልተለየ እያስታወሰች ነገረችኝ፡፡ መቼስ የደግነቱን ነገር አንስታ አትጠግብም፡፡ እየደጋገመች ‹‹መጂድ መቼስ የባንሰር ትልቅ ውለታ አለበት›› ትላለች፡፡

እኔም ስለጠየቀችኝ ቤተሰብ ሁሉ የማውቀውንና የማስታውሰውን ያህል አጫወትኳት፡፡ ምን ሁኔታ ላይ እንዳሉ ነገርኳት፡፡ በመሃል እናቴ መኪና ነድታ ታውቅ እንደሆነ ስትጠይቀኝ ፈጽሞ ነድታ እንደማታውቅ ስነግራት ንግግሯን ቀጠል አደረገችና

‹‹መቼስ አባትህ ብዙ የሴት ወዳጆች ነበሩት፤ ኧረ እንዲያውም እርሱን ፍለጋ ቤታችን ድረስ ስትመጣም ትዝ ይለኛል፡፡ በቤቱ ብቅ እስኪል ድረስ ድምጿን አጥፍታ መኪናዋን አቁማ ትጠብቀው እንደነበር የቤት ሠራተኞቼ ይነግሩኛል፡፡ ታዲያ፣ እኔም ይሄ ሴት አውልነቱና የመጠጥ ወዳጅ መሆኑ

ሲያበሽቀኝ እና ብልጭ ሲልበኝ ሀይለኛ ፀብ እንጣላ ነበር፡፡ ወቸው ጉድ በቃ እኮ ባህሉም ወጉም ቀረና እኮ እንደ ምዕራባውያኑ ሴቶች እንዲሆንለት ነበር የሚሻ? ታዲያልህ በተደጋጋሚ ራስ ሆቴል ይዞኝ እየሄደ እንድደንስም ይጋብዘኝ ሁሉ ነበር፣ ኸረ እሱ እቴ እኔ አሻፈረኝ እለው ነበረ እንጂ ወደ አርመኖች ቤተክርስቲያን ሁሉ ካልወሰድሁሽ ይል ነበር..... ምኑ ቅጡ››

ፈጣሪ ምሕረቱን እንዲልክለት እየተማፀነች ስለአባቴ በቅርብ የምታውቀውን ሁሉ መናገሯን ቀጥላለች፡፡ በመሃል ይወደው ስለነበረው የሙዚቃ ዓይነት እና ስለሚያነባቸው መጻሕፍት ጥያቄ አነሳኹለት

‹‹አዬ ጋዜጣ፣ መፅሔት ከግብጽና ሊባኖስ የሚመጡትን አብዝቶ ያነብ ስለነበር፣ የግብፁን ጋዜጣ አልሃራምንም ማንበብ ይወዳል ያኔ፣ (አልሃራም- በዐረብኛ ቋንቋ ፒራሚዶች የሚል ትርጓሜ አለው) ሙዚቃን ያነሳን እንደሆነ ደግሞ በብዛት የግብፆችን ሙዚቀኞች በተለይ በተለይ ኡምኩልቱንም ዘፈኖች ያዳምጥ ነበር፡፡ ታዲያ በእንግሊዘኛም በዐረብኛም ሲጽፍ የእጅ ጽሕፈቱ ግሩም ነበር፡፡ በቀን ኹለት ያህል ጊዜ ጥርሱን ሳያፀዳ ውሎ አድሮ አያውቅም፡ ፡ ጥርሱም መቼም የዘር ነገር ቁርጥ ያንተን ነበር የሚመስለው፡፡ እጅግ የተዋበ በዚያ ላይ ፈገግታ አይለየውም›› አለችኝ፡፡

ሰው ሁሉ እርሱን ባስታወሰ ቁጥር የሚናገረውን አንድ እውነትም አረጋገጠችልኝ፡፡ ‹‹ሞት ቢመጣ ቀኑን ሙሉ በአንድ ሸሚዝ አይውልም፣ ኹለት ሸሚዝ በአንድ ቀን ይቀያይራል እኩለ ቀን ላይ ጠዋት የለበሰውን ሸሚዝ ቀይሮ ነበር የሚወጣው፡፡ በቃ ደስተኛ የሚባል ዓይነት ሰው ነበር፣ ንጹህ ጠባይ፣ ዘናጭ፣ ከአፉ ፒፓ ሲጋራ የማይለየው ሰው ነበር፡፡ ሲናገርም ታዲያ የመሰለውን ፍርጥ አድርጎ ነው፡፡ የተጫዋቱም እንደሆነ ቀልድ የሚዋጣለት ለዛኛ ሰው ነበር፡፡ መዞር ውጭ ውጭውን ማለት ነፍሱ ነው፡፡ አንድ እንስሳ ያድንና እሳት አንድዶ እራት ያበስላል፡፡ የሙያ ነገር ከተነሣ የጓደኞቹ ሚስቶች በጣም ነበር የሚፈሩት፤ ያበሰሉትን ምግብ ቀምሶ ከጣፈጠውም ካልጣፈጠውም እዛው ፊት ለፊታቸው ነበር እንቅጩን የሚነግራቸው......ወደ ኋላ የሚባል ነገር ፈጽሞ አያውቅም በባህሪው››

‹‹ታዲያ አንድ ነገር ከተደረገ አቃቂር አውጭው ማረጋገጫ ሰጭው እርሱ እንዲሆን ነው የሚፈልገው፤ ካለ በቃ አለ ነው፡፡ ፊት ለፊት መናገር ያስደስተዋል፡፡

ብዙ ሰዎች በደንብ የሰለጠኑ ናቸው በሚል ቀደም ብለው በእኛ ቤት ያገለገሉ የቤት ሠራተኞችን ይቀጥሩ ነበረ፡፡ እውነትም ደግሞ በእኛ ቤት አገልግለው የወጡ ሞግዚቶች የቤት አያያዛቸው ግሩም ነበር መቼም፡፡ መጂድ እንደ ልከኛው የአርብ ቤተሰብ አልነበረም ባህሉን ጠብቆ የኖረው››

ከ1980ዎቹ በፊት ለተወለዱ በተለይ መጂድ የሚለው ስም በጥሩ የመናውያን አምብዛም የተለመደ አልነበረምና ምናልባት አባቴ ለዚህ ይሆን እንዴ ይበልጥ ዘመናዊ ሕይወትን ይከተል የነበረው የሚለው ጥርጣሬ የማወቅ ጉጉት ፈጥሮብኛል፡፡

በሌላ በኩል ደግሞ አሊ፣ ሳለህ፣ ያያህ የተባሉት የወንድሞቼ ስሞች ደንበኛ የመናዊ ማንነት ያላቸውና ግማሹ የመናዊ የሚጋሯቸው ነበሩ፡፡ ይህን ሳስብ ታዲያ አባቴ እንዴትና ለምን የተለየ መጠሪያ ስም ሊኖራቸው ቻለ የሚለው ጥያቄ ይፈጥርብኛል፡፡ በእኔ አረዳድ ይበለጥ ዘመናዊ ስም ነበር ያለው፡፡

‹‹አያትህ የሙካለህ የታወቀ ነጋዴ ነበር፤ አንድ መጂድ የተባለ የአማን ሰው ሸሪከም ነበረው፡፡ እና በዚያን ጊዜ አያትህ የልጁን መወለድ ይጠብቅ ኖሮ ይህ ሁኔታ ከአማኑ ነጋዴ በሙካላ ወደብ መድረስ ጋር ተገጣጠመና ይህ ሰው አያትህን ወንድ ልጅ ከወለድህ ስሙን መጂድ ብለህ ጥራው ይለዋል፡፡ በዚህ ቃል መሠረት ነው እንግዲህ አባትህ የአያትህን ጓደኛ ስም ይዞ መጂድ የሚል ስም የወጣለት›› የሚል ምላሽ ሰጠችኝ፡፡

ብዙ ብዙ ስለ አባቴ ማወቅ የማልችላቸውን ነገሮች አጫወተችኝ፡፡ ‹‹ብዙ ሴቶች ለምን ጥቁር እንዳገባሁ ሲጠይቁኝ ልቡ ከወተት የነጣ ከንፁህ ምንጭ የፀዳ ስሆነ እያልኩ እመልስላቸው ነበር፡፡ ቅጥፈት፣ እብለት፣ ሌብነት ብሎ ነገር የማያውቅ ንፁህ ሰው ነበር›› ከሁሉ በላይ ግን በተዝናኖቱ ነበር የምትወደው

በኢትዮያ ሳሉ በብዛት ወደ ሶደሬ ሪዞርት እየሄዱ ከቤተሰቡ ጋር እንደሚዝናኑ እና የኢትዮጵያ ንጉሥም በዚሁ ሪዞርት ሲዝናኑ አጋጥሟቸው እንደሚያውቅ ነገረችኝ

‹‹አባትህ መቼም ሲዋኝ እንደ አሣ ነበር፣ ወደ ጥልቁ የውሃው አካል ገብቶ ከዐይን ይሰወራል፤ ለረጅም ሰዓት፣ አንዳንድ ጊዜ ንጉሱ ሃይለስላሴ በጉጉት እየተመለከቱት ይጠብቁ እንደነበር አስታውሳለሁ፤ በአጠቃላይ አባትህ የተዝናኖት ሰው ነበር ማለት እችላለሁ››

አባቴ በኢትዮጵያ ስለነበረው ሀብት ብትጠይቁኝም፣ ምንም የማውቀው ነገር እንደሌለ ነገርኳት፡፡ እኔ በድህነት ተቆራምጄ ነበር ያደግሁት፡፡ እንዴት ያ

ሁሉ ሀብቱን ሊያጣ እንደቻለ መረዳት ከበዳት፣ ምናልባት በመጥፎ ጉዳዮች ላይ ተሳትፎ ከስሮ ሊሆን እንደሚችል ጥርጣሬዬን ገለጽሁላት፡፡ ስለአባቴ ሃብትና ንብረት ማጥናት የጀመርሁት በ2010 ነበር፡፡ ከዚህም በተጨማሪ ሳያስበው በድንገት ከጓደኞቹ አንዱን በመግደሉ በጣም ብዙ ገንዘብ በካሳነት መክፈሉን ነገርኳት፡፡

በእህቴ ቤት ለኹለት ሳምንታት ያህል ስቆይ ከመሪያም ጋር ስለአባቴ እና ስለኔ ልጅነት ሕይወት መሪያም ከሴት ልጇ ጋር ከአዲስ አበባ ወደ ደቡብ የመን ከተመለሰች በኋላ የገጠማትን ነገር እያነሳን ተጨዋውተናል አንድ ዕለት መሪያም

‹‹ ለመሆኑ በቀለ ሞላ የሚባል ሰው ታውቅ ይሆን?›› ስትል ጠየቀችኝ፡፡ አከል አደረገችም፡፡ ‹‹እንዴት ያለ የአባትህ መልካም ወዳጅ ነበረ መሰለህ? በኢትዮጵያ የሆቴል ሥራውን ለመጀመር ከአባትህ ብዙ ገንዘብ ተበድሮት ነበር፡፡ ኧረ በመኖሪያ ቤቱም የእኛን ቤተሰብ ፎቶግራፍ ይሰቅል ነበር፤ ካለው ቀረቤታ የተነሣ›› አለችኝ፡፡

ከዓመታት በኋላ በኢትዮጵያ ዘመዶቼን ለመጠየቅ ስሄድ ወላጅ እናቴንና ባንሰርን ስለ በቀለ ሞላ አነሳሁባቸው፡፡ የነገረችኝ ታሪክ ከአባቴ ገንዘብ መበደሩን ባይክድም ልክ አባቴ ሲሞት ግን ቤተሰቤን የብድር ውላችንን የተፈራረምንበትን ሰነድ እንዲያመጡ ጠየቃቸው የአባቴን ቤት የወረሰው ቤተሰብ ይህን ውል ለመስጠት ሳይስማማ ቀረ፤ አለዚያ ደግሞ በቀለ ሞላ ብድሩን እንደማይመለስ ገልጿል፡፡

በ2010 የዚህን ሰው መገኛ ሳፈላልግ የበቀለ ሞላን ማለቴ ነው ወንድ ልጅ ማግኘት ቻልሁ፡፡ እንዳገኘሁት የእንጀራ እናቴ የነገረችኝ ታሪክ ነግሬው ምናልባት በቤተሰቡ መኖሪያ ቤት የነበረውን የአባቴን ፎቶግራፍ ሊያገኝልኝ ይችል እንደሆነ ጠየቅሁት፡፡ የተወሰኑ ፎቶግራፎች እንዳሉና እንደሚፈልግልኝ ቃል ቢገባም በቅርቡ ደግሞ ምንም እንዳላገኘ የሚገልጽ የጽሑፍ መልዕክት ልኮልኛል፡፡

***   ***

በወቅቱ ለየመን ሴቶች ሲጋራ ማጨስ ብርቅና ነውር የነበረ ነገር ቢሆንም አንድ ዕለት አባቴ ለመሪያም ሲጋራ እንድታጨስ ጋበዛትና ተቀበለች፡፡ በቃ ከዚያን ዕለትም ጀምሮ ቀስ በቀስ ለመደችና እስከ ሕይወቷ ፍፃሜ ድረስ የሲጋራ ሱሰኛ ሆና አሣልፋለች፡፡ በርሱ የተነሣ የአደባባይ ዳንስም ተሳታፊ

ነበረች፡፡ ነገር ግን በወቅቱ ሴት ልጅ በዚህ ዓይነቱ ተግባር መታየቷ፣ አጭር ቀሚስ ማድረግም በባህሉ ዘንድ ያልተለመደና የተወገዘም ጭምር ነበር፡፡

ሽፍንፍኗን በመግለጥ ሳያበቃ ምን ያህል ቆንጆ ሚስት እንደነበረችው ለማሳየት ፎቶግራፍ እያነሣት ለጓደኞቹም ይልክላቸው ነበር፡፡ ስለውበቷ ሊመፃደቅባቸው ነው ይህን ማድረጉ፡፡ ይህን ሁሉ ስትሆንለት ከቀደመው ትዳሯ ፍቺ ሳትፈጽም ጸንሳለትም ነበር፡፡ በብዙ መንገድ እንድታፈነግጥ ሰበብ ይሆናትም ይኸው ምክንያት ሳይሆን አይቀርም፡፡

ይህም ሆኖ ግን እርሱ ከሌሎች ሴቶች ጋር መማገጡንና የአልኮል መጠጥ ቀበኛናቱን እንዳልተወ ነው የምትናገረው፡፡ ለንግድ ሥራ ወጣ ሲል ምናልባትም በዛውም ሴሰኝነቱን ሲፈጽም እርሱ ያስቀመጠውን የአልኮል መጠጥ መፀዳጃ ቤት ትደልበት ነበር፡፡ ይህ ጠባዩ በስተመጨረሻ እንድትተወውና በአባቴ ጓደኛ በባጋሪሽ እገዛ ወደ ደቡብ የመን እንድትመለስ አስገደዳት፡፡

ምዕራፍ አሥራ አራት

እህቶቼ

ቤተሰባዊነት ትርጉሙ ጠሊቅና አንዳች የደስታ ኅብር አካል የመሆን ያህል ነው፣ በሕይወትህ ሙሉ በመውደድ በመዋደድ የመኖር ፀጋን ይሰጥሃል፡፡

- (ሊዛ ዊድ)

ፎዚያ

በአባቴ ወገን በሕይወት ካሉት እህቶቼ መካከል አንዷ ናት ፎዚያ፡፡

አባቴ አስቦበት ይሁን አይሁን እርግጠኛ መሆን ባልችልም የፎዚያ የስም ትርጉም ‹‹ አሸናፊነት›› አለዚያም ‹‹ድል›› ማለት ነው፡፡ አባቴ እንዴት እናቷን (መሪያምን) አግብቶ ፎዚያን እንደወለደ የሚገልጽ ተስማሚ ስም ይመስላል፡፡

በእስላማዊ ሕግ መሠረት ከጋብቻ ውጭ የሚወለድ ልጅ ከሞተ አባቱ ንብረት የመውረስ መብቱን ያጣል፡፡ አባቴ መሪያምን በፍጥነት ባያገባት ኖሮ፣ መሪያምና ፎዚያ በማኅበረሰቡ ዘንድ ከመነወር በተጨማሪ ከውርስ መካፈል እንዳይችሉም ሊታገዱ ይችሉ ነበር፡፡ ፎዚያም ልክ የእኔ አባት ሲሞት እንደገጠመኝ ዓይነት ዕጣ ነበር የሚደርሳት፡፡ ፎዚያ በጠባይ እጅግ ዝምተኛ ጭምት የምትባልና ስሜቶቿን ከመግለጽ ይልቅ በሆዷ ይዛ ማስቀረትን የምትመርጥ ልጅ ነበረች፡፡

ይህ ጠባይ ከምን እንደመነጨ ባላውቅም ዝምታዋ ግን ከቃል በላይ ጎልቶ የመደመጥ ኃይል ያለው ነው፡፡ ስለነገሮች አፍ አውጥ ከመናገርና ከመወያየት ይልቅ ሁሉንም ሐሳብ ገሸሽ ማድረግና መርሳትን ትመርጣለች፡፡ እንደ ሌሎቹ

እህቶቼ ሁሉ ስለ ሐርሓራ ቤተሰብ ስትመፃደቅም ሆነ ስለአባታችን ጥፋት ከአንደበቷ ሲወጣ አጋጥሞኝ አያውቅም፡፡ ምናልባት ዝምታን መምረጧ የቱንም ከባድ ነገርና ህመም የአባታችንን ሞት አለማውራቱና አለማንሳቱ የተሻለ ይሆናል ብላ በማሰቧ ሊሆን ይችላል፡፡

በኤደን ከተማ በርሷ ቤት ውስጥ ስኖር ዘወትር ከእናቷ እና ከወንድ ልጇ ጋር ረዘም ላሉ ሰዓታት እንጫወትና እንሳሳቅ ነበር፡፡ ልጇ በተለይ ፀሎት አለማድረሴን ሲያስተውልም የተለየሁ ሆኜ ታይቸው ይሆናል ጥሩ ይቀርበኛል፡፡ እኔ መጠጥ ባልጠጣም እርሱ ግን አልኮል መጠጥ ይጠጣ ነበርና በጣም ይገረምብኝ ነበር፡፡

ተወልዶ ያደጋው በሶሻሊስት (ኮሚኒስት) አስተዳደር በምትገኝ ከተማ በመሆኑ በተጎናጸፋቸው ነፃ ግብሮቹ ምክንያት የእኔ ተቃራኒነት ሳያስገርመው አልቀረም፡፡ በእስልምና ሃይማኖት የሚከለከሉ በርካታ አስተምህሮዎችን የሚጥሱ ነገሮችን ሳደርግ ቢመለከትም እኔ ለርሱ ማለት የተወሰኑ እስላማዊ አስተምሮዎችን በጥቂቱ የማከበርና የምተገብር ነገር ግን ደግሞ ኮሚኒስት ያልሆንኩ አክራሪ ሙስሊምም ያልሆንኩ እንድ ሰው ነበርሁ ማለት እችላለሁ፡ ፡

ከሰሜን የመን ቆይታዬ በተሻለ መልኩ በትርፍ ጊዜዬ ጥሩ እና ፤ለቀቅ ያለ ተዝናኖት ያለኝ ወደፊት ደግሞ ወደ አሜሪካ ለመጓዝ ህልም ያለኝ መሆኔን አስተውሏል፡፡ ‹‹ቡርዣው›› በሚል ቃል ነበር የሚገልፀኝ፡፡

‹‹የፈለገ በድህነት ያደግህ ልጅ ብትሆንም አሁን ላይም አስተሳሰብ ከቡርዣ ወገን ነው›› ይለኝ ነበር፡፡ የአንድ ወይም የኹለት ዓመት ዕድሜ ብልጫ ነው ያለን፡፡ ታላቁ ነኝ፡፡ ዕድሜው 17 አካባቢ ቢሆን ነው፡፡ ቀደም ሲል ባልሁት መልኩ የገለጸኝ ሙስሊም መሳይ፣ የአይሁድ አለዚያም ክርስቲያናዊ እምነትን የምከተል ወይም ሌላ እምነትን በይፋ የማላምን እንዲሁም ሆኖ ግን ጥቂት የእስልምና ተግባሮችን የምፈፅም መሆኔን ለመናገር ነው፡፡

የዚህን መጽሐፍ ረቂቅ በምፅፍበት ወቅት ከዚህ ሰው ጋር የ1980ዎቹ የጋራ ትዝታዎችንን እያነሳን በረጅሙ አውግተናል፡፡ የኋላ ኋላ በወርሃ ታኅሣስ 2021 በኮቪድ ህመም ታይዞ የዚህም መጽሐፍ መጨረሻ እንኳን ሳያይ ከዚህ ዓለም በሞት ተለይታል፡፡ ይህን ጊዜ የፎዚያን ጭምትነትና ዝምታ የልጇ ህልፈተ ሕይወት አባባሰው፡፡ በኀዘን ተጎዳች፡፡ እንደ ሁልጊዜው ሁሉ ኀዘኗን በውስጧ ከማስታመም በቀር ስለልጇ ሞትም ዝምታም መረጠች፡፡

ሀዘኗና የውስጧ ስቃይ ቢገባኝም ‹‹ተጎድቻለሁ፣ አንድ ልጄን አጣሁ ናፈቀኝ›› ብላ ስትናገር ገጥሞኝ አያውቅም፡፡ ፊፅሞ አታለቅስም፡፡ ኀዘኗን በቃል አትገልፅም፡፡ በሆዷ ብቻ እህህ እያለች በዝምታ ትብሰለሰላለች፡፡

ትዳርም የፈታችና ልጇን በሞት የተነጠቀች በመሆኑ በገንዘብ የሚረዳት የለም፡፡ በዚህ ምክንያት በውርስ ያገኘሁትን ንብረት ሁሉ ወደ እርሷ አስተላለፍሁላት፡፡ በቅፅ አንድ ላይ በሚገባ እንዳብራራሁት፣ የአባቴን ሞት ተከትሎ የደረሰን አንድም የውርስ ገንዘብ አለዚያም ንብረት አልነበረም፡፡ እናቴም ሆነች የእንጀራ እናቴም የውርስ ተጋሪ አልነበሩም፡፡

ያም ሆኖ ለ400 ዓመታት ገደማ ቤተሰቦቼ የአልሺሂር (ኻድራሙት) ግዛት ባለቤቶች ነበሩ፡፡ በ2019 ቤሰቡ ግዛቱን ለመሸጥ ወሰነ፣በውሳኔው አብዛኛው የቤተሰብ አባላት ደስተኛ አልነበሩም፡፡

የቤተሰባችን ቅርስ እንዴት ይሸጣል? ሲሉ ቅር ተሰኝተዋል ነበር፡፡ እንደ እውነታው ከሆነ ግን በቅርስነት ይዞ መቀጠሉ ጥሩ ምክንያት አልሆነም፡፡ ከ150 እስከ 200 የሚሆኑ የልጅ ልጆች ነው ያለነው፡፡ አንዳችንም ብንሆን ውርስ ግዛቱን በግለሰብ ደረጃ ገዝቶ የማስቀረት አቅም አልነበረንም፡፡ በዚህ ምክንያት ተሸጠ፡፡ በዚህ ምክንያት ውርሳችንን ጠብቀን ማቆየት አልቻልንምና ባህሉን ባለመጠበቃችን ኀፍረታችንን ተከናነብን፡፡

መሬቱ በእስላማዊ የውርስ ባህልና ሥርዓት መሠረት ተሸጠ፡፡ የውርስ ገንዘቡም ለወንዶች ብቻ እንዲከፍፈል ሆነ፡፡ በእኔ እምነት ወንድ ከሴት ልጅ ንብረት መወሰድ የለበትምና ከእኔ እኩል እህቶቼም የውርስ ተካፋይ መሆን አለባቸው የሚል ስሜት አደረብኝ፡፡ በወቅቱ በካናዳ ጥሩና የተደላደለ ሕይወት ስላለኝ የኔን የውርስ ድርሻ ለሁሉም እኩል እኩል አካፈልኳቸው፡፡ ይህ ተግባር በርግጥ ተደርጎ የማያውቅ ያልተለመደ ዓይነት ነበር፤ ግን አደረግሁት፡፡ ያኔ ሂንድ በሕይወት ስላልነበረች ድርሻዋን ለሴት ልጇ አበረከትሁላት፡፡

ሂንድ

የታላቅ እህቴ ስም ሂንድ ይባላል፡፡ ትርጉሙም ህንድ እንደ ማለት ነው፡፡ ሁሉም ግን የሚጠሯት ሙጁዳ እያለ ነበር፡፡ ምክንያቱም በሀገሬው ባህል መሠረት የቤቱ ታላቅ ሴት ልጅ ስም ሲወጣላት የአባቷ ስም ላይ መጠነኛ ለውጥ ተደርጎበት ነው፡፡

ለምሳሌ አባትየው ስም አሊ ቢሆን ልጅቱ አሊያ ወይም አላያ የሚል ስም ነው የሚወጣላት፡፡

በዚህም መሠረት የአባታችን ስም መጂድ ነውና እርሷም ሙጂዳ የሚለው መጠሪያ ስም ተሰጣት፡፡ በ1982 ገደማ ከእህቴ ልጅ ቤንብራይክ ጋር በመሆን ከኤደን ከተማ ወደ ወደብ ከተማዋ ሙከላ በረርን፡፡ ከዚያም ታክሲ ተሳፈርንና ከሙከላ ኤርፓርት አርባ ኪሎ ሜትሮችን ያህል ወደ ምትርቀው አልሺሂር ከተማ አቀናን፡፡ ልጠይቃት እንደምሄድ ቀድማ ስለሰማችው ሂንድ እኔን ለመቀበልና ለማስተናገድ ለኹለት ሳምንታት ያህል ስትሰናዳ ነበር የሰነበተችው፡፡

እንደደረስሁ ቤቱ በቀለም አጊጦና ፀድቶ ሙዚቃው ምግቡ ሳይቀር ተደግሶ የሰፈር ሰው ሁሉ በተጠራበት ሞቅ ያለና ፈፅሞ ያልጠበቁሁት ዓይነት የአቀባባል መስተንግዶ ተደረገልኝ፡፡ ከማጅድ ወንድ ልጆች የቀረሁት ወንድና ብቸኛ ልጅ እኔ በመሆኔ የቤተሰቡ መጠሪያ ነኝ፡፡ በኻድራሚ ባህል ወንድ ልጅ እንደወርቅ ነው የሚታየው፡፡ በብቸኝነት ለእህቶቼ ድጎማ እንዳደረግላቸው ይጠብቅብኛል፡፡

ሁሉም የማኅበረሰብ ክፍል የማጅድ ልጅ ወደ ከተማው መግባቱን ስለመስማቱ አረጋግጠችልኝ፡፡ በእንግድነት ጉብኝት ትንፋሽ እስካጣ ድረስ ሰዎች እየመጡ ይጎበኙኝና ይዘይሩኝ ነበር፡፡

እኔ እህቴን ልጠይቅ ባቀናም የሀገሬው ሰው ሁሉ ሊያየኝ ይጎርፍ ጀመር፡፡ ስለዚህ ዘወትር ፅድት፣ እምር፣ ሽክ፣ ብዬ በሥርዓቱና በወጉ መሠረት መናገር የግድ ይለኛል፡፡

ሡልጣናዊ አቀራረብና ሞገስ ማሳየት አለብኝ፡፡ የቤተሰቡን ክብር የሚመጥን ጠባይን ተላብሼ የቤተሰብ ገጽታን ወክዬ ታደምኩ፡፡ ይህ እኔ ካደግሁበት ጭምትና ትሁት አስተዳደግ አንፃር ትልቅ ተቃርኖ ያለው አቀራረብ ነበር፡፡

በሕይወቴ እንደ ሼህ አለዚያም እንደ ሡልጣን ባለ አኳኋን መቅረብ እንዳለብኝ ራሴን አሰልጥኜ አላውቅም ነበርና ከበደኝ፡፡ ሁነቱ በአጠቃላይ ቤተሰቤ በአካባቢው ምን ያህል ክብር እንዳለው ያስገነዘበኝና የተጋነነ ምስል የተፈጠረበት ነበር ማለት እችላለሁ፡፡

በቃ ዘወትር ልክ በዓል እንደሚከበር ሁሉ ታላቅ ፌሽታና ድግስ ይሆናል፡፡ እህቴ በየዕለቱ በዓይነት በዓይነቱ የምታሰናደው እንግዳ መቀበያ የምግብ ድግስ ቀናቱን ሁሉ መለስተኛ ሠርግ አለዚያም የገና ድግስ ያለባቸው ቀኖች

አስመስላቸው:: ዘወትር ከረሜላዎች፣ ጣፋጭ ነገሮች፣አሣ፣ ጠቦት፣ይቀርብ ነበር፡፡ ጠቦቱ ታርዶ በቅመም እየታሸ ከመሬት ሥር በተዘጋጀ የድንጋይ ጉልቻዎች ይጠበሳል፡፡

የቤተሰቡ አባወራ ነበርሁና ለምድር የከበዱ ዝናቸው ያስፈራላቸዋል የሚባልላቸው ታላላቅ ሰዎች ሳይቀሩ እየመጡ እንደጠየቁኝ ነገረችኝ፡፡ ሊጠይቁኝ የሚመጡ ሰዎች ምንም ይዘው አይመጡም፡፡ ምግቡን መጠጡንም ባይነት ባይነቱ የማሰናዳት ኃላፊነት ያለባት እርሷ ስትሆን እነሱ ልጆቻቸውን እየያዙ ለጥየቃ መምጣት ብቻ ነው የሚጠበቅባቸው፡፡ ብዙ ጎብኚዎች በማዕድ ሰዓት ላይ ላለመድረስ ጥረት ቢያደርጉም በደረሱበት ጊዜና ቀን ሁሉ እህቴ ቡናና ሻዩን ሁሉ ታቀርባለች፤ ትጋብዛለች፡፡ አንዳንድ ልዩ ከበሬታ ያላቸው ሰዎች ለእራት ይጋበዛሉ፡፡ በእራት ማዕድ 18 ሰዎች ያህል ዙርያ ከበው ሊታደሙ ይችላሉ፡፡ በተከታዮቹ ዓመታት ይህን ሁሉ የእህቴን የድግስ ወጭ ከግምት በማስገባት ለድግሶቹ የሚውል በርካታ ገንዘብ ይዤ ነበር የመጣሁት፡ ፡ እርሷ ግን ፈፅሞ ገንዘብ መቀበል አትፈልግም ነበር፡፡ ለጋስ ስለሆነች ብቻ ነው ያለቅጥ የምትደግሰው፡፡

ነገር ግን ጉብኝቴን ባጠናቀኩት ጊዜ ያዘጋጀሁላትን ገንዘብ ከሄድኩኝ በኋላ እንድታገኘው አንዳች ቦታ ትራስ ሥር ወይም ሌላ ሥፍራ ደብቄ አኖርላት ነበር፡፡

ዐረቦች በጣም ለጋስ ህዝቦች ናቸው፡፡ በመካከለኛው ምሥራቅ ሕዝቦች ዘንድ እንግዳ ተቀባይነት ለጉድ ነው፡፡ ቅጥ የለውም፡፡ በኻድራሙት በእግድነት ሄዳችሁ ኋላ ላይ ልተሰናበቱ ስትሉ ‹‹ምናባት ሳናስበው ያስከፋንህ ነገር ቢኖር ይቅርታ አድርግልን›› ብለው ይማፀኗችኋል፡፡

በእህቴ ቤት የነበረኝን ቆይታ አጠናቅቄ ስመለስም በዚህ ሁኔታ ነበር የተሸኘሁት፡፡ በክብር በለጋስነት እና በናፍቆት ተጥለቅልቄ፡፡ ሂንድ ከቁመቴ በስተቀር ሁሉ ነገሬ ቁርጥ እንደሆነ ነገረችኝ፡፡

‹‹እግርና እጆችህ ከናፍሮችህና የአፍንጫህ ቅርፅና አወራረዱ የአባታችን አምሳያ ነው፤ ማናችንም እኮ ፈገግታችን የእሱን አይመስልም፤ ባንተ ፈገግታ ውስጥ ግን አባቴን አያለሁ ውብና በሥርዓቱ የተደረደሩት የጥርሶቹ አቀማመጥ ያንተን ነበር የሚመስሉት በቁመት በኩል እንኳን አጠር ትላለህ በእናትህ ሳትወጣ አትቀርም›› አለችኝ፡፡

ታላቅ የሆነችው ይህች እህቴ ከሁሉም እህቶቼ የምታዝናናኝ ተጫዋች ቢጤ ናት፡፡ ይህች እህቴ ከሁሉም በላይ ዋጋ የምትሰጠው ጉዳይ ቢኖር

የገፅታና የማንነት ጉዳይ ነው:: የተከበሩና የደላው ትልቅ ሃብታም ሰው መስዬ እንድታይና እንድቀርብ ትፈልጋለች:: ‹‹አንዴ የያፋ ሥርወ መንግሥት የሐርሓራ ልጅ እኮ ነህ›› የምትለው ነገር ነበራት:: እንደልጅ ነበር የምትከታተለኝ:: አለባበሴን አቀራረቤን ሁሉ እንከን የለሽ ቢሆን ነው ምኞቷ:: ከሁሉም ነገር ጥንቅቅ ብዬ መታየት ከመፈለጓ የተነሣ እምብዛም ያልለመድሁትን ፆም ፀሎት እንኳን እንድገባበት አስገድዳኛለች:: የእስልምና እምነት ዕውቀቴ ደካማ ነበረ:: የቅዱስ ቁርዓን አብዛኞች ጥቅሶች እንኳን በቅጡ አላስታውሳቸውም::

በልጅነት ሕይወቴ ወላጅ አልባ ጎዳና ተዳዳሪ ሆኜ ያሳለፍሁ ሰው ነበርሁ:: ያም ሆኖ ፈፅሞ በልጅነቴ የድህነት ሕይወቴን ማሳለፌን እንድናገር አትፈቅድልኝም ነበር:: እውነታውን መካድ እንደማልችል ለማስረዳት ብሞክርም ‹‹ማንም ሰው ቢሆን የቀድሞ ድህትህን ማወቅ የለበትም›› ስትል ፈርጠም ብላ ታስጠነቅቀኛለች:: እኔ ደግሞ መዋሸት እንደሌለብኝ ልነግራት እጥራለሁ ‹‹መዋሸት አለብህ አልወጣኝም ነገር ግን በቃ ያለፈው የሕይወትህ ውጣ ውረድን ለማንም መናገር አይጠበቅብህም፤ ያለፈው አልፏል:: አንተ የምትመዘነው በዛሬ ማንነትህና አቋምህ ብቻ ነው›› ትለኛለች::

ደጋግማ የምላለትና የተከበረ የደላው ሰው ሆኜ በመታየት ሰዎች የአባቴን ገንዘብ እንደ ወረስሁ አድርገው እንዲያስቡ ትፈልጋለች:: ‹‹አባታችን በጣም ስልጡን እና የተከበረ ሰው ነበር፤ እባክህ ያጋጠመህን ፈተና እያነሳህ ከደረጃ ዝቅ አታድገው:: የሕይወት ውጣ ውረዶችና መታሰር የወንድ ልጅ ፈተናዎች ናቸውና ራስህን ሴት ለማስኘት የማትሻ ከሆነ በዝምታ እና በጽናት ዋጥ አድርጋቸው››

‹‹ይኸውልክ የወንድነት ወጉ እኝኝ አለማለት ነው፤ አታማር ቆፍጠን በል፤ የምታለቃቅስ እና የምታማርር ከሆነ ሰዎች እንደ ሴት ነው የሚቆጥሩህ›› ትላለች:: ይህን ማለቷ ደካማ ሆነህ አትታይ ለማለት ነው:: በዐረብ ማኅበረብ ዘንድ አንድ ወንድ በእሥር ቤት ካሳለፈ እንደ እልኸኛ ወንድ ነው የሚቆጠረው:: ጀግና እና አይበገሬ የመሆኑ ማሳያ ተደርጎ ይታያል:: በዚህ አገላለፃቸውና አመለከካታቸው እሥር ቤት የተገነባው ለወንዶች ብቻ መሆኑ ነው:: ይህ ማለት እንግዲህ ከወንድ በቀር ሴት ልጅ ፈፅሞ ለእሥር አትዳረግም እንደ ማለት ይሆናል:: በዚህ ሁሉ የገፅታ ግንባታዋና የማንነት ኩራት እስጠባቂ መርሆዎቿ አንድም ፍርሃት ተሰማኝ አንድም ደግሞ ተገረምሁ::

ቀጠለችና የት? ምን? እንደምሰራ ምን ያህን እንደሚከፈለኝ? ጠየቀችኝ፡፡ የትምህርት ደረጃዬንም አነሳች፡፡ ነገርኳት፡፡ ሊጎበኙኝ ለሚመጡ ሰዎች ሁሉ ከአሜሪካኖች ጋር እንደምሰራ፣ 3500 የአሜሪካን ዶላር ወርሃዊ ደሞዝ እንደሚከፈለኝ በኩራት መናገር ጀመረች፡፡

ይህ ክፍያ በጊዜው በደቡብ የመን ለአንድ የሁለተኛ ደረጃ ትምህርት ቤት ምሩቅ እጅግ ብዙ የሚባል ነበር፡፡ ያኔ የነበረው አማካኝ የሀገሬው የደሞዝ ጣራ በወር ከ135-150 የአሜሪካን ዶላር አይዘልም ነበር፡፡ ስለ እኔ ያልደሰኮረችው ምን አለ?!

እንግሊዘኛ፣ ዐረብኛን እና አማርኛ ቋንቋዎች አቀላጥፌ መናገር እንደምችል ነገረቻቸው፡፡ በወቅቱ ከኻድራሙት ዘንድ የቀድሞ ሶቪየት ኅብረት ተወዳጅነት አልነበረውም፡፡ ስለዚህ ከድሆች ሩሲያኖች ሳይሆን ወንድሜ ከአሜሪካኖች ጋር ነው የሚውለው አብሮ የሚሠራው ስትል ለሁሉም አወጀች፡፡

ይህ የተጋነነ መመጻደቅ ያስጨንቀኝ ያዘ፡፡ ኋላ ላይ እንደተረዳሁት ይህ ሁሉ የገፅታ ግንባታ ምናልባት የጋብቻ ጥያቄ ዕቅድ ቢኖረኝ ቤተሰቡ ሁሉ በጉጉት ተቀብሎ ልጁን መርቆ እንዲሰጠኝ በማሰብ ያደረገችው ነው፡፡

ከዚያ ባለፈ ደግሞ የቤተሰቡን መልካም ስምና ዝና ለማስጠበቅ እኔን መካብና ከፍ ማድረጓ አስፈላጊ መስሎ ታይቷታል፡፡ እየደጋገመች ቤተሰባችንም ሆነ አባታችን እጅግ የተከበረ እንደነበረ ትናገራለች፡፡በሕይወት ሳለ ሰው ለመጠየቅ ወደ ጐረቤት በሚሄድ ጊዜ ልጆች በሰልፍ ተደርድረው ይጠብቁትና ባዶ የትምባሆ ፓኮዎችን ይቀበሉት ነበር፡፡ አባታችን ስልጡን እና ዘሩም ከላይኛው መደብ የሚመዘዝ ስለሆነ የሚያጨሰው ሲጋራ የእንግሊዝ ሲጋራ ነበር፡፡

በዘመኑ አንድም ልጃገረድ ወደ ትምህርት ቤት ሳትገባ ነበር አባታችን ይህች እህታችንን ወደ ሙካላ ልኮ ትምህርት ቤት ያስገባት፡፡ የእኔ በእንግድነት ቤቷ መገኘት የታላቅ ዘር ቤተሰብ መሆኗን ለማስረገጥ ምክንያት ሆነላት፡፡

ብቸኛ የቤቱ ወንድና የቤተሰቡ አዲስ ራስ መሆኔን ተገን በማድረግ የተከበረ ጥሩ የአባቷን ዘር ለማግነን ጠቀማት፡፡ በጉብኝቴ ወቅት ሁሉንም ዘመዶቼን ሌሎች ራቅ ባሉ አካባቢዎች የሚገኙት ጨምሮ ጠይቄአለሁ፡፡

በከተማው ተዘዋውሬ እንደ ታሪም፣ ሺባም፣ ሴዩን የመሳሰሉ ታሪካዊና ጥንታዊ ሥፍራዎችን ተመልክቻለሁ፡፡ ታሪም በሥነ መለኮታዊነቷ፣

በሸንጐነቷ እና የኻድራሙት ሸለቆ የትምህርት ማዕከልነቷ ጐልቶ የሚነገርላት ጥንታዊ ከተማ ነች፡፡

ታሪም ከዚህም በተጨማሪ ከሌላው ዓለም እጅግ አብላጫውን የነብዩ መሐመድ የትውልድ ዘሮች መገኛ እስላማዊ ከተማ እንደሆነችም ይገመታል፡፡ ሺባም ጠባብና በግንብ የተገነባች ከ7000 ዓመት በፊት አካባቢ የተቆረቆረች ከተማ ናት፡፡

የበርሃዋ ማንሃታን በመባል በብዙዎች ዘንድ የምትታወቅ ከተማ ነች፡፡ ምክንያቱም ከ16ኛው መቶ ክፍለ ዘመን አንስቶ በሸክላ ጡብ የተገነቡ ግዙፍ እና ረጃጅም ህንፃዎችን በመያዟ ነው፡፡ ከህንፃዎቿ መካከል ጥቂቶቹ እስከ 11 ወለል እርዝማኔ ያላቸው ናቸው፡፡ በ1982 በተባበሩት መንግስታት የትምህርት የሣይንስ እና ባህል ተቋም (UNISCO) በዓለም ቅርስነት ጭምር የተመዘገበች ናት፡፡

ሴዩን ደግሞ በሥፍራው ካሉት ግዙፏ ከተማ ስትሆን መገኛዋም በኻድራሙት ስምጥ ሸለቆ መካከል ነው፡፡ በታሪክ ሰፍሮ እንደምናገኘው ይህች ከተማ በወቅቱ ለነበሩ ተጓዦች እንደማረፊያነት ታገለግል ነበር፡፡

ተንባቶዬ በዚህች ከተማ ሲያርፉ በብዛት መዳረሻ ከሚያደርጉት ቦታዎች አንዱ ሴዩን በተባለች ሴት የሚተዳደር አንድ ታዋቂ ቡና ቤት ነበር፡፡ መታሰቢያ ይሆናት ዘንድ በዚህች ሴት ስም ነው አካባቢው የሚጠራው፡፡ እነዚህን ሥፍራዎች ስጐበኝ ታሪካዊነታቸው ጠሊቅ ሆኖ ነው የተሰማኝ፡፡ በአካባቢው አሁንም ድረስ የቤተሰቤ ሥርወ መንግሥት ያለ ያህል ነበር የተፈጠረብኝ ስሜት፡፡

ከእህቶቼ ጋር አብሬ ባላድግም እነርሱ ግን በጣም ቅርብና ወሳኝ መከታ አድርገው ነው የተቀበሉኝና ያስተግዱኝ፡፡ ይህ መሆኑ ጠባዬን እንዳስተካከል አስገድዶኛል ማለት እችላለሁ፡፡ ሰሜን የመናዊያንን የጠላኋቸውን ያህል ከደቡብ የመናዊያን በተለይ ከገዛ ቤተሰቦቼ ጋር በፍጥነት ነበር በፍቅር የተቆራኘሁት፡፡ በእህቶቼ ምክንያት ዛሬም ድረስ ደቡብ የመናዊ ማንነቴን እንድወደውና እንድጠብቀው ሆኛለሁ፡፡ ለሀገሪቱ ላለኝ ፍቅርና ተዋርሶ የእህቶቼ ቀረቤታና ፍቅር ከፍተኛውን ድርሻ ይይዛል፡፡

በሰሜን የመን በተገፋሁበትና በተከፋሁበት ልክ በእነርሱ መስተንግዶ ተከሻለሁ፡፡ ከልጅነቴ ጀምሮ አብሮኝ ያደገው የዝቅተኝነት አስተሳሰብ ተሸሮልኛል፡፡ በአንድ ወቅት በሀገሬው ልሳንና ዘዬ በኻድራሚ የቋንቋ ቅላጼ ባለመናገሬ ይቅርታ እንዳልጠየቅሁ ሁሉ የደቡብ የመን ሕዝቦች በዚህ የተነሣ

ቅር እንዳልሰኝና እንዳውም የዐረብኛ ቋንቋ ችሎታዬ ግሩም የሚባል እንደሆነ ነግረውኛል፡፡

እህቶች ወንድማቸው የአባታቸው ልጅ መሆኔን ሲነግሩኝ ምልዑነት ተሰምቶኛል፡፡ በልጅነት ዘመኔ አባቴ ዐረብ በመሆኑ ከእናቴ ታላቅ ወንድም በኩል ከደረሰብኝ በተቃርኖ ልቤን የሚያሞቅ የማንነት ክፍታን ለመጐናፀፍ ችያለሁ፡፡ ይህ አጐቴ ዘወትር የዝቅተኝነት ስሜት እንዲሰማኝ ያደረገኝ ነበር፡፡

እህቶቼ ግን በዚህ ውስጣዊ ህመም ያሳለፍኩቸውን 18 ዓመታት በፍቅር አከሙልኝ፡፡ አሁን ለእኔ ቤተሰቦቼን ማግኘት ሌላኛው የማንነቴን ክፍል የመሙላት ያህል ጠቅሞኛል፡፡ በየመን ከቆየሁባቸው ኹለት ዓመታት በኋላ ትኩረቴን ሁሉ ያደረግሁት ከእህቶቼ ጋር ያለኝ ቁርኝት ይበልጥ በማጠናከር ላይ ነበር፡፡

በሰሜን የመን በኖርሁባቸው ሁሉም ዓመታት በተለይ ለመጀመሪያ ጊዜ ትልቋን እህቴን ካገኘሁ በኋላ ለ45 ቀናት ያህል እየተመላለስሁ ጠይቄያታለሁ፡፡ በ1998 በሚያሳዝን መልኩ በስኳር በሽታ ሳቢያ ይህችን እህቴን አጣኋት፤ በሞት ተለየችኝ፡፡

ከነዚያ ጉብኝቶቼ በኋላ ግን የማንነት ቀውሶቼ በሙሉ በራስ መተማመን ተተክተው ደረቴን ነፍቼ ስለራሴ መናገር ቻልሁ፡፡ አንድ ጊዜ ጉብኝቴን አጠናቅቄ ልመለስ ስል ከዘመዶቼ አንዱ የሐርሓራ ቤተሰብ ታሪክን በቅጡ እንድረዳ የሚያግዙኝ ጥቂት መጻሕፍትን በስጦታ አበረከተልኝ፡፡

መጻሕፍቱ ከክፍለ ዘመናት በፊት የነበረውን የቤተሰቡን ታሪክ የሚተርኩ በመሆናቸው ዛሬም ድረስ በኩራት ነው የማነባቸው፡፡ ከእነዚህ መጻሕፍት አንዱ ባለፉት 300 ዓመታት ሲወርድ ሲዋረድ የቀጠለውን የቤተሰቡን የዘር ቅርንጫፍ ያካተተ ነው፡፡ በዚህ የቤተሰብ ዘር ሃረግ የእኔን ስም ሰፍሮ ስመለከት የተፈጠረብኝ ስሜት የሁለተኛ ደረጃ ትምህርት ማጠናቀቂያ ዲፕሎማ ከመቀበል በላይ ሆኖ ነው የተሰማኝ፡፡

ሼሃ

በፎቶ እና በስልክ ግንኙነት ብቻ የማውቃትን ብቸኛ እህቴ እኔን በአካል ለማግኘት ከ30 ዓመታት በላይ ጠብቃለች፡፡ ምክንያቱም በሰሜን የመን

በምኖር ጊዜ በርካታ የመናዊያን ቪዛ ለማግኘትና ወደ ተባበሩት ዐረብ ኤምሬቶች ለመግባት እግድ ተጥሎባቸው ነበር፡፡

እኔም የካናዳ የይለፍ ሰነድ አለዚያም ፓስፖርት እስካወጣ ድረስ ወደዚህ ሀገር መጓዝ አልቻልሁም ነበር፡፡ የዚህች እህቴ ስም ሼሃ ይባላል፡፡ 5 ልጆች አሏት፡፡ ሼሀ ማለት መሪ አለዚያም ምሁር እንደማለት ነው ትርጉሙ፡፡

ለቤተሰቡ 3ኛ ልጅ ብትሆንም ሁሉንም የቤተሰብ አባል ማለትም የታላቅ እህቷንና በጅዳ የሚኖሩትን የሚች ወንድሟን ሴት ልጆች የመንከባከብ ኃላፊነት በእርሷ ላይ ነበር የወደቀው፡፡

ካላት ቅንና ደግነት ባሻገር በተለይ ወደ ሃብታም የባሕረ ሰላጤ ሃገራቱ (ኩዌት እና የተባበሩት ዐረብ ኤምሬት) ከባሏ ጋር ከተሰደደች በኋላ ጥሩ ገቢ ማፍራት በመቻሏ በቋሚነት የየመን ዘመዶቿን የህክምና፣ የልብስና ልዩ ልዩ ወጭ ስትሸፍን ኖራለች፡፡

እንደ ታሪክ አጋጣሚ ሳዳም ሁሴኔን በቁጥጥር ሥር በዋለበት ዕለት ማለትም ወረሃ ታኅሣስ 2003 ወደ መኖሪያ ቤቷ አቀናሁ፡፡ ስደርስ በልጆቿና በልጅ ልጆቿ /አብዛኞቹ ሴቶች ናቸው/ ሞቅ ያለ አቀባበል ነበር የተደረገልኝ፡፡

ከዚህ በፊት የምንለዋወጣቸው ደብዳቤዎች ፎቶዎች የተወሰኑ ልጆቿን እንድተዋወቅ ዕድል ፈጥሮልኛል፡፡ አንዳንዶቹን አስቀድሜ በማወቄ በስማቸው ጭምር ነበር የምጠራቸው፡፡ ከካናዳ ስመጣ የነበረኝ ረጅም በረራ ቢያዳክመኝም ቤተሰቡን በማየቴ ድካሜ ሁሉ ጠፍቶ ብዙ ታሪኮችንና ቦታዎችን እየነሳን አብሬያችሁ ቆየሁ፡፡

እቤቷ እንደደረስኩ ከእህቴ ጋር ለረጅም ደቂቃዎች ተቃቅፈን ማልቀስ ብፈልግም አስቀድሜ ማልቀስ እንደሌለብኝ ራሴን አሳምኛዋለሁ፡፡ እርሷ ግን አልቻለችም በመጠኑ አነባች፡፡ ፈገግ ብዬ ለራሴ እንዲህ አልሁት ‹‹በስተመጨረሻ የቀረኝን ቤተሰብ ለማግኘት በቃሁ፤ ከእህቶቼ እስከዛሬ ያላየሁትን የአባቴን ልጅ ማየቴ ስሜቴ ድብልቅልቅ ያለ ሆነ የድል እና ዳግም የመገናኘት ስሜት በውስጤ ገነነ››

ሼሀ እንደታላቅ እህቴ አልነበረችም፡፡ ንግግሯ ለስላሳ እና ከዛም ቀልድ የማታበዛ ዓይነት ሰው ነች፡፡ ነገሮችን በትኩረትና በትዝብት የምትመለከት ትመስላለች፡፡ ያም ሆኖ እርሷን ጨምሮ ሁሉም እህቶቼን አንድ

የሚያደርጋቸውና የሚያመሳስላቸው ነገር ቢኖር ጥንቁቅ እና የተከበሩ ደርባባ የመሆናቸው ጉዳይ ነው።

ሁሉም አንዳች የመሳፍንታዊ ኩሩ እና የተከበረ ኃያል መንፈስና ስብእናን ተጐናፅፈዋል። አንዳች የማይታይ ውስጣዊ የገዢነት ኃይል እና ልዑላዊነት ይነበብባቸዋል። ሁሉም ማለት ይቻል፤ አንዳች ነገር ልክ ያለሆነ ወይም የተበላሸ ሲመስላቸው ቶሎ ይበሳጫሉ። ይህ ከአባታችን የተዋረሱት ጠባይ ይመስለኛል።

በዘር ሳይሆን አይቀርም ሁሉም የስኳር በሽታ ተጠቂ ናቸው። በእነርሱ ዘንድ ቅጥፈት እና እብለት አጭበርባሪነት ስንፍና ፅዱ ያልሆነ ነገር ፈፅም ተቀባይነት የሌለው ነው። በዚህ ከመጣ ማንንም ቢሆን አይታገሱትም።

የእህቴ ሴት ልጅ ፄጃን ሁሉንም ፍላጐቴን ለማሟላትና ለማስተናገድ ብትጥርም፣ እህቴ አስቀድማ ምግብ እንዲቀርብልኝና መኝታዬም በአግባቡ እንዲሰናዳልኝ ለሠራተኞቿ ትዕዛዝ ሰጥታለች። አምስት የቤት አገልጋዮች ያሏት ሲሆን ሁሉም አስፈላጊውን ክብካቤ እንዲያደርጉልኝ ምንም እንዳይጓድል ትዕዛዝ ሰጥታቸዋለች። በቤቷ በእንግድነት በቆየሁበት ጊዜ ሁሉ ልብሶቼ በአግባቡ ታጥበው መተኮሳቸውን ትከታተል ነበር። በቀጣዩ ቀን ይህችው እህቴ ከፍሌ ድረስ ኹለት የተቀቀለ እንቁላል፣ ቴምሮች እና ቡና ይዛልኝ መጣች።

ከ1980ዎቹ በኋላ ይህ ዓይነቱ የቁርስ ማዕድ በጣም አጣጥሜ የምመገበውና ልከኛ ምርጫዬ ሆኗል። መስተንግዶም ሁሉም መላ ድርጊቶቿ በኤደን ኻድራሙት እና ሰንዓ ሌሎች እህቶቼን አስታወሳኝና አይኖቼ በእንባ ተሞሉ።

ምንም እንኳን ገና ማለዳ የነበረ ቢሆንም በአግባቡ ለባብሳና ተውባ ነበር። ከአጠገቤ ተቀመጠችና ስለ በረራ ጉዞዬ ቀጥላም ስለባለቤቴና የት እና እንዴት እንደተዋወቅን ትጠይቀኝ ጀመር። ሴት ልጆቼን በጣም ነው የወደደቻቸው። በተለይ የትልቋን ልጄን መልካም ግብረገብና ሥርዓት አንስታ አደነቀች። የትንሽ ልጄን ፈገግታና ውበት አድንቃ ነገረችኝ።

እንደሌሎቹ እህቶቼ ሁሉ እርሷም ሌሎች ዘመዶቼን ለመተዋወቅ እንድዘጋጅ አደረገች። ዋሌድ የተባለውን ትልቁን ልጇን ልታስታዋውቀኝ እቅድ ይዛለች። በኻድራሚ ባህል መሠረት ከሴቶች ይልቅ ለወንድ ልጆች ልዩ ቦታ ይሰጣል። አልባሳትም ይሁን ምግብ ወይም ሌላ የተመረጠው የተሻለ ነገር ሁሉ ለወንዶች ነው የሚደረገውና የሚበረከተው። ከቤተሰብ ውርስ አብላጫውን የሚያገኙት ወንዶች ናቸው። በባህሉ መሠረት በሌላ በኩል

መላውን ቤተሰብ በገንዘብ በኩል የመምራትና የማስተዳደር ኃላፊነቱ የወንዶች ይሆናል፡፡ ቀጠለችና ስለ ልጆቿ ባለቤቷና ጠባያቸው ታወጋኝ ጀመረች፡፡ በሚቀጥሉት በርካታ ቀናት ልጆቹቿን ካገኘኋቸው በኋላ ሙሉ ትኩረቴን ወደ ልጅነት ሕይወቴና የኻድራሙት አዳዲስ መረጃ መቃረም ላይ አደደረግሁኝ፡፡ ከሌሎች እህቶቹ በተለየ ሁኔታ ሼሃ የአባቴን ሃብት ጉዳይ ማንሳት አልፈለገችም፡፡ በ1960ዎቹ መጨረሻ ከቤቶቿ ብትለይም ባለፉት 40 ዓመታት በኻድራሙት የተከሰቱ ጉዳዮች ላይ ጥሩ መረጃ ነበራት፡፡

ኻድራሙት እና ኤደን ከነበረኝ የመጀመሪያ ጉብኝቴ በተለየ መልኩ ከሼሃ ጋር ስለ ዘመዶቻችን፣ ስለግብይት በሳውዲ ዐረብያና ኩዌት ስለሚገኙ ወገኖቻችን እና ሌሎች የቤተሰብ ጉዳዮችን አንስተን ከሼሃ ጋር ተጨዋውተናል ማለት እችላለሁ፡፡ እርሷ ከየመን የወጣቸው በ1970 እኔ ወደዛ ከማቅናቴ 8 ዓመታት በፊት ገደማ ነበር፡፡ እኔ በ1980 እና 90ዎቹ በርካታ ዓመታትን በየመን በመኖሬ በዚያ ስላሉ ዘመዶቻችን እያነሳች ጠየቀችኝ፡፡

ስለሌሎች ደኅንነት አብዝታ ትጨነቅ ነበርና ሁሉም ስለራሱ ኃላፊነት መውሰድ እንዳለበት በርሷ አቅም ሁሉንም መርዳት ከባድ ሊሆን እንደሚችል እየነገርሁ ላጽናናት ሞከርሁ፡፡ በንግግራችን መሃከል ለአፍታ ዝም ካለች በኋላ ከ10 ዓመት በፊት እህቴ ሙጁዳህ (ሂንድ) እግሯ ለህክምና በተቆረጠ ጊዜ ላደረግህላት ድጋፍ ከልቤ ነው የማመሰግንህ አለችኝ፡፡ ‹‹እንዴ እህታችን እኮ ናት ምንም የተለየ ድጋፍ አላደረግኹላትም፣ የምችለውን ከማድረግ ውጭ›› ስል መለስሁላት፡፡ በ1993 ክረምት ላይ ትልቋ እህታችን አንድ ሰርግ ላይ ለመታደም እየሄደች ሳለ በአንድ ግንባታ ያለበት ሥፍራ ስታልፍ ሰንደል ጫማ አድርጋ ስለነበር ምስማር ይወጋታል፡፡ ምስማሩ እግሯን ሲወጋት ደም ቢፈሳትም የደረሰባትን ጉዳት ቻል ብላ ወደ ተጠራችበት ድግስ ማምራቷን ትቀጥላለች፡፡

በቀጣዩ ዕለት ጉዳት የደረሰበት እግሯ አብጦ አድሮ ህመሙ ስለበረታ ወደ ሃኪም ቤት ሄደች፡፡ ያከማት ዶክተር ምርመራ ካደረገላት በኋላ ከባድ ማደንዘዣ ሰጣት፡፡ በኋላም የተጎዳውን እግሯን ቆርጦ በማጽዳት ደም እዲፈስ አደረገ፡፡ ይህን ሲያደርግ በወቅቱ እህቴ የኢንሱሊን መርፌ የምትጠቀም የስኳር ህመምተኛ መሆኗን አላወቀም ነበር፡፡ በነበረበት ከፍተኛ የስኳር መጠን ሳቢያ ከ30 ዲግሪ ሙቀት በላይ ከሚደርሰው የአየር ጸባይ ጋር ተደምሮ ቁስሉ መዳን ሳይችል ቀረ፡፡

በስኳር ህምተኞች ላይ የደም ዝውውር መጠን ዝቅ ያለ ስለሚሆን በቁስሉ አካባቢ ያለው አካል ቶሎ ማገገም አልቻለም ነበር፡፡ በዚህ የተነሣ ቁስሉ አመረቀዘ እና እግሯ ጋንግሪን ፈጠረ፡፡ በደቂቃዎች ውስጥ ይህ ሁኔታ በተጠቃው የቆዳዋ ክፍል ላይ ተጽዕውን ማሳየት ጀመረ፡፡ እርሷ ግን የጋንግሪን ምልክት መሆኑን ስላላጤነች ፈጥና ወደ ሃኪም ዘንድ አልሄደችም ነበር፡፡ ለዚህ ሁሉ ጉዳት የተደረገችው በጊዜው የነበረው የጤና ክብካቤና የባለሙያዎች አቅም ደካማ በመሆኑ ምክንያት ነበር፡፡ ይህ ከተፈጠረ ከጥቂት ወራት በኋላ ስንገናኝ፣ ከቁርጭምጭሚቷ በታች ያለው የእግሯ ክፍል ከመቆረጥ ሌላ አማራጭ እንደሌለው በሃኪሞቿ ተነግሯት ነበር፡፡ በጣም ልትቀበለው የከበዳት ዱብዳ ነው የሆነባት፡፡

እያለቀሰች ደወለችልኝና እንዳድናት ተማጸነችኝ፡፡ በአንድ በኩል የሴት ልጇ ሰርግ በሂደት ላይ ነበርና እግሯን አጥታ በሰርግ ሥርዓቱ ላይ መታደም ስሜት የሚነካ ዱብዳ ነው የሆነባት፡፡ ቲኬት ቆረጥሁና ከኻድራሙት ወደ ሰንዓ (ያኔ የምኖረው በዚህ ከተማ ነበር) እንድትመጣ አደረግሁ፡፡ ሃገሩን ሁሉ ብናስስ ምንም የተለየ የህክምና መፍትሄ ልናገኝ አልተቻለም፡፡ ቀጥታ ወደ ኩዌት ድንገተኛ ህሙማን ሆስፒታል ተመራች፡፡

በወቅቱ በሰንዓም ሆነ በመላው የመን በኩዌቶች የገንዘብ ድጋፍ የሚንቀሳቀሱ የህክምና ተቋማት በሙሉ በኩዌት ስም ነበር የሚሰየሙት፡፡ በአንድ ወዳጄ እገዛ የሆስፒታሉን ዳይሬክተር ዶ/ር አሜን አልጉናይድን ስለ ጉዳዩ አነጋገርሁት፡፡ ምናልባት ሌላ አማራጭ አለዚያም ወደ ዮርዳኖስ አማን ሄዳ መታከም የምትችልበት መንገድ ስለመኖሩ አማከርሁት፡፡ ዶ/ር አል ጉናይድ የትም ሀገር ሄዶ ብትታከም እግሯን ማትረፍ እንደማይቻል በግልጽ ነገረኝ፡፡ ይባስ ብሎ እግሯን መቆረጥ የነበረባት ጊዜ ለአንድ ወር ያህ በመዘግየቱ ከቁርጭምጭሚቷ በታች የነበረው ውሳኔ ተቀይሮ በሽታው በመስራጨቱ ከጉልበቷ በታች መቆረጥ እንዳበት ተነገረን፡፡ ከዚህ በላይ የሚዘገይ ከሆነ ደግሞ ሙሉ እግሯ የሚቆረጥ ይሆናል፡፡ ይህን ጊዜ ለህክምናው በጣም እንደዘገየን ገባኝ፡፡

ይህን ሁኔታ ለእህቴ ማርዳት ደግሞ በሕይወቴ የተጋፈጥሁት እጅግ ከባድ ፈተና ሆነብኝ፡፡ እኔ አጠገቡ ሆኜ ዶ/ር ጋይናደድ ነገሩን ሁሉ ሊያስረዳት ሞከረ፡፡ ይህን ጊዜ ተስፋ በመቁረጥ ውስጥ ሆና ምንም ልረዳት አለመቻሌን በሚያሳብቅ መልኩ፣ ከገደል አፋፍ ስትወረወር ዝም ብዬ የተመለከትሁኝ ያህል ተሰምቷት ስትመለከተኝ የማደርገው የምይዝ የምጨብጠው ጠፋኝ፡፡ ልረሳው የማልችል መጥፎ ትዝታዬ ነው፡፡

የህክምና ባለሙያዎቹ እግሯ ሲቆረጥ ደም ሲፈሳት መተኪያ ሊያስፈልጋት ስሚችል የደም ናሙና ወሰዱ። ውጤቱ ሲታይ የእኔና የእህቴ ደም ጨርሶ አይመሳሰልም። ተመሳሳይ የደም ዓይነት የለንም። ተስፋ ቆረጥኩ፤ አሚን ባህማም የሚባል አንድ ወዳጄ ከእርሱ ጋር ተመሳሳይ የደም ዓይነት ስለነበረው ደም ለገሰና ህክምናው ተደረገ። በስኬት ተጠናቀቀ። እህቴም እግሯ ከተቆረጠ በኋላ በሰው ሰራሽ እግር ለመቆም በቅታ በእኔና በሴት ልጇ ስርጎች ላይ መታደም ቻለች።

*** ***

ስለ ሂንድ ባወራሁ ቁጥር ሼሃ በሞት የተለየችንን እህታችንን እያሰበች ታለቅስ ነበር። ይሄኔ ስለ እርሷ ማውራት አቆማለሁ! እህቶቼ በተወለዱበትና አባቴ የበዛውን የወጣትነት ዘመኑን ባሳለፈባት አል ሺህር ከተማ ብዙ የቀዬው ሰዎች ስለመጀመሪያዋ የእጀራ እናቴ ማለትም ስለ አባቴ የመጀመሪያ ሚስት ዘይነብ ደግነት እና ልበ ሩህሩህት ያወራሉ። ከጭምትነቷ የተነሣ ይህች ሴት ከአንደበቷ ይልቅ የዓይን ቋንቋ የሚቀናት ዓይነት ነበረች። እንደ እናቷ ዘይነብ ሁሉ ልጇ ሼህም ላይ የተመለከትሁት ይህን ጠባይ ነበር።

ሼሃ ልበ ቀና ደግና ለሁሉ አዛኝና ቸር ነበረች። ታላቅ እህታችን እግሯ ሊቆረጥ ሆስፒታል በነበረችበት ወቅት ሁሉ ተለይታን አታውቅም ነበር። በተደጋጋሚ እየደወለች ስለ ደህንነቷ ትጠይቃለች። አሁንም ቢሆን ባሰበቻች ቁጥር እንባ አይለያትም። ሁለቱንም ሳምንታት ከእህቴ ልጅ የቄዳን ቤተሰብ እና ከእህቴ ሌሎች ልጆችና የልጅ ልች ጋር ሰነበትሁ። ሼሃ በዚሁ በስኳር ህመም ሳቢያ በ2012 ሕይወቷ አለፈ።

ሙና

ከዐራተኛዋ እህቴ ጋር ከሌሎቹ በተለየ ቅርርብ አለን። ምክንያቱም የትውልድ ሥፍራችን አንድ ከመሆኑ ባለፈ ዕድሜያችንም ተቀራራቢ ነው። አባታችን ካፈራቸው ልጆች ታናሽዋ እርሷ ነች። ከእኔ በዐራት ዓመታት ታንሳለች። ሙና ማለት በዐረብኛ ታናሽዋ ልዕልት እና ብቸኛዋ የሚል ትርጉም አለው። በሌሎች ጥቂት የዐረብኛ ሥነ ጽሑፎች ላይ ደግሞ ትርጉሙን የማይደረስበት ሩቅ ምኞት፣ ዓይነት ነገር ሆኖ ሲገለጽ እናገኘዋለን።

የእህቶቼን ስሞች በሙሉ ያጤንን እንደሆነ ትረጓሜያቸው ከእምነታዊ ወይም መንፈሳዊነት ይልቅ ይበልጥ ወደ ዓለማዊው ትርጓሜ ያደሉ ናቸው።

እኔና ሙና ውልደታችን በኢትዮጵያ ነው፡፡ ሁለታችንም በሰሜን የመን ኖረናል፡፡ በብዙ ነገራችን ተመሳስሎ አያጣንም፡፡ በየመን የተቀሰቀሰውን የእርስ በእርስ ጦርነት ተከትሎ ወደ ኢትዮጵያ ለመመለስ እስተገደደችበት 2016 ድረስ ኑሮዋ በሰንዓ ከተማ ነበር፡፡ ለበርካታ ጊዜያት ስንናቆር ስንጣላ ደግሞም ስንታረቅ ብዙ ትዝታዎችን አሣልፈናል፡፡ በጣም ደግ ከመሆኗ የተነሣ ምንም ነገር ብጠይቃ የትም ገብታ ጨረቃም ላይ ወጥታ ቢሆን ታመጣልኝ ነበር፡፡ ለደስታዬ ሟች ነበረች፡፡ ሙና በሰዎች ፊት በውዳሴ ብታጥለቀልቀኝም በግሌ ደግሞ ጠንከር ያለ ወቀሳና ትችትን ከመሰንዘር ወደ ኋላ የማትል እህቴ ናት፡፡

በትምህርቷ ብዙም የገፋች ባትሆንም ከእናቷ ጋር በመተጋገዝ ለታናናሽ ዘመዶቿ የተሻለ ትምህርትና ኑሮ የምትተጋ ጠንካራ ሴት ናት፡፡ በመደበኛው ትምህርት ይህ ነው የሚባል ተጋልጦ ባይኖራትም ለትምህርት ግን እጅግ ክብር የምትሰጥ ቅን ልጅ ናት ሙና፡፡

ከልጆቼ ጋር ሆኜ በስልክ ደውለን ያናገርናት እንደሆነ የትምህርታቸውን ነገር መበርታት እንዳለባቸው ሳትመክር ሳትዘክር አታልፍም፡፡ ልጆቼ በየትምህርት እርከናቸው መጨረሻ ሁሉ እየበረቱ ቀጣዩን ደረጃ በጥሩ ውጤት እንዲወጡ ዘወትር ታበረታታቸዋለች፡፡ ትልቋ ልጄ በመጀመሪያ ዲግሪ መረሃ ግብር ስትመረቅ የሙና ጥያቄ የነበረው መቼ ሁለተኛ ዲግሪሽን ልትቀጥዪ አስብሽ ነበር? ዘወትር ወደ ፊት እየመራች ታበረታታቸዋለች! ሁሌም በምክሯ የእናንተ መማር ለእኔም ጭምር ነው እኔ ያገኘሁትን ዕድልና ተስፋ በናንተ ትምህርት መሳካት ማየት እፈልጋለሁ፡፡ በካናዳ ሴት ልጅ የተጎናጸፈችውን ነጻነት መጠቀም አለባችሁ፡፡ ትላቸው ነበር፡፡

በሰንዓ ከተማ በምኖር ጊዜ በአብዛኛው ጉዳዮቼን የምትከታተልልኝ እርሷ ናት፡፡ የራሴ መጠሪያ ስም የሌለኝ እስኪመስል ድረስ የሙና ወንድም ተብዬ ነበር በከተማዋ ይበልጥ የምታወቀውና የምጠራው ማለት ይቻላል፡፡ ያው እርሷም እንደ እህቶቼ ሁሉ የቤተሰባችን ማንነታዊ ክብርና መልካም ስም ገጽታ አብዝቶ ግድ የሚላት ሴት ናት፡፡ በሰሜን አሜሪካ ለረጅም ጊዜ የኖርሁ እንደመሆኔ መጠን ጠባዬ ግልጽና ፊት ለፊት ነው፡፡ በጣም ቀልድ አበዛለሁ፡፡ ሌላው ቀርቶ በተደጋጋሚ በልጅነት ሕይወቴ ምን ያህል ድህነት ውስጥ እንዳደግሁ የመናገር ልምድ ነበረኝ፡፡ ይህችው እህቴም ብትሆን ግን ይህን ነገሬን አጥብቃ ነው የምትቃወመው፡፡ ጭራሹኑ ስላለፈ የልጅት የድህነት ሕይወቴ እንዳነሳ ፍላጎቱ የላትም፡፡ እየደጋገመች "የዚህ ቀዬ ሰው ያለፈ

ድህነትና ጉስቁልናህን ከሰማ ከቶም ክብር የሚባል አይሰጥህም" ስትል ትመክረኛለች፡፡

ከእኔ የሚጠበቀው ኩሩ ወርቃማው የሐርሐራ ቤተሰብ ልጅ መሆኔን ማሳየት ነው፡፡ ኹለት ሦስተኛ የሚሆነውን ዕድሜዬን ያሳለፍሁት በካናዳ እና አሜሪካ በመሆኑ ቀስ በቀስ የአማርኛ ቋንቋ ችሎታዬ እየካደኝ መጥቷል፡፡ ዐረብኛም ስናገር በመሃል የእንግሊዘኛ አረፍተ ነገሮች እየቀላቀልሁ ካልሆነ በቀር ማቀላጠፍ እየተሳነኝ መጥቷል፡፡ በዚህ የተነሣ ሐሳቤን እኔን ወክላ መናገር ትመርጥ ነበር፡፡ እየሰባበርሁና እያማጥሁ የምናገረው ቋንቋዬን አትወድልኝም፡፡ መናገር እየጠፋብኝ እንደሆነ ታረዳኛለች፡፡ እናቷ አማርኛ ቋንቋን በቅጡ መናገር የምትችል የመናዊ ናት፡፡

እኔም ብሆን ያደግሁት ከአማራ ብሔር የኢትዮዖያ ቤተሰብ ውስጥ በመሆኑ ቋንቋውን የመልመድ የተሻለ ተጋልጦ ነበረኝ፡፡ ያም ቢሆን ግን ነገሩ የተገላቢጦሽ ሆነና እርሷ ከእኔ ይልቅ አማርኛን አሳምራ የምትናገር ሆነች፡፡ ለዚህም ምክንያቱ ምናልባት የቋንቋ ትኩረቴን በአብዛኛው እንግሊዘኛና ዐረብኛ ላይ በማድረጌ ይሆናል፡፡ ልጠይቃት እርሷ ዘንድ በሄድሁ ቁጥር እንድጎበኛቸው የምትግፈልጋቸው በተለይ ቤተሰቦቻቸውን ከረጅም ዓመታት በፊት በሞት ያጡትን ዘመዶቻችን ነበር፡፡ በዚህ ምክንያት የበዛው ጥየቃዬ ለቅሶ በመድረስና በማጽናናት ላይ የተሞላ ነበር ማለት እችላለሁ፡፡

በቃ ልወቃቸውም አልወቃቸውም በእርሷ ዘንድ እነዚህን ወገኖቼን መጠየቄና ማጽናናቴ የግድ ነበር፡፡ ምንም እንኳን የጤና እና የገንዘብ ችግር ፈተና ቢሆንባትም ፈጽሞ ስባሪ ሳንቲም ጠይቃኝ አታውቅም ነበር፡፡ በቃ ክብሯን እንደጠበቀች በኩራት የምትኖር ደርባባ እመቤት ነች፡፡ መጀመሪያ አካባቢ የአባቴን የወታደር ቤት ቆይታ ታሪክና ያለፉ ፎቶግራፎቹን ማፈላለጌ ብዙም አያስደስታትም ነበር፡፡ ይህን ማድረግ ለእርሷ ጊዜን እንደማባከን የሚቆጠር ተግባር ነበር፡፡ ሌላው ቀርቶ ታሪኬን የሚሰንድ መጽሐፍ መጻፌም ለርሷ ከንቱ ልፋት ነው፡፡

በቃ ያፈው አልፏል፤ ወደ ፊትን ብቻ ማሰብ በቂ ነው ብላ ነው በጽኑ የምታምነው ሙና! ከስንትና ስንት ሙግትና ውይይት በኋላ የተሟላና የቤተሰቡን ፍትሃዊ ገጽታ ያለ አሉታዊ ታሪክና ቅሌት እንደምሰንድ አሣምኛት ነው በስተመጨረሻ የግል የሕይወት ታሪክ መጽሐፌን ደግፋ ስምምነቷን የገለጸችልኝ፡፡ በቀጥታ እንዲህ ነበር ያለችኝ

እህቶቼ

“ከመጥፎ ጥቂት ታሪኮች መካከል አዎንታዊ ታሪኮች በዝርዝር እስከተጻፈ ድረስ ይሁን በርታ ቀጥልበት”

***   ***

ምዕራፍ አሥራ አምስት

ወታደራዊ ግልጋሎት

ለመሞት እንደምሄድ እንደማወቅ አስረዳኋት፤ ምክንያም የልደት የምስክር ወረቀቴ የማብቂያ ዕለት ሰፍሮበታልና፡፡

- "ስቴፈን ራይት"

በ 1980ዎቹ መባቻ ገደማ በሰሜን የመን የሁለተኛ ደረጃ ትምህርታቸውን ያጠናቀቁ ከፍም ሲል የዩኒቨርስቲ ዲግሪያቸውን የተቀበሉ ወንዶች ብሔራዊ ግልጋሎት እንዲሰጡ ጥያቄ ቀረበ፡፡ ወታደራዊ ግልጋሎቱ በተለይ ወደ ሳውዲ አረቢያ ለጊዜያዊ ስራኝነት መጓዝ ለሚፈልጉ ወንዶች ግዴታ ነበር፡፡ በወቅቱ የሰሜን የመንን መከላለያ ጦር ሙሉ በሙሉ በሚባል ደረጃ የሚደጉመው የሳኡዲ አረቢያ መንግሥት ነው፡፡ በተመሳሳይ የደቡብ የመን ጦር ሠራዊት ደግሞ በሶቪዬት ኅብረት ድጋፍ ይደረግለታል፡፡ ሁለቱም ሀገራት በጊዜው መከላከያ ጦራቸውን የመደገፍ የገንዘብ ቁመና አልነበራቸውም፡፡ ማንኛው ብቁ ሰሜን የመናዊ የነዋሪነት መታወቂያ ካርዱን አለዚያም የመንጃ ፍቃዱን ለማደስ በጠየቀ ጊዜ ወታደራዊ ግልጋሎት የሰጠበት ማስረጃ ሰነድ የግድ እንዲያቀርብ ይጠየቃል፡፡ ይህ ግዳጅ ለቤተሰቦቻቸው ብቸኛ ወንድ ልጅ ለነበሩት ብቻ ተፈጻሚ አይሆንም፡፡ ያኔ በነበረው ሥርዓት ሴቶች ማሽከርከር ቢፈቀድላቸውም የወታደራዊ ግልጋሎት እንዲሰጡ ግን አይጠየቁም ነበር፡

በ1982 ይኸው የዜግነት ወታደራዊ ግልጋሎት ምስክር ወረቀት ስላልነበረኝ የመንጃ ፈቃዴን ለማደስ እክል ገጠመኝ፡፡ ወደ መከላከያ ሚኒስቴር መሥሪያ ቤት በማቅናት አንደኛ ደቡብ የመናዊ ስለመሆኔ፣ የተወለድኩትም ከኢትዮጵያዊት እናት መሆኑ ያደግሁትም በኢትዮጵያ

ስለመሆኑ ከዛም ባለፈ ለቤተሰቤ የቀረሁ ብቸኛ ወንድ ልጅ መሆኔን አስረዳሁ፡
፡

ዓላማዬ ከወታደራዊ ግልጋሎት ግዳጅ ውጭ መሆኔን የሚገልጽ ማስረጃ ማግኘት ነበር፡፡ ይህን የሚያትት ማመልከቻ ደብዳቤ ለሚመለከተው አካል አስገባሁ፡፡ ጉዳዩ በቶሎ እልባት ያገኛል ብዬ ስጠባበቅ፣ ማመልከቻዬ እየተጣራ እንደሚቆይና ውሳኔ እስኪያገኝ ግን በወታደራዊ ግልጋሎት ቅጽ ውስጥ እንድካተት ተወሰነ፡፡ ለስልጠናም ተመለመልሁ፡፡ በውጤቴም ያለ ክፍያ ከምሰራው ሥራ ተሰናብቼ በምትኩ በወርሃዊ የወታደር ደሞዝ (175 የአሜሪካ ዶላር) ተቀጥሬ እንዳገለግል ተበየነ፡፡ በተደረገው ምርመራና የቃል ምልልስ የማጣራት ሥራ ኃላፊዎቼ በዐረብኛ እና እንግሊዘኛ ቋንቋዎች መጻፍና ማንበብ እንደምችል ደረሱበት፡፡ ጥሩ የጽኅፈት ችሎታዬም ሳያስገርማቸው አልቀረም፡፡ በሌላ በኩል ደግሞ ስሞችን መጻፍ እና መረጃዎን በእንግሊዘኛ ቋንቋ መቀመር የሚችል ሰው በስደተኞችና ዜግነት ጉዳዮች አገልግሎት መሥሪያ ቤት በኩል እጅግ ይፈለግ ነበር፡፡ በወቅቱ ይህን ችሎታ ያሟላል ተባልሁና ወዲያውኑ መሰረታዊ የውትድርና ሥልጠናዎችን ማለትም (አካላዊ እንቅስቃሴ፣ አለባበስ ድንኳን አጣጣል፣ ሰልፍ፣ ወታደራዊ እግር ጉዞ) እንድወስድ ከተደረገ በኋላ በተነገረኝ መሠረት ለኢሚግሬሽን ቢሮ ሪፖርት አድርጌ ፤ ከ125 እስከ 150 ለሚደርሱ ዜጎች ፓስፖርታቸው ከዐረብኛ ወደ እንግሊዘኛ ቋንቋ የመተርጎም ኃላፊነት ተሰጥቶኝ ተመደብሁ፡፡

የይለፍ ሰነዶቹ የፓስፖርቱ ባለቤት ስም፣ የቤተሰብ የአያት ስም እና የአባት ስም በቅደም ተከተል ያካተቱ ናቸው፡፡ የትውልድ ሥፍራና ቀን፣ የደም ዓይነት፣ ሙያ፣ የጋብቻ ሁኔታ፣ የየመን ፓስፖርት ወደየትኛቹ ሀገራት ለመጓዝ እንደሚያስችል የሚገልጽ የሀገራት መዘርዝር ጭምር የያዘም ነበር፡፡ ሥራው በሚከናወንበት ጊዜ አንድ ነገር ትኩረቴን ሳበው፡፡ በዐረብኛው የሰነዱ ቅጽ ሁሉም ፓስፖርቶች ላይ የሁሉም የትውልድ ቀን ጥር 1 ሆኖ ነው የተጻፈው፡፡ የሁሉም ሰዎች የደም ዓይነት አ በሚል ተገልጽዋል፡፡ ሁሉም ሙያውን የቀን ሰራተኛ ብሎ አስፍሯል፡፡ በዚህም መሠረት 40 ያህል ፓስፖርቶችን ወደ እንግሊዘኛ ቋንቋ ከተረጎምኩ በኋላ ያየሁት ነገር ልክ ይሁን ስህተት ለማረጋገጥ አንዱን መኮንን ጠየቅሁት፡፡ እርሱም ቀበል አደረገና ‹‹ማነህ ፈላስፋው በል በል ጊዜ የለንም ማመልከቻ ስናጠራ አንውልም፡፡ ዝም ብህ ፓስፖርቶቹ ላይ ያገኘኸውን የዜጎች መረጃ ተርጉም፡፡ ሁሉም አመልካች ማለት ይቻላል የተወለደበትን ቀን በትክክል አያውቅም፤ የደም ዓይነቱንማ ፈጽሞ የሚያውቅ አይገኝም፤ 90 በመቶ የሚሆኑት የመናውያን ወደ ሳኡዲ በቀን ሰራተኝነት

ለመዳዝ ያኮበኮቡ ናቸው፡፡ በቃ ምን አስጨነቀህ ጌታው ፓስፖርቶቹን ዝም ብለህ ተርጉም፡፡ ሌላ ጥያቄ አልፈልግ ሰውዬ›› ሲል መለሰልኝ፡፡ በቀጥታ ሌላ ጥያቄ ሳላበዛ ወደ ወንበሬ ተመልሼ መተርጎሜን ተያያዝኩት፡፡

ከኹለት ሳምንታት ገደማ በኋላ አንድ የጦር ሠራዊት መኮንን አግኝቼ ለምን ሁሉም ፓስፖርታቸው ላይ የደም አይታቸው አ አድርገው ጻፉ? የሚል ጥያቄ አቀረብኹለት፡፡ ‹‹ያው እንደምታወቀው በዐረብኛ የቁጥር ሥርዓት መሠረት ‹‹አ›› ፊደል ከዐረብኛው 5 ቁጥር ጋር ተመሳሰይ ናቸው፤ ለዚያ ይመስለኛል፣ ደግም እኔም እራሴ ከዚህ አ ከተባለው የደም ዓይነት ሌላ አላውቅም፡፡ ባውቅም ደግሞ እንዴት በእንግሊዘኛ ፊደል እንደሚጻፍ ዕውቀቱ የለኝም፡፡ ለዚያ ነው ‹‹አ›› የተሰኘውን ፊደል የመረጥሁት፡፡ ሲል ምላሽ ይሆናል ያለውን መልስ ሰጠኝ፡፡

በርግጥም ይህ ማብራሪያው ለእኔ አሣማኝና ሚዛን የሚደፋ ሆኖ ነው የተሰማኝ፡፡ ከዐራት ወራት በኋላ የሰሜን የመን ጦር ሠራዊት ግልጋሎቴን በተሰጠኝ ኃላፊነት መሠረት ሳጠናቅቅ ለቤተሰቤ ያለሁት ቀሪ ብቸኛ ወንድ ልጅ እኔ መሆኔ ከግምት ገብቶልኝ በነጻ ተሰናበትሁ፡፡ በእነዚያ ዐራት ወራት ውስጥ ብቻ በአጠቃላይ 4000 የይለፍ ሰነዶችን ተርጉሜአለሁ፡፡ ታዲያ 4000ውም ግለሰቦች በወርሃ ጥር 1 ቀን እንደተወለዱ ነው በሰነዳቸው የሰፈረው፡፡ ሁሉም ‹‹አ›› የደም ዓይነት እና የቀን ሥራ ሙያተኞች ሆነው ተመዝግበዋል፡፡ እኔ መወለድ ከነበረብኝ ኹለት ወራት ቀድሜ የተወለድሁና የልደት ቀኔም በምስክር ወረቀቴ ላይ ጥር 6 ሆኖ የሰፈረ ሰው ነኝ፡፡ የጦር መኮንኖቹ እንደለመዱት የትውልድ ቀኔ ጥር 1 ቀን ሆኖ እንዲጻፍ ሊያስገድዱኝ ቢሞክሩም ጉዳዬን የሚከታተልልኝ ኃላፊ እገዛ ታክሎበት ከኃላፊዎች ጋር በነበረኝ መልካም ግብብነት የተነሣ የትውልድ ቀኔ በትክክለኛው ዕለት ፓስፖርቴ ላይ እንዲሰፍርልኝ ተደርጓል፡፡

ምዕራፍ አሥራ ስድስት

የባህል ተቃርኖ

ማንም ሰው ቢሆን ጎዶሎነታችሁን እንዲነግራችሁ አትፍቀዱለት

- ዲን አታ

በ1970 እና 80ዎቹ ሰሜን የመን የበርካታ የውጭ ዜጎች አማካሪዎችና ሠራተኞች መናኸሪያ ነበረች፡፡ ከእነዚህ ውስጥ ጥቂቶቹ እርስ በርስ በባላንጣነት የሚተያዩ ነበሩ፡፡ ሰሜን እና ደቡብ ኮርያዎች፣ ከሚኒስት ቻይናውያ እና ብሄርተኛ ቻይናውያን በታይዋን ዘንድ ለዚህ እንደማሳያነት ይጠቀሳሉ፡፡ በተጨማሪ ደግሞ የአሜሪካ በጎ ፈቃደኛ የሰላም ጓዶችና ሳውዲ አረቢያዎች በርካታ ውድ ስጦታዎችን የሚያጎርፉ አካላት የተራው አሜሪካኖቹ የጦር መሳሪያዎች፣ ተሽርካሪዎች፤ እና መሰል ቁሶችን ሲያቀርቡ ሳኡዲ አረቢያዎች ደግሞ ለእነዚህ አቅርቦቶች የገንዘብ ክፍያ ይፈጽማሉ፡፡ ከዚህ ባሻገር የመን በወቅቱ የጣሊያን መካኒኮች፣ የደች የህክምና ባለሙያዎች፣ የፓኪስታን ዜጎች ፓይለቶች፣ የፊሊፒናዊ ዜጋ አስተናጋጆች እና ግብጻዊያን መምህራንን ቀልብ የሳበች የሙያተኛ እግር የሚበዛበት ሀገር ሆነች፡፡ ዓለም አቀፍ ረድኤቶችና የድጋፍ ፕሮጀክቶች በአብዛኛው ብሔራዊ ጥቅምና ርዕዮተ ዓላማዊ የፖለቲካ አሰላለፍ የዋጁ ናቸው፡፡ ለአብነት በሀገሪቱ የአየር ማረፊያ ግንባታ በ1970ዎቹ መጀመሪያ አሃዱ ሲባል ሶቪዬት ኅብረት ድጋፍ አደረገች፡፡ በ1970ዎቹ አጋማሽ ደግሞ የኤርፖርቱ ግንባታ በምዕራብ ጀርመኖች ድጋፍ ተጠናቀቀ፡፡ በ1980ዎቹ መባቻ ደግሞ የማስፋፊያ ሥራውን ቻይናዎች ከወኑት፡፡

በሰሜን የመን የተገነቡት ሦስት ዓበይት ጥርጊያ መንገዶችም በተለያዩ አካላት ነው ግንባታቸው የተከናወነው፡፡ ከሰንዓ ወደ ታእዝ የሚያቀናውን ጥርጊያ መንገድ አሜሪካዎችና ምዕራብ ጀርመኖች፣ ከታእዝ ወደ ሆዴይዳህ

የሚያመራውን ሩሲያዎች፣ ከሆዴይዳህ ተነስቶ ወደ ሰንዓ የሚያስጉዘውን ደግሞ ቻይናዎች ገንብተውታል፡፡ በወቅቱ እስከ 25 ሺህ የሚደርሱ የግብጽ ዜጎች በሀገሪቱ በተለያየ ሙያ ተሰማርተው ያገለገሉ ሲሆን አብዛኞቹ መምህራን፣ የህክምና ባለሙያዎች እና የመንግሥት ሠራተኞች ነበሩ፡፡

በ1980 ግንባታው በተጠናቀቀው ሸራተን ሆቴል በብዛት ተቀጥረው ለኹለት ዓመት የሥራ ውል በመፈረም ያገለገሉት ደግሞ ፊሊፒንሶች ናቸው፡፡ በወቅቱ ምርጥ የተባለውን ሬስቶራንት በርዕስ መዲናዋ ከፍተው በባለቤትነት ሲያስተዳድሩ የነበሩት ደግሞ ሊባኖሳውያን ናቸው፡፡ በ1960 እና 70ዎቹ የነዳጅ ሃብት በሌላት የመን አብዛኛው ማለትም 80 በመቶ የሚሆነው ህዝቡ ፊደል ያልቆጠረ (ያልተማረ) በመሆኑ ብዙዎቹ የሀገሬው ወንዶች ጠብመንጃ ከማንገት እና ባህላዊ ጩቤ በሰገባ አድርጎ እንደዝናር በወገብ ከማደግደግ ሌላ ይህ ነው የሚባል የለውጥ ኃይልነት ሚና አልነበራቸውም፡፡ በሀገሬው ባህላዊ አጠራር ጃምቢያ የተሰኘው አጠር ያለ ጎራዴን ወንድ ልጅ መታጠቁ የወንድነት ልክ ማሳያ የክብርና የሃብት ደረጃ ማሳያ ምልክት ተደርጎ ነው የሚታየው፡፡ ይህ ጎራዴ መሰል ጩቤ በእንጨት በሚሰራ ሰገባ ውስጥ ይቀመጥና በጨርቅ ተሸፍኖ ይደገደጋል፡፡ ታዲያ ሰገባውን በልዩ ልዩ ቄንጠኛ ስልት መሸለምና ማቆጥቆጥ የሃብት መለያና የማንነት ደረጃ ማውጫ ምልክት ተደርጎ ይታያል፡፡

በባህሉ መሠረት ይበልጥ ጌጠኛ ሰገባ ያለው ወንድ በዚያው ልክ ክብሩና ልዕልናው ከፍ ካለው ደረጃ ይመደባል፡፡ ጃምቢያ የተባለው ባህላዊ መለስተኛ ጎራዴ (ጩቤ) እጄታ የስሪቱ ቁስ ውድነት ወሳኝ ቦታን ይይዛል፡፡ በአብዛኛው እጀታው በአውራሪስ ቀንድ ይበጃጃል፤ ከቅርብ ጊዜያት ወዲህ ግን በሀገሬው ገቢራዊ በሆነው የህገ ወጥ አደን ፖሊሲ ምክንያ እጀታዎቹ ከኮርማ ቀንድ እና የሌሎች እንስሳት አጥንት ነው የሚሰሩት፡፡

እንደ ጃምቢያ ሁሉ ጠብመንጃም በባህሉ መሠረት የወንድ እና የመከታነት ከጥቃት የመከላከል ዝግጅት ምልክት ነው፡፡ በማኅበረሰቡ ዘንድ ሁሉም ወንዶች ጠብመንጃ ይኖራቸዋል፤ አልሞ ተኳሽና አነጣጥሮ ገዳዮች ጭምር ናቸው፡፡ ይህ ዓይነቱ የትጥቅና ዓላማ ዝግጁነት የጎሣ ወንድነት ማዕረግን ወይም እንደ አጠራራቸው ካቢሊይነትን ያጎናጽፋል፡፡ ይህ ባለማዕረግ በጦርነት ጊዜ ቀስቃሽና አነሳሽ ሳያስፈልገው ጠላትን ለማፋለም ለዘመቻ የቆረጠ ሰው ነው፡፡

በማኅበረሰቡ ባህል መሠረት በዚሁ ወቅት ደቡብ የመን የመናውያን ከኋላ ቀር ጎሰኝነት ነጻ ይሆኑ ዘንድ ጥሪዋን ማቅረብ ጀመረች፡፡ በደቡብ የመን በማኦ እና በሩስያዊው ሥርዓት ሶቫሊስት ቡድኖች መካከል ከፍተኛ መከፋፈልና ባላንጣነትም የተከሰተበት ወቅት ነበር፡፡ የማኦ አቀንቃኝ ቡድን ለሰሜን የመን ያዘነበለ የእርቅ እሳቤን ማራመድ ለአፍቃሬ ሶቪዬት አንጃው ስጋት ሆኖ ተስተዋለ፡፡

በዚህ ቅራኔ መነሻነት በደቡብ የመን ተጨማሪ ግድያና እልቂቶች ተስተናገድዋል፤ ሰሜን የመን ከደረስሁኝ ስድስት ወራት በኋላ ማለትም በወርሃ ሰኔ 1978 አፍቃሬ ሳውዲ አረቢያ አለዚያም የሳውዲ አረቢያ መሪ ደጋፊ የነበረው የሰሜን የመን መሪ ከደቡብ የመን መሪዎች ወደ ሰንዓ ከተማ በተላከ የሻንጣ በምብ ፍንዳታ ተገደለ፡፡

ከዚህ ክስተት መፈጸም ኹለት ወራት በኋላ አሊ አብደለህ ሳለህ የተባለ የመካከለኛው የጦር ሠራዊት አመራር ስልጣኑን በሟቹ መሪ ምትክ ተቆናጠጠ፡፡ ውስጥ ውስጡን እንደተወራው አሉባልታ ከሆነ ይህ ሰው፤ ከጦር ሰራዊቱ የአልኮል ንግድ ከሚያገኘው የድርሻ ክፍፍል በቁጥጥሩ ሥር በማዋል ነበር የራሱን የጦር ሠራዊት ሠፈር ሲያደራጅና ሴራ ሲጎነጉን የከረመው፡፡ የሚያስገርመው ደግሞ ይህ በሆነ በ48 ሰዓታት ውስጥ የደቡብ የመን የወቅቱ ርእሰ ብሄር ሳሊም ሩባይ አሊ በስልጣን ሽኩቻ ምክንያት የስልጣን ግልበጣ አሲረሃል ተብሎ በተቀናቃኞቹ እጅ በወርሃ ሰኔ 26፣ 1978 እንዲገደል የተደረገ፡፡

ሁለቱም ማለትም የሰሜንም የደቡብ የመንም ፕሬዝዳንቶች ከኃላፊነታቸው ተመንግለው ወረዱ፡፡ የሁለቱ የመናዊያን የደቡብና ሰሜን የመን መሰረታዊ የተቃርኖ ልዩነትን ነዳጅ ሆኖ ያቀጣጠለው ሁለቱ ሀገራት በወቅቱ የነበሩት ባንጠና ጽንፈኛ ጎረቤት ሀገራት በተቃራኒ ርዕየተ ዓለም ቆመው ለመደገፍ መሞከራቸው ነው፡፡

በ1979 መካረሩ አይሎ በሁለቱ የመናዊያን መካከል ጦርነት ተቀሰቀሰ፡፡ በጦርነቱ የበላይነቱን በመውሰድ ደቡብ የመን በድንበሯ አልፋ በርካታ የሰሜን የመን ግዛቶችን ተቆጣጠረች፡፡ ይህ የሆነው ጦርነቱ ከተቀሰቀሰ በወራት ዕድሜ ልዩነት ውስጥ ነበር፡፡ በተመሳሰይ ጊዜ አሜሪካ ለሰሜን የመን በወገን የ300 ሚሊዬን የአሜሪካ ዶላር ድጋፍ ለመስጠት ቃል ገባች፡፡ ቀጠለናም የአሜሪካ አውሮፕላኖች በሰሜን የመን የአየር ክልል ናኝተው በርካታ ታንኮችና ጸረ ታንክ ሚሳኤሎችና በገፍ ወደ ሀገሪቱ እየተመላለሱ አስገቡ፡፡ የአሜሪካ ጣልቃ ገብነት በዚህ ብቻ ያበቃ አልነበረም፤ ይልቁንም በበርካታ መቶዎች የሚቆጠሩ

የአሜሪካ ወታደራዊ አሰልጣኞች ወደ ሰሜን የመን ተመሙ። ከ1970ዎቹ አጋማሽ አንስቶ በሀገር በቀል ነዋሪ ዜጎች እና በምጻተኞቹ የመናውያን አለዚያም እነርሱ እንደሚጠሩን በሙዋላዲኖች መካከል ውጥረት ነገሰ፡፡ ልብ ሳይባል ቀስ በቀስ ግጭት ያረብብ ጀመር፡፡ የግጭቱን መነሻዎች በዐራት ከፍሎ መግለጽ ይቻላል፡፡ የኢኮኖሚ፣ ፖለቲካዊ፣ የባህል (ማኅበረሰባዊ አለመግባባቶች) እና የታሪክ ግጭቶች እየገነኑ መጡ፡፡

በኢኮኖሚው ረገድ ቀደም ተብሎ ለመጥቀስ እንደተሞከረው ክልስ የመናውያኑ (ሙዋላዲኖች) ባላቸው ላቅ ያለ የቋንቋ ችሎታና ሌሎች ክህሎቶች ምክንያት በተለያዩ መሥሪያ ቤቶች ተቀጥረው በመሥራት መካከለኛ ገቢ የሚያገኙ ተጠቃሚዎች ናቸው፡፡ እኔን ጨምሮ አብዛኞቻችን በቀላሉ ምርጥ የሚባሉ የመኪና አይነቶች የመግዛት አቅም አዳብረናል፡፡ በተደጋጋሚ ጉዞዎች እናደርጋለን፣ የሀገሬው ደረጃ የሚመጥኑ ምርጥ መኖሪያ ቤቶችን የመገንባት አቅም አለን አለዚያም እንከራያለን፡፡ ከዚህም በላይ በበርካታ ኢንዱስትሪ ተቋማት የቅርንጫፍ ዘርፍ አስተዳደሪ እና ቀጣናዊ አስተዳደር የመሳሰሉ ቁልፍ የኃላፊነት ቦታዎች በአብዛኛው በእኛ የተያዙ ነበሩ፡፡

የሀገሬው ተወላጆች ግን በገዛ ሃገራችን የበይ ተመልካች ሆንን የሚሉ፤ የእኛን የምጻተኞችን ስኬት በሩቁ የሚጎመዡ ሆነው መቅረታቸው እረፍት ነስቷቸዋል፡፡ ከዚህ ባሻገር በ1960 እና 70ዎቹ ሰሜን የመን ከሳውዲ መራሹ ዘውዳዊ ሥርዓት አራማጆች እና በግብጽ ፕሬዝዳንት ገማል ናሥር ከሚደገፉት የሪፐብሊካን ሃይላት ጋር ጦርነት በገጠሙበት ጊዜ አብዛኛው ሙዋሊዲን ሊባል በሚችል አኳን መመሪያዎችን ማንበብና መረዳት ስለሚችል የጦር መሳሪያ ግብዓቶችን የሚቆጣጠሩት እነርሱ ነበሩ፡፡

ከየመን ውጭ በሌሎች ሀገራት የተወለዱት ግለሰቦች ከንጹሃን ወገን እና ከጦር ሠራዊት ፓይለቶች የብዙውን ቁጥር የያዘ ነበር፡፡ ግብጾቹ ለምጻተኛ የመኖቹ ዓድልተው ማሰልጠን ፈቅደው አልነበረም፡፡ የሀገሬው ተወላጆች ምንም ዓይነት ዘርፉን የሚመጥን የትምህርት ዝግጅት ስላልነበራቸው እንጂ፡ ፡ በፖለቲካው ረገድ የነበረው ግጭትና ውዝግብ የተመለከትን እንደሆነ ደግሞ በዘመኑ የዘይዲ ጎሣ አባላት በሀገሬው የፖለቲካ ሥርዓት ተጽእኖው እያደገ በመምጣቱ ቀስ በቀስ የዚህ ጎሣ አባላት ወይም ተወላጆች ሙዋላዲና የሚሏቸውን ምጻተኞች ከነበሩበት ልዩ ልዩ የኃላፊነት ቦታ ያፈናቀሏቸው ጀመር፡፡

ነገሩ ከፍ ሲል ደግሞ ጭራሹኑ ያባርሯቸውም ነበር፡፡ በጥቅሉ የግጭቱ መነሻ ከፉ ቅናት እና ስጋት የተሞላበት ጥላቻ የወለደው የስልጣን ሽኩቻ ነበር

ማለት ይቻላል፡፡ 1970 ሰሜን የመን በነበርኩበት ጊዜ በሳውዲ የማይደገፉ ሙስሊሞች የግራ ዘመም እና የዐረብ ብሄርተኛ የከዱ ሃይላትን ማጥቂያ ሆነው ነበር፡፡ ይህ የብሄርተኛ ወለድ ፖለቲካዊ ርዕዮተ ዓለም ዋና የቀጠናው ስጋት በመሆኑ ነበር ሳውዲ በእጅ አዙር የምትፋለመው፡፡ ዘይዲ እና ሃሺድ የተሰኙት ጎሣዎች በመንግሥት መዋቅር እና በብሔራዊ ሁለንተና ፖለቲካዊ እንቅስቃሴ ላይ የነበራቸው ሚና ከፍ ያለ ነው፡፡ ከዚያም ባለፈ ወቅቱ ደቡብና ሰሜን የመን ሀገራት በጥላቻ የሚታዩ ባለሥልጣኖች መሆናቸው የሰሜን የመን የቀድሞ ፕሬዝዳንት አልሃምዲ ግድያ ትኩስ ዜናነት ጋር ተደምሮ ውዝግቡን ሊያቀጣጥለው ችሏል፡፡

ሰሜን የመናዊያን ገር የፕሬዝዳንታቸው ሃዘን አልወጣላቸውም ነበር፡፡ በዚያን ወቅት ኮሎኔል ኢብራሂም አልሃምዲ ተራማጅ የሚባልና በህዝብ ዘንድም ቅቡልነት የነበረው መሪ ነበር፡፡ ያም ቢሆን ግን የተንሰራፋውን ጉሳዊ የአስተሳሰብ ተጽእኖ ለማዳከም መንቀሳቀሱ በበርካታ ተጽእኖ ፈጣሪ ጎሰኞች ዘንድ ጥርስ ውስጥ ሊያስገባው ቻለ፡፡ ቅራኔው በዚህ አላበቃም፡፡ አልሃሚድ የሳውዲን ፖለቲካ ተጽእኖ ቸል በማለት ከኮሚኒስት የደቡብ የመን መሪዎች ጋር ለድርድር መጋበዙ ከፍ ያለ ቁጣን አስነስቶበታል፡፡

በእነዚህ ቁርሾች ሳቢያ ገና ከፕሬዝዳንነቱ መነሳት ማግስት ነበር፤ እርሱና ወንድሙ ከኤደን የድርድር አቅዳቸው አስቀድሞ ግድያ የተፈጸመባቸው፡፡ በግልጽ እንደሚታወቀው በወቅቱ ሳውዲዎች በቀጠናው ስላንዣበበው የሶሻሊዝም ርዕዮተ ዓለም ፖለቲካ ስጋታቸውን አንሮት ነበር፡፡ ከዚህ አንጻር የየመኖቹ መሪዎች ግድያ ላይ የሳውዲ እጅ አለበት ተብሎ በህዝብ ዘንድ የተናፈሰው አሉባልታ ለእውነት የቀረበ አመክንዮ ተደርጎ የተወሰደው፡፡ በሚገርም መልኩ አብዛኛው ሙዋላዲን ለአል ሀማዱ ከፍተኛ ድጋፍና ፍቅር ይቸረውም ነበር፡፡

የባህልና ማኅበረሰባዊ የቅራኔው አቅጣጫን ደግሞ ስንመለከት፤ በምሥራቅ አፍሪካ፣ ቬይትናም እና ሌሎች የዓለም ክፍሎች የኖሩ የመናውያን በአብዛኛው አመለካከታቸው ዓለም አቀፋዊነትን የዋጀና ስልጡን ሆኖ ነው የሚስተዋለው፡፡ ከውጭ ዓለማት ዘመናዊነት በተዋረሳቸው ሙዋላዲኖች በአለባበሳቸው የምዕራቡን ዓለም ዘዬ የሚከተሉ ከሀገሬው ተወላጅ የተሻለ ንጽህና የነበራቸው ናቸው፡፡ ሴቶቹም ጸጉራቸውን ፊታቸውን አይከናነቡም፡፡ በአንዳንድ አጋጣዎች ደግሞ ሙዋላዲኖች ሰብሰብ የማለትና በቡድን ሆነው ፓርቲ አለዚያም ድግስ የማዘጋጀት ልምድን አዳብረዋልል፡፡ ይህ ደግሞ ከእስልምና እምነት አስተምህሮ በተቃራኒ በመሆኑ በሰሜን የመኖቹ ወግ መሠረት በጭራሽ የተወገዘና የተከለከለ ተግባር ነው፡፡

ከእኔ ዕድሜ በጥቂት የሚበልጡት ማለትም የየመን የ70ዎቹ መጨረሻ የ80ዎቹ መባቻ ትውልድ አባላት ፖለቲካዊ እሳቤያቸው ወደ ማርክሲስት - ሌሊኒስት ርዕዮተ ዓለማዊ አመለካከት ያደላ ነበር፡፡ እኔን ጨምሮ ብዙዎቹ የዚህ ጊዜ ዘመን ተጋሪዎች በአርብ ሶላት ሥነ ሥርዓቶችን ለመፈጸም ወደ መስኪድ ድረሽ ብለን የማናውቅ ነበርን፡፡ በዚያ ላይ ሁሉም በኢትዮጵያ የተወለድነውን ማለቴ ነው በነዚያ አሥርት ዓመታት ጋብቻችንን ስንፈጽም ሥርአቱ በኢትዮጵያን ባህልና ወግ የተከለሰ ነበር፡፡

ከዚያም ባለፈ ድግሱ የሴትና ወንድ ታዳጊዎችን የጋራ ጭፈራን ያካትታል፡ ፡ ይህ ሁኔታ ደግሞ በሰሜን የመን ታይቶም ተሰምቶም የማያውቅ አፈንጋጭ ሆኖ ነው የታየው፡፡ ታሪካዊ ተቃርኖ ወይም ግጭት ቀደም ሲል ከጠቀስናቸው የኢኮኖሚያዊ ባህላዊ ምክንያቶች ጋር የሚሰናሰል ግጭት የሚያባብስ ሰበብ ነበር፡፡

የሀገሬው፤ የሰሜን የመን ተወላጅ ሕዝቦች ቅራኔ በታሪካዊ የኋላ ዘመን ምክንያት ይጠቃለላል፡፡ በዋነኝነት ለዚህ ተቃርኖ የኋለኛው ዘመን የኢትዮጵያ ንጉሥ አብርሃም እና በ5ኛው መቶ ክፍለ ዘመን ገደማ የክርስትና እምነት መምጣት ጋር ተያይዞ በየመን ህዝብ ላይ የደረሰው ጥፋት ጎልቶ ይጠቀሳል፡፡ የየመን አይሁዳውያንም በወቅቱ ስቅየት ደርሶባቸዋል፡፡ እነዚህ ታሪካዊ ሁነቶችም የንጉሥ ድርጊትን ተከትሎ ለክፍል ዘመናት ሥር የሰደዱ ጥላቻን ያዋለዱ እና የሕዝቦች የተቃርኖ መንስኤ ሆነው ዘልቀዋል፡፡

*** ***

በ500 እና 520 ዘመናት መካከል ሁንዋስ የተባለ የሰሜን የመን አይሁድ ሃይማራይት ገዢ በሀገሪቱ በሚኖሩ ክርስቲያን ዐረቦች እና በኢትዮጵያ በሚኖሩ የአከሱም ክርስቲያኖች ላይ ጦሩን ይሰብቃል፡፡ በዘመኑ በርከት ያለ ቁጥር ያላቸው የሃይምአራይት ክርስቲያኖች በጅምላ ተጨፋጨፉ፡፡

“አብርሃ አል አሸራም የአከሱማይት የጦር ጄኔራል ቀጥሎም የደቡብ አረቢያ ግዛተ መንግሥት ወኪል ሀገረ ገዢና ኋላ ላይም ራሱን የሃይሚያር ሉአላዊ ንጉሥ አድርጎ የሾመ ሰው ነበር፡፡ አብርሃ ከ531 – 547 አንስቶ ስከ 555 – 570 ለሚገመት መናት ያህል አሁን ላይ አረቢያ እና የመን ተብለው የሚታወቁትን ግዛቶች አስተዳድሯል ”

አል አሸራም 100 ሺህ ያህል የጦር ሰራዊቱን በመቶዎች ከሚቆጠሩ ዝሆኖች ጋር በስኬት በማዝመት የሰሜን የመን ተቃናቃኝ ሃይላቱን ደምስሷል፡

፡ በዘመኑ የሁንዋስን ሞት ተከትሎም (ራሱን ነው ያጠፋው) ስልጣኑ መንበሩን በመቆጣጠር መቀመጫውን በሰንዓ ማድርግ ችሏል፡፡ ከዚህ ባሻገርም አል አሸራም በሰንዓ ከተማ የአል ቃሊስ ቤተ ክርስቲያን ገንብቶ ሁሉም መንፈሳዊ ጉዞዎች ወደዚህ ሥፍራ ማለትም ወደ አዲሱ ካቴድራል ማቅናት ለአካባቢው የገቢ ትርፍ ለማስገባት ተንቀሳቅሷል፡፡

አል ቃሲስ ቤተክርስቲያን በሰንዓ የማያፊሳይ (ክርስቲያናዊ የኢየሱስ ክርስቶስ ፍጹም ሰውና ፍጹም መለኮታዊነት አስተምህሮ) ቤተክርስቲያን ሲሆን የተተከለውም ከክርስቶስ ልደት በኋላ በ527 እና የ560 መጨረሻ ዘመናት ነበር፡፡ የግንታው ሥነ ውበት ሥፍራውን በመካ ማዕከል ላይ ከተገነባው ካባ ጋር የሚገዳር መንፈሳዊ ቦታ እንዲሆን አስችሎታል

በአል አሸራም ይህን መሳይ ካቴድራል የመካውን ካባ በመጻረር በመገንባቱና ከሰራዊቱ ጋር የዝሆን ሀይሉን በማምጣት ካባን ለማስወገድ ሙከራ በማድረጉ ምክንያት ሀገር በቀሎች ሰሜን የመናዊያን በመጽአተኛ የሀገሬው ዜጎች ላይ መጥፎ አተያይ እንዲያድርባቸው ሰበብ ሆኗል፡፡ እንደ አል አሸራዋ ሁሉ እነርሱም የበቀል አመለካከትን በአዲስ መጭዎች ገናናዎች ላይ ገቢራዊ የማድረጋቸው ታሪካዊ ደራ ይኸው ነበር፡

የአል ሃዲ ህልፈተ ሕይወትና የዛይዛይ ጎሣዊ የመንግሥት ተጽዕኖ ደግሞ ሀገሬው ከየመን ውጭ በተወለዱት ላይ በአግላይ እና በጭፍን ጥላቻ ስሜት እንዲነሳባቸው መግፍኤ ምክንያት ሆነ፡፡ አል ሃምዱ በስልጣን ዘመኑ ዘመናዊት የመን እና ህዝዊ ተቋማትን የመገንባት እቅድን ለማሳካት በሚል ከየመን ውጭ ሌሎች ሀገራት የተወለዱ የመናውያንን ከያሉበት ወደ ሀገራቸው ገብተው አስተዋጽኦ እንዲያበረክቱ ነጻ የመመለሻ የበረራ ቲኬት ጭምር ፈቅዷል፡፡ ሰሜን የመን ወደ ተሻለ ምዕራፍ እድትሸጋገር ካስፈለገ የእነዚህ ዜጎች ዕውቀትና ክኅሎት ከፍ ያለ አስተዋጽኦ እንዳለው ተገንዝቧል፡፡ በዚህ መሠረት በርካታ መዋላዲን በዚህ ዕድል ተጠቅም ወደ ሰሜን የመን ተመልሷል፡፡ ታዲያ በወቅቱ ሁሉም ማለት በሚቻል ደረጃ በወቅቱ በልዩ ልዩ የሥራ ዘርፎችና የጦር ሠራዊት አባል በመሆን የሀገሬውን መጻኢ ዕድል ባቡር ተሳፈሩ፡፡

ጦር ሰራዊቶች የተቀላቀሉ በአብዛኛው በከፍተኛ ሹመት የኃላፊነት ደረጃ ተመደቡ የበዙት መዋላዲንም ከሪፐብሊካን ሀይላት ጋር በመሆን ሳውዲ መራሽ የዘውዳዊ ሥርአት አራማጅ ሃይላትን ድል ለማድረግ ተፋልመዋል፡፡ ይህ መሆኑ ደግሞ በእነዚህ ዘውዳውያን ሃይላት ዘንድ በጥላቻ ዓይን እንዲታይ ምክንያት ሆነ፡፡ ያም ሆኖ መዋላዲኖቹ ቀስ በቀስ ተወግደዋል፡፡ ሌሎቹም ወደ

እሥር ቤት ተማግደዋል፡፡ በወቅቱ በነበረው የስልጣን ሽኩቻ ጥቂቶቹ መገደላቸውንም ሰምቻሁ፡፡

ሥርዓታዊ መገለል፣ ግድያ፣ መገፋት እና ጭፍን ጥላቻውም በየመን ለአሥርት ዓመታት ተባብሶ ቀጥሏል፡፡ እኔም የዚህ ሥርዓት ግፍ ደርሶብኛል፡፡ ስቃዩን ቀምሻለሁ፡፡ ሥርዓቱ እኔ ላይ ያሳደረው ቀጥተኛ ተጽዕኖ ምንድነው ከተባለ ያልተቋረጠ ተከታታይ እንግልት፣ ትንኮሳና ከብር ነክ ድርጊቶች ሁሉ ህልውናዬን ተፈታትነውታል፡ ይህ ሁሉ ግፍና እንግልት በ1950ዎቹ በጥቁር አሜሪካውያን ላይ በደቡብ ከተፈጸመው ጋር ተመሳሳይነት እንደነበረው እገምታለሁ፡፡ የኋላ ቀር አኗኗር፣ በሙስና የበሰበሰው አስተዳደራዊ ሥርዓት ሁሉ ብትሩን አሣርፎብኛል፡፡ ነጻ የትምህርት ዕድል እንዳላገኝ ታግጃለሁ በመንግስታዊ ማንኛውም ተቋማት ተቀጥሬ እንዳልሰራ ከልከላ ተደርጎብኛል፡፡ ሌላው ቀርቶ ፍቃድና የነዋሪነት የማንነት መታወቂያ ለማግኘትም በብዙ እንግልት ውስጥ ነበር ያለፍሁት፡፡ በዚያን ወቅት ከዚህ ሁሉ መከራና መገፋት በኋላ፣ ያ ሁሉ አልፎ ከሰሜን የመን ወደ ሌላ ሀገር መሰደዴ ከምንጊዜውም በላይ የግድ ነበር ለእኔ!

ምዕራፍ አሥራ ስባት

እጅህን አንሳ

“እጅህን ከዳሌዬ ላይ አንሳ አለዚያ ግን በዘር ፍሬህ ላይ ፈርደሃል”

- የኬቲ ማክ ጌሪ

መጥፎ ልማድ ሆኖብኛል መኪና ሳሽከረክር በጣም ተጠግቶ ርቀት ሳይጠብቁ ተጠግቶ የመንዳት አባዜ አለብኝ፡፡ ሁሉም ያጋጠሙኝ የመኪና አደጋዎች ከዚህ ጠባይ ጋር የተያያዘ መነሻ ነበራቸው ማለት እችላለሁ፡ ፡ በ1982 አንድ ዕለት በሰንዓ ጎዳናዎች መኪና እያሽከረከርሁ እንዲህ ሆነ፡፡

ከፊቴ ያለውን ተሽከርካሪ በከፍተኛ ፍጥት እየተከተልሁት በመኪናው ቴፕ ውስጥ ካሴት እየከተትኩ ነበር፤ የአሽከርካሪውን ማንነት በውል ማወቅ ባልችልም በሰሌዳ ቁጥሩ ግን ከፊቴ ያለው መኪና የዲፕሎማት ተሽከርካሪ መሆኑን ገምቻሁ፡፡ በአንዳች ባልገባኝ ምክንያት ይህ ከፊቴ የሚበረው ቮልቮ መኪና ድንገት ቀጥ ብሎ ቆመ ይሄኔ ከኋላው ገጭቼው አረፍኩት፡፡ ምን ያህል ጉዳት እንደደረሰበት ለማጣራት እኔም ከፊቴ ያለው መኪና ሹፌርም ከየመኪናችን ወጣን፡፡ በዛው ቅጽበት አንድ በርካታ ወታደሮችን የጫነ የወታደር ተሽከርካሪ ከኋላችን መጥቶ ቆመ፡፡ የዚህ የጦር ሠራዊት ተሽከርካሪ ሹፌር እና አንድ ሌላ መኮንን ከመኪናቸው ወርደው ያነጋግሩን ጀመር፡፡ ይሄኔ የጦር ሠራዊት መኮንኑ ቮልቮ መኪና የሚያሽከረከረው ሰው የመናዊ አለመሆኑን ያስተውልና ዲፕሎማቱ በሰሜን የመን የትኛውን ሀገር ወክሎ እንደሚሰራ ጥያቄ ያቀርባል፡፡

ሹፌሩ የኢራቅ አምሳደር መሆኑን አስረዳ፡፡ ይህን ጊዜ የወታደር መኮንኑ ሰላምታ ከሰጠ በኋላ አምባሳደሩን ይቅር ጠየቀው፡፡ በመቀጠል ወዲያው

ወደኔ ዞረና መታወቂያ እንዳሳይ ሲጠይቀኝ ከኪሴ አውጥቼ አሣየሁት፡፡ መታወቂያዬን ሲመለከት በኢትዮጵያ መወለዴን የሚገልጽ መረጃ ተመለከተና "አሃ ሀበሻ ! አሃ ሀበሻ መዋላዲን" ሲል አምባረቀብኝ፡፡ አንተ በኢትዮጵያ ተወለድህ መጤ ማለቱ ነበር፡፡ በዚህ አላበቃም፤ ‹‹ችግር ፈጥረሃል፤ አጓጉል ነገር ውስጥ ነው የገባኸው፡፡ ለማንኛውም ማሽከርከር የት እንደተማርህ ትናገራለህ፣ በል መንጃፈቃድህን አምጣ የታል?›› ሲል ጮኸብኝ ፡፡

ከመታወቂያዬ ጋር የመንጃ ፈቃዴንም አስረከብሁ፡፡ ቀጠለና ወታደራዊ መኮንኑ ወደ አምባሳደሩ ዞሮ ጉዳዩን እንደሚከታተለውና በኤምባሲው በኩል በሚደረግ ውይይት ተሽከርካሪው እንዴት እንደሚጠገን እንነጋገራለን ሲል ቃል ገባ፡፡ እኔም ወደ እሥር ቤት እንደምወረወርና ጉዳዩ ተጣርቶ እልባት እስኪያገኝ በዛው እንደምቆይ ነገረው፡፡ አምባሳደሩ በተፈጠረው ሁኔታና በንግግሩ ግር ቢሰኝም ምንም ቃል አልተናገረም፡፡ መኮንኑ ቀጥታ ወደ ወታደራዊ ተሽከርካሪው ተሳቢ ሄጄ ከ20 ወታደሮች ጋር እንድቀላቀል ቀጠን ያለ ትዕዛዝ ሰጠኝ፡፡ ችግሩን ተረድቶ እልባት ከመስጠት ይልቅ ወይ ትራፊክ ማቆያ ማዕከል ሄጄ እንድታሰር ውሳኔ ሰጠ፡፡ መኪናዬን እያሽከረከር ወደ አቅራቢያ ፖሊስ ጣቢያ ወስዶ አደጋው እስኪጣራ እንድታሰር አዘዘ፡፡

እሥር ቤት ስንደርስ ይኸው ወታደራዊ መኮንን መታወቂያዬንና የመንጃ ፈቃዴን እንደያዘ እብስ አለ፡፡ በዚህ ሰንካላ ምክንያት ያችን ዕለት ማለትም ታኅሣስ 13 ቀን 1982 በእሥር ቤት አሰለፍሁ፡፡ ይህች ቀን በሰሜን የመን 6 ነጥብ 2 መጠን እና 6 ሜትር ጥልቀት የተሰማ ርዕደ መሬት የተከሰተበት ዕለት ስለሆነ ፈጽሞ አልረሳውም፡፡ የታሰርኩበት ቀን ሌሊቱን ሙሉ ማለት እችላለሁ እንዴት መኪናውን ማስጠግነው በሚል ጭንቀት ፈጥጬ ነው የነጋልኝ፡፡

የእኔንና የአምባሳደሩን መኪና ሁለቱንም ማስጠገን ሊኖርብኝ ነው፤ እንግዲህ የጉድ ቀን እንዲሉ ጣጣ ገባሁ፡፡ በዚያ ላይ ደግሞ መታወቂያዬንና መንጃ ፈቃዴን ይዞ የተሰወረብኝን ወታደራዊ መኮንን በስም አላወቀውም፡፡ እርሱ ፍቃዴን ይዞ ካልተገኘ እነዚህን ወሳኝ ሰነዶች እንዴት አባቴ መልሼ እንደምቀበል ፈጣሪ ይወቀው፡፡ በታሰርሁበት ክፍል ውስጥ 17 ወንዶች አሉ፣ ሁሉም የታሰሩት የትራፊክ ሕግጋትን በመጣስና አደጋ በማድረሳቸው ነው፡፡ የተወሰኑት አግረኛ ገጭተው ተድለዋል፡፡ ሌሎች ደግሞ የረዥም ርቀት የታክሲ ሹፌሮች ሲሆኑ አደገኛ የትራፊክ አደጋ አስከትለዋል የተባሉ ናቸው፡፡ ሌሎች ደግሞ ምንም አደጋ ወይም ጥሰት ሳያስከትሉ ከባለ ጊዜ ከጉልበተኛ የጎሣ መሪ አለዚያም ሌላ አድራጊ ፈጣሪ ሰው ጋር የመኪና ግጭት አጋጥሟቸው ያለጥፋታቸው የታሰሩ መሆናቸውን ሰማሁ፡፡

ለነገሩ ይህ ሁኔታ የሀገሪቱ የዘወትር ትዕይንት ነው፡፡ ድሃ የመናዊ ዕጣው ጥፋተኛ ተብሎ በእሥር ቤት መታጎር ነው! ያለ ጥፋቱም ቢሆን .... አያድርስ ነው፡፡ በታሰርሁ በማግስቱ ንጋት ወደ 10 ሰዓት ገደማ ከ30 የእሥር ሰዓታት በኋላ እንቅልፍ ሲወስደኝ ሌሎች የክፍሉ ተጋሪዎቼ ጫታቸውን እያመነዠጉ ነበር፡፡ ሸለብ ካደረገኝ 40 ደቂዎች በኋላ ሰውነቴ ሲንቀሳቀስ ተሰማኝ፣ በህልሜ የተፈጠረ አለዚያም ከቀን በፊት የተከሰተው ርዕይ መሬት የፈጠረብኝ ስሜት ይሆናል ብዬ ነበር ያሰብሁት፡፡

ኋላ ላይ ግን አንድ ሰው ሱሪዬን ሲጎትት ይታወቀኝ ጀመር፡፡ መቀመጫዬ ላይም በእጁ ስነካ ይሰማኛል፡፡ ይሄኔ ከእንቅልፌ ብትት ብዬ ተነሣሁኝ፡፡ ቀጥ ብዬ ቆምሁ፡፡ ከአጠገቤ የተኙት ሰዎች ሁለቱም የባነንኩበት ፍጥነት አስገርሟቸዋል፡፡ ምን ሊያደርግ ይሆን ሲሉ በፍርሃ ተመለከቱኝ፡፡ ወዲያውኑ ነበር ድርጊቱ ያነቃኝና ወደ አራስ ነብርነት የተለወጥሁት፡፡ ለራሴ እንዲህ አልኩት

‹‹ወይ ተከብሬ መቀመጥ አለዚያም የዚህ ሰው መጫወቻ መሆኔ ነው›› እምር ብዬ አል አስባው (አል አሣብ የየመን ኻድራሚ ቃል ሲሆን ትርጉሙም የራስ መሸፈኛ ጥምጥም ወይም ዐረብ ቱርባን የሚባል ጨርቅ ነው፡፡ በየመን ሀድራሚዎች ዘንድ ኢማማ ተብሎ ይጠራል፣ በዐረብኛ ደግሞ ማሳዳ ይሉታል) ከአንገቱ ላይ ፈጥርቄ ያዝሁት ለመግደል ቃጣሁ፡፡ ወዲያውኑ ሌሎች ታሳሪዎች መጥተው ከሰውየው ላይ አላቀቁኝ ለ5 ይሆናል ታግሰው ያላቀቁኝ፡፡

ሰውየው ሊታገለኝ ሲሞክር ጆሮውን ድብን አድርጌ ነከስኩት ደም በደም ሆነ፤ ጩኸቱን አቀለጠው፡፡ ይህን ጊዜ ግልግሉ ላይ ጥበቃዎቹ ገቡና በስንት መከራ አላቀቁን፡፡ ከጥበቃዎቹ አንደኛው ‹‹ይሄ ውሻ በእኔ ላይ ይህን ድርጊት ሞክሮት ቢሆን ኖሮና መቀመጫዬን ለማበላሸት ቢቃጣው ፈጽሞ እገድለው ነበር›› ሲል መሰከረ፡፡

አብዛኞቹ ታሳሪዎችና ጥበቃዎቹ እኔን ስለወገኑ እፎይታ ተሰማኝ፡፡ አጸፋዊ ምላሼን ደግፈው የሰውዬን ጽያፍ ድርጊት ኮንነ ቆሙልኝ፣ ተሟገቱልኝም፡፡ ደስ አለኝ፡፡ በዚህ ሁነት የተነሣ ምንጊዜም ቢሆን በሁሉም ሁኔታ ለራሴ ራሴው መቆምና መታገል እንዳለብኝ ትምህርት ወሰድሁ፡፡

***   ***

በእሥር ለሳምንታት ያህል ከቆየሁ በኋላ ምን እንደገፋፋው ባላውቅም ኢራቃዊው አምባሳደር ያለሁበትን ሁኔታ ሊያጣራ ከትራፊክ እሥር ጣቢያው ተገኘ፡፡ ሊጠይቀኝ በመምጣቱ እኔ ብቻ ሳልሆን አብረውኝ የታሰሩትና ጥበቃዎቹም ጭምር ሳይገረሙና ሳይደነግጡ አልቀሩም፡፡ መቼስ ማንም ታሳሪን ማንም ጠያቂ ጎብኝቶት አያውቅም ... በጭራሽ! ለዚህም ይመስለኛል በነገሩ ሁሉም የተገረመው፡፡

የታሰርኩበት ሥፍራ ደንበኛ የሰሜን የመን መገለጫ ነበር፡፡ ኹለት መኝታ ቤቶች በድንጋይ የተሰራ ቤት፣ ጠፍጣፋ ጣሪያ ያለው፣ ዙሪያውን የታጠረ ብረት በር ያለው ግዙግ ጎዳና የተዘረጋለት ቤት ነበር፡፡ ዋናው በር በቁልፍ ተተብትቧል፡፡ ኹለት ጥበቃዎች እንዳላመልጥ ለመጠበቅ ጠብመንጃቸውን አንግተው ከበሩ ውጭ ተሰይመዋል፡፡ መታጠቢያ ቤቱ ከቤት ውጭ ያለ ነው የሚመስለለው፡፡ ሻወርና ወራጅ ውሃ አሉት፡፡

ታሳሪዎቹ የበዛው ጊዜያችንን የምናሳልፈው ከአጸዱ ጀርባ ጸሃይ በመሞቅ ከጥርብ ድንጋዩ ላይ ተሰጥተን እንውላለን፡፡ ወደ አመሻሹ ላይ ወደ ቤት እንዘልቃለን፡፡ ከዚያ መኝታ ነው፡፡ እንደተለመደው ሁሉም በቅጥሩ ውስጥ ከቤት ውጭ ተከልክሎ ሳለ ነው የዚህን ኢራቃዊ መምጣት የተመለከተው፡፡ ይህ ሰው ቁመናው ዘለግ ያለ፣ ፈርጣማ እና ከሌላው የየመን ሰው አማካይ ገጽታ ፈካ ያለ ቆዳ ያለው ነው፡፡ በሹፌር ስለመጣ ታሳሪዎች የሆነ ከበድ ያለ ሰው መሆኑን እንዳዩት ነበር የጠረጠሩት፡፡ ልክ እንደደረሰ ታጅቤ ወደ ዋናው መውጫዬና መግቢያ በር አመራለሁ፡፡ አምባሳደሩ በስም አስታወሰኝ ‹‹እንደምን አለህ ዓድል›› ሲል ሰላምታ አቀረበልኝ፡፡

ስሜ በሰሜን የመናውያን ዘንድ እምብዛም ያልተለመደ ዓይነት ስለሆነበት ምናባት ሱዳናዊ ነህና ሲል ጠየቀኝ፡፡ ደቡብ የመናዊ መሆኔን ነገርሁት፡፡ የአባቴ ስም ሲሰማ የሆነ የተለየ ስሜት ሳይፈጥርበትም እንዳልቀረ ገመትሁ፡፡ ያንተም ሆነ የአባትህ ስም መጂድ በኢራቅ የሚዘወትሩ ስሞች ናቸው አለኝ፡፡ ቀጠለም በእስሬ ቀናት እመገብ እንደነበር እና ጠያቂም ጎብኝቶኝ ያውቅ እንደሆነ ሲጠይቀኝ ሁሉም መልካም እንደሆነ ገለጽኹለት፡፡ በጥሩ ሁኔታ ላይ መሆኔ ነገርኩት፡፡ በቀጣይ ጊዜም ዳግም መጥቶ እንደሚጠይቀኝ ቃል ገብቶልኝ ተመልሶ ሄደ፡፡ እኔም ወደ ታሰርኩበት ክፍል አመራለሁ፡፡

ገና እንተመለስሁ አብረውኝ የታሰሩት ሁሉ ምን እንደተነጋገርን ጉብኝቱም ምን ይመስል እንደነበር እንድነግራቸው ጥያቄ ያከታትሉብኝ ያዙ፡፡ ቀጠሉና ደግሞ ሊያጠቃኝ ወደ ነበረው ሰውዬ ተመለከቱና ‹‹አየህ ከባድ ሰው ጋር ነበር የተለተምከው ፣ የማይነካውን ነበር የነካኸው›› ሲሉ አጉረጠረጡበት፡፡

በእዚህ እሥር ቤት የታሰሩት አብዛኛዎቹ ጉዳያቸው ለፍርድ ሳይቀርብ፣ ሳይመረመርና እልባት ሳይሰጠው ለ 8 እና ከዚያም በላይ ሳምንት በብላሽ የከረሙ ናቸው፡፡ እኔ በአንድ ሳምንት እሥር የአምባሳደሩን ራሮትና ትኩረት ማግኘቴ ያልጠበቁት ነበርና በፍጥነት ልፈታ እንደምችል ገምተዋል፡፡

ሁሉም ይህን ተስፋ ይዞልኝ ጉዬን ሲተነትን የምናልባት ውጤቱን ሲተነብይ እኔ በዝምታ ነበር የማዳምጠው፡፡ በአንድ ሰዓት ወይም ጥቂጥ ዘለግ ካለ ደቂቃ በኋላ አምባሳደሩ ተመልሶ መጣና ተገናኘን፡፡ የትራፊክ መምሪያ ኃላፊውን እንዳነጋገረልኝ በጉዳዩ ላይ ኃላፊነት ካለበት ይህ ሰው ጋርም መክሮ እኔ እንድታሰር ወይም እንድከሰስ ፍላጎቱን እንዳልሆነ መናገሩን ነገረኝ፡፡ መኪናዬንም ራሴ አሣድሳለሁ በቻሉት ፍጥነትም ከእሥር እንዲለቅቁህ ጠይቄያቸዋለሁ‹‹ አለኝ፡፡ ልቤ በኃይል እየመታ እና ጫን ጫን እየተነፈስሁ ‹‹ምን አሉህ ታዲያ›› ስል በጉጉት ጠየቅሁት፡፡ መጀመሪያ አልተስማማም ነበር መቀጣት አለበት ነበር ያለኝ፤ ለእርሱና ባልደረቦቹ ገንዘብ ካልከፈለ እርሱም ሆነ መኪናው አይፈቱም ባይ ነው፤ ለመሆኑ ገንዘብ አለህ? ሲል ጠየቀኝ፡፡ ‹‹ግድ የለም ለእርሱ እኔ እንደሚሆን እንደሚሆን አደርጋሁ›› አልሁትና መሰነባበቻችን ደረሰ፡፡

ከአካባቢው ከመሄዱ በፊት አምባሳደሩ ‹‹እነዚህ ሰዎች ምን ያሉት ናቸው ባክህ በዚህ ሁኔታ እና ከባቢ እንስሳቶቻችንን ማኖር አንችልም ፀያፍ ሥፍራ ነው እንዴት ክቡር የሰው ልጅ በዚህ ደረጃ ይስተናገዳል?›› አለኝ የአድራሻ ካርዱን ከሰጠኝ በኋላ ፍቃደኛ ከሆንሁ ቢሮው ሄጄ ልጠይቀው እንደምችል ጠቁሞኝ ተለያየን፤

ለጦር መኮንን አባላቱ የሚጠበቅብኝን እጅ መንሻ ገንዘብ እና ቅጣቴን ከፍዬ ከእሥር ነጻ ወጣሁኝ፡፡ መኪናዬም እንዳልነበረች ሆና ከደረሰባት የግጭት ጉዳት ተመለሰችልኝ፡፡ ተጨማሪ ጉቦ ከፍዬ የማንነት መታወቂያ ካርዴን እና የመንጃ ፍቃዴን አስመለስሁ፡፡ እነዚህን ሰነዶች ድጋሚ ለማግኘት የሚወስድብኝን እጥፍ ጊዜ እና ወጭ እስከ እነ እንግልቱ ሳስብ የከፈልኩት የጉቦ ገንዘብ አላስቆጨኝም፡፡

ለሰው ልጅ በማይመጥን ጉርኖ ውስጥ መታሰሬ የገጠመኝን እንግልት በማሰብ አምባሳደሩ በርህራሄ ልብ እንደረዳኝ እገምታለሁ፡፡ እንደወንጀለኛ ተቆጥሬ በነዚህ ጨካኝ የጦር መኮንኖች ሥር መውደቄና ማንም ሊረዳው እና ከዚህ ጉድ ሊያወጣው አይችልም ብሎ በማሰቡ ሳይሆን አይቀርም፤ በቀናነት ጉዳዩን ጉዳዩ አድርጎ ስለጨረሰልኝ ስብዕናወን ሳላደንቅ አላልፍም፡፡

በወቅቱ ኹለት ጓደኞቼ ወደ አንባሳደሩ ሀገር ባግዳድ ተጉዘው የምህንድስናና የህክምና ዲግሪያቸውን እየሰሩ ስለነበር እኔም ወደዛው በማቅናት እንድማር ነጻ የትምህርት ዕድል እንዲያመቻችልኝ ይህንን አምባሳደር ለመጠየቅ አስቤ ነበር፤ ኋላ ላይ ግን ይህንን ሀሳቤን ተወት አድርጌ ሙሉ ትኩረቴን ወደ አሜሪካ ስለመጓዝ አደረግሁ፤በተለይ በ1960፣ 70 እና 80^{ዎቹ} ላይማ የኢራቅ ዩንቨርስቲዎች ከመካከለኛው ምሥራቅ ሀገራት ሁሉ ይበልጥ ምርጥ የሚባሉ ስለነበሩ ነው ትምህርቴን እዛው ሀገር ለመማር የወጠንኩት የነበረው፡፡ ያም ሆኖ ባንሰር አባቴ የእንግሊዝ ዜግነት እንደነበረው ስለሚያውቅ ወደ አሜሪካ እና እንግሊዝ ሀገራት ሄጄ ትምህርቴን ብከታተል የተሻለ እንደሚሆን በነገረኝ መሠረት ሀሳቤን ቀየርኩ፤

*** ***

ከእሥር ከተፈታሁ ኹለት ወይም ሦስት ሳምንታት በኋላ ይመስለኛል ከዓለም አቀፍ ለጋሽ ድርጅቶች ወደ ሰሜን የመን የተላኩ የእርዳታ ምግቦች ገበያ ላይ ወጥተው ሲቸበቸቡ ተመለከትሁ፤ በእርግጥም ልክ ነበርሁ፡፡ አልተሳሳትሁም፣ ፈጽሞ አልተሳሳትሁም፡፡ ምክንያቱም በርዕደ መሬት ለተጎዱ ሰለባዎች የተላከው የረድኤት የምግብ አቅርቦት አልደረሳቸውም፡፡

ከዛ ይልቅ እነዚህ ነፍስ አድን ምግቦች በሙሰኛ ባለሥልጣናት እጅ ገብተው በድብቅ እየተሸጡ ነበር፡፡ ይህንን ስመለከት ምንም እንኳን የመናውያን እንደ ዐረባዊ እና እስላማዊ ሀገር ሕዝቦች በየዕለቱ ሶላት የሚያደርሱ እና የሚጾሙ ሀይማኖተኞች ቢሆኑም በተግባር ግን እንደማንኛውም ሕዝቦች ሁሉ በሙስና ንቅዘት የተጨማለቁ ከመሆን አልታቀቡም ስል መታዘቤ አልቀረም፡፡ በተለይ በዚህ የባለሥልጣናቱ ዓይን ያወጣ ግፍ ልቤ በኀዘን ተመታ፡፡

በሌላ በኩል፣ በ1993 ከሀገረ አሜሪካ ከነበረኝ ቆይታ ወደ የመን ስመለስ ይህንን ሁነት ለመታዘብ ችዬ እንደነበር አስታውሳለሁ፡፡

በወቅቱ የዓለም የምግብ መረሀግብር (WFP) በሰሜን የመን ለተጠለሉ የሶማሊያ ስደተኞች ይውል ዘንድ የላከው የምግብ አቅርቦት በተመሳሳይ መልኩ በሙሰኛ ባለሥልጣናት ተመዝብሮ ገበያ ወጥቶ ሲቸበቸብ ተመልክቻለሁ፡፡ ለዚያውም ያለ ምንም ሀፍረትና ድብብቆሽ ነበር የምግብ አቅርቦቶቹን በአደባባይ የሚገበያዩት፡፡ እንደ ዘይት፣ ወተት፣ ከትባቶች እና ሌሎች መድኃኒቶች የመሳሰሉት የዓለም አቀፍ ተቋማት ልገሳዎች ለታዳጊ ሀገራት ቢላኩም፤ ብዙ ጊዜ ግን ለሚፈለገው ተረጂ በአግባቡ አይደርሱም፡፡

ከወደብ እንደተራገፉ ይጫኑና ለገበያ ይቀርባሉ፡፡ ለዚህ ድርጊት መፈጸም ተጠያቂ የማደርገው እና የምጠረጥረው ግለሰቦችን ብቻ ሳይሆን የረድኤት ተቋማቱን ጭምር ነው፡፡ እነዚህ መንግስታዊ ያልሆኑ ለጋሽ የረድኤት ተቋማት ህዝቡን በማሳሳት የጠየቁትን እርዳታ እና ድጋፍ መልሰው እንዲመዘበር ሚና ነበራቸው፤ ወይም አላቸው፡፡ ይህንን የሚያደርጉት ደግሞ ሆነ ብለው በተጠና መልኩ ስለሆነ ችግሩን ይበልጥ አሣዛኝም አሣሳቢም ያደርገዋል፡፡ እኔ ባየሁት ተጨባጭ ልምድ እንኳን በርካታ የገንዘብ ድጋፎች ለታለመላቸው የረድኤት ግልጋሎት ከመዋል ይልቅ በተለያዩ መልኩ ይመዘበራሉ፡፡ ለማኅበራዊ ልማት አለዚያም ለመንገዶች፣ ለሆስፒታሎች እና ትምህርት ቤቶች ግንባታ አይውሉም፡፡ ይልቁኑም ከግራ ወደ ቀኝ ኪስ የማዛወር ያህል በአልጠግብ ባይ ሙሰኛ ኃላፊዎችና ተቋማቱ ተሰልቅጦ የሚቀረው ገንዘብ ነው ማለት ይቻላል፡ ፡ ጨቋኙ የኢሚፔርያሊዝም ርዕዮተ ዓለማዊ የምዕራባዊያን ሥርዓት አበቃለት ከተባለ ዘመናት ቢቆጠሩም በርካታ ደሀ የዓለማችን ሀገራት አሁንም ድረስ በቀድሞ ቅኝ ገዢዎቻቸው የእጅ አዙር አገዛዝ ሥር የሚዳከሩ መሆናቸውን ልብ ለማለት ያስፈልጋል፡፡ ከበርካታ አሠርት ዓመታት ቀደም አውሮፓውያኑ ሀገራት ታዳጊ ሀገራትን የብልጽግናቸው ጥሬ እቃ ምንጭ በማድረግ ሲያስገብሯቸው፣ በኃይል ረግጠው ሲያስተዳድሯቸው ቆይተዋል፡፡

አሁን ላይ ደግሞ ምዕራባውያኑ ሀገራት በሚልኩት ገንዘብ በሙሰኛ የታዳጊ ሀገራት መሪዎች እንደሚመዘበሩ ጠንቅቀው ቢያውቁም ብድሩን የወሰዱት ደሀ ሀገራት ብድሩን መመለስ ሲያቅታቸው አበዳሪዎቹ ምዕራባውያን ደግሞ በምትኩ ውድ ጥሬ እቃና ማዕድናትን እጃቸውን ጠምዝዘው ያስከፍሏቸዋል፡ ፡ ይህ ዘመናዊ የቀኝ ገዢነት እጅ አዙር አስገባሪ ሥርዓት ከቀደመው ጊዜ አረመኔያዊ የአገዛዝ ቀንበራቸው የከፋና ታዳጊ ሀገራቱን የሚበዘብዝ ስለመሆኑ ነጋሪ የማያሻው ፀሀይ የሞቀው እውነት ነው፡፡

የእጅ አዙር ቀኝ አገዛዝ ሥርዓት ቀንበር በማደግ ላይ ያሉ ደሀ ሀገራትን ተጭኗቸዋል፡፡

ምዕራፍ አሥራ ስምንት

ኡምራህ

ነብዩ መሀመድ (ሰ.ወ.አ) በአስተምህሮታቸው እንዲህ በማለት ይናገራሉ

«ማንም ሀጥያተኛ ቢሆን እንኳን የሀጂን ሥርዓትን የከወነ እንደሆነ ከሀጂው ሲመለስ ገና አዲስ እንደተወለደ ህጻን ሁሉ ነፅቶ ነው።»"

- አል ቡክሀሪ

አባቴ ከወለዳቸው ልጆች ሁለተኛው የአባቴ ወገን ወንድሜ ሁሴን ነው:: ውልደቱ በኻድራሙት ቢሆንም ዘለግ ያለውን የወጣትነቱን አፍላ ዘመን ያሳለፈው በኤደን እና በአዲስ አበባ ከተሞች ነበር:: የመጀመሪያ አፍ መፍቻ ቋንቋው እንግሊዘኛ ነው:: ዐረብኛ ትምህርት ቤት ገብቶ የመማር ዕድል አላገኘም ነበር:: ይህ ወንድሜ አባታችን ልጆቹ በምዕራባውያን የአኗኗር ዘዴ እና የትምህርት ደረጃ ተኮትኩተው እንዲያድጉለት ፍላጎት ስለነበረው የዚህ ወንድሜ ከዐረብኛ ትምህርት ጋር ፈጽሞ አለመተዋወቁ አላስገረመኝም ነበር:: አባታችን ሁሴንን ገና የሰባት ዓመት ዕድሜ ታዳጊ ሳለ ነበር በ1948 አዲስ አበባ ይዞት በመሄድ ሳንፎርድ ዓለም አቀፍ ትምህርት ቤት ያስመዘገበው:: ይህ ዘመናዊ ትምህርት ቤት በአዲስ አበባ ከተማ ቀበና ተብሎ በሚጠራው ሥፍራ የሚገኝ ሲሆን የተመሠረተው በ1940ዎቹ ገደማ ነበር::

ትምህርት ቤቱ የእንግሊዝ ጦር ሠራዊት የኢትዮጵያ ሚሽንን በሁለተኛው የዓለም ጦርነት ወቅት በበላይነት ሲመሩ የነበሩት የኮለኔል ሳንፎርድ ባለቤት ወ/ሮ ክርስቲያን ሳንፎርድ ሴት ልጆቻቸውን የእንግሊዘኛ ትምህርት ቤት ለማስተማር በሚል መነሻ ዓላማ ያቋቋሙት ነው::

‹‹ኮሎኔል ሳንፎርድ ከኩኒንግሀም እና ዊንጌት ጋር በጋራ በመሆን የእንግሊዝ መንግሥት ቀዳማዊ ንጉሥ ኃይለሥላሴን ለመርዳት ባሰማራው ተጠባባቂ ጦር ውስጥ የተሳተፉ እና የኢትዮጵያ ጦር ከአምስት ዓመታት የጣልያን የሞሶሎኒ አገዛዝ ሀገሪቱን ነጻ ሊያወጣ ድጋፍ የሰጡ ሰው ነበሩ››

ይህ ትምህርት ቤት በቀድሞ አጠራሩ መጀመሪያ ሲከፈት የሳንፎርድ የኢንግሊሽ ማኅበረሰብ ትምህርት ቤት የሚል ስያሜ ነበረው፡፡ ኋላ ላይ ንጉሣዊው የሀገሪቱ መንግሥት ጋር በተደረገው የጋራ ስምምነት እና የያኔው አስተዳደር ምሁራን መሳፍንት ቤተሰቦች ልጆቻቸው በዚህ ትምህርት ቤት እንዲማሩ በመፍቀዳቸው ምክንያት በፍጥነት እራሱን ሊያስፋፉና ሊያድግ ችሏል፡፡

ትምህርት ቤቱ የሀገሬው ዜጎችና ስደተኞች ተቀብሎ የሚያስተምር ከመሆኑም ባሻገር በወቅቱ በኢትዮጵያ ብሎም በመላው አፍሪካ አህጉር በዓይነቱ የመጀመሪያው የዓለም አቀፍ ትምህርት ቤትም ነበር፡፡

ወደ ቀደመ ጉዳያችን ስንመለስ፣ ሁሴን ከዚህ ትምህርት ቤት በኋላ ሁለተኛ ደረጃ ትምህርቱን በአዳሪ ትምህርት ቤት በመግባት መከታተል ጀመር፡፡ በዚህ የትምህርት ቤት ዘመኑ አጠገቡ እናቱ ያልነበረች እና ማንም የት ገባህ የት ወጣህ የሚለው ተቆጣጣሪና ደጋፊ የሌለበት በመሆኑ በፓርቲዎች መሳተፍ፣ መጠጣት እንዲሁም በምሽት ክበቦች መዝናናትና ቡና ቤቶችን መጎብኘት እንደልቡ ሆነ፡፡ ይህንንም በግላጭ አመሉ አድርጎ ተዝናንቶበታል፡፡ የትምህርት ውጤቱ ግን ያን ያህል አመርቂ አልነበረም ማለት ያቻላል፡፡ ከአባቱ ጋርም በተደጋጋሚ ቅራኔ ውስጥ ይገባ ጀመር፡፡

ይህንን ተከትሎ በ1959 አካባቢ ሁሴን ከኢትዮጵያ ወደ ኤደን እንዲሄድ ተደረገና ከአባቱ ጋር የነበረው አለመግባባት እልባት አገኘ፡፡ በኤደን ከተማ በነበረው ቆይታ ቤላ በተባለ ኩባንያ ተቀጥሮ ለበርካታ ዓመታት አገልግሏል፡ ፡ ልክ የመን ከእንግሊዝ ነጻነቷን ባገኘች ማግስት ደግሞ በ1969 መሆኑ ነው ሁሴን ጓዙን ጠቅልሎ ወደ ሳውዲ አረቢያ ጅዳ ገባ፡፡

ሁሴን በ1979 ገና የ38 ዓመት እድሜው ሕይወቱ ቢያልፍም ቀደም ብሎ ከአንዲት የኻድራሚ ሴት ጋር በሰረተው ትዳር ዐራት ሴት ልጆችን ማፍራት ችሏል፡፡ ወደ ሰሜን የመን አቅንቼ ፓስፖርቴን ከቀየርኩኝ በኋላ ወደ ጅዳ በመሄድ ላገኘው እቅድ የነበረኝ ቢሆንም እርሱ ግን ሰሜን የመን ከመግባቴ ከአንድ ዓመት በኋላ ሕይወቱ በማለፉ ውጥኔ መና ቀረ፡፡

በሞት ተቀደምሁ:: እርሱ ከሞተ በኋላ ከመጂድ ወንድ ልጆች ብቸኛ በሕይወት ያለሁት እኔ ብቻ ሆንሁ:: ከዚያ በኋላ ጥሏቸው የሞተው ዐራት ሴት ልጆቹን ለመጠየቅ ምንም ድጋፍ ባላደርግላቸው እንኳን አጎታቸውን ያዩኝ ዘንድ ወደ ጅዳ ለመጓዝ ተሰናዳሁ:: በ1983 በጅዳ ከሚገኙ ቤተሰቦቼ ጋር በስልክ ከተነጋገርኩ እና ደብዳቤ ከተለዋወጥን በኋላ ወደ ሳውዲ አረቢያ ጅዳ የመሄዴ ነገር እርግጥ ሆነ::

ከሰሜን የመን ውጭ ካደረጓቸው በረራዎች የመጀመሪያውና ዋናው ወደ ጅዳ ያደረሁት ጉዞ ነበር:: በ1980ዎቹ መባቻ ያደረኩት የሳውዲ ጉዞ የሚረሳ አልነበረም:: ያኔ የሀገሪቱ አየር መንገድ ሳውዲ አረቢያ አየር መንገድ ተብሎ ይጠራ ነበር:: ከገጠሙኝ እጅግ ግዙፉ አየር መንገዶች አንዱ ነው:: በረራው ተጠናቆ ወደ አየር መንገዱ ስንደርስ የሁሴን ታላቅ የመጀመሪያ ሴት ልጅ አራዋ፣ እና የእናቷ ወንድም አጎቷ አቀባበል አደረጉልኝ:: ያኔ አራዋ ገና የ13 ዓመት ታዳጊ ልጃገረድ ነበረች:: ቤተሰቡ ነዋሪነቱን ያደረገው ባብ መካ በተባለች አካባቢ ነው:: ይህ ሥፍራ ባብ አልየመን የተሰኘውንና በሰንዓ የሚገኝ አንድ ቦታ ያስታውሰኛል:: ተመሳሳይነት ነበራቸው:: በዘመናዊ ህንጻዎች፣ በጭቃ የተገነቡ መኖሪያ ቤቶች እንዲሁም በርካታ የኻድራሚ ሰዎች ይገኙበታል::

ጅዳ የእስልምና እምነት ውስጥ ከፍተኛ ቦታ ያላት ቅድስት ከተማ በመሆን ትታወቃለች:: በዚህ ሀገር ስትገቡ ባብ መካ በተሰኘችው ከተማ መግቢያ ላይ ዋናውን የመግቢያ በር ታገኙታላችሁ:: ወደ መካ ለማቅናት የምትገቡት በዚህ በር ነው:: ይህ የከተማዋ ዓብይ መግቢያ በር በጅዳ እጅግ ታሪካዊ በር በመሆኑ ይታወቃል:: ምክንያቱም ሀራም የተሰኘችው ከሙስሊም አማኒያን በቀር ማንም ዝር እንዲልባት የማይፈቀድባት ከተማ እና ሌላኛዋን ከተማ መካን የሚያስተሳሥር ድንበር ነው::

ነብዩ መሀመድ ወደ ተወለዱባት መካ መንፈሳዊ ጉዞ ለማድረግ ላለፉት 14 ክፍለ ዘመናት በቢሊዮን የሚቆጠሩ አማኞችን ያስተናገደ በር ነው ይህ ሥፍራ፤ የሁሴን ልጆች አራዋ፣ ኤብሳም (የ10 ዓመት ታዳጊ)፣ አማኒ (9 ዓመት) እንዲሁም የ7 ዓመት ህፃኗ አሚራ በመባል ይጠራሉ::

እኔን ለማግኘት በከፍተኛ ጉጉት ሲጠባበቁ ነበር የቆዩት:: ከታላቅየው ልጅ አንስቶ ሁሉም ልጆች ስለ አባታቸው ምንም የሚያስታውሱት ነገር የለም:: እናታቸው ጥቂት ነገር እንድትነግረኝ ሞከሬ አልተሳካልኝም:: ስለ ቀድሞ ባለቤቷ የምታውቀው አንብዛም ታሪክ የለም:: አለዚያም ደግሞ ብዙ መናገር

አልፈለገች ይሆናል፡፡ ስል ገመትሁ፤ በሕይወት ዘመኑ ለሥራ ወደ በርካታ ቦታዎች ይዘዋወር እንደነበር በተለይ ደግሞ የበዛው ጊዜውን በቤይሩት ከተማ ሊባኖስ ማሳለፉን ነገረችኝ፡፡ ከዚያ ያለፈ ያን ያህል ጥልቅ ማብራሪያ ውስጥ አልገባችም፡፡

ጅዳ ከገባሁ ከኹለት ቀን በኋላ ይህ ቤተሰቤ ወደ መካ ለሚደረገው የኡምራህ እስላማዊ መንፈሳዊ ጉዞ እንድሰናዳ ነገረኝ፡፡ ይህ ኡምራህ የተሰኘው መንፈሳዊ ጉዞ ከሃጂ የሚለየው አንድ መሰረታዊ ነገር አለ፡፡ ይኸውም ሀጂ የሚደረገው በዓመት አንድ ጊዜ በታወቀ (በተወሰነ) ጊዜና ቋሚ ሰዓት ሲሆን፤ የኡምራህ ወደ መካ የሚደረገው መንፈሳዊ ጉዞ ግን ያለ ጊዜ ገደብ በዓመቱ በማንኛውም ወቅት ሊደረግ የሚችል ነው፡፡

የሀጂን መንፈሳዊ ጉዞ ሁሉም የእምነቱ ተከታዮች ወንድም ሴትም ጭምር በሕይወት ዘመናቸው ቢያንስ አንድ ጊዜ ሊፈጽሙት ግዴታ አለባቸው፡፡ (የተለየ ምክንያት ከሌለ በቀር) በወጣትነት ዘመኔ ቁርአን ብቀራም ከዚያ አልፎ ለበርካታ ዓመታት በየመን ብኖርም በቋሚነት ሰላት የማድረግና እምነቱን የመፈጸም ልምድ አልነበረኝም ማለት እችላለሁ፡፡ የሚጠበቅብኝን የእምነቱን አስተምህሮና ግዴታ ፈጽሜ አላውቅም ነበር፡፡

ጅዳ ስገባም ይህንን መንፈሳዊ ጉዞ ለማድረግ የሚጠበቁብኝን የመንጻት፣ የአለባበስ ሥርዓት እና ከምን ከምን ድርጊቶች መቆጠብ እና መታቀብ እንደሚገባኝና ስለመሳሰሉት ጉዳዮች ፈጽሞ የማውቀው ነገር አልነበረም፡፡ መንፈሳዊ ሥርዓቱን ጨርሶ ዘንግቼው ነበረ፡፡

በዚህ ምክንያት አረዋ የሚጠበቁ መንፈሳዊ ዝግጅቶችንና ፕሮቶኮሎችን እንዳስታውስ የማስጠናት ኃላፊነት ወሰደች፡፡ ከነገረችኝ ሁሉ በሕይወቴ የማልዘነጋው ‹‹አንቴ ስለ እምነት ያለህ አናሳ እውቀት ካንተ የማይጠበቅ ነው›› ብላ የተናገረችንን ተግሳፅ ነው፡፡ በጣም ነበር የሳቅሁት፡፡

በኡምራህ ሥርዓት የእስልምና ተከታዮች ታወፉ እና ሳኢ የተሰኙ ኹለት መንፈሳዊ ሥርአቶችን እንዲተገበሩ ይጠበቅባቸዋል፡፡ ታዎፍ የተሰኘው ሥርዓት ካባን በሰዓት ቆጣሪ ተቃራኒ አቅጣጫ ለ7 ጊዜያት ያህል የመዞር ሥርዓት ነው፡፡ የመጀመሪያዎቹ ሦስት ዙሮች በፍጥነት መጓዝን ይጠይቃሉ፡፡ ከዚያ በኋላ የሚከተሉትን ዐራት ዙሮች ዝግ ባለ ፍጥነት ይተገበራሉ፡፡ ከታዎፍ በመቀጠል የሚተገበረው ሥርዓት ሳኢ ነው፡፡ በዚህ መንፈሳዊ ክዋኔ አማኒያኑ በታላቁ የመካ መስጊድ ውስጥ ወደሚገኙ ሳፉ እና ማርዋ በተሰኙ ሥፍራዎች መካከል የእግር ጉዞ ምልልስ ይደረጋል፡፡ ይህ የእግር ምልልስ ጉዞ በመንፈሳዊ

አንድምታው አጋር ለወንድ ልጇ ውሀን የፈለገችበት እና የአምላክን ምህረት በጸሎቷ የለመነችበትን ሁነት የሚዘክር መታሰቢያ ሥርዓት ነው:: መንፈሳዊ ጉዞው ሃልቅ በተሰኘ ሥርዓት ፍጻሜውን ያገኛል:: ሃልቅ ሙሉ በሙሉ አለዚያም በከፊል ፀጉርን የማሳጠር ሥርዓት ክዋኔ ነው::

ካባ በተሰኘው መንፈሳዊና ቅዱስ የእስልምና ሥፍራ ከሰላት ሰዓታት በስተቀር ወንዶቹም ሆነ ሴቶቹ በእኩል ደረጃ ነው የሚስተናገዱበት:: እና ሥርዓተ ሀይማኖቱን የሚከውኑት በሰላት ሰዓት ግን ወንዶች ከፊት ሴቶች ከበስተኋላ በመሆን ነው በጸሎት ሥፍራው የሚቆሙት:: የኡምራህ ሥርዓት በሀይማኖቱ ዘንድ ሁሉም አማኒያን እንዲፈጽሙት ቢመከርም ፈጽሞ አስገዳጅነት የለውም::

የሀጂ ሀይማኖታዊ ሥርዓት ለቀናት ያህል የሚከወን ሲሆን ኡምራህ ግን በጥቂት ሰዓታት ውስጥ ሊጠናቀቅ ይችላል:: የኡምራህ ሥርዓት መፈጸም የሀጂ ሥርዓትን ሊተካ አይችልም፡ ሁለቱም ለየቅል ናቸው:: ሁለቱም መንፈሳዊ ሥርዓቶች ግን ህዝበ ሙስሊሙን አንድነቱን የሚያጠናክርባቸው ለአላህ ያለውን ታዛዥነትና ፍቅር የሚገልጽባቸው መሆናቸው ያመሳስላቸዋል:: እኔም በጅዳ የሚገኘው ቤተሰቤን ደስ ለማሰኘት የኡምራህ ሥርዓቱን ተካፍዬ አጠናቅቄአለሁ:: የሚጠበቅብኝን ሁሉ ሳላጓድል ፈጽሜያለሁ::

*** ***

የወንድሜ ልጆች እኔን በማግኘታቸው በጣም ነበር የቦረቁት:: የበዛ የጋራ የተዝናኖት ጊዜ አሣልፈናል:: ልጆቹ እንደ ሴት እንድመስል እየኳኳሉኝ እና እየቀባቡኝ ሳቅና ተዝናኖት ይፈጥሩ ነበር:: የቆዳ ቀለሜ ለየት ብሎባቸው ሳይሆን አይቀርም ኢትዮጵያዊ አለዚያም ሶማሊያዊ የቤት ሰራተኛ አንስት (ሴት) እያስመሰሉኝ ሲዝናኑብኝ ነው የቆዩት:: በእንደዚህ መልኩ ከልጆቹ ጋር መልካም የደስታ ጊዜን አሣልፌ፣ የወንድሜን ኋደኞች እና ሌሎች የቤተሰቤን አባላት ጠያይቄ ከኹለት ሳምንት ቆይታ በኋላ ወደ ሰሜን የመን ተመለስኩ::

ምዕራፍ አስራ ዘጠኝ

ትዳርና የትምህርት ዘመን

በጓደኞቻችሁ መሀል ክፍተት አስቀሩ፤ የገነት ንፋሳት በመካከላችሁ ይናኙ ዘንድ ፍቀዱላቸው፡፡ አንዳችሁ ከሌላችሁ መዋደድ ይኑራችሁ እንጂ ፈጽሞ በፍቅር አትጠመዱ፡፡ ከዛ ይልቅም በነፍሳችሁ መካከል ህያው ባሕር እንዳሻው ይስፈፍ፡፡ ”

- ካህሊል ጂብራን

ታላቅ እህቴ ሂንድ፟ኙ አንዲት ውብ ልጃገረድ ፈልጋ ልትድረኝ ተነስታለች፡፡ የራሴ የሆነ ቤተሰብ መሥርቼ የተረጋጋ ኑሮ እንድኖር ምኞቷ ነው፡፡ በዐረቡ ባህል መሠረት ወላጆች ሚስት አጭተው ለልጆቻቸው መዳራቸው የተለመደ ወግ ቢሆንም እኔ ግን ወላጆቼ ባለመኖራቸው ምክንያት ይህን ኃላፊነት ሂንዲ ወስዳዋለች፡፡

ወደ ዚህች ምድር ልጅ በመጣበት ቅፅበት የልጅ ያለ ፍቅር በልብ ያድራል የሚሉት ቢሂል አለ፡፡ ይህ አባባል በትዳሩ ላይ ያስኬዳል፤ በጋብቻችን የመጀመሪያ ዕለት አንስቶ ለሕይወት አጋራችን ውህ አጣጫችን ልባችን ፍቅር ማጎንቆልና ማሳደግ ይጀምራል፡፡ በርግጥ በወቅቱ እኔም ብሆን በእህቴ ዘንድ የታጨችልኝን ውብ ኮረዳ ከማግባት የሚበልጥብኝ ታላቅ ነገር በአዕምሮዬ አልነበረም፡፡ በዚህ ውስጥ ያለኝን ቁርኝት ማኅበራዊ ደረጃ ማሳደግ ሌላው ትልቁ ቁም ነገር ነው ብዬ አምናለሁ፡፡ በተለይ በአማቴ ወገን ካሉኝ የቤተሰብ አባላት ጋር ትስስሬ ይጎመራል፡፡

ከኢትዮጵያ ከወጣሁኝ ቆይቻለሁ፤ ገና በወጣትነቴ ነበር ከሀገሪቱ የተሰደድሁት፡፡ ከዚህ በኋላ ወደ ኢትዮጵያ እግሬን የማንሳትም ሆነ ኢትዮጵያዊ ሴት የማግባት እቅድ አልነበረኝም፡፡ በተለይ ክርስቲያን የኢትዮጵያ አማሮች በሙስሊሞች አሊያም በዐረቦች ላይ ያላቸውን

አመለካከት እያወቅሁ መቼስ ከኢትዮጵያዊ ሴት ጋር በትዳር የመጣመር ሐሳብ ከቶውንም በአዕምሮዬ ሊመጣ አይችልም፡፡ ቺህንድ ለጋብቻ ያመጣችልኝ ልጃገረድ የሴት ልጇ ጓደኛ ስትሆን የዘር ግንዷ ከኻድራሙት የሚመዘዝ ነው፡ ፡ ይህችው የእህቴ ልጅ የታጨችልኝን ልጅ እንዳያት ፎቶግራፏን በድብቅ ይዛልኝ መጣች፡፡

እውነት ለመናገር ሴቲቱ እጅግ ውብ የምትባል ዓይነት ነበረች፤ ምንም አይወጣላትም፡፡ የመልኳ ማማር የእንጀራ እናቴን የመሪያምን መልክ ይመስላል፡፡ ለምን ይሆን የሕይወት አጋሮቻችን ወላጆቻችንን ሲመስሉ የምንማረከው ለመጣመር የምንከጅላቸው?!

ያኔ የምዕራቡ ወዳጅ በሆነች ሰሜን የመን ነበር ኑሮዬ፡፡ የታጨችልኝ ልጅ ደግሞ አፍቃሬ ሶቪዬት ኅብረት የሆነችው የደቡብ የመን ልጅ ናት፡፡ ዘመኑ ደግሞ በነዚህ ሀገራት መካከል በነበረው ቁርሾ ምክንያት እንደልብ መመላለስ የከበደበት አስቸጋሪ ጊዜ ነበር፡፡ ሆኖም በእህቴ ልጅ በኩል ደብዳቤ የእየተለዋወጥን የፍቅር ግንኙነታችንም ዕለት ዕለት እየጎመራ መጣ፡፡

ኾረ እስከ ጋብቻ ጥሎሽ መሰል ስጦታ ዝግጅት ደረስሁ፡፡ እኔማ ምኑ ቅጡ፤ ከባሕረ ሰላጤው ሀገራት ወርቅና አልባሳት እንዲመጣልኝ አዘዝሁ፡፡ በቃ ነገሩ ሁሉ ቁርጥ ሆነና ስለወደፊቱ የጋራ ህይወታችንና ስለ ልጆች ትምህርት ስለ ሁለቱ የመናዊያን መጻኤ ዕድል እና ተስፋ ሁሉ ብዙ ብዙ ተነጋገርን፡፡

እኔ በወቅቱ ኮሚኒስታዊ ሀገር በሆነችው ደቡብ የመን የመኖር ፍላጎት ጨርሶ አልነበረኝም፡፡ እጮኛዬ ደግሞ ከቤተሰብ እና ከሀገሯ መለየት እና መራቅ አትፈልግም፡፡ ይህ ሁኔታ ጋሬጣ ቢሆንብንም ነገሮች በሂደት እንደሚቀየሩ ተስፋ በማድረግ የሰመረ ግንኙነታችን ቀጠለ፡፡ የሁለታችንም ቤተሰቦች ተማክረው የሰርጋችን ዕለት ተቆረጠ፡፡ ሚያዝያ 26 ቀን 1984 እንዲሆንም ተወሰነ፤ ሁለቱም ቤተሰቦች የሰርግ ዝግጅቱን አጧጧፉት፡፡ ከቤት እድሳት ጀምሮ አስፈላጊውን ነገር ሁሉ መሰናዳት ጀመረ፡፡

***　　　　***

ከክርስቶስ ልደት በፊት በ7ኛው መቶ ክፍለ ዘመን አካባቢ ማለትም ደቡብ አረቢያ እስልምናን ከመቀበሉ አስቀድሞ በርካታ የጋብቻ ሥነ ሥርዓቶች ተግባራዊ ይደረጉ ነበር፤ ከእነዚህ የበዙ ሥርዓቶች ውስጥ በአብዛኛው የሚታወቁትና የሚዘወተሩት የሚከተሉት ናቸው፡፡

በስምምነት ላይ የተመሠረተ ጋብቻ፣ ጠለፋ፣ የውርስ ጋብቻ፣ የማህር ጋብቻ፣ የሞጣ አለዚያም ጊዝያዊ ጋብቻ ናቸው:: በጥንት ሜሶፖታሚያ የጋብቻ ሥነ ሥርአቶች በአጠቃላይ አንድ ለአንድ በመወሰን ላይ የተመሰረቱ ነበሩ:: መሳፍንቱ ግን ይህ መወሰን አይመለከታቸውም:: በርካታ ሚስቶች እና እቁባቶች ነበሯቸው:: ከሳኒድስ ተብለው የሚታወቁት አለዚያም ቤተ ሳሳኖች የሚባሉት ፐርሺያውያን (ፋርሶች) በጋብቻ ሂደት ዞሮአስትሪያኒዝም የተሰኘውን ሥርዓት ይከተላሉ:: በዚህ ሥርዓት ውስጥ ሴቶች የባለቤትነት እና የቁጥጥር ጥያቄ ይቀርብባቸዋል:: በጋብቻ እና በፍቺ ላይም ፍቃዳቸው ይጠየቃል የሚል ሥርዓትም አይኖርም::

በወቅቱ በነበረው ስለ ሴቶች የሚዘወተር ሥርዓት እሳቤ ምክንያት ሴቶች በጋብቻ ውስጥ ሲኖሩ በማንኛውም የወንድ ውሳኔ ላይ ድምጽ አይኖራቸውም:: አለዚያም ደግሞ አይሆንም የሚል ተቃውሞ እንዲኖራቸው አይፈቀድም ነበር:: ማንን ማግባት እንደሚፈልጉም መምረጥ አይችሉም:: ካገቡም በኋላ ባላቸውን መፍታት አይፈቀድላቸውም:: እነዚህ ክልክል ሁኔታዎች ተነሡላቸውና መብቶቻቸውን መልሰው መጎናፀፍ የቻሉት የዐረቡ ዓለም የእስልምና እምነት መምጣት በኋላ ነበር:: ከእስልምና እምነት መምጣት በኋላ ሴቶች በጋብቻ ስምምነቶች ላይ እና ፍቺ ሂደቶች ላይ የስምምነት ወይም የድምፅ መብትን ማግኘት ችለዋል::

በአሁን ዘመን ግን በየመን ኻድራሚያውያን ጋብቻዎች ዘንድ የሙሽራውም ሆነ የሙሽሪት ነጻ ፍቃድ የተጠበቀ ነው:: በጋብቻ ሥርዓት ዘንድ የሙሽሪት ዋሊ(wali) አሊያም አሣዳጊ ጠባቂ ተንከባካቢ ወዘተ... በተለይ የአባቷ ወይም ደግሞ አባት በማይኖርበት ጊዜ ሌላ የወንድ ወገን (ዘመድ) ተጠይቆ ጋብቻው ይሁንታ እና ይበልታ ሲያገኝ ነው ጥምረቱ ተፈጻሚ የሚሆነው እና የሚጸናው ፤ ጋብቻው በቤተሰብ አማካንነት ቢመሠረትም (arranged marriage) ፈጽሞ አስገዳጅነት የሚባል ነገር ቅቡልነት የለውም፤ ጋብቻው መፈጸሙ የሚታወቀው አለዚያም ይፋ የሚወጣው በእስላማዊ ጋብቻ ስለሥርዓት መሠረት በቃል አለዚያም በፅሁፍ የጋብቻ ውል የታሰረ እንደሆነ ብቻ ነው፤ ውሉ የሙሽራውን ሆነ የሙሽሪትን መብቶች የውዴታ ግዴታ ኃላፊነቶች በዝርዝር ይይዛል::

ከስምምነት በኋላ ወደ ሰርግ ሥርዓት ይኬዳል:: የሰርግ ሥርዓቱ በህዝብ ፊት እንዲሁም የሀይማኖት አባቶች ወይም ደግሞ ቅቡልነት ባላቸው ሰዎች ባሉበት መንፈሳዊነቱን ጠብቆ ይከወናል:: ከዚህ ሥርዓት በመቀጠል የመልስ ግብዣ ሥርዓቶች ይከወናሉ:: ወጉን ጠብቆ በሚደረገው የመልስ ሥርዓት

ለበርካታ ቀናት ለሰዓታት ያህል በተከታታይ የሚዘልቅ ነው፡፡ ቅዱሱ መጽሐፍ ቁራን እንደሚናገረው አማንያን የቱንም ያህል ደሀ ቢሆኑ ራሳቸውን ከየትኛውም ሀጥያት ለመጠበቅ የሩካቤ ፍላጎታቸውን ለማርካት ህጋዊ ጋብቻን ማድረግ ይጠበቅባቸዋል፡፡

በእስልምና እምነት ውስጥ ሩካቤ ስጋ እና ጋብቻዊ ተዋህዶ ታላቅ ቦታና ክብር የሚሰጠው የቤተሰብ ምስረታ እና ፍላጎት መፈጸሚያ ቅዱስ ነገር ነው፡ ፡ በእስልምና ሕግ መሠረት ባል በገንዘብ አቅሙ ሚስቱን አለዚያም ሚስቶቹን ከነልጆቹ የመደገፍ እና የመንከባከብ ኃላፊነት ተሰጥቶታል፡፡ ቢያንስ ቢያንስ በመሰረታዊነት መጠለያ ምግብና አልባሳት የመሳሰሉትን የማሟላት ግድ አለበት፡፡ በምላሹ ሚስት ደግሞ የባሏን መሻቶች ባሏ በሚሰጣት ገቢ በአግባቡ ለቤተሰቡ የማዋል ኃላፊነት ተጥሎባታል፡፡

‹‹ባሎች ሚስቶቻቸውን ይንከባከቡ ዘንድ ግዴታ አለባቸው፤ ፈጣሪ ከሌሎች አብልጦ በሰጣቸው በረከት እና ባገኙት ገንዘብ የሚጠበቅባቸቸውን ሁሉ ማድረግ አለባቸው፡፡ ፃድቅ እና ለፈጣሪያቸው የተገዙ ሚስቶችም ባሎቻቸው በሌሉበት ጊዜ የአምላከ ጥበቃና አብሮነት አይለያቸውም››

ይህንን አስተምሮና ቃል ከግምት ውስጥ በማስገባት በጋብቻ ውሉ በከፊል አለዚያም ሙሉ በሙሉ የምናገኘው ሌላ የሚጠበቅ ኃላፊነትም ይኖራል፡፡ የባል ወይም የባል ቤተሰብ አባል በአብዛኛው አባት (የእኔ አባት በሕይወት ባለመኖሩ የራሴው ኃላፊነት ነው ይህ ጉዳይ) ለሚስቱ ማህር ያቀርባል፤ ማህር ለሚስት የሚሰጥ የግል መጠቀሚያ ስጦታ ነው፡፡ ምናልባትም ጥሎሽ የሚለውን አቻ ትርጉም ልንሰጠው ብንችልም፤ ማህር ግን ከጥሎሽ በተለየ መልኩ በሙስሊም ጋብቻ የሚደረግና ግዴታ ባይሆንም ገንዘብን ጭምር በስጦታነት የሚያካትት ነው፡፡

ወርቅ፣ የቤት ማስዋቢያ ቁሶችን መሬት ወይም ሌላ ዓይነት ለሙሽሪት ጠቃሚ የሆነ ስጦታ የሚበረከትበት ሥርዓት ነው፡፡ በባህሉ መሠረት ማህር ለሙሽራው አይበረከትም አይባልም ይልቅም የሙሽሪት ቤተሰብ ለሙሽራው ቤተሰብ ያበረከትና የሥጦታው ግልጋሎቱ ግን ለሙሽራው ይሆናል፡፡ በማህር ስጦታ ሥርዓት የተቀመጠ የብዛት ገደብ ባይኖርም በትንሹ ሊሟላ የሚገባ ነገር ግን ተደንግጓል፡፡

በመሰረታዊነት ወይም አነሰ ከተባለ ባል በሞት ከተለየ ወይም ፍቺ ከተደረገ፤ ሚስት ራሷን የምትደጉምበት ያህል ሊሰጣት ይገባል፡፡ በማህር

ባህላዊ ሥርዓት መሠረት በሁለቱ ማለትም በሙሽራው እና ሙሽሪት ስምምነት መሠረት ማህር ቀስ እየተባለ በከፊል በከፊል ሊደረግም ይችላል፡፡

ይህ በሁለቱ መልካም ፍቃድ የሚደረግ የማህር ክፍያ በከፊል በጋብቻ ውሉ ሲፈረም መፈጸም የሚኖርበት ሲሆን በባህላዊው አጠራሩ ከፊሉ ማህር ሙቃዳም ተብሎ ነው የሚጠራው ሌላው እና ቀሪው የማህር ክፍያ ደግሞ ሙአክሃር ተብሎ ይጠራል፡፡ ትርጉሙም የዘገየ እንደማለት ነው፡፡ በጋብቻ ስምምነት ውል ተመሥርቶ ይተገበራል፡፡ እንዲህ የሚል ውል እናገኛለን

‹‹ለሴቶች የሚገባውን የሙሽርነታቸውን ስጦታ በጋብቻ ወቅት ማድረግ ይገባል፤ እንደፍላጎታቸው ከከፈሉህ ግን በንፁህ ኅሊና መጠቀም ትችላለህ››

*** ***

በዐረቡ ዓለም ባህል እና በነብዩ መህመድ ቃል ውስጥ አንድ እምነት አለ እንዲህም ይነበባል፡፡

‹‹ግማሹ እምነት እና ሀይማኖት ጋብቻ ነው››

ይህ ማለት አንድ ሰው ሙሉ ይሆን ዘንድ ጋብቻ መፈጸም ይገባዋል እንደማለት ነው፡፡ በሌላ አገላለፅ የአንድ ግለሰብ የሕይወቱ ግማሽ ስኬት ትዳር መያዙ ነው፡፡

በዐረቡ ዓለም ትዳር የወንድና የሴቷ ህጋዊ የአብሮ መኖር ውል መሆኑን ልብ ይሏል፡፡ ነብዩ መህመድ እንዲህ ሲሉ ይናገራሉ

‹‹አንድ ወንድ ጋብቻ ሲፈጽም የዲኑን ግማሽ ከውኗል ቀሪውን ሕይወቱ ን ሙሉ ይሆን ዘንድ አላህን እየፈራ ይኑር››

ጋብቻ ወይም ትዳር መሻቶቻችንን በይፋ ሃላል የሚተገብርበት መንገድ ነው፡፡ ጥምረቱ የተሻለ ሕይወትን በመምራት ቤተሰብ ለመመስረት ያበረታታናል፡፡

አንድ ወንድ የማግባት አቅም ካለው ሚስቱንም የመበድል ስጋት ከሌለበት በትዳር ውስጥ የማይፈቀድ ውጉዝ ነገሮችን የመከልከል አቅምና ቁርጠኝነት አለኝ ብሎ እስካመነ ድረስ ከብቸኝነት ይልቅ በጋብቻ ተጣምሮ ቢኖር የተሻለ ነው፡፡ ቅድሱ መጽሐፍ ቁራን ሴቶች በትዳር ውስጥ ከገንዘብ አቅም በተጓዳኝ ስሜታቸው ተጠብቆላቸው መኖር እንዳለባቸው አበክሮ ያሳስባል፡፡ ወንድ የትዳር አጋሮች ሚስቶቻቸው ከበላያቸው ላይ ካልማገጡና ሲወሰልቱ

ካልተደረሰባቸው በቀር የሰጧቸውን ማህር የጥሎሽ ተመሳሳይ ስጦታ መልሰው መቀማት አይፈቀድላቸውም፡፡

‹‹አንተ ምዕመን ሆይ ሴቶችን ያለመልካም ፍቃዳቸው ከንብረታቸው ልትወርስ ወይም ልታፈናቅል ህጉ አይፈቅድህም፡፡ በኑሯችሁም ከመከባበር በቀር በከፉ መልኩ ልታያት ልታስተናግዳት አይቻልም፡፡ ጥፋት ካልተገኘባትም በቀር የሙሽርነት ስጦታዋን መልሰህ አትወስድባትም፤ ይልቁንም በፍትሀዊነት እና በመልካም ልብ አብራችሁ መኖር ይገባችኋል፡፡

ሚስቶችህ ቢያስከፉህ እንኳን አንዳች ነገርም ቢያስቀይሙህ ፈጣሪ ከቅያሜህ የበለጠ በርካታ ትሩፋቶችን ሰጥቶሀልና ይህንን እወቅ››

በጋብቻ ውሉ ላይ ከፊል ጥሎሽ ለሌላ ጊዜ የተላለፈ እንደሆነ ጥቂት ባሎች ላለመክፈል አለዚያም ቀሪውን ስጦታ ላለማበርከት ሊያቅማሙ ይችላሉ፡፡ ወይም ደግሞ ከፍቺ አስቀድመው ለሚስቲቱ የሰጡትን ጥሎሽ እንዲመልስ ጫና ሊያሳድሩም ይችላሉ፡፡ ይህ አጋጣሚ በመጠኑም ቢሆን ሲከሰት የምናስተውለው ነው፡፡ ነገር ግን በእስልምና አስተምህሮ መሠረት ይህንን ማድረግ ፈጽሞ የተከለከለ ነው፡፡ ከዚህ ባሻገር ባልየው ሚስቱን በማስቀየሙ አለዚያም የመተው አዝማሚያ በማሳየት ሰበብ ቀሪውን ማህር ከመክፈል ሊገላገል አይችልም፡፡ ስጦታውን የማበርከት ግድ አለበት፡፡

ቁርአን ከነዚህ መመሪያዎች በተጨማሪ ባል ቤተሰቡን ገሸሽ የማድረግና ጣል ጣል የማድረግ ጠባይ ካሳየ ሴቶች ለፍቺ መጠየቅ እንደሚችሉ ያስተምራል፡፡

‹‹ሚስት ባሉ እጁን ካሳጠረባት ወይ የተለያት ከመሰላት እና ማናቸውም ወደ ሰላም ከመጡ ሳይኮነኑ ደግሞ በሰላም መኖር ይችላሉ፡፡ ሰላም ከሁሉም የበለጠ አማራጭ ነው፡፡

‹‹አማንያን ሆይ የመለያየት ስጋት በሚሰማችሁ ጊዜ ከባልየው ወገን አንድ ሽማግሌ በመሰየም ከሚስቲቱም ወገን አንድ በመሰየም ነገሮችን ወደ እርቅ እንዲያመሩ ጥረት ቢያደርጉ ፈጣሪም በመካከላቸው እርቅን ያወርዳል፤ ሁሉን አዋቂና የሚረዳ አምላክ ነውና››

በየመን አብዛኛዎቹ በሙሽራው እና በሙሽሪት ቤተሰቦች እውቂያ አስቀድሞ መተጫጨት ላይ የተመሰረቱ ናቸው፡፡

የሙሽሪት ሴት ዘመዶች ለሙሽሪት ይሆናል ያሉትን ወንድ ለሰውየው እና ለአባትየው መርጠው ይነግራሉ፤ ያጫሉ፡፡ ከዚያም በጋራ በመሆን ተስማሚ

የሆነውን ባል በማኅበራዊ ደረጃው ተመዝኖ ይመረጣል፡፡ የጋብቻ ውሉ ከመዘጋጀቱ አስቀድሞ የሙሽራይቱ አባት ይሆናል የሚለውን ባል የሴቲቱን ምኞት ከግምት በማስገባት አጢኖ ይመርጣል፡፡

በዐረብ ወግና ባህል መሠረት ሁነኛ ተጣምሮ ተደርጎ የሚታሰበው በዘመዳሞች መሃል የሚካሄደው ዓይነት ነው፡፡ ይህም በብዛት የሙሽሪት አጎት (የአባት ወንድም) ሙሽራ ሲሆን ተፈፃሚ ይሆናል፡፡ ከዚህ ባሻገር ሌሎች የጎሣና ነገዳዊ ዝምድናን መሠረት ያደረጉ ተጣምሮዎችም በባህሉ ዘንድ ይበልጥ ይደገፋሉ፡፡

በሸሪያ ሕግ መሠረት አንድ ወንድ እስከ 4 ሚስቶች ያህል ማግባት ይፈቀድለታል፡፡ ይህ የሚፈቀደው ግን ባልየው ሁሉንም ሚስቶቹን በእኩል ደረጃ ያለ ዓድልዎ ሊያስተዳድራቸውና ሊያስተናግዳቸው የሚችል እንደሆነ ብቻ ነው፡፡

ያም ሆኖ ግን በየመን ይህ ዓይነቱ በዝሃ ጋብቻ እምብዛም አይታይም፡፡

ገሚሱ የሀገሬ የጎልማሳ እድሜ ክልል ላይ የሚገኘው ህዝብ ያገባ ነው፡፡ 4 በሙቶ የሚሆነው ህዝብ ደግሞ የትዳር አጋሩን በሞት ያጣ ሲሆን አንድ በሙቶ የሚሆነው ህዝብ ደግሞ ፈት ነው፡፡

ፍቺ በእስልምና እምነት ውስጥ በተለያየ አኳኋን ሊፈፀም ይችላል፡፡ ጥቂት ፍቺዎች በባልየው የግል ምክንያት ሌሎች ፍቺዎች በሃይማኖታዊ ሸንጎዎች በሚስት ከሳሽነት ህጋዊ መሰረቱን እና የፍቺ ድጋፍ ፎርማውን እስከሞላ ድረስ ተፈፃሚ ይሆናል ፡፡

በሌላ በኩል ሁለቱም አካላት ወንዶችም ሴቶችም ለፍቺ ጥያቄ ሊያቀርብ ይችላሉ፡፡ ፍቺ እና ደግሞ ጋብቻ ሁለቱም ሁነቶች ክልከላ የለባቸውም፡፡ የፍቺው ጉዳይ ከባልየው የመጣ ከሆነ የቀድሞ ሚስት የጋብቻ ስጦታ (ማህር) አይሻርም ፡፡

ሚስትየው ከዚህም ባለፈ ከፍቺው 4 ወር እና 10 ቀናት በኋላ ሌላ ትዳር የመመስረት ፍቃድ አላት፡፡ የቀድሞ ባሏ ደግሞ በእነዚህ ባላገባችባቸው ጊዜዎች ድጋፉን ሳያቋርጥ እንዲያደርግላት ይጠበቅበታል፡፡ ፈት ሚስትየዋ ደግሞ ትዳር የማትመሰርት ከሆነ ልጆች 7 ዓመት እስኪሞላቸው ድረስ ከርሷ ጋር ነው በእንክብካቤ የሚቆዩት፡፡ የጋብቻ ጉዳይ በእኔ በኩል ከፍተኛ ዋጋና ክብር የምቸረው አንድ የደረሰ ሰው የከበረ የሕይወት ክፍል ነው፡፡

በየመን እና በኢትዮጵያ ሕዝቦች ዘንድ ቤተሰብ መመስረት ትልቅ ግምት የሚሰጠው ጉዳይ ነው፡፡ የሰዎች እርስ በእርስ የመረዳዳት እና የመደጋገፍ ሰንሰለት ያጠናክራል፡፡ በዕለት ተዕለት ኑሮ የሚግጥሙ ፈተናዎችን አንዳችን ለአንዳችን ቤዛ በመሆን እንድንወጣው መደላደል የሚፈጥር ማኅበራዊ ቁርኝትም ጭምር ነው፡፡ ይህንን ስል በምክንያት ነው፡፡ እኔ ያደሁት ያለ እናት እና አባት ነው፡፡

ልጆቼ ይህንን ሕይወቴን እንዲደግሙት አልፈልግም፡፡ ከሁለቱም ወላጆቻቸው ጋር ሆነው ቢያድጉ ነው የምመርጠው፡፡ ትዳሩ በሕይወታቸው ወሳኝ ሚና መጫወት አለበት፡፡ ከዚያም ባለፈ ከወንደላጤ ይልቅ ያገባ ባለትዳር ወንድ በማኅበራዊ ሕይወቱ ከፍ ያለ ክብር ሞገስ ያገኛል፡፡ እኔ ያደሁት ካላገባ ይልቅ ትዳር ለመሠረተ ወንድ ቦታ በሚሰጥ ማኅበረሰብ ውስጥ ነው፡፡ በወንደላጤነት ዘመኔ ፈጽሞ በማኅበራዊ ጉዳዮች ላይ ተጋባዥ እና ቦታ ተሰጥቶኝ አያውቅም ነበር፡፡ በሀይማኖትና ባህላዊ ገደብ ምክንያት ግን አሁን ላይ ማግባት በሚገባኝ የሕይወት ምዕራፍ ላይ እንደደረስኩ አምናለሁ፡፡

በየመን አንድ ሰው 18 ዓመት ከሞላው በትዳር እንዲታሰር ይጠበቅበታል በተለመደው አመለካከት አንዲት ሴት ከደረሰች በኋላ ሥፍራዋ ባባቷ ቤት፣ በባሏ ቤት አለዚያም ደግሞ በመቃብር ሥፍራ ነው፡፡ ወንዶች እድሜያቸው ሲደርደስ ወደ ጋብቻ ያላመሩ ከሆነ ግን ክብር አይሰጣቸውም፡፡ በማኅበረሰቡ ዘንድ ውሀ አጣጭ ከሌለህ በቃ አንተ ገና ሙሉ ሰው አልሆንህም ማለት ነው፡፡ እናም አሁን ላይ የእኔም ሙሉ ሰው የመሆን ተራ ደርሷል ባይ ነኝ፡፡ ይህንን ባምንም ግን ከራሴ ጋር የሚያሟግት ጉዳይ አላጣኝም ነበር፡፡

ምዕራፍ ሃያ

የአሜሪካ ህልም

“ለአሜሪካ ህልም እውን መሆን የሚሰሩ ሰዎች የቱንም ያህል ከስኬት ጫፍ መድረሱ ምን ጊዜም ቢሆን ለሌላ ቀጣዩ የተሻለ ነገር መትጋት እንዳለባቸው ነው የሚያምኑት፡፡”

- ኤፍ. ስኮት ፌዝጌራልድ

ማርክ ሀንሰንን ለመጀመሪያ ጊዜ የተዋወቅሁት 1982 በሰሜን የመን እንግሊዘኛን በሁለተኛ ቋንቋነት ሊያስተምር በመጣበት ወቅት ነበር ትምህርቱን የሚሰጠው በወቅቱ የየመን አሜሪካን ቋንቋ ኢኒስቲትዩት በምህጻረ ቃሉ (WALI) ነው፡፡ ይህ ኢኒስቲትዩት (WALI) የተመሠረተው በ1975 ሰንዓ በሚገኘው የአሜሪካ ኤንባሲ አማካኝነት ነበር፡፡ ከያኔ አንስቶ አሁን ድረስ በህዝብ እና በግል ስፖንሰሮች እንዲሁም በርካታ የኹለትዮሽ ብዝሀ ጥቅም የልማት አጋሮች በኩል ድጋፍ ይደረግለታል፡፡

ዋሊ በመረጃዊ ፕሮግራሞች እና ባህላዊ ከንዋኔዎችን በመጠቀም በሕዝቦች መካከል የባህል መግባባት እንዲፈጠር ትኩረቱን በማድረግ ይሰራል፡፡ የሀገሬው እና ከሌሎች በማደግ ላይ ከሚገኙ ሀገራት መጥተው በአሜሪካው የተራድኦ ድርጅት (USAID) እና አሜሪካ ኤምባሲ እንዲሁም ሌሎች ከአሜሪካ ጋር ግንኙነት ባላቸው ተቋማት (NGOs) የሚሰሩ ሠራተኞች በዚህ ኢንስቲትዩት ነበር የእንግሊዘኛ ቋንቋ ኮርሶች የሚሰጣቸው፡፡

እኔም በወቅቱ ከእነዚህ የቋንቋ ክኅሎት ሰልጣኞች አንዱ በመሆን በኢንስቲትዩቱ ትምህርቴን ተከታትያለሁ፡፡ ያኔ ነበር ከገጽታዊ መልኬ እና በትምህርት አቀባበሌ ከተሳበው ማርክ ጋር ለመተዋወቅ የበቃነው፡፡ የቀይ

ቀለሜን ሲመለከት የመናዊ እንዳልሆንሁ ገብቶት ነበር፡፡ ከሌሎች ተማሪዎች አንጻር ደግሞ በብቸኝነት 'p' እና 'v' የተሰኙ የእንግሊዘኛ ፊደላት መጥራቴ እና በትክክል በልሳኔ ማውጣት የምችለው እኔ ነበርኩ፡፡

አብዛኛውን ዐረብኛ ተናጋሪ ህዝብ 'p' ን'b' 'v'ደግሞ 'f' ብሎ ነበር የሚያነበው፡፡ ለምሳሌ ፔፕሲን ቤብሲ ብለው ያነቡታል፡፡ ፊደሉን በልሳን ማውጣት ስለማይችሉ ወይም ደግሞ video(ቪዲዮ) የሚለውን ቃል (fideo) ፊዲዮ ብለው ነው የሚያነቡት እንደማለት ነው፡፡ ዐረብኛ ተናጋሪዎች ከዚህም ሌላ (ch)ቸ የተሰኘውን ድምጸት እንደ sh (ሸ) ነው የሚያነቡት፡፡ ለምሳሌ check (ቼክ) የሚለውን ቃል ከአንደበታቸው ሲያወጡት sheck (ሼክ) ነው የሚሉት፡፡ የቋንቋ ስልጠና መርሀግብሩ ከሥራ ሰዓት ውጭ በማታ ክፍለ ጊዜ ነው የሚሰጠን፡፡ በአብዛኛውን ታድያ ብዙውን ተማሪዎች ማታ መቃሚያ ሰዓታቸውን ተጠቅመው ሲያጠናቅቁ ነበር ወደ መማሪያ ክፍሎቻቸው የሚደርሱት፡፡ አልፎ አልፎ ደግሞ ማታ እየቃሙ በመምጣት መርሀ ግብሩን የሚከታተሉ አይጠፉም ነበር፡፡

ከተማሪዎቹ ውስጥ ኹለት ሦስተኛ የሚሆነው አጫሽና ቃሚ ነበር ማለት ይቻላል፡፡ እኔ ግን ፈጽሞ የማልቅምና የማላጨስ በመሆኑ በየእረፍት መሀል ሲጋራ ለማጨስ አልወጣም ነበር፡፡ በዚህ ለየት ባለው ጠባዬም ጭምር ሳይሆን አይቀርም የማርክን ቀልብ መግዛት የቻልሁት፡፡

አንድ ምሽት ላይ ግን ማርክ በንግግራችን መኻል የየት ሀገር ሰው ስለመሆኔ ሲጠይቀኝ የየመን ኻድራሚን መሆኔን እና የተወለድኩት ግን ከኢትዮጵያዊት እናት በዛው በኢትዮጵያ መሆኑን ነገርሁት፡፡ ከጀሮ በላይ ከት ብሎ እየሳቀ ተመለከተኝ እና ‹የእኔም ልጅ ጋናዊ ነው ጋናዊ ሚስት አግብቼ ነበር በቀደመ ግንኙነቷ የወለደችው የማሳድገው ልጂ ነው በእርግጥ ከአብራኬ አይከፈልም›› አለኝ፡፡

እንዳጫወተኝ ከሆነ ሚስቱን ያገባት በጋና ሳለ ሲሆን በመቀጠል ወንድ ልጇን ጨምሮ ወደ አሜሪካ በመጓዝ ኑሮውን መሠረተ፡፡ እርሱ የእንግሊዘኛ ቋንቋን ለማስተማር ወደ ሰሜን የመን በ1980ዎቹ ሲመጣ ሚስቱ እና ልጁ ደግሞ በዛው በአሜሪካ ኑሯቸውን እየገፉ ነው፡፡ ከንግግሩ እንደተረዳሁት ማርክ ከዚች ባለቤቱ ጋር ይፋዊ የትዳር ፍቺ ባይፈጽም እና ባይለያዩም በጥንዶች ስምምነት አንተም ወዳሻህ እኔም ወዳሻኝ ሄጂ ወሲባዊ ተራክቦን ማድረግ እንችላለን የሚል ጥያቄ ስለመጣ ተለያይተው እየኖሩ ነው፡፡ ለዚያውም ደግሞ ፅንፍ ለፅንፍ ሆነው በተለያዩ አህጉሮች፡፡ ከዚህ ሰው ጋር

ወዲያውኑ ነበር የተግባባነው:: በየሣምንቱ የመጨረሻ የመዝናኛ ቀናት አዘውትረን የጋራ ጊዜን ማሳለፍ ጀመርን:: በቆይታችን ብዙ ብዙ አውግተናል፣ ተጨዋውተናል:: በአሜሪካ ስለነበረው ኑሮ በተለይ ደግሞ በአሜሪካ (USA) ኮሚኒስት ፓርቲ በመቀላቀል ስለሳለፈው ፖለቲካዊ ሕይወት የነገረኝ::

የመጀመሪያ ዲግሪውን በሩሲያ ሥነ ጽሑፍ ድህረ ዲግሪውን ደግሞ በእንግሊዘኛ ዘርፍ አጥንቷል:: ሲናገር ዘወትር በአንድ እጁ ወይን እና ሲጋራ ይዞ ነው:: ታዲያ በዚህ ጠባዩ ንግግራችን ሞቅ ሲል እና ስሜት ውስጥ ሲገባ ወይ ወይኑን ይደፋዋል ወይ ደግሞ እራሱን በሲጋራ ይተረኩሳል የሚል ስጋት ይይዘኝ ነበር:: በግርምት የምመለከተው ታድያ ወደ አሜሪካ ለመሄድ የነበረኝን እቅድ ካወቀ አንስቶ ከሰሜን የመን እስከወጣ ለ18 ወራት ያህል ስለ አሜሪካ ታሪክ ሲያስተምረኝ ነበር የቆየው:: በትምህርቱ በአብዛኛው የአሜሪካ የእርስ በርስ ጦርነት 14ኛው የሕግ ማሻሻያ የዜጎች መብት እንቅስቃሴዎች ስለ ጂም ክራው ህጎች ስለ ፖለቲካዊ የዜጎች ሰብአዊ መብቶች እና ግጭቶች በተለይ ስለ አብርሀም ሊንከን፣ ጆን ኤፍ ኬኔዲ፣ ፍሬድሪክ ዳግላስ፣ ማርቲን ሉተር ኪንግ ቀዳማዊ (ትንሹ)፣ማልኮም ኤክስ እንዲሁም አንጄላ ዳቪስ ዋነኛው የትኩረት ርዕሶቹ ናቸው::

ወደ አሜሪካ የማቅናት ሀሳቤን ደግፎ በብዙ መልኩ ቢያበረታታኝም ስለ አሜሪካ በምናቤ የማስበውን እና ተጨባጩን የአሜሪካ እውነታ ከፍ ያለ ልዩነት ያለው መሆኑን እንድገነዘብ አበክሮ ያስጠነቅቀኛል:: አንድ ዕለት ‹‹ዓድል ምናልባት ያለህን ከፍተኛ ጉጉት እንዳልጎዳው እሰጋለሁ እንጂ እንደ እውነታው ከሆነ በአሜሪካ ስትኖር 0 ነጥብ 1 በመቶ እንኳን የጥቁር ደም ካለብኝ እኔ ጥቁር በመሆኔ መብቶቼ የሚገፈፉብኝ ግለሰብ ነኝ እንደማለት ነው›› አለኝ

ምናልባት በሀገሩ የአንድ ተፅእኖ ፈጣሪ ነሜ ደም በመሆኔ ምክንያት ምን አልባት አሜሪካ ከመሄድ ይልቅ እዚሁ የመን ተከብሬ ብኖር የተሻለ እንደሚሆን ሳያስብ አልቀረም::

ከተል አደረገና እንዲህ አለኝ ‹‹ወዳጄ ሆይ ከየት እንደተገኘህ ልብ በል፣ ቤተሰቦችህ እኮ በዚህ ሀገር ገናናዎች ናቸው:: የእነሱን እግር ተከተህ በዚህ ምድር የተሻለ ጠንካራ ተፅእኖ ፈጣሪ ግለሰብ የመሆን ዕድል ህ የበዛ ነው:: የእነሱን ውርስ ብታስቀጥል ነው መልካም የሚሆነው››

በጋናዊ ሚስቱ ምክንያት የምዕራብ አፍሪካውያን ታሪክ ላይ ጥሩ እውቀት ሊኖረው ችሏል፡፡ ስለ ዐረቡ ዓለም ሆነ ስለ ምሥራቅ አፍሪካ ያለው የታሪክ እውቀት እንብዛም ነው፡፡ እኔ ደግሞ ታሪኬን በሚገባ እንደማውቅ የተገነዘበ ይመስለኛል፡፡ ከሰሜን የመን ለመውጣት የነበረኝን ቁርጠኝነት ስለተረዳ ይመስለኛል ደጋግሞ የቤተሰቤን የታሪክ ማንነት ውርስ ከዛም በላይ የኋላ አመጣጥ ታሪኬን እንዳውቅ የሚመክረኝ፡፡ በእርሱ እምነት ይህ ሲሆን ብቻ ነው በአሜሪካ አንገቴን ቀና አድርጌ መኖር የምችለው ስለታሪኬ የኋላ ማንነት ውርሴ በቅጡ ካላወኩ በአሜሪካ ምድር በበታችነት ስሜት ስሰቃይ እንደምኖር ደጋግሞ ሊያስረዳኝ ሞከረ፡፡

በማንነቴ እንድኮራ ጠንካራ እምነትና አቋም እንዲኖረኝ የቤተሰቤን ታሪክ እንዳውቅ በራሴ እምነት እንዳሳድር ከመከረኝ በኋላ በተለይ ልሄድ ባቀድኩበት ሀገረ አሜሪካ ምን ጊዜም ቢሆን በዘሬ በመጣሁበት ክፍለ ዓለም፣ በሀይማኖቴ እና ሌሎች ምክንያቶች ብዙ ኩርኩሞች ሊደርሱብኝ እንደሚችሉ ከወዲሁ ማሰብና መዘጋጀት ተገቢ የተሻለ እንደሚሆን ምክሩን ለገሰኝ፡፡

ማርክ በጣም ጥልቅ የማንበብ ፍቅር ያለው ሰው ነው፡፡ በርካታ መጻሕፍትን በተለይ የማልኮም ኤክስ እና ማርቲን ሉተር ኪንግ የሕይወት ታሪክ መጻሕፍት ያነበብኩት በእርሱ ጥቁምታ ነበር፡፡

በርግጥ ማርቲን ሉተር ኪንግ ይልቅ ለማልኮም ኤክስ ያደላል ፍቅሩ፡፡ ማርቲን ሉተር ኪንግን ከብራዚላዊ ኮከብ የእግር ኳስ ተጫዋች ዝነኛው ፔሌ ጋር ያወዳድረዋል፡፡ ማልኮም ኤክስን ደግሞ ከመሀመድ አሊ ጋር ያመሳስላቸዋል፡፡ በእርሱ አመለካከት እነዚህ ዐራት እውቅ ግለሰቦች የመልካም ስብዕና ባለቤት ከመሆናቸውም ባለፈ ጥሩ አትሌቶች አድርጎ ነው የሚቆጥራቸው፡፡ ‹‹አንዳቸው በተለይ በነጮች ዘንድ ተወዳጅ በመሆናቸው እና ትሁት በመሆናቸው ይመሳሰሉብኛል›› ይላል፡፡ ‹‹ሁለተኛዎቹ ተመሳስሎዎች ደግሞ ሀይለኛ እና መራር መሆናቸው ነው›› ይላይ ማርክ ‹‹የማልኮም ኤክስ አቋም በእርግጥ ትክክል ነበር፤ ከጥቁሮች በማንኛውም ወንበር ከመቀመጥ መብታቸው እና በአውቶብስ እና ሬስቶራንት በእኩል ከመስተናገዳቸው የዘለለ ከፍ ያለ የሰብአዊ መብት ሙግት አንጸባራቂ ነበር፡፡

ቀደም ሲል የተጠቀሱት መብቶች የይስሙላ ፈቃዶች ነበሩ፤ ሀሰተኛ የእኩልነት ማሳያ ተግባሮች ናቸው፡፡ ከዚያ በላይ ግን ወሳኝ የሆኑት ነገሮች የማንነት፣ የአንድነት እና እውነተኛ ነፃነት ጉዳዮች ናቸው፡፡ በዚህ ውስጥ ነው ከነጮች ፍጹማዊ ጭቆና እና ቀንበር ነጻ መሆን የሚቻለው›› ለዚህም ነበር

‹‹ለነጮች ብቻ የተፈቀደ›› የሚል ህዝባዊ ማስታወቂያዎች ማስወገድ አደገኛ የሆነው ይህንን በማድረግ ብቻ ካላበቃ ማኅበረሰቡ እንዳበቃለት የትግል ድል ይቆጥረዋል ድርጊቱን፡፡

ነገርየው የውሀ ፏፏቴ እና የአውቶብስ መቀመጫዎችን በእኩል ደረጃ መጠቀም ከመቻል ያለፈ ትርጉም ነው ያለው፡፡ በአጭር ጊዜ ውስጥ ከእዚህ ደርሰናል፡፡ አሁን ላይ ጥቁር በእኩል ደረጃ ነው የሚታዩት፡፡ ማርክ የወይን ብርጭቆው እና ሲጋራው አጋጣሚ አሁን በእጁ ላይ የለም… ሽሙጣዊ ንግግሩን ቀጥሏል……

‹‹ፈጽሞ ሀሰት! እውነተኛው ለውጥ የሚመጣው በታይታዊ ማስመሰሎች ሳይሆን ድብቅ የዘረኝነትን መርዝ ከፍቶ በማውጣት እና በማስወገድ ብቻ ነው››

ማርክ ጆን ኤፍ ኬኔዲን ‹‹ሽቅርቅር የሀብታም ልጅ›› ሲል ነው የሚገልፀው፡፡ ለእኔ ደግሞ ጀግናዬ መሆኑን በተለይ በወርሀ ሰኔ 11/1963 ያደረገውን ሰብዓዊ መብት የተመለከተ ንግግር እንደማይዘነጋኝ ነገርኩት፡፡ በንግግሬ ፍሬደሪክ ዳግላስን እና አብርሀም ሊንከንን እንዲሁም ማርቲን ሉተር ኪንግን ከ ጆን ኤፍ ኬኔዲ ጋር በትይዩ ለማቅረብ ብሞክርም ይህንን አመለካከቴን በትህትና በመቃወም ይሞግተኝ ያዘ፡፡ እንዲሁ ነበር ያለኝ

‹‹አንድ ትልቅ አረዳድ ይኑርህ እንጂ! ጠጋ ብለህ መርምር፡፡ ትልቁን ምስል ተመልከት፡፡ ሊንከን ጥቁሮችን ነጻ ያወጣው እኮ ለጥቁሮች መብት ግድ ኖሮት ሳሆን ኢኮኖሚያዊ ምክንያቶች ስለነበሩት ነው፡፡ ደቡቦችን ለመፋለም ወታደሮች ያስፈልጉት ነበር›› አሁንም ማርክ ሌላኛው አመክንዮያዊ ሀሳቡን ማብራራት ቀጥሏል ‹‹ጆን ኤፍ ኬኔዲ ደግሞ ከኩባ እና የቀድሞ ሶቪዬት ኅብረት ጋር የኒኩለር ጦርን በተመለከተ በድርድር ላይ ተጠምዶ ነበር፡፡ በዚህ የተነሣ ጥቁሮችን ምንም ትኩረት አልሰጣቸውም፡፡ ይልቁኑ ፕሬዝዳንት ሊንደን ቢ. ጆንሰን ለጥቁሎች መብት ጥቂትም ቢሆን አበርክቷል እንጂ ጆን ኤፍ ኬኔዲ ጭራሹኑ ለጥቁሮች መብት አንዳችም የሰራው ነገር የለም፡፡ በውህደት ሀይላቱ እና በፌደራሊስቶቹ መካከል የነበረው ጉዳይ የደቡብ እና የሰሜን ልጆች የእርስ በርስ ግጭት ነበር፡፡ የፌደራሊስቶቹ እና የሪፐብሊካኖቹ ጉዳይም ተመሳሳይ ነው፡፡ ራስህን አታቂል ወዳጄ›› ማርክ በተለይ በሀገረ አሜሪካ አፍሪካ አሜሪካውያን ላይ ስለሚደርሰው በደል እና መገለል በብዙ አንጻር ተነተነልኝ፡፡

ወደ አሜሪካ ለመሄድ መነሳቴን አስፈላጊነት ዋጋ ቀድሜ ባውቅ ስል ተመኘሁ፡፡ በሰሜን የመን ሳለሁ በአሜሪካ ተቋማት በማገለግልበት ወቅት ስለ ሀገረ አሜሪካ እንዲህ ባለ ዝቅ ባለ ግምት የነገረኝ አንድም አሜሪካዊ አጋጥሞኝ አያውቅም፡፡ እርሱ ብቻ ነበር ኮሚኒስታዊ ምልከታውን ያጋራኝ ማርክ በወጣትነት ዘመኑ የቬዬትናም ጦርነት በመቃወም ለሴቶች መብት ትግል እና ለጥቁሮች መብት መከበር የአደባባይ ሰልፎች ላይ ድምፁን አሰምቷል፡፡

በአጠቃላይ ሥር ነቀላዊ እሳቤን የሚያራምድ ሰው ሆኖ ነው ያገኘሁት፡፡ ምፀት በሚመስል መልኩ እኔ በወቅቱ እርግፍ አድርጌ የተውኩትን ማሌ (ማርክሲዝም ሌኒኒስታዊ) ፖለቲካዊ እሳቤ በእነ አራማጅ ሀገራቱ ደቡብ የመን እና ኢትዮጵያ በተውኩበት ጊዜ እሱ በተቃራኒው በዚህ ፖለቲካ ማዕቀፍ ውስጥ የመኖር ፍላጎት ነበር ያለው፡፡ ምሁራዊ ምልከታው እንድቀርበው ምክንያት ቢሆነኝም በአሜሪካ ላይ እየደጋገመ የሚናገረው ጥላቻ የሞላበት ነቀፌታን ጨርሶ አልወደድሁትም ነበር፡፡ በአመለካከቱም ተውጬ ህልሜን እና ተስፋዬን የማጨልምበት አንዳችም ምክንያት አልታየኝም፡፡ ለምን ስለ ሀገሩ አሉታዊ ምልከታ እንዳለው እና የተወሰኑ መሪዎች ላይም መረር ያለ አቋም እንደያዘ ስጠይቀው አጭር መልስ ነበር የሚሰጠኝ ‹‹እውነታውን ስለምናገር›› የሚል የቱንም ያህል ስለ አሜሪካ አሉታዊ ምልከታ ቢያጋራኝም ወደ ሀገሪቱ ከመሄድ እና ግቤን ከማሳካት ሀሳቤን ከቶውንም አላናጠበኝም፡፡

*** ***

በሦስት ዓመት ቆይታዬ ካስተማሩኝ እና ሁነኛ ወዳጆቼ እና ባልደረባዎቼ ከሆኑ ሰዎች እንደሰማሁት ማርክ ከአንዲት የመን ኢትዮጵዩዊ ሴት ጋር በፍቅር ወድቋል፡፡ ይህቺ ሴት ከተማሪዎቹ መካከል እንደነበረች ለማወቅ ችያለሁ፡፡ ኋላ ላይ በፍቅር እንደወደቀላት እና ሊያገባት እንደሚፈልግ ነገረኝ፡፡ በራሱ አንደበት እኔ ግን ይህ ሊሆን እንደማይችል የባህል፣ የቋንቋ፣ የሀይማኖትና የእድሜ ልዩነት እንደሚገድበው ነገርሁት፡፡ ከዚያ ባለፈ ፅንፈኛ ፖለቲከኛ አመለካከት ሲጨመርበት ልዩነታቸው እንደሚገን ግን ላስረዳው ጣርሁ፡፡

እርሷ እንግሊዘኛን መናገር ይከብዳታል፤ እድሜው 53 ነው እርሷ ደግሞ ገና በ20ዎቹ መጀመሪያ ላይ የምትገኝ አፍላ ወጣት ነበረች፡፡ መጀመሪያ ላይ ለልጅቱ ያለው ፍቅር ከአይን ፍቅር የዘለለ እንደማይሆን ምናልባት ብቸኝነቱ የፈጠረበት የሰሜን የመን ኑሮ ስሜት መስሎኝ ነበር፡፡ እርሱ ግን የምርም ጉዳዩን በቁም ነገር ነበር የያዘው፡፡ ሊያገባት እንደሚፈልግ እና ምን ማድረግ እንዳለበት እንድመክረው መወትወቱን ቀጠለበት፡፡

ቤተሰቧን እና እርሷን እንዳነጋግርለት ጫን ብሎ ሲጠይቀኝ በመጨረሻ ይሁን አልኩና ወደ ቤተሰቦቿ (ወላጆቿ) ዘንድ አመራሁ፡፡ ልጅቱን ስለ እርሱ ምን እንደምታስብ እና የጋብቻ እቅድ ይኖራት እንደሆነ ጠየኳት፡፡ እርሷ ግን በቀጥታ ምላሽ ከመስጠት ይልቅ ስለጉዳዩ ለአባቷ እንድነግረው እና የእውነት ሊያገባት የሚፈልግ ከሆነ ግን ለጋብቻ ፍቃደኛ መሆኗን ነገረችኝ፡፡

እኔም በሀሳቧ ተስማምቼ አባቷን ስለ ጉዳዩ ስነግራቸው ማርክ እስልምናን የሚቀበል ከሆነ ጋብቻውን እንደሚፈቅዱ ገለጹልኝ፡፡ ይሄኔ ምናልባት ጋብቻውን በቀጥታ ከመቃወም እና አሣድሮ ከመመለስ ይልቅ በዚህ ሰበብ ገሸሽ ለማድረግ የዘየዱት መላ ሳይሆን አይቀርም ስል በውስጤ አሰብሁ፡፡

ማርክ በርዕዮተ ዓለም አመለካከቱ እና በሀይማኖቱ የማይደራደር እና ከዚያም ባሻገር መጠጥ አብዝቶ ስለሚወድ ሙስሊም መሆንን እንደማይቀበል አውቅ ነበር፡፡ ነገሩ ግን የተገላቢጦሽ ነበር፡፡ ካሰብሁት በተቃራኒው ሆነ ማርክ ጥያቄውን ተቀብሎ እስልምናን እንደሚቀበል አረጋገጠልኝ፡፡ በወቅቱ እኔ ወደ አሜሪካ ልሄድ አንድ ሳምንት ብቻ ስለቀረኝ ማርክን በፍጥነት ወደ አንድ መስኪድ ወስጄ የእስልምና ምስክር ወረቀት ከሚሰጡት ሼክ ጋር አገናኘሁት፡፡ እግረ መንገድም ጉዳዩ የሚመለከታቸውን ሰዎች የእስልምና ምስክር ወረቀቱን ሲያዘጋጁ ማርክ ሀንሰን የሚል መጠሪያ ስሙን ሙባረክ ሁሴን ተክቶ እንዲፃፍለት ነገርኳቸው፡፡

ይህንን ካመቻቸኹለት በኋላ ከየመን ብወጣም ኋላ ላይ ነገሩ እንዳልሰመረ ሰማሁ፡፡ ማርክ እና ልጅቱን ማግባት ባይችልም ለምን ሀሳቡን እንደቀየረ ግን ለእኔም እንቆቅልሽ ነበር፡፡ ማወቅም አልቻልም፡፡

*** ***

ለሀገሩ የመረረ አሉታዊ ምልከታ ቢኖረውም ለእኔ ግን በሕይወቴ ድጋፋቸውን ካልነፈጉኝ በርካታ ሰዎች አንዱ የነበረው ማርክ በአሜሪካ ዩንቨርሲቲ ገብቶ የማጥናት ህልሜን በምን መልኩ ማሳካት እንዳለብኝ የሚጠቁም ደብዳቤ ፃፈልኝ... የድጋፍ ደብዳቤ ነበር ቀጥሎ የሚነበበው

ወርሀ ሰኔ 1984

ለሚመለከተው ሁሉ

አቶ ዓድል ቤን ሀርሐራን ለ 3 ዓመታት ያህል እንደ ባልደረባ እና እንደ ተማሪዬ በሚገባ አውቀዋለሁ በቆይታችን መገንዘብ እንደቻልሁት ዓድል ለከፍተኛ ትምህርት ጥናት የሚመጥን ብቃትም ሆነ ችሎታን የተላበሰ ሰው ነው።

አቶ ቤን ሀርሐራ በአሁን ወቅት በአሜሪካን ተራድኦ ድርጅት (USAID) ረዳት የሒሳብ ባለሙያ ሆኖ እያገለገለ ሲሆን በዮናይትድ ስቴት ተጨማሪ ትምህርት ለመከታተል ባይወስን ኖሮ የሥራ እድገት ተሰጥቶት በኮምፒውተር ዘርፍ የሲስተም ረዳት አስተዳደር ሹመት ለማግኘት እንዲችል ተወስኖ ነበር።

ይህ ሹመት ካለው ጥልቅ የኮምፒውተር ሲስተም እውቀት እና ፍላጎት ከፕሮግራሚንግ ዘርፍ ላይ በሚያሳየው ችሎታ ምክንያት የተሰጠው ነበር። የአፍ መፍቻ ቋንቋው ባይሆንም እንደ ሁለተኛ ቋንቋ ግን ላቅ ያለ የእንግሊዘኛ ቋንቋ ባለቤት ነው። በአሜሪካ በሚገኝ የትኛውም ደረጃ የትምህርት ተቋማት አለዚያም ዩንቨርሲቲ ገብቶ ትምህርቱን ለመከታተል ብቁ ነው።

በመረጠው እና በተጠቀሰው ዘርፍ በተለየ መልኩ ከፍተኛ ቁርጠኝነት፣ ተነሣሽነት እና የመማር ፍቅር ያለው ባልደረባችን ነው። ከዩኒቨርሲቲ ጥናት ባሻገርም በአሜሪካ ሌሎች ተጨማሪ ስኬቶችን ሊያስመዘግብ የሚያስችል ችሎታና ብቃትን ታድሏል።

አቶ ቤን ሀርሐራ የመናዊ ዜግነት ያለው እና በኢትዮጵያ ያደገ በኢትዮጵያ ሳለ ከ10 ዓመታት በላይ መደበኛ ትምህርትን መከታተል ቢችልም በፖለቲካ ሳንካ ምክንያት አልገፋበትም። በሰንዓ ከፍተኛ ደረጃ ትምህርት ቤት ለመግባት የሚያስችለውን አጠቃላይ የትምህርት ዲፕሎማ (GED) ፈተና በመውሰድ በአምስት ዘርፎች ከፍተኛ ውጤትን አስመዝግቧል። ከውጤቱ ከፍተኛ መሆን ብቻ ሳይሆን ከእሱ ጋር አብረው ከተፈተኑ አሜሪካዊ አቻ ተማሪዎችም በብዙ የላቀ ውጤት ነው ያለው። አጠቃላይ ውጤቱ 90 ፐርሰንታይል ነው።

አቶ ቤን ሀርሐራ ይህንን አኩሪ ውጤት ማስመዝገቡ የከፍተኛ ትጋት እና ጥረት ፍሬ መሆኑን አመላካች ነው። ከማኅበራዊ ሕይወቱ በመገለል ቀን ከሌት በመማር በማጥናትና በንባብ አሣልፏል። በጥቅሉ ዓድል ብሩህ እና ተነሣሽነት ያለው ወጣት መሆኑን አፅንኦት ሰጥቼ መግለጽ እወዳለሁ።

በሕይወት ዘመኔ ሁሉ በነበረኝ የማስተማር ታሪክ እጅግ የተዋጣለት ተማሪ ሆኖ ያገኘሁት ይህንን ተማሪ ነበር፡፡

እዚህ ለመድረስ በርካታ መሰናክሎችን ያለፈ እና በቀጣይም በብዙ መስዋዕትነት የተሻለ ውጤት ላይ ለመድረስ ፅናቱ ያለው ወጣት ነው፡፡ ከባችለር ሳንይስ የመጀመሪያ ዲግሪ አንስቶ ፒ.ኤች. ዲ መርሀ ግብሮች ድረስ በስኬት ተምሮ ከጫፍ እንደሚደርስ ሙሉ እምነት እና ተስፋ አለኝ፡፡ በመረጠው እና በሚማርበት ዩንቨርሲቲ ሁሉ ከፍተኛ ውጤትን በማስመዝገብ የራሱን እና የትምህርት ተቋሙ የኩራት ምንጭ እንደሚሆን በሙሉ ልብ አምናለሁ

አክባሪዎ

ማርክ ሀንሰን የእንግሊዘኛ ቋንቋ ስልጠና መርሀግብር ዋና አስተባባሪ

የቆዩ ሰነዶችን እያገላበጥኩ ሳለ ይህንን የድጋፍ ደብዳቤ አግኝቼ ሳነበው ማርክ ገና ያኔ በልቡ አለዚያም በአዕምሮ ውስጥ ለእኔ የፒ.ኢች. ዲ ማዕረግ እንደሰጠኝ ገባኝ፡፡ የፒ.ኤች. ዲ (ሶስተኛ ዲግሪ) ትምህርቴን በ2009 ለመከታተል በፕሮፖዛል (እቅዴ) ላይ አስፍሬ የነበረ ቢሆንም በዚህ መርሀግብር በሳይበር ደኅንነት ሕግ ላይ የማጥናት እቅዴ ባጋጠመኝ የትዳር ፍቺ፣ የገንዘብ አቅም ችግሮች፣ ልጅ በብቸኝነት የማሳደግ ፈተና ሳይሳካልኝ ቀርቷል፡፡ ምናልባት አንድ ወቅት ተሳክቶልኝ የፒ.ኤች. ዲ (ሶስተኛ ዲግሪ) ትምህርቴን ካጠናቀቅሁ ግን መታሰቢያነቱ ለእሱ የሚበረከት ይሆናል፡፡

ምዕራፍ ሃያአንድ

የምዕራቡ ዓለም ትምህርት

"ሩሲያ ኃያልነት እውን የሚሆነው በኒውክለር አቅም ፤ በፈጣሪ ላይ ባላት እምነት አለዚያም በፕሬዝዳንቷ ወይንም ደግሞ በምዕራባውያን የመዋዕለንዋይ ተሳትፎ አይደለም፡፡

ይልቅም ለሀያልነቷ የሚታትሩትን የሚያበረክቱት ሰራተኛ ዜጎች በእውቀት እና ሳንስ ያላት እምነት ሳይንሳዊ እምቅ አቅሟ እና የትምህርት ልማቷን ነው የምትመካባቸው፡፡"

- ዞሬስ አልፌሮቭ

ባንሰር ወደ እንግሊዝ እና አሜሪካን ሀገራት አቅንቼ የተሻለ ሕይወት እንዲኖረኝ መትጋት እንዳለብኝ የመከረኝ ምክር በሕይወት ዘመኔ ሁሉ በአይምሮዬ ጓዳ በልቤ ፅላት ታትሞ ኖራል፡፡ የእድሜ ዘመኔ የመጀመሪያዎቹ 16 ዓመታትን በኢትዮጵያ የሚቀጥሉት 6 ዓመታት ን ደግሞ በየመን ባሳልፍም በአእምሮዬ እና ማሳካት በምፈልገው ምኞቴ ላይ ያስገኘልኝ አንዳች ረብዕ ያለው ነገር አልነበረም፡፡ ምንም የአስተሳሰብ ለውጥ እና የሕይወት ዝግጅት እንዲኖረኝ ያልበቃሁባቸው ዘመናትን ነበር የቆጠርኩት፡፡ በዛ ላይ ደግሞ የማንነት ምንጭ ከኮሚኒስቷ ደቡብ የመን ለሆነው ለእንደኔ ዓይነቱ ሰው ይልቅ ሰሜን የመን በሁከት ወገን በኩል ከዐረብ ወላጆች ለተወለደ ግለሰብ ታደላለች፡፡ ከየመን ውጪ በሌላ ሀገር ትውልዳችን ለሆነ ሁሉ የውጭ የትምህርት ዕድል ማግኘት ፈፅሞ የማይታሰብ ነበር፡፡ ምንአልባት ወደ ሩሲያ እና ቻይና መሄድ ቀለል ሊል ይችል ይሆናል እንጂ አሜሪካ እና ካናዳን መመኘት ለጥቂቶች እና ለተመረጡት ብቻ የሚፈቀድ ዕድል ነበር፡፡ ከየመን ውጭ የሌላ ሀገር ተወላጅ በመሆኔ የደረሰብኝ

መገለል እና መገፋት ብሎም በርካታ እድሎችን መነፈግ ነበር ዋነኛው ደግሞ የመሰደዴ ምክንያት ማለት እችላለሁ፡፡

ሰሜን የመን በወቅቱ ኮሚኒስት ሀገር ባትሆንም መንግሥት እና ህዝቦቿ ግን በግብፅ መሪ ፕሬዝዳንት ገማል አብዱል ናሥር የበዛ ተፅእኖ የተነሣ ለአሜሪካኖች ጥሩ አመለካከት የላቸውም፡፡ በ1980ዎቹ መባቻ ዓለም ከቅኝ ግዢ ሃይላት ተፅእኖ በመላቀቅ ሙሉ በሙሉ ነፃነቱን ቢያውጅም የቀንበሩ ጠባሳ ግን ከዜጎቹ ልብ ሁሌም በቀላሉ አልጣም ነበር፡፡

አብዛኛው የሀገሬው ሰው የአሜሪካ መንግሥት የእሥራኤል ሸርክ ደጋፊ እንደሆነ ነው የሚያምነው፡፡ የበዛው የሰሜንና የደቡብ የመን ህዝብም አሜሪካ ከሳውዲዎች ጋር በማበር ተቀናቃኝ የሆነውን የዘውዳዊ አገዛዝ አቀንቃኝ የሰሜን የመን ንጉሥ ትደግፍ እንደነበር በማንሳት ምን ጊዜም የማይዘነጋ ቁርሾ መሆኑን ይገልፃል፡፡

በሌላ በኩል ደግሞ በአሜሪካ ጥቁር አሜሪካውያን ምን ያህል በደል እና ግፍ እንደሚደርስባቸው የሚያትቱ በርካታ መጻሕፍትን አንብቤያለሁ፡፡ ሰምቻለሁም፡፡ ከነዚህ መካከል በበርካታ ቋንቋዎች የተተረጎመው የማልኮም ኤክስ የሕይወት ታሪክ መፅሃፍ እና ንግግሮች መጥቀስ ይቻላል፡፡

በአንፃሩ ሰሜን የመን ከሀገሪቱ ውጭ በተወለዱ የመናውያንና ጥቁር የመናዊያን ላይ ስለሚደርሰው ተመሳሳይ ግፍ ማንም ግድ ብሎት ሲሞግት ነገሩንም ሲያነሳ አይስተዋልም ነበር፡፡ እነዚን ግፉአን በአብዛኛው በሰሜን የመን ሆዴደዳህ፣ ቴሃማ፣ ሞካ--- ወዘተ. በመሳሰሉት ጠረፋማ ከተሞች ነዋሪነታቸውን ያደረጉ ናቸው፡፡

በነጭ አሜሪካኖች ጥቁር አሜሪካውያን ላይ የሚደርሰው መገለል እና ግፍ በሌላ አፅናፍ ደግሞ ፅዮናዊት የእሥራኤል መንግሥት በፍልስጤም ላይ እያደረሰ ያለው መከራ ግን ብዙ ብዙ ይነገርለታል፡፡ ጉዳዩ ትኩረት ሲሰጠውም ይታያል፡፡

ከማርቲን ሉተር ኪንግ አስተምህሮ ይልቅ ስለ ማልኮም ኤክስ ታሪክ የተሻለ እውቀት አለኝ፡፡ ማርከ ከነገረኝ እና እንዳነብ ከጠቆመኝ መጻሕፍት በቀር በአሜሪካ ዩኒቨርስቲ ትምህርቴን መከታተል እስከምጀምር ድረስ ስለ ማርቲን ሉተር ኪንግ ምንም የሰማሁት ነገር አልነበረም፡፡

በ1980ዎቹ መጀመሪያ አንስቶ በነበሩት ዘመናት የማስታውሰው በተለይ ስለ ኬኔዲ የነበረኝን ላቅ ያለ አክብሮት ነበር፡፡ ምን አልባት መነሻችን ጆን አፍ

ኬኔዲ በአልጄሪያ የነፃነት ትግል ላይ ለፈረንሳይ ያለው አቋም እና ታናሽ ወንድሙ ስለጥቁር አሜሪካኖች በነበረው የተሻለ አጋርነት ከግምት አስገብተን ሊሆን እንደሚችል እገምታሁ፡፡

የያኔዎቹ አብዛኞቻችን የትውልድ አባላት በአብዛኛው በንግግራችን ጣልቃ የኬኔዲን ንግግሮች እየጠቀስን ነበር፡፡ ከዚህ በተጨማሪ ደግሞ ደቡብ የመን ከቀኝ ገዥዎች እንግሊዝ ነፃነትዋን ለማግኘት ያደረገችውን ትግል የሚመለከቱ መጣጥፎችን ሳነብ ትምህርቴን ለመከታተል ወደ እንግሊዝ የመሄድ ሃሳቤን እርግፍ አድርጌ ተውሁት፡፡

በዚህ ንባቤ የተነሣ እንግሊዝ የሚሉት ሀገር የዐረቡ ዓለም ቀንደኛ ጠላት ምናልባትም የሰው ዘር ሁሉ ባላንጣ ሆና ነበር፡፡ የታየችኝ አስተሳሰቤ ላይ ሙሉ ለሙሉ ተጽዕኖ ያሳደሩብኝ በርካታ መጣጥፎችን አስታውሳለሁ፡፡ እንግሊዝን በተመለከተ ስለ እንግሊዝ ግዛተ መንግሥት ባነበብሁት ቁጥር ይበልጡኑ እንዴት አባቴ ሊያምናቸው እንደቻለ ከዐረቦች ምናልባትም ከየትኛውም ህዝብ የተሻሉ ነበሩ፡፡ ይሄንን ለምን ይለኝ እንደነበር ጥያቄ ይሆንብኝ ነበር፡፡ ከዚያ ወዲህ ነበር ሙሉ ሀሳቤን ወደ አሜሪካ አቅጣጫ ያዞርኩት፡፡ የዋንግ ኮምፒውተር ሲስተም ጥገና ላይ ያለኝን ብቃት ከበርክሌይ ዩንቨርሲቲ ፕሮፌሰር ጀምስ ዚግለር የሰጠኝ ማበረታቻ እና የድጋፍ ደብዳቤ ቁርጠኝነቴ ሁሉ ተደማምሮ በራስ የመተማመን መንፈሴን ከፍ አድርጎታል፡፡

ጀምስ የኮምፒውተር ሳይንስ ፕሮፌሰር የነበረና በስሜን የመን ለአጭር ጊዜ ተመድቦ ያገለገለ ግለሰብ ነው፡፡ በተለይ በኮምፒውተር ፕሮግራሚንግ ጋር በተያያዘ ስላለኝ እውቀት መስክሮልኛል፡፡ በእርሱ ምክንያት ነበር የኮምፒውተርን ሳይንስ ዘርፍን ለመማር የመረጥኩት፡፡ በርካታ ባልደረቦቼም የአሜሪካ ተራድኦ ድርጅት (USAID) ተልዕኮ (mission) ዳሬክተሩ እንዲረዳኝና በድርጅቱ በኩል ወደ አሜሪካ አቅንቼ ትምህርቴን እንድከታተል ድጋፍ አድርገውልኛል፡፡

የእንግሊዝ የትምህርት ጥራት ደረጃን መሠረት ያደረገ የከፍተኛ ደረጃ ትምህርት ፈተና የወሰድኩ ቢሆንም አጋጣሚ የከፍተኛ ደረጃ ትምህርት ጥናቴን በአሜሪካ ዩንቨርስቲዎች ተቀባነት ላይኖረው ይችላል በሚል ስጋት አጠቃላይ የትምህርት ምዘና ፈተና (GED) መውሰድ ነበረብኝ፡፡ የከፍተኛ ደረጃ የእንግሊዘኛ ቋንቋ ኮርስም መከታተል ጀመርኩ፡፡

በTOEFL አለዚያም ለውጭ ዜጎች የሚሰጠውን የእንግሊዘኛ ቋንቋ ፈተናን በመውሰድ 640 ውጤት አገኘሁ በአጠቃላይ የትምህርት ደረጃ ፈተናው

(GED) ም 96 በመቶ አማካይ ውጤት አስመዘገብሁ፡፡ ይህ ውጤቴ ለውጭ የትምህርት ዕድል ካመለከቱ የየመን ተወላጅ የሀገሬው ዜጎች ዕጩዎች ሁሉ የላቀ ሆኖ ተገኘ፡፡ እስከዛሬ ጊዜ ድረስ ፓስፖርቴ የደቡብ የመን ነበር፡፡ የአሜሪካ ኤምባሲ ደግሞ የኮሚኒስት ሀገራት ፓስፖርት ላላቸው ሰዎች ቪዛ አይፈቅድም ነበር፡፡ በዚህ ምክንያት ጉቦ ሰጥቼ የሰሜን የመን ፓስፖርት ማግኘት ግድ ሆነብኝ፡፡

ጉዳዩ ይሳካ ዘንድም የዘር ሀረግ ምንጭ ማንነቴን የሚያሳብቀውን እና የደቡብ የመን ሀድራሚ መሆኔን የሚገልጸውን የመጨረሻውን ስሜን መግደፍ ይጠበቅብኛል፡፡ ስለዚህ በሰሜን የመን ፓስፖርቴ ላይ ዓድል.መ. አህመድ ቤን ሀርሀራ ከሚለው የመጨረሻው ስም ተገድፎ ዓድል .መ.አህመድ ብቻ የሚጻፍ ይሆናል፡፡

በዚህ ሂደት ታድያ አንድ ያስገረመኝን እውነት መረዳት ቻልሁ፡፡ በዚህ የስም ለውጥ ሂደት ማንነቴ ከደቡብ የመን መሆኑ ከተለየ የሰሜን የመን የትምህርት ሚኒስተር በኩል የማገኘው የትኛውም ዓይነት ዕድል ይነፈጋል፡፡ የሚኒስተር መሥሪያ ቤቱ ኃላፊዎች ለአሜሪካ ተራድኦ ድርጅቱ (USAID) ተልዕኮ መምሪያ ኃላፊው ሰሜን የመናዊ ዜግነት እንደሌለኝና በየመን እንዳልተወለድሁ የሚገልጽ ደብዳቤ ጻፉለት፡፡ እናቴ ኢትዮጵያዊ እንደሆነች አባቴ ደግሞ የኮሚኒስት ሃገሯ ደቡብ የመን ሰው መሆኑን በሚገባ ያውቁ ነበር፡ ፡ በዚህ ምክንያት ህልሜ መና ሊቀር ሆነ፡፡ ወደ አሜሪካ ለትምህርት ከሚላኩት እጩዎች መካከል ስሜ ተሰረዘ፡፡ ሚኒስተር መሥሪያ ቤቱ የደቡብ የመን ዜጋ መሆኔን እንዴት ሊደርስበት እንደቻለ ግራ ገባኝ፡፡

ለእኔም ሆነ ለUSAID ዳሬክተሩ እጅግ አሣዛኝ እና አስደንጋጭ ሁኔታ ነበር፡፡ ፍትህ አልባና ጥላቻ የተሞላበት ኢ-ምክንያታዊ ውሳኔ ነበር፡፡ ያለኝ ዕድል የሆነው አሜን ብሎ መቀበል ብቻ ነው፡፡ ሌላ ምርጫ የለም፡፡ ከዚህ መራራ እውነት በኋላ ለኹለት ቀናት እንቅልፍ በዐይኔ ሳይዞር እህልም በአፌ ሳይዞር ስብከነከን ውዬ አደርሁ፡፡

ነፃ የትምህርት ዕድል ማመልከቻዬም በይፋ ተሰረዘ፣ ተቀባይነት አጣ፡፡ አንድ ከአሜሪካ የመጣ ዜጋ የደረሰብኝን ያውቅ ስለነበር ፈፅሞ ተስፋ እንዳልቆርጥ አበረታታኝ፡፡ ሌሎች ሰዎች ደግሞ በተለያዩ የአሜሪካ ዩንቨርሲቲዎች እንዳመለክት እና ወጭውንም በራሴ እንድሸፍን ነገሩኝ፡፡ ቢያንስ ለኹለት ዓመት ያህል ምክራቸውን ለገሱኝ፡፡ ከዚያ ደግሞ አሜሪካ ከገባሁ በኋላ የሚሆነውን ማየት እንደሚበጅ አማከሩኝ፡፡

የትምህርት ወጭዬን መሸፈን እና የአሜሪካ ኑሮን መጋፈጥ ያሉኝ ነገር ለእኔ ወደ ጨረቃ ከመጓዝ በላይ የከበደና ልሞክረው የማልችለው ነገር ነው፡፡ የሆነው ሆኖ እኔም ሆንኩኝ በዙሪያዬ ያሉ ሰዎች በጉዳዩ ላይ ተስፋ አልቆረጡም ነበር፡፡ የተልእኮ መምሪያ ኃላፊው እና ዐለቃዬ ሪቻርድ ማዲ አንድ እቅድ ነደፉ፡፡ የእቅዱ የመጀመሪያ ምዕራፍ በሥራዬ ላይ በነበርሁበት የሒሳብ ሰራተኝነት ወደ ኮምፒውተር ስፔሻሊስት መደብ ማሳደግ እና ደሞዜን በኹለት እጥፍ መጨመር ነው፡፡ ነገር ግን የደሞዝ ጭማሪው በእጄ እንዲደርሰኝ አልተደረገም፡፡ ሪቻርድ ገንዘቡን ለትምህርት ዓላማዬ ከመቆጠብ ይልቅ ለሌላ ወጭ ይጠቀምበታል በሚል ስጋት ደሞዜ ተይዞ ወጭዎቹ ደግሞ በአሜሪካ ዜጋ ስም በሀገሪቱ መገበያያ ገንዘብ ተለውጦ እንዲከፈልልኝ ተወሰነ፡ ፡ ቀሪው ደሞዝ ደግሞ በአሜሪካ ዶላር በግል ቼክ እየተጻፈልኝ መሥራቴን ቀጠልሁ፡፡

ሪቻርድ በአሜሪካ አህጉር የምትኖር ሴት ልጅ ስለነበረችው በእርሷ አማካኝነት በአሜሪካ የባንክ ሒሳብ ተከፈተልኝ፡፡ በሳምንት ኹለት ጊዜ ያህል የግል ቼኮቹን በአሜሪካ ኤምባሲ በኩል እልክላታለሁ፡፡ በየወሩ ምን ያህል ተቀማጭ እንዳለኝ የሚገልጽ የባንክ ደረሰኝ ይላክልኛል፡፡ በዚህ መልኩ እየቆጠብሁ በመሀል ደግሞ ቤተሰቤን ለመጠየቅ ወደ ኤደን እና አልሺህር የደቡብ የመን ከተሞች ማዘውተርን ልማዴ አደረግሁ፡፡

በዚህ ወቅት ጺም ማቆጥቆጥ የጀመሁና አለሁ አለሁ የምል የ21 ዓመት አፍላ ወጣት ነበርሁ፡፡ ቤተሰቦቼ ካጩልኝ ልጃገረድ ጋር የፍቅር ግንኙነት መሥርቼ በቀጣይ ዓመት እንደምንጋባ አቅደናል፡፡ ይህች ልጅ ከውበቷ በላይ ያላት መልካም ጠባይና አስተሳሰብ ልቤን በፍቅር አንበርክኮታል፡፡ ጭምትና የተረጋጋች ዓይነት ልጅ ናት፡፡ ዘወትር የምትመኘው እና የምትናገረው እንዴት በጋራ የተሻለ ሕይወት መምራት እንዳለብን፣ በምን መልኩ ልጆቻችንን አንጸን ማሳደግ እንደሚኖርብን፣ ቤተሰባችን ምን መምሰል እንዳለበት የመሳሰሉትን ጉዳዮች ነበር ሲበዛ አስተዋይ ናት፡፡ ለትምህርት ያላት ቦታ ከፍተኛ ነው፡፡ በሁሉም ርዕሰ ጉዳዮች ላይ በሳል አመለካከት አላት፡፡

በ19983 ከደቡብ የመን አንደኛ ጉዞዬ ወደ ሰንዓ እንደተመለስሁ ኹለት የአሜሪካ ዩንቨርስቲዎች ማመልከቻዬን እንደተቀበሉ የሚገልጽ ደብዳቤ ደረሰኝ፡፡ አንደኛው በቱስካን ከሚገኘው የአሪዞና ዩንቨርሲቲ ሲሆን ሌላኛው ደግሞ በአይዳሆ ከሚገኘው ቦይስ ዩንቨርስቲ የተላከ ደብዳቤ ነበር፡፡ ማመልከት ከጀመርኩ ገና አንድ ዓመቴ ነበር በአሜሪካ የባንክ ሂሳቤ ያጠራቀምሁት ገንዘብ ደግሞ ከ25ሺህ የአሜሪካን ዶላር ያነሰ ነው በወቅቱ፡፡

የዓለም አቀፍ ተማሪዎች በወቅቱ በአሜሪካ ነዋሪዎች ወይም ዜጎች ሦስት እጥፍ ክፍያ መክፈል ይጠበቅባቸው ነበር፡፡ ተቀማጭ ገንዘቤ ዐራት ዓመታት የሚፈጀውን የትምህርት ፕሮግራም ለመሸፈን በቂ አልነበረም፡፡ የሚጠበቅብኝ አጠቃላይ ወጭ ለመሸፈን ከዚህ በኋላ በሰሜን የመን ለኹለት ዓመታት በመቆየት መሥራትና መቆጠብ ይጠበቅብኛል፡፡ ሪቻርድ ዮንቨርስቲዎቹ ተቀብለንህል ደብዳቤ እንደደረሰኝም ሆነ ከደቡብ የመናዊት ልጅ ጋር ለጋብቻ ስለመተጫጨቴ አውቋል፡፡ ምን እንዳሰበ ባላውቅም ሊያነጋግረን ወደ ቢሮው ጠራኝ፡፡ ከገጽታው እንዳስተዋልሁት ጉዳዩ እጅግ እንዳሳሰበው ነገሬ ብሎ እንደተጨነቀ ያስታውቅ ነበር፡፡

ምን ያህል ገንዘብ ተቀማጭ እንዳደረኩሁና እጮኛዬ የማግባት እቅዴ ምን ያህል እንዳሰሁበት ጠየቀኝ፡፡ ልጅቷን ከልቤ እንደማፈቅራትና ላገባት እንደምፈልግ በአሜሪካ ትምህርቴን ለመከታተልም ከፍተኛ ጉጉት እንዳለኝ የሚሆንልኝ ከሆነ እርሷንም ይዣት ብሄድ ምኞቴ እንደሆነ አስረግጬ ነገርሁት፡፡

ወንበሩን ደገፍ አለና ‹‹የምታገባት ከሆነ ካልተሳሳትሁ 10 ሺህ የአሜሪካ ዶላር በትንሹ በጥሎሽ መልክ መክፈል ይኖርብሃል ልክ ነኝ?›› ትክክል መሆኑን ነገርኩት ‹‹ወርቅ እና አልባሳት ለመግዛት ደግሞ ተጨማሪ አሥር ሺህ ዶላር ያስፈልግሀል ከነሰርግና መልስ የድግስ ወጭው አይደል ?›› ሌላ ጥያቄ

‹‹አዎ ነገር ግን ወርቁን እና አልባሳቱን ቀድሜ ገዝቼላታለሁ›› አልሁት፡፡ ከነበረበት ብድግ አለና ፊት ለፊቴ ወዳለው ወንበር መጥቶ ተቀመጠና እንዲህ አለኝ ‹‹ስለዚህ ለትምህርት የቆጠብከው ገንዘብ ያልቅና ለተጨማሪ 4 ዓመታት ዳግመኛ መቆጠብ ሊኖርብህ ነው ማለት ነው፡፡ ይህ ግምቴ ልጆች ቶሎ የማትወልዱ ከሆነ ብቻ ነው ያ የሚሆነው፡፡ ከሆነ ደግሞ አስበው..... በዚያ ላይ ሚስትህን ይዘህት አሜሪካ የምትሄድ ከሆነ ወጭህ የትየለሌ ነው የሚሆነው! ይህ ሁሉ አስበህበታል ግን?›› ሲል ሞገተኝ፡፡ በመጨረሻም እንዲህ አለኝ ‹‹ልጄ ሆይ የልጆቼ እኩያ ነህ በእድሜም የጋብቻ ሐሳብህን ከአእምሮህ እንድታወጣው ነው የምመክርህ፡፡ በቃ መጀመሪያ ወደ አሜሪካ ሂድና ትምህርትህን አጠናቅ፡፡ ይህንን ካደረግህ በኋላ የምትጠብቅህ ከሆነና መሆን ካለበት ሁሌም ቢሆን ጋብቻው ሊፈጸም የሚችል ጉዳይ ነው፡፡ የሆነስ ሆነና የእጮኛህ ስም ማን ነው ?››

‹‹ኤኒሳር › ስል ስሟን ነገርኩት ምክሩን ቀጥሏል ‹‹ይኸውልህ አንዴ እንደምንም ጨክነህ የዩንቨርስቲ ዲግሪህን ከሰራህ በኋላ አንድ ኤንቲሳርን ብቻ

ሳይሆን 4 ኢንቲሳሮችን ማግባት ዕድል አለህ፡፡ በሀገራችሁ ባህል 4 ሚስቶች ማግባት እንደሚፈቅድ ሰምቻለሁ፡፡ ወደ አሜሪካ የማቅናትህ ጉዳይ ግን ምናልባት በሕይወት ዘመንህ አንዴ ብቻ ልታገኘው የምትችለው አጋጣሚ ነው፡፡ እና ይህንን ዕድል እንድትጠቀምበት ነው የምመክርህ፡፡ አንተ እኮ ብዙ ተስፋ ያለህ ገና ለግላጋ ወጣት ነህ፡፡ በዚች ሀገር አንዲት ለሊት እንኳን ማባከን የለብህም፡፡ እንደ እኔ እንደ እኔ የሚበጀው ውሳኔ ይህ ነው፡፡ ልትቀበለውም ላትቀበለውም ትችላለህ፡፡ ምርጫው የአንተ ነው፡፡ ሁላችንም ስኬትህን እንመኛለን፡፡ የአሜሪካ ተራድኦ ድርጅት (USAID) ያመቻቸልህን ነጻ የትምህርት ዕድል በትምህርት ሚኒስተር በኩል መከሸፉ መቼስ አሣዛኝ ነው›› ምክሩ ጠቃሚ እንደሆነ እና እንደማስብበት ነገርኩት፡፡

ያጠራቀምኩት ገንዘብ ለ4 ዓመታት የትምህርት መርሀ ግብር ቆይታ ሊበቃኝ እንደማይችል በግልጽ አስረዳሁት ‹‹ነገውኑ ሂድና የጉዞ ትኬትህን ግዛ ከኤንባሲያችን በኩል የጉዞ ጉዳይ ጨርስ እና በቃ ሂድ በአሜሪካ ማን ያውቃል ላንተ የተዘጋጀት ጥሩ የትዳር አጋር ልትገጥምህ ትችል ይሆናል፡፡ ይህ ከሆነ ደግሞ ለዩንቨርስቲ መክፈል የሚጠበቅብህ ክፍያም ያነሰ እንዲሆን ይደረጋል ማለት ነው፡፡ እግረ መንገድም በዚያ ላይ ትርፍ አዓት ሥራዎች እየሰራህ ራስህን ትረዳለህ፡፡ እመነኝ ካለህ ጥሩ ምግባር፣ ቁርጠኝነት እና ስብዕና አንጻር ይህንን ሁሉ ማድረግ ላንተ ቀላል ነው የሚሆነው፡፡ ታደርገዋለህ› ይህንን ብሎኝ ሲያበቃ ምርጫዎቼን እያብሰለሰልኩ ቢሮውን ለቅቄ ወጣሁ፡፡

*** ***

ከዚያ ወዲህ ከሪቻርድ ማዲ ጋር ደግመን ለዘመናት አልተያየንም ነበር፡፡ ይህንን መጽሀፍ በጥናት ላይ ሳለሁ ሕይወቱ አልፋ ወርሀ ህዳር 2006 በሰሜን ካሮሊና ራሌህ አጥቢያ የመታሰቢያ ሥርዓት የመካሄዱ ዜና ነበር የደረሰኝ፡፡ መቼም የማልዘነጋው እና ለዛሬ ማንነቴ በብዙ ካበረከቱልኝ መልካም ሰዎች አንዱ ነበር፡፡

በአካል ተገናኝተን ምስጋናዬን ባቀረብኩለት ምንኛ ደስተኛ በሆንኩ እያልኩ አስባለሁ፡፡ ዛሬ በሕይወት የለም እንጂ!

*** ***

አሁንም ድረስ ብዙ ሰዎች እንዴት ሙስሊሞች ብዙ ሚስት እንዲያገቡ ተፈቀደላቸው? ለምንስ ቁጥሩ 4 ሆነ የሚል ጥያቄ ያነሱልኛል፡፡ እንደተረዳሁት ከሆነ በርካታ የእስልምና እምነት ተከታይ ያልሆኑ ሰዎች

እስልምና ሀይማኖት የሚስትህ ቁጥር ከ 1 ወደ 4 ከፍ በማድረግ እንደፈቀደ ነው የሚያስቡት፡፡

ሆኖም እስልምና እምነት በምድረ ዐረብ ከመስፋፋቱ እና ከመታወቁ ቀድሞ በሚስቶች እና ውሽሞች ቁጥር ላይ ገደብ አልነበረውም፡፡ እንዲያውም በእነዚህ ዘመናት በመቶዎች የሚቆጠሩ ሚስቶችን ማግባት እና ሺህዎች የሚቆጠሩ ልጆችን ማፍራት መቻል የታላቅ ክብርና ሞገስ መገለጫ ተደርጎ ነው የሚወሰደው፡፡ በብሉይ ኪዳን እንደምናነበውም በርካታ ሚስቶች የነበሯቸው ሰዎች ነበሩ፡፡ አንደኛው ንጉሥ ሰለሞን ነበር እንዲህ የሚል ቃል እናገኛለን

‹‹ሰባት መቶ ሚስቶች፣ ልዕልቶች 300 እቁባቶችም ነበሩት›› ከበርካታ ከፍለ ዘመናት ቀደም በርካታ ሚስቶችን ማግባት እራሱን የቻለ ብዙ ምክንያቶች ነበሩት፡፡ በዘመናት በነበሩት መቋጫ የለሽ ጦርነቶች እና ግጭቶች ምክንያት ወንዶች በብዙ ቁጥር መሰዋታቸው የሴቶች ቁጥር ከወንዶች አንፃር በብዙ እጥፍ የበዛ ነበር፡፡ በዚህም ምክንያት በርካታ ሚስቶችን ማግባት ባላቸው የሞተባቸውን ሴቶች እና ያለ አባት የቀሩ ልጆች እንደመደገፍ ስለሚቆጠር ታላቅ ክብርና ቦታ የሚሰጠው ተግባር ነበር፡፡ እስልምና ፈፅሞ ብዝሀ ጋብቻ አላስተዋወቀም፡፡ ከዚያ ይልቅ ብዝሀ ጋብቻ የተስፋፋው በቅድመ እስልምና የአረቢያን ዘመናት ሲሆን የቅዱስ ቁርሀንን አስተምህሮ በሚፃረር አኳኋህን ለበርካታ ጊዜአት ቀጥሎ ነበር፡፡ እውነታው ግን እስልምና ይህንን ሁኔታ በመቀየር ማግባት የሚፈቀደው የሚስቶች ብዛት በ4 ብቻ እንዲወሰን ማድረጉ ነው፡፡

ይህንን ስንል አንድ ነገር ልብ ማለት ግድ ይለናል፡፡ ነብዩ መሀመድ በቃላቸው አንድ ወንድ 4 ሚስቶችን ማግባት አለበት ሲሉ ፈጽሞ አልተናገሩም፡፡ ይልቅም ‹‹እስልምና የብዝሀ ጋብቻን ይፈቅዳል ነገር ግን አያበረታታም›› የሚል አስተምሮ ነው የምናገኘው፡፡

ነብዩ መሀመድ እንደገለፁት አንድ ወንድ ከአንዲት ሴት በላይ ካፈቀረ እና ፍጹም ከአንዲት ሴት በላይ ማግባት ፍላጎት ካደረበት እስከ 4 ያህል ሴቶች ሊያገባ ይችላል፡፡ ለዚህም አስተምሮ እንደ ምክንያት ልንጠቅሳቸው የምንችላቸው ሁኔታዎች በአመክንዮ ተቀምጠው እናገኛለን፡፡

‹‹አንድ ወንድ ሚስቱ ህመምተኛ ከሆነች እና የጋብቻ ግዳጆችን መፈፀም ካልቻለች ዳግም እንዲያገባ ፍቃድ አለው፡፡ ልጆች ማፍራት እንቢ ካላትና በጦርነት ወቅትም ባሎቻቸው የሞቱባቸውን ሴቶች ማግባት እና ወላጅ አጥ

ልጆችንም መርዳት ለማኅበረሰቡ የሞራል ጥበቃ አስፈላጊ በመሆኑ የሚፈቀድ ይሆናል፡፡ ያም ሆኖ ባል እኩል ፍትሀዊ፣ በቂ ትኩረትን (በገንዘብም ሆነ በስሜት) ለሚስቶቹ መስጠት ካልቻለ ከአንድ በላይ ማግባት የለበትም››

የሆነው ሆኖ 4 ሚስቶችን ማግባት ለምን? የሚል ጥያቄ መነሳቱ አይቀሬ ነው፡፡ 4 የሚለው ቁጥር እንዲሁ በዘፈቀደ የተደነገገ እንዳልሆነ ልብ ይሏል

‹‹4 ቁጥር በህብራዊያን ዘንድ የተለየ ቅዱስ አመልክቶ ያለው እና ሙሉ እንደሆነ ይታመናል፡፡ በርካታ ሌሎች ሕዝቦችም በዚህ እሳቤ ያምናሉ፡፡ በቅዱስ መፅሀፍም በብሉይም ሆነ በአዲስ ኪዳን ይህ ቁጥር በተደጋጋሚ ተጠቅሶ ይገኛል፡፡ ሙላትንም ይገልፃል፡፡ የመረጋጋት፣ የሥርዓት፣ የፍትህ መፈፀም ምክንያትም ጭምር ነው .....

አላህ በጥበቡ 4 ቁጥርን የምስክርነት ማጽኛ እንዲሆን ወስኗል (ዐራት ምስክሮች) የጊዜ ምሉዕነት ምልክትም ነው ሁለገብነትን፣ ምሉዕነትን፣ መፈጸምን ሙላትን የሚወክል ቁጥር ነው ዐራት ቁጥር››

በሌላ አስተንትኖ መሠረት ዐራት አቅጣጫዎች (ሰሜን፣ ደቡብ፣ ምሥራቅና ምዕራብ) ዐራት ወቅቶች ዐራት የጨረቃ ዑደቶችን በብዙ መልኩ፤ ይህንን ቁትር እናገኛዋለን 4 ቁጥር ከተፈጥሮ ጋር የሰው ልጆችን ክብር እንድንፈጥር የሚያስቸለን ምስጢራዊ ቁጥር ነው፡፡

በብዙ ጋብቻ ውስጥ የሚስት ፍቃድ እንድም ሚስት ብትሆንም እንኳን ወሳኝ ነው፡፡ የእርሷ ስምምነት ተጠይቆ ነው የሚፈጸመው፡፡ በእስልምናም ቢሆን የሚስት ፍቃድ እና ስምምነትን ይጠይቃል፡፡

*** ***

ወደ ቀድሞ ጉዳያችን ስንመለስ ወደ አሜሪካን ለመሄድ የሚያስችለኝን ቪዛ በአንድ ቀን አገኘሁ፡፡ ለዚህ ያግዘኝ እንደኛ የአሜሪካ ተራድኢ ድርጅት (USAID) መሥሪያ ቤት ባልደረባነቴ እና የመጨረሻ ስሜን በመግደፍ ያወጣሁን የሰሜን የመን ፓስፖርት መኖሩ ነበር፡፡ ልክ የቪዛዬን ጣጣ እንዳጠናቀቅኩ በሮም በኩል ወደ አሜሪካ መሄድ የሚያስችለኝን የአንድ ዙር የጉዞ ትኬት ወዲያውኑ ገዛሁኝ፡፡

እህቴ ሙና ወደ ኢትዮጵያ የምሄድ መስሏት እስከ ሰንዓ ኤርፖርት ድረስ ሸኘችኝ፡፡ ወደ አሜሪካ እንደምሄድ ስነግራት ግን መረጋጋት ነበር የተሳናት፡፡

አለቀሰች በቃ ልጇን በሞት ያጣች ያህል አነባች፡፡ የስንብት ለቅሶዋ በኤርፖርት የነበሩትን ኃላፊዎችን ጭምር ትኩረት ሳይቀር ሳበ፡፡ ስለዚህም ለጥያቄ ተጠራሁ፡፡ እናትዋን ናፍቃ ስለነበር ከእኔ ጋር ወደ ኢትዮጵያ መብረር ባለመቻሏ እንዳለቀሰች አስረድቻቸው ለቀቁኝ፡፡ ከሙና በቀር ለማንም ጓደኞቼና ቤተሰቦቼ ሳልናገር ነበር በ1984 ከሰሜን የመን የወጣሁት፡፡

ለትምህርት ወደ አሜሪካ መጓዜን የሚያውቁት አሜሪካዊ የቀድሞ የሥራ ባልደረቦቼ ብቻ ነበሩ፡፡

በዚያ ዘመን በሰሜን የመን በነበረው ፖለቲካዊ ምስቅልቅሎሽ የተነሣ የተወሰኑ ሰዎች የጉዞ እግድ ይጣልባቸው ነበር፡፡ በዚያ ላይ እድሜያቸው ከ25 ዓመት በታች የነበሩ ወጣቶች የውጭ ጉዞ የሚከለከሉበትም ወቅት ነው፡፡ በእዚህም መሰል ምክንያቶች ጉዞዬ እንዳይስተጓጎል ማንንም ማመን ስላለፈለግሁ ድምጼን አጥፍቼ ነበር ውልቅ ያልሁት፡፡

በጉዞዬ ወቅት በአሜሪካ ስለነበረኝ ህልም መሳካት ጥሩ ተማሪነቴን በምናቤ እየተመለከትሁ ራሴን በነጻ ህዝብ መካከል ሳገኘው እየተመለከትሁ በራሴ ዓለም ዋኘሁ በቃ ያላሰብሁት ነገር አልነበረም፡፡ ምን ዓይነት የሴት ጓደኛ እንደማፈራ፣ እንዴት በአሜሪካኖቹ ቅላጼ እንደምናገር፣ እንዴት አሜሪካኖቹን እንደምመስል ሁሉ በአዕምሮዬ እያሰላሰልሁ በምናብ ዓለም እየቀዘፍሁ በባለ ብረት ክንፉ ጢያራ በረርሁ፡፡

ወደ አሜሪካ ሄጄ ትምህርቴን የመቀጠል ውሳኔዬ የትዳር ውጥኔን አኮላሽቶብኛል፡፡ ልክ አሜሪካ እግሬ እንደረገጠ ነበር ስልክ ደውዬ ጋብቻውን መሰረዜን ያሳወኩት፡፡

ይሉኝታ

በዔዝ አይዳሆ

ቤተሰቦቼን አሣፈርሁ ያዋረድኋቸው ያህል ነበር የተሰማኝ፡፡ በሌላ በኩል ደግሞ የምዕራብ ዓለሙን ትምህርት የማግኘት ጉጉቴን እውን ማድረግ ነበረብኝ እና ምንም ማድረግ አልቻልሁም፡፡ ስልኩን አንስቼ ወደ ሂንድ ደወልኩላት፡፡ ሦስት ጊዜ ያህል እንደጠራ አክስቴ ስልኩን አነሳችው ‹‹ሄሎ እባክዎን ሂንድን ላገኛት እችል ይሆን?›› አልሁ፡፡

ወዲያውኑ ሂንድ ‹‹የት ነህ አሜሪካ ልትሄድ መሆኑን ሰምቻለሁ›› አለችኝ ‹‹ኧረ አሜሪካ ገብቻለሁ፡፡ ከዚህ በኋላ የመን የመመለስ እቅድ ስለሌለኝ የጋብቻ ሀሳቡን እንደተውሁት ለማሳወቅ ነው የደወለወኩልሽ›› ለቅፅበት ፍጹም ዝምታ ሆነ፡፡ ስልኩን ዘጋችው፡፡ መልሼ ደወልሁላት፡፡ ስልኩ ደጋግሞ ቢጠራም መልስ የለም፤ አይነሳም፡፡ ደግሜ ደወልሁ፡፡ አሁንም አይነሳም፡፡ ለሶስተኛ ጊዜ ስደውል አነሳችው ‹‹ከብረ ቢስ ነህ ወራዳ›› ብላኝ እላዬ ላይ ዘጋችብኝ፡፡

በመጨረሻም ደውዬ አገኘኋት እና ወደ አሜሪካ ትምህርቴን ለመከታተል መሄዴ ምን ያህል ወሳኝ ዓላማዬ እንደነበር ነግሬያት ለማሳመን ሞከርሁ፡፡ ለእሷ ጉዳይ አልነበረም፡፡

‹‹ ይህንን ካሰብህ ታድያ ለምን እዚህ ጣጣ ውስጥ ዶልከን? ለምንስ የጥሪ ወረቀት እስኪበተን ድረስ መጠበቅ አስፈለገ? ግዢው የሰርጉ ድግስ ሁሉ ታድያ ለምን?›› አፋጠጠችኝ፡፡

‹‹አሜሪካ እስከምገባበት ሰዓት ደረስ በሚሆነው ሁሉ እርግጠኛ አልነበርሁም፡፡ አሁን ግንተሳክቶልኝ ደረስሁ፡፡ እውነታው ይህ ነው፡፡ አሁን ቤተሰቧ ይህንን እንዲያውቁ ነው ፍላጎቴ›› አልኳት፤ አሁንም ስልኩን እላዬ ላይ ጠረቀመችው፡፡ ሳይታክተኝ መልሼ ደወልሁ፡፡ አነሳችና ‹‹ከዚህ በኋላ መቼም ቢሆን እንዳትደውልልኝ›› አለችኝ

***   ***

በኋላ ግን እንዴት ኢንቲሳር እና ቤተሰቧን አግኝታ እንደነገረቻቸው የማውቀው ነገር አልነበረም፡፡ ከዓመታት ቆይታ በኋላ ወደ የመን ስመለስ ፍየል አርጄ የእህቴ ጉልበት ላይ በመውደቅ ለይቅርታ መማጸን ነበረብኝ እና እንደዛ አደረሁ፡፡ ኢንቲሳርንም በ1993 ይቅርታ ጠየቅኋት፤ በወቅቱ አግብታ 3 ልጆችንም ወልዳ ነበር ያገኘኋት፡፡

ይህ አድራጎቴ ፈጽሞ ይቅር የማይባል እና የማይዘነጋ ታሪክ ሆኖ ይወሳል፡፡ ዛሬም ድረስ በቀዬው ነዋሪዎች ዘንድ ‹‹ያ እንኳን ጋብቻ ጥሎ ሰርጉን ሰርዞ የጠፋው›› እየተባልሁ እብጠለጠላለሁ፡፡ አይሆኑ መሆን ነው!

ክፍል ኹለት

ምዕራፍ ሃያ ሁለት

ዳግም ጅማሮ

እነሆ በዚህ ተገኘህ፣ ለሀገርህም ባዳ፣ አሁን ላለህበትም እንግዳ ነህ
ለሁለቱም አልበቃህም

ሊዴኦማ ኡሜቢንዮ

በ1978 ነበር ወደ አባቴ እና አያት ቅድም አያቶቼ ምድር ወደሆነችው ሰሜን የመን የተሰደድሁት፡፡ ባለሙሉ ተስፋ ወጣት ነበርሁ፡፡ ከ6 ዓመታት ቆይታ በኋላ ግን በሀገሪቱ የገጠመኝ መገፋትና፣ አድሎ፣ ኋላ ቀር አኗኗር አስመረረኝ እና የተሻለ ሕይወት ባገኝ ብዬ ሀገሪቱን ጣጥዬ ወጣሁ፡፡

ከዚያ ሰዓት በኋላ አሁን በ1992 የዩንቨርሲቲ ትምህርቴን አጠናቅቄ በሀገረ አሜሪካ ለ8 ዓመታት ስሰራ ከኖርሁ በኋላ በአንድ ችሎታ ቢስ ጠበቃ ምክንያት የስደተኝነት እና የነዋሪነት ጉዳዬ ተስተጓጉሎ የጠበኩት ሳይሆን ቀረና በአሜሪካ የሕግ ሥርዓት ውስጥ ልዳከር ሆነ

አማራጭ አልነበረኝም እና ከዚህ ሁሉ ዓመት በኋላ ወደ የመን መመለስ ግድ ሆነብኝ፡፡ በተመለስኩበት ጊዜ ሰሜን እና ደቡብ የመን ዳግም ውህደት ፈጥረው አንድ ሆነዋል፡፡

ወደ ሀገሪቱ ዳግም ስገባ የተቀበሉኝ ያኔ በ1981 ለመጀመሪያ ጊዜ ወደ ሰንዓ ሳቀና ተቀብለው ያስተናገዱኝ የባናጀ ቤተሰብ አባላት ናቸው፡፡

በቅጡ መራመድ እንኳን እስኪሳነኝ ድረስ ድካም ተጫጭኖኝ ነበር አየር ማረፊያ የደረስሁት፡፡ ከዚህ ቤተሰብ ዘንድ አርፌ ለ3 ተከታታይ ቀናት አንዳችም ሳልናገር በዝምታ ቆየሁኝ፡፡ ቤተሰቡ ምኞቴን ጠብቆ የምፈልጋቸውን ተስማሚ ቦታ በመስጠት ከድካም እና መከራዬ እንዳገግም

መልካም መስተንግዶ አደረገልኝ፡፡ እናትየው ያለማቋረጥ አንዳችም ሳትታክት እንድበረታ እና እንድፅናና ሁሉም ነገር ለበጎ እንደሆነ እየነገረች ታፅናናኛለች፡ ፡ ከተመለስሁ በርካታ ሳምንታት በኋላ አንዱን ዕለት እንዲሁ ለየት ያለ ምግብ ልታሰናዳልኝ በማሰብ ከየመን ምግቦች የናፈቀኝን ስትጠይቀኝ አሣ እንድትሰራልኝ ነገርኳት፡፡

ሂንድ የዚህ የምግብ ምርጫዬን ሰምታ በጣም ነበር የቀፈፋት፡፡ ምክንያቱም በየመን ባህል አሣ የተለመደው ዝቅተኛው የማኅበረሰብ ክፍል በብዛት የሚመገበው ዓይነት ምግብ ነው፡፡

ከዛ ይልቅ ጠቦት ወይም የደረሰ ፍየል ቢዘጋጅልኝ ተመራጭ እንደሚሆን ሳታስብ አልቀረችም፡፡

እኔ ደግሞ የእርሷን ያህል ወግ ስለማላጠብቅና የፕሮቶኮል ነገር ደንታ የማይሰጠኝ ሰው ነኝና ምንም አልመሰለኝም፡፡ የኖርሁበት አይዳሆ ከተማ የባሕር ምግብ ትኩስ ሆኖ እንደልብ የማይገኝበት ከመሆኑም በላይ አሣ የሚጠመደው ከወንዝ ስለነበር ትኩስ አሣ መብላት በጣም ናፍቆኝ ነው የከረምሁት፡፡

ቤተሰቡም ይህንን ተረድቶ የናፍቆቴን ምርጫ ጠበቀልኝ፡፡ ወደ የመን በግፍ እንድመለስ በመደረጌ የፈጠረብኝ ስሜት ቀላል ስላልነበር ለየት ያለ እንክብካቤ ለማድረግ ብዙ ጥረዋል፡፡ ሂንድ በአሜሪካ የነበረኝ ኑሮ ምን ይመስል እንደነበር፣ አልኮል መጠጥ ጠጥቼ አውቅ እንደሆነ ልታወጣጣኝ ብትሞክርም የተለመደ የማንነት ክብር ጉዳይ እንደሚያስጨንቃት ስለማውቅ ላለማሳፈር ብዬ ሽመጠጥሁ «በፍፁም አልኮል የሚባል መጠጥ በአፌ አልዞረም» ብዬ ዋሸኋት፡፡ ምላሽዋ ግን ያልጠበቅሁት ነበር፤ ከመደሰት ይልቅ «ለምን? ሞኝ ነህ እንዴ?» አለችኝ፡፡

ወደ አሜሪካ ስትሸኘኝ ቅዱሱን መፅሀፍ ቁራንን የሰጠችኝ ቢሆንም በዛች ሀገር በነበረኝ ነጻነት በመጠቀም በእስልምና የተከለከሉ ነገሮችን አደርግ እንደነበር ነው የገመተችው፡፡

ዳግም በሀገረ የመን ሕይወትን ማመቻቸት ለእኔ ከባድ ትግል ሆነብኝ

***　　　　　***

በአሜሪካ የዩንቨርሲቲ ትምህርቴን ስከታተል የተዋወቅኋት ልጅ ነበረች፡፡ ሻሬዝ ትባላለች፡፡ ከእኔ በእድሜ በጥቂት ዓመታት የምታንስ ቢሆንም

በመተዋወቃችን ደስተኛ ነበርሁ:: በጠባይዋ በትምህርቷ ላይ ከማተኮር በዘለለ ብዙም ከሰው ጋር መቀላቀል አይሆንላትም::

ስንተዋወቅ የኹለት ዓመታት የዲፕሎማ መርሀ ግብር ትምህርቷን አጠናቃ ወደ ሥራው ዓለም ለመግባት ጥቂት ነበር የቀራት:: ጥቂት መቀራረብ እንደጀመርን ትምህርቷን ጨርሳ ተመረቀች እና ወደ ዩንቨርሲቲ ግቢ መምጣቷን እርግፍ አድርጋ ተወች፤ እንደ አጋጣሚ የዕድል ነገር ሆነና በከተማው አንድ የእግር ኳስ ቡድን ውስጥ ትጫወት ስለነበር ዳግመኛ አገኘኋት::

በአንድ ተቋም ቡድን ውስጥ መጫወት ስለጀመርን በዛው ግንኙነታችን እየጠነከረ ሄደ:: እርሷ ግን በወቅቱ ለርሷ ያለኝን ልባዊ የፍቅር ስሜት አታውቅም ነበር:: በቃ ጥብቅ ወዳጆች ከመሆን ያለፈ ፈቀቅ አላልንም:: ያም ሆኖ ግን ከተለያዩ ሀገራት የመጡ ተማሪዎች በሚሳተፉበት የእግር ኳስ ጨዋታዎች ሁሉ እኔ የምኖር ከሆነ ከአጠገቤ አትጠፋም:: በሂደት እኔን እና የተለያዩ ዓለም ሀገራት የቡድን ጓደኞቼን ይበልጥ ማወቅ ስትጀምር በንግግር ዘያችን፣ በልዩ ልዩ ባህላችን እና በምናሳየው የተለየ አኗኗር ይበልጥ እየተሳበች መጣች::

በኋላ ላይ ወደ የመን ከተመለስሁበት ዕለት አንስቶ ይህች ጓደኛዬ በምትፅፋቸው ደብዳቤዎች ታበረታኝ ታፅናናኝ ነበር:: በደብዳቤ ግንኙነታችን ላይ ዘወትር ስለ የመን ባህል እና ሴቶች ማወቅ እንደምትፈልግ ትነግረኝ ነበር:: በጣም በተደበሁበትና ተነጥዬ በምኖርበት በየመን ሕይወቴም ድጋፍና የማጽናኛ ቃሏ አልተለየኝም ነበር::

ዘወትር በተስፋ እና በመልካም እሳቤ ውስጥ እንድገኝ ትጣጣርልኝ ነበር:: ተስፋ ስቆርጥ በአሜሪካ እና ካናዳ ሰርቶ የመኖር ህልሜን እንዳሳካ ታበረታታኛለች:: ከደብዳቤዎቹ መሀል አንዱ ቀጥሎ የሚነበበው ነው::

ወርሀ ህዳር 1992

ውድ ሻሬዝ

ጊዜ ውስደሽ ስለጻፍሽልኝ ምስጋናዬ ከልብ ነው:: እንዳንቺ ዓይነት መልካም ወዳጅ በማግኘቴ ዕድለኝነት ይሰማኛል:: ስለ ቪዛዬ ጉዳይ ከሚያስጨንቁኝ ከሚሞግቱኝ የአሜሪካ ኃላፊዎች ነጻ ብሆንም አሁን ያለሁበት ማኅበረሰብ ግን በከፋት እሥር ቤት ከመኖር በላይ ለእኔ የማይለመድ ሆኖብኛል እልሻለሁ:: በወርሀ ጥቅምት ቀን 16 መነሻዬ ከሲያትል በማድረግ ነበር አሜሪካን ለቅቄ የወጣሁት:: ከ1987 ጀምሮ

ፓስፖርቴ በአሜሪካ ስደተኞች ጉዳይ በኩል እየተመረመረ ነው። ኃላፊዎቹ ፓስፖርቴን ሰጥተውኝ በየመን ቆንጽላ ተልኮ እንዲታደስ ብጠይቃቸውም አሻፈረን ብለው ሊመልሱልኝ ስላልቻሉ ከአሜሪካ መጥቼ ወደ ፈረንሳይ ለመሄድ እንኳን የመግቢያ ቪዛ ለማግኘት አልቻልሁም። ምክንያቱም ከሲያትል ወደ የመን ቀጥታ በረራ ስለሌለ በፈረንሳይ በኩል ማሳበር ነበር የነበረብኝ።

ፓሪስ ኤርፖርት ሳይደርስ የተባበሩት አየር መንገዶች (united airlines) አብራሪ ይዞኝ ቀጥታ ለፈረንሳይ የሠራተኞች ጉዳይ አገልግሎት አስረከበኝ።

ጊዜው ያለፈበት ፓስፖርቴን እንደያዝሁ በቁጥጥር ሥር ዋልሁኝ። እነዚህ የፈረንሳይ ኃላፊዎች የፓስፖርቴን ጉዳይ በአሜሪካ ስደተኞች እና ዜግነት ጉዳይ አገልግሎት በኩ፤ ለዓመታት ሲመረመር እንደቆየ ስለማያውቁ ሻንጣዬን ሰብረው በረበሩት ተንቀሳቃሽ ቦርሳዬንም ለበርካታ ሳምንታት ታግቶ ነው በመጨረሻ ወደ የመን እንዲላክ የተደረገው። በሽብርተኝነት ጠርጥረውኝ ሳይሆን አይቀርም ፎቶግራፌን ከበርካታ ተፈላጊ ሰዎች ጋር ሲያመሳክሩት ነበር። ከዛ በኋላ ለሰዓታት ያህል በፓሪስ አየር መንገድ እንድቆይ ተደርጎ ወደ የመን ተላክሁ።

በጣም ጉዳዩን ውስብስብ ያደረገው ደግሞ የፈረንሳይ አየር መንገድ ኃላፊዎች እንግሊዘኛ መናገር አለመቻላቸው ወይም አለመፈለጋቸው ነበር።

እኔ ደግሞ ፈጽሞ የፈረንሳይኛ ቋንቋ አላውቅም፤ በህገ ወጥ የሰሜን አፍሪካ ስደተኞች ምክንያት ይሁን በጠማማ እድሌ አላውቅም በጣም ቁጡ እና ያልተረጋጉ የፈረንሳይ የፖሊስ መኮንኖች ነበሩ ያጋጠሙኝ። በጥርጣሬ ዐይናቸው ሳይመለከቱኝ አልቀሩም። ብቻ ሌሎች ምክንያቶችም ተደማምረው ሂደቱ ሳይሳካ መና ቀርቷል።

አሜሪካኖች በመጠኑም ቢሆን ያሳዩኝ ክብር ፈረንሳዮቹ አላሳዩኝም። ጨርሰውም ከሰው አልቆጠሩኝም ነበር። አንዱ ኃላፊ እንዲያውም በቀጥታ ሊያየኝ ተጸይፎ በጀርባዬ በኩል ነበር ያናገረኝ። በቃ ማንም እኔን የተመለከተ አንዳች የተጨበጠ መረጃ እንዳልነበራቸው ገባኝ።

የሆነው ሆኖ ስድስት ሰዓታትን ከፈጀ አለመግባባት እና ውዝግብ በኋላ ኃላፊዎቹ ፓስፖርቴን ለፈረንሳይ በረራ ባልደረቦች አስረክበው ሰንዓ እንደደረስኩ ፓስፖርቴን ለየመን ባለሥልጣናት እንዲያስረክቡ ትዕዛዝ ሰጧቸው።

ለ2 ቀናት እንቅልፍ በዐይኔ ሳይዞር ከተንገላታሁ በኋላ ምሽት ለዐራት ሰዓት ሩብ ጉዳይ ገደማ ሰንዓ አየር መንገድ ደረስሁ፡፡

ልክ ከአውፕላኑ እንደወረድሁ አንዲት የፈረንሳይ በረራ አስተናጋጅ ወደ ስደተኞች ጉዳይ ጊዜያዊ ቢሮ ይዛኝ ሄደች፡፡ ገባንና ለከፍተኛ መኮንኑ የዚህ ሰው ፓስፖርት ጊዜው ያለፈበት ስለሆነ ለባለ ስልጣኖች አስረክቢ እንደተባለች ነገረችው፡፡

ከኋላዬ በርካታ ተስተናጋጆች በመጠባበቅ ላይ ስለነበሩ ጉዳዩን በጥብቅ እንዲከታተለው ነገረችው፡፡ የቢሮ ኃላፊው ግን የበረራ አስተናጋጇ ከተናገረችው አንዱም ስላልገባው መልሶ እኔው እንዳስረዳው ይቁለጨለጭብኝ ነበር፡፡ ያለችውን በሙሉ ምንም ሳላስቀር በአረቢኛ ቋንቋ ነገርሁት፡፡ ይሄን ጊዜ የበረራ አስተናጋጇ ውልቅ ብላ ወጣች፡፡ ኃላፊው ፓስፖርቴን እስኪመልስልኝ ድረስ ቆሜ ተጠባበቅሁ፡፡

«ለምንድነው ፓስፖርትህ ጊዜው ያለፈበት?» ሲል ጥያቄውን ጠየቀኝ፡፡ «ለምንድነው የፓሪስ ኃላፊዎች ፓስፖርትህን ለእኛ ለማስረከብ የፈለጉት?» ሲልም ሌላ ጥያቄ አስከተለ፡፡

ጉዳዩን በዝርዝር አስረዳሁት፡፡ ፓስፖርቴ የተቃጠለው በአሜሪካ ሳለሁ እኔ ጋር ባለመቆየቱ ለበርካታ ዓመታት ላሳድሰው እንዳልቻልሁ ጊዜ ሳይሰጡኝ በድንገት ከሀገሪቱ እንድወጣ ስለመታዘዜ ነገርሁት፡፡ ከሲያትል አንስቶ ሰንዓ እስከደርስ ድረስ በክትትል ሥር አልፌ እንደመጣሁ እና በመጨረሻም እርሱ ጋር እንደተመራሁ አስረዳሁት፡፡

ማብራሪያየም ምንም ስሜት አልሰጠውም ነበር፡፡ ከዚያ ቀጥታ ወደ ጊዜያዊ እሥር ቤት ተመራሁ፡፡ በታሰርሁበት ክፍልም የነበሩት ከአምስት የማይበልጡ እስረኞች የየመን ነዋሪነት መታወቂያ ባለመያዜ በጥያቄ ያፋጥጡኝ ነበር፡፡ (የሲያትል የስደተኞች ጉዳይ ኃላፊ ካርዴን ቀምተውኛል) ጥረዛውም የተፈጸመብኝ ከኹለት አካላት ማለትም በፈረንሳይ እና በአሜሪካ መንግሥት በኩል መሆኑ ደግሞ ጉዳዩን የከፋ አድርጎታል፡፡

ለኹለት ቀናት ያህል እንቅልፍም ሆነ ምግብ አላገኘሁም ነበር፡፡ ከወርሃ ጥቅምት 15 ጀምሮ ባሉት ኹለት ቀናት በዚህ ውጥንቅጥ ውስጥ አለፍሁ፡፡ የሰንዓ አየር መንገድ ኃላፊዎች ከዚህ ቀደም የት እኖር እንደነበር እና በየመን የትኛው ተቋም እሰራ እንደነበር ዐለቃዬ ማን እንደሆነና ከየመን እንዴት እንደወጣሁ ለምን ከአሜሪካ እንደተመለስኩ በፈረንሳይ ምን ስሰራ እንደነበር ለምን ፓስፖርቴን እንዳላሳደስኩ ለምን መነጽር እንደምጠቀም እና ሌሎች

የማያቋርጡ ጥያቄዎችን አከታተሉብኝ፡፡ ማስታወስ እስኪሳነኝ ድረስ ብዙ ጥያቄ አነሱብኝ፡፡ በቅጡ እንኳን መነጋገር እና መመለስ የማልችለበት ሁኔታ ላይ ነበርሁ፡፡

በዚህ መልኩ ለ15 ሰዓት በአውጣጭኝ ከቆየሁ በኋላ ለተጨማሪ ምርመራ በአንድ ክፍል ውስጥ ተዘጋብኝ፡፡ ለምን እንደታሰርሁ ስጠይቃቸው «ለምን ከአሜሪካ እንደተመለስህ የተጣራ መረጃ እስከምናገኝ ድረስ እዚህ ትቆያለህ» ነበር መልሳቸው፡፡

ይሄኔ ነበር ፈጣሪዬን ያመሰገንሁት፡፡ ምክንያቱም የአሜሪካን የስደተኛ ጉዳይ አገልግሎት ፖለቲካዊ ጥገኝነት እንደጠየቅሁ ገልጾ ቢፅፍልኝ ኖሮ በየመን ቀጥታ ግድያ ነበር የሚጠብቀኝ፡፡ ፓስፖርቴ በየመን መንግሥት እጅ ወድቆ የፖለቲካ ተገን ጥያቄ በምንም መልኩ ከተደረሰበት ሕይወቴ የባሰውኑ ይከፋል፡፡ የመናዊያን ምናልባት ወንጀል ሰርቼ እንደሆነ የማጣራት ሂደት ጀምረዋል፡፡ በዘመኑ ደግሞ ከቺካጎ እና ኒውዮርክ ከመሳሰሉት የአሜሪካ ግዛቶች የወጡ በርካታ የመናውያን በእፅ ዝውውር እና ተያያዥ ጉዳዮች ስማቸው ይነሳ ነበር፡፡

እኔንም በዚህ ወንጀል ስለጠረጠሩኝ «የተሳተፍክበት ማንኛውም ወንጀል ካለ ምናልባትም በአደገኛ እፅ ንግድ ውስጥም እጅህ ካለበት ተናገር» አሉኝ፡ ፡

ብዙ ለማጣራት ቢሞክሩም ምንም ያገኙብኝ ወንጀል አልነበረም፡፡ ሰነዴን የኋላ ታሪኬን ሁሉ በረበሩ፤ ምንም የለም፡፡ ኹለት የፖሊስ መኮንኖች ደግሞ ከውጭ የሚመለሱ አብዛኛው የመናዊያን እንደሚያደርጉት ሁሉ ገንዘብ ጭኜ እንደመጣሁ ጠርጥረው በገንዘብ ዝውውር ለመወንጀል ዳዳቸው፡፡ ኹለት የእጅ ሻንጣዎቼም ሆኑ ትልቁ ሻንጣዬ በሚገባ ተበርብረው አንዳችም የተገኘ ማስረጃ የለም፡፡ (አንድ የእጅ ሻንጣዬ እስከዚህ ዕለት ድረስ በፓሪስ በቁጥጥር ሥር ነበር)፤ ብዙ ከመረመሩኝ በኋላ በኮምፒውተር ፕሮግራምርነት ሳገለግል እንደነበር በሥራዬ በዓመት ምን ያህል እንደሚከፈለኝ በአሜሪካ ለምን ያህል ጊዜ እንደቆየሁ ነገርኋቸው፡፡

ለ8 ዓመታት እንደቆየሁ እና አሁንም ቢሆን የአሜሪካን የሕግ ባለሙያ ጠበቆች የገንዘብ እዳ እንዳለብኝ ተናዘዝሁላቸው፡፡ ይህንን ሀቅ ማመን ተሳናቸው፡፡ ኪሴ ባዶ መሆኑን ማመን አልፈለጉም ነበር፡፡

በቀጣዩ ዕለት ከዘመዶቼ አንዱ መጥቶ ኃላፊዎቹን አነጋገራቸው፡፡ በጣም ነበር የተገረምሁት፡፡ ፊርዶስ የተባለ በአሜሪካ የሚኖር ዘመዴ የገጠመኝን

ሁሉ ያውቅ ስለነበር ሁሉንም ነገር ለቤተሰቦቼ ነግሮልኝ ነበር፡፡ በዚህ ምክንያት ቀድመው በአየር መንገድ በመድረስ ቢጠብቁኝም ባለመውጣቴ የሆነ አጓጉል ነገር እንደገጠመኝ ጠርጥረዋል፡፡ ከዚያ በኋላ ባዝራ የአየር መንገድ ኃላፊዎች የት መሆኔን ጠይቋቸው ሁሉንም ነገር ያስረዱታል፡፡

የየመን መታወቂያ እንዳልያዝኩም ስለነገሩት የመታወቂያ ካርዴን ኮፒ አውጥቶ ከእሥር እንድለቀቅ አደረገ፡፡ ይህንን ሲያደርግ እንደተለመደው ጉቦ መከፈሉ እንደማይቀር እገምታለሁ፡፡ ይህ የነዋሪነት መታወቂያ ባይመጣ ኖሮ ምን ልሆን እንደምችል ሳስብ ሁኔታው ምን ያህል ከባድ መሆኑን በመገመት ትልቅ እፎይታ ተሰማኝ፡፡ ይህ ዘመዴ ያን ሁሉ ዘመን የመታወቂያዬን ቀሪ ቅጅ ጠብቆ እንዳቆየው ሳስብ ግራ ይገባኛል፡፡

በተለይ እኔ ከየመን ስወጣ ገና የ9 ዓመት ታዳጊ ነበር፤ ለምን ይህንን ያህል ጊዜ መታወቂያዬን ቅጅውን ይዞ እንደቆየ ስጠይቀው አንድ ቀን እንደምትመለስ ያስታውቀኝ ነበር፤ በዚያ ላይ ደግሞ ከዚህ መታወቂያ ፎቶ በስተቀር ሌላ ማስታወሻ የሚሆን ፎቶህ ስላልነበረኝ አጋጣሚ ነው ለናፍቆቴ ማስታገሻ ቀሪውን የያዝኩት፡፡ ሲል መለሰልኝ እልሻለሁ፡፡ ብቻ ብዙ አለፈ..... በዚሁ ላብቃ መሰለኝ ለጊዜው፡፡

ስለደብዳቤሽ በድጋሚ ከልብ አመሰግናለሁ፡፡ አትጥፊ፡፡ ድጋሚ በሌላ ደብዳቤ እንገናኝ!

ዓድል

ምዕራፍ ሃያ ሶስት

ትግል

አንዳንድ ጊዜ በዙሪያህ የከበቡህ ሰዎች መንገድህን ላይረዱ ይችላሉ:: ምናልባት መረዳት ስላልፈለጉ ይሆናል:: አለዚያም ደግሞ ለመረዳት አልተፈጠሩም::

ጀቨርት ቦታ

በ1978 ለመጀመሪያ ጊዜ ወደ ሰሜን የመን ከተጓዝኩበት ጊዜ ይልቅ በ1992 ዳግም ስመለስ ይበልጥ ባዶነት ተሰማኝ። ከሰንዓ ወደ አሜሪካ ከማቅናቴ በፊት ከተማዋ የተሻለ ንፅህና የነበራት የህዝብ ቁጥሯም የተመጠነ ግርግር ያልበዛባት ነበረች:: አሁን ስመለስ ካስገረሙኝ ነገሮች አንዱ ሴቱ ሁሉ ከእግር እስከ እራሱ ተከናንቦ መልበሱ ነው::

ከዚህ በፊት እንዳየሁት ደንበኛውን የየመን አልባሳሳት ከመጠቀም ይልቅ የሳውዲ ልብሶችን የሚጠቀሙ የህዝብ ቁጥር ጨምሮ አስተውያለሁ:: ብዙኃን ወንዶች ጠመንጃ አንግተዋል:: ያየሁት ሁለንተናዊ ለውጥ ከገመትኩት በላይ ሆነብኝ ከ10 ዓመት በፊት የማውቃት ትቻት የሄድኳት ሀገር አልመስል አለችኝ:: ብዙ ነገሯ ተለውጧል:: ቤተሰቦቼን እና ጓደኞቼን ባለፉት 8 ዓመታት ሀገሪቱ ን ምን እንዲህ እንደቀያየራት ስጠይቃቸው ከባሕረ ሰላጤው ጦርነት በኋላ የተከሰተ ለውጥ መሆኑን ሊያስረዱኝ ሞከሩ: :

የሳዳም ሁሴን ኩዌትን መውረር እና የየመን መንግሥት አስተዳደር ለሳዳም ያሳየው ህዝባዊ ድጋፍ ከዚያም በላይ ሳውዲ በሳዳም ግዛት ላይ አሜሪካ መራሽ ኃይላት ገብተው እንዲፈነጩ መፍቀዱን የመን መቃወሟ ጦስ አስከትሎባታል:: በዚህ አቋም የተነሣ በሚሊየኖች የሚቆጠሩ በሳውዲ

የሚገኙ የመናዊ ሥራተኞች ከሳውዲ ተጠርዘዋል፡፡ ከባሕረ ሰላጤ ሀገራቱ እና ከሳውዲ የተባረሩት የመናውያን ቁጥር ከኹለት ሚሊዮን በላይ እንደሚሆን ይገመታል፡፡

ታዲያ ተመላሽ የመናዊያኖቹ የመን ሲገቡ የእስልምናን ውሀቢነት ይዘው ነበር የተመለሱት፡፡ ውሃቢዝም የተሰኘው እምነት አክራሪ እስላማዊ እምነት መገለጫ ሲሆን ባብዛኛው በሳውዲ አረቢያ እና በኳታር የሚዘወተር ፅንፍ ነው፡፡

የዚህ ሃይማኖት ምንጩ በዋናኘነት ከሱኒ እስልምና ሥርዓት የተገኘ ሲሆን አክራሪነት የሚኒጸባረቅበትና ከተለመደው የእስልምና አስተምሮ እና ግዴታ በተለየ መልኩ ነቅሶ የሚያወጣ በመሆን ይታወቃል፡፡ ይህ ዓይነቱ ሃይማኖታዊ ፅንፍ ለማንበር የሳውዲ መሳፍንታዊ ቤተሰብ ላለፉት 400 ዘመናት ላይ ጫና ፈጥሮ ሲንቀሳቀስ ነው የቆየው፡፡

ለዚያም ነው በሳውዲ ሳሉ የቆዩበትን የእስልምና ሃይማኖታዊ ዘውግ ወደ የመን የተመለሱት 2 ሚሊየን የመናውያን ገነው የታዩት፡፡ ወደ አሜሪካ ከመሄዴ በፊት የማውቃቸው ብዙ ሰዎች በብዙ መልኩ ተቀያይረው ነው የጠበቁኝ፡፡

ሁሉም ሙዋላዲኖች ማለት ይቻላል ከየመን ውጭ ቢወለዱም ይህንን በካደ መልኩ የመኖሪያ መታወቂያቸውን በሀገሬው ተወላጅነት ቀይረዋል፡፡ በአማርኛ በመናገርም ሆነ በኢትዮጵያ ሳሉ የነበራቸውን ግንኙነት በሙሉ ጨርሶ አይፈልጉትም ነበር፡፡ አፍጋኒስታን ወግነው የቀደመውን ሶቪዬት ኅብረት ለማፋለም የዘመኑ ወጣቶች ወደ ሀገራቸው የመን ተመልሰዋል፡፡

ከእነዚህ ወጣቶች ጋር አብሮ አደጎች የነበርን ቢሆንም አሁን ግን በጠላትነት ነው የምንተያየው፡፡ ጨርሶ የማንግባባትና የማንነጋገርበት ደረጃ ደርሰናል፡፡ አብዛኞቹ ጎልምሰው ፂማቸውን አንዠርግገው ይታያሉ፡፡ አለባበሳቸውን፣ ጺማቸውን እና ባህሪያቸውን ሁሉ ስንመለከት ታሊንን ነበር የሚያስታውሱት፡፡ በአሜሪካ በቆየሁት ጅንስ ለባሹ እኔ በእነርሱ አይን እጅግ የከፋሁ አረመኔ ነበርኩ፡፡

በሀገሬው ሁሉ የሚናፈሰው ወሬ ሀይማኖት ተኮር ሆኗል፡፡ ሁሉም ፅንፈኛ የእስልምና ይዘት ያለውን ውሃቢዝምን ርዕሱ አድርጎ ይነጋገራል፡፡

በልጅነት ዘመኔ ስለ እስልምና እምነት ተምሬያለሁ፡፡ ከዚያም በላይ በ1970ዎቹ ወደ ሰሜን የመን መምጣቴ ስለ እምነቱ የተሻለ አረዳድ እና

እውቀት እንዲኖረኝ ዕድል ፈጥሮልኛል ብዬ አምናለሁ፡፡ አሁን ላይ የጠበቀኝ አስተምህሮ ግን ፍፁም የተለየ አውድ ያለው ነበር፡፡

ሁሉም አይሁዶችን ስለ መግደል እና እያንዳንዱ አሜሪካዊ ስለማስወገድ ነበር የሚነጋገረው፡፡ በእነርሱ እምነት ሁሉም አሜሪካዊና መላው ምዕራባዊ ህዝብ የእሥራዔል ደጋፊ ነው፡፡

በእኔ ዘመን በልጅነቴም ሆነ በወጣትነቱ ጊዜዬ የእያንዳንዱ ሰው ነፍስ ማጥፋት በእስልምና አስተምሮ የማይደገፍና ከተፈጸመም ደግሞ በመላው ሰብአ ትካት ላይ የተፈጸመ ግፍ ተደርጎ ስለሚቆጠር በእጅጉ የተወገዘ ነበር፡፡

አሁን ወደ የመን ከዓመታት ቆይታ በኋላ ስመለስ የገጠመኝ ግን ከእስልምና አስተምህሮ ተፃራሪ የሆነ ፍጹም ጽንፈኛ አመለካከት ሆነብኝ፡፡ በተለይ ከአፍጋኒስታን ዘመቻ የተመለሱ ወጣቶች ያለ ምንም ተጨባጭ ምክንያት ለራሳቸው የመግደል ፈቃድን ሰጥተው አሜሪካውያን እና አይሁዶች ያሳድዱ ይዘዋል፡፡

በቃ በአጭሩ የእስልምና እምነት ወደ ፖለቲካዊ ርዕዮተ ዓለም ዕሳቤነት ተለውጧል ነው ማለት የምችለው፡፡ ለምን? በቀደመው የእስልምና እውቀቴ መሠረት በሃይማኖቱ ዘንድ ግድያዎች ዘረኝነትና ዘውጌነት፣ የሴቶች ጭቆና፣ ሴቶችን በተመለከተ ሴቶችን ከትምህርት መከልከል እና ሌሎችም ፀረ እስላማዊ ድርጊቶች በእጅጉ የተኮነኑ ናቸው፡፡

በርግጥ ላለፉት 8 ዓመታት በነበረን የአሜሪካ ኑሮ ለምዕራባውያን ለአሜሪካ ያለኝ አመለካከት ከየመናዊያን በብዙ መልኩ የተለየ እንዲሆን አድርጎኛል፡፡ ግን ይህ ለሀዘተኛ እሳቤዬ በየመኖቹ ዘንድ የእስልምና እምነት አላዋቂ እና የአሜሪካ እሳቤ ተጠማቂ አድርጎ ነው ያስፈረጀኝ፡፡

በ1970ዎቹ በሀገረ የመን የሚገኙ ሁሉም ቤተሰቦች እና መቃብሮች ውስጥ የጀማል አብዱል ናሥርን የፎቶ ግራፍ ምስል ማየት የተለመደ ተግባር ነበር፡፡ የዚህ የግብፃዊ ምስል በየግድግዳው ይሰቀላል፡፡ አሁን ግን ተወግዷል፡፡ አሁን ላይ ያየን እንደሆን በዚህ ፋንታ በአብዛኛው መኖሪያ ቤቶች፣ ምግብ ቤቶች፣ ሱቆች እና ሌሎች ሥፍራዎች የምናገኘው የቁርአን ጥቅስ ወይም የሳዳም ሁሴን ፎቶዎች ተለጥፈው ነው፡፡

እንደሰማሁት ከሆነ ደግሞ ሴቶች የተለያዩ አስቤዛዎችን ወጥቶ መግዛትንና ወተት ማለብ ተከልክለዋል፡፡ በተለይ በካሮትና ዱባ እንዲሁም ደበርጃን የመሰሉት ነገሮችን ሴቶች እንዳይገዙ የተከለከሉት የወንድ ብልትን

ስለሚያስታውሳቸው ወሲባዊ ምኞታቸው አለዚያም ፍትወት እንዳይነሣባቸው በሚል አስገራሚ አመክንዮ የተነሣ ነበር፡፡ ይህ እሳቤ በልጅነት ዘመኔ ሁሉ የማላውቀው እንግዳ ነገር ነው የሆነብኝ፡፡ ሌላ ያስተዋልኩት ነገር በሀገሬው ስደተኞች የሚስተናገዱበት አግባብ ነበር፡፡ የሱማልያም ሆነ የኢትዮጵያ ስደተኞች ሰብዓዊነትን በማይመጥን ዝቅ ባለ ደረጃ ነበር የሚስተናገዱት፡፡ እነዚህ ከአፍሪካ የመጡ ጥቁሮች ከሰው በታች ተደርገው የበዛ ጭቆና ሲደርስባቸው ተመልክቻለሁ፡፡

በሰው ቤት ሰራተኝነት ተቀጥረው የሚሰሩት ኢትዮጵያውያን እና የሶማሌ ሴቶች የሚከፈላቸው እጅግ ዝቅተኛ ደሞዝ ከመሆኑም በላይ እንደ አህያ ነበር የሚጫኑት፡፡ በከፍተኛ ሁኔታ ጉልበታቸው ይበዘበዛል፡፡ በዛ ላይ ደሞዛቸው እንኳን በቅጡ አይከፈላቸውም፡፡ የሚያሳዝነው ደግሞ የወሲብ ብዝበዛን ጨምሮ በርካታ ግፎችን ሲፈፀምባቸው ማየት የተለመደ ነበር፡፡

በሌላ በኩል የህትመትም ሆነ የኤሌክትሮኒክስ ሚዲያው ከፍተኛ ቁጥጥር ይደረግበታል፡፡ በ1970 እና 80[ዎቹ] በየመን ገና ጎረምሳ ሳለሁ የተለያዩ የግብፅ፣ የሊባኖስ፣ የሶሪያ ሙዚቃዎች በሁሉም መዝናኛ ሥፍራዎች እናዳምጥ እንደነበር አስታውሳለሁ፡፡

በ1990[ዎቹ] ግን ይህ ነገር ፈፅሞ የማይታሰብ ሆነና አረፈው፡፡ በዚህ አዲስ ዘውግ የእስልምና አክራሪነት የተነሣ ሙዚቃ የሚባል ነገር ማድመጥ ተከለከለ፡፡

ትምህርት ቤቶችም የዚህን አክራሪ እምነት አስተምህሮ የተከተለ የትምህርት ሥርዓትን ማከበር ግድ ብሏቸዋል፡፡

ሌላውና በታዳጊ ዘመኔ በሰንዓ፣ ታእዝ፣ ሆዴይዳህ ከተሞች የማዘወትረው የቲያትር እና ፊልም የማየት ተዝናኖት ዛሬ ላይ ከነአካቴው እግድ ተጥሎበት ወደ መጥፋቱ ደረጃ ደርሷል፡፡ ሰዎች ፊልም የሚያዩት በግለሰብ ደረጃ ተደብቀው ነው፡፡ ጋብቻን የሚያዋርዱ ኢ-ሞራላዊ ተግባራት ያስፋፋሉ በሚል ምክንያት ቲያትሮች እና ፊልሞች ዐይናችሁ ላፈር ተብለዋል፡፡ ከሁሉም በላይ የሚያበሽቀኝ ነገር የደቡብ የመን ግዛት ከሰሜኑ ጋር ተዋህዶ ማየቴ ነበር፡፡ ቆሻሻን በማፅዳት መልሶ ማቆሸሽ ሳይቀል አይቀርም የሚል ዓይነት ስሜት ነው የተፈጠረብኝ፡፡

በ1980[ዎቹ] መባቻ ባዳማ፣ በኤደን ከተማ ሴቶች በማኅበረሰቡ ውስጥ እኩል ተሳትፎ ነበራቸው፡፡ በዳኝነት፣ በፖሊስ መኮንንነት ወዘተ... በመሳሰሉት ሥራዎች ውስጥ ሳይቀር ተሰማርተው ይሰሩም ነበር፡፡

በአለባበሳቸው ፊታቸውን የመከናነብ ግዴታ አልነበረባቸውም፡፡ በ1994 ግን ይህ ሁሉ መብት ተገስሶ ነበር ማለት ይቻላል፡፡ ግማሽ ያህሉን የኅብረተሰብ ክፍል በዚህ ፍጥነት ወደ ጭቆና አዘቅት ውስጥ መዶል እንዴት እንደተቻለ ገርሞኛል፡፡ በ10 ዓመታት ጊዜ ውስጥ ሀገረ የመን በ1000 ዓመታት ወደኋላ ተስፈንጥራ የቁልቁለት ጉዞዋን ተያይዛው ማየቴ ልቤን አደማው፡፡

ሳውዲ አረቢያ የፈጠረችባት ተፅዕኖ ነው ወይስ እኔ ለሰለጠነው ዓለም የነበረኝ ተጋልጦ ከዚህ ትዝብት ያደረሰኝ? ስል ቆዘምሁ፡፡ ምክንያቱ ግን ሁለቱም ሳይሆን አይቀርም የሚል ግምት ነው ያለኝ፡፡ ምናለ እግሬ ቀድሞውንም ቢሆን ከዚች ሀገር ባላነሳ ኖሮ ስል ተመኘሁ፡፡ የባህል እና የአኗኗር ፍፁም ተሳክሮ ውስጥ ነበር የገባሁት ማለት እችላለሁ፡፡ ጫት አልቅምም፤ ከማንም ሰው ጋር አልገናኝም፡፡ በቃ ድብርት ብቻ ሆነ ነገሩ፡፡ ይህንን ድባቴዬን ለመርሳት ከረዳኝ በሚል አሜሪካ ለሚገኙ ጓደኞቼ ደብዳቤ መጻፌን ተያያዝኩት እነሆ ሌላኛው ደብዳቤ ወደ .....

ወርሃ ህዳር 1992

ውዲቱ ሻሬዝ ሆይ

ስለቤተሰቤ አንዳንድ ነገር ጠይቀሽኝ ነበር ልበል?

እስቲ አንዳንድ ነገሮችን ልንገርሽ

ከሀገረ አሜሪካ ከተመለስሁ በኋላ ዘመዶቼን ሁሉ በዚያች ሀገር ስለነበረኝ መልካም ዕድል እያነሳሁ ጉራዬን እቸረችርባቸዋለሁ፡፡ በርግጥ እንደ ውሻ ያለ ነፃ ፍቃዴ የተጠረዝኩ ነኝ፤ ይህ መመፃደቄ ብዙም አይገርማቸውም ነበር፡፡

ዛሬም ድረስ እህቶቼ ትዳር እንድይዝ መጎትጎታቸውን አልተውኝም፡፡ በአሜሪካ ሳለሁ ይህን ጉዳይ በትምህርት እያሳበብሁ ገሸሽ የማድረግ እድሉ ነበረኝ፡፡ አሁን ግን በግላጭ አግኝተውኛል እልሻለሁ፡፡ ወደ አሜሪካን ዳግም መመለስ እንደምፈልግ ባነሳሁ ቁጥር ከፍተኛ ተቃውሞዎች ይገልፁልኛል፡፡

በቃ ያለኝ አማራጭ እንደምንም ከየመን እስከገላገል ድረስ የጋብቻውን ጉዳይ በሰበብ አስባቡ እያዘገየሁ ማቆየት ብቻ፡፡ ሌላ ምን ማድረግ እችላለሁ ብለሽ ነው?

እህቶቼ በአንድ በኩል ወደ የመን መመለሴ አስደስቷቸዋል፤ በሌላ በኩል ደግሞ ምን ያህል የመንን እንደምጠላት እና ወደ አሜሪካ መመለስ

እንደምፈልግ ገብቷቸዋል፡፡ ወደ የመን መመለስ የሚባል ውጥን እንዳልነበረኝ በሚገባ ያውቁ ነበር፡፡ ያም ሆኖ ግን አሁን አብሬያቸው ነኝ፡፡ ብቻ ግን መግባባት ስላቃተንና ስለማረዱኝ ችግሮቼን እና ዓላማዎቼ ማውራት ማዋየት እርግፍ አድርጌ ትቻለሁ፡፡

በቃ ምን አለፋሽ በዚች ሀገር በሰው ተከብቤም ቢሆን የባይተዋርነት ኑሮን እየገፋሁት ነው፡፡ በአሜሪካ መኖር የፈጠረብኝ ተፅእኖ አስተሳሰቤን ለነገሮች ያለኝን ዋጋ ጠባዬን ሁሉ ለዋውጦታል፡፡ አንዳች ከእነሱ ጋር የምግባባበት መሠረት የለኝም፡፡ እንዴት እንደምላመድ አላውቅም ግራ ተጋብቻለሁ፡፡

በሴቶች፣ በሕግ፣ በሃይማኖት እና ሰብዓዊ ጉዳዮች ላይ ፈፅሞ ልዩነት የነበራቸው ሁለቱ ግዛቶች ደቡብ እና ሰሜን የመን አሁን ላይ ውህደት ፈጽመው አንድ ሀገር ለመሆን በቅተዋል፡፡ በታሪክ ታይቶ በማያውቅ መልኩ ለመጀመሪያ ጊዜ ማለት ይቻላል በዚህች ሀገር ዴሞክራሲ የሚሉት ነገር እያንዣበበም ይመስላል፡፡ በእርግጥ እነዚህ ኹለት ግዛቶች በመሃከላቸው ሰፊ የሚባል የራዕይ ልዩነት ወይም ስንጥቃት አላቸው፡፡ ለምሳሌ ብጠቅስልሽ የሕግ ጉዳዮችና አተገባበሮች ላይ የፕሬዝዳንታዊ ምክር ቤት ሚናን የሸንጎ ጉዳይን ፓርላማው በተመለከተ ተግባብተው አያውቁም፡፡

በመምራት ላይ ያለው የመንግሥት አስተዳደር በዳኝነት ሥርዓቱ ላይ ከፍተኛ ጣልቃ ገብነት ያበዛል፡፡ የፍትህ ሥርዓቱ ህገ መንግስታዊነት ያለው ቢሆንም ነጻነት የሚባል ነገር የለውም፡፡ የአሁኗ የመን በበርካታ ግዙፍ ችግሮች ውስጥ ወድቃች፡፡ ሀገሪቱ ም ሆነች ህዝቦቿ ከፍተኛ የዝቅተኝነት መንፈስን የተዋረሱ ናቸው፡፡ መሰረታዊው ችግር ደግሞ በማኅበረሰቡ ውስጥ ያሉ ዋነኛ ተዋናዮች የሕግ እውቀት የሌላቸው ወይም ደግሞ የሕግ ተገዢ አለመሆናቸው ነው፡፡

ሕግ አውጭ አካላት ሳይቀር ያወጡትን ሕግ አይታዘዙለትም፡፡ በዚህ ምክንያት ሃገሪቷ ሥርዓቷ የነቀዘ ረዳት አልባ እየሆነች መጥታለች፡፡ ሳይደግስ አይጣላም እንዲሉ ደግሞ ሕግ በማይከበርባት የመን ማኅበራዊ ሕግጋት የተሻለ ክብርና ሞገስ አላቸው፡፡

ሁለቱ የዓለም ግዛቶች በዓለም ላይ እጅግ አንባገነን ሥርዓት የሰፈረባቸው ነበሩ፡፡ የደቡብ የመኑ ክልል በማርክሲስታዊ የኮሚኒዝም ሥርዓት የሰሜን የመኑ ግዛት ደግሞ በፊውዳል የጦር ሠራዊት አገዛዝ ቀንበር ሥር ያለፉ ናቸው፡፡ አሁን ላይ የዲሞክራሲዊ ሥርዓት መስፈን ጉዳዩ ከምን ጊዜውም

በላይ ለየመናውያን አንኳር እና ወሳኝ ፖለቲካዊ ጥያቄ መሆኑ የሚታበል አይደለም፡፡

ከውህደቱ ትግበራ በኋላ የመን ለሰበአዊ መብት ጉዳዮች እውቅና በይፋ መስጠቷን ብትገልጽም በመሬት ላይ የሚታየው ሃቅ ግን ሌላ ነው፡፡ መንግሥት በዜጎች ላይ ጥብቅ ቁጥጥር ያደርጋል፡፡ ቤቶች ይበረበራሉ፡፡ የደብዳቤ ልውውጦች ይፈተሻሉ፡፡ የስልክ ግንኙነቶች ጠለፋ ይደረግባቸዋል፡፡

በእኔ ትውልድ ሃረግ መገኛ ደቡብ የመን በቀድሞ ዘመን ሴቶች የተሻለ መብት እና ክብር ነበራቸው፡፡ የተሻለ የሥራ እና ትምህርት ዕድል ም ይሰጣቸው ነበር፡፡ በአንፃሩ በሰሜን የመን ሴቶች ፖለቲካዊ የመመረጥ መብታቸው ባይነፈግም የሥራ እና የትምህርት ዕድል ግን የላቸውም ማለት ይቻላል፡፡ በዚህ የቀድሞ ልዩነት የተነሣ በግዛቶቹ መሰረታዊ ትንቅንቅ ሊሰፍን ችሏል፡፡

በዚያ ላይ እስላማዊ ቡድኖቹ በሀገሪቱ ላይ አሁን አሁን የሚከተሉት ሴቶችን የተመለከተ የፍቺ፣ የልጅ ማሳደግ መብት እና ብዝሃ ጋብቻ ፍልስፍና የማያላውስ ዓይነት ሆኗል፡፡

እንግዲህ በመጠኑም ቢሆን እንዴት ባለ አኗኗር ሥርዓት ውስጥ እየኖርሁ እንደሆነ የገለጽኩልሽ ይመስለኛል፡፡ በቀጣይ ጊዜ እስከምንገናኝ እዚህ ላይ ላብቃ፡፡

ዓድል

***   ***

ወርሃ ህዳር 1992

ውድ ኖርማ እና ሪች

ለጤናችሁ እንደምን ናችሁ? ውድ ጓደኞቼ እና ቤተሰቦቼ የላካችሁት ፋክስ መልዕክት ትላንት ደርሶኛል፡፡ መገናኘት መቻላችን በጣም ነው ያስደሰተኝ፡፡ አሁን ኑሮዬን ከዘመዶቼ ዘንድ አድርጌአለሁ፡፡ ልክ ባዶ የሆንሁ ያህል ኑሮዬን መልመድ ከብዶኛል፡፡ ቋንቋው ምግቡ ብቻ ሁሉም ነገር ለእኔ አዲስ ሆኖብኛል፡፡ በእርግጥ ውለታቸውን እንዴት እንደምከፍል አላውቅም

እንጂ ዘመጆቼ እኔን ለማስደሰት ከምግብ ከእረፍት ጀምሮ ሁሉንም ዓይነት እንክብካቤ እንዳገኝ ጥረዋል፡፡

የደረሰብኝ የውስጥ መከፋት እና የውስጥ መረበሽ ባግባቡ ስለተረዱኝ ዳግም እንድበረታ የቻሉትን ሁሉ እያደረጉልኝ ነው፡፡ ሰፊ የሚባል ቤተሰብ ነው ያለኝ፡፡ ሴት አያቴ፣ የልጅ ልጇ ሌሎችም አብረን ጥሩ ጊዜ እያሳለፍን ነው፡፡ ያም ቢሆን ግን በከፍተኛ የባዶነት ስሜት ተጠፍንጌ ጊዜዬን በገዛ ሃገሬ እያሳለፍሁ መሆኑን ግን አልደብቅም፡፡

የማነበው አንዳችም መፅሃፍ አለዚያም ሌላ ነገር የለኝም፡፡ እዚህ በእንግሊዘኛ የተጻፈ ነገር ማግኘት ከባድ ነው፡፡ ወደ ዚህ ስመለስ ሻንጣዬ በመታገቱ አንድ የረባ ልብስም የለኝም፡፡ በውስጥ ሱሪ እና በካልሲ ብቻ ነው ሃገሬ የገባሁት፡፡ ለሁሉም ነገር እንግዳ በመሆኔ እና ብዙ ነገሮችን በመርሳቴ ያለ አጀብ አልንቀሳቀስም፡፡ ሁሉም ቦታ ስሄድ ሰው አስከትዬ ነው፡፡ ምናልባት የስደተኞች ጉዳይ አገልግሎት ኃላፊውን አግኝታችሁ ስለ መታወቂያ ወረቀቴ እና የጦር ሠራዊት ሰነዴ የት እንደሚገኝ እንደጠየቃችሁልኝ ተስፋ አደርጋለሁ፡፡

እዚህ ያለሁት ያለ መታወቂያ ማንነት መለያ ሰነድ በመሆኑ ብታገኙልኝ በጣም ጠቃሚ ሰነድ ነው ለእኔ፡፡ እዚህ ሀገር ከየትኛውም ጊዜ በላይ የማንነት ጉዳዬ አሣሳቢ ሆኖብኛል፡፡ አሁን ላይ የየመን መንግሥት ሰፊ አሰሳ በማካሄድ ሱማሌዎች ላይ የጅምላ እሥር እና አፈሳ እያደረገ ነው፡፡ በሚሊዎኖች የሚቆጠሩ የሱማሌ ስደተኞች ወደ የመን ገብተው ከስደተኛ ጣቢያ ውጭ በሃገሩ ተንሰራፍተዋል፡፡ የተባበሩት መንግስታት ድርጅት እነዚህን ስደተኞች ወደ ጣቢያ ተመልሰው የረድኤት ድጋፍ ላድርግላቹ ሲል እየወተወተ ነው፡፡ እኔም ጥቁር እንደመሆኔ ሱማሌ መስያቸው አንድ ቀን ያስሩኝ ይሆናል በሚል ፍርዓት ተሸብቤ ነው ኑሮዬን እየገፋሁ ያለሁት፡፡

በዚያ ላይ ደጋግሜ እንደገለጽሁት የማንነት ማረጋገጫ ሁነኛ መታወቂያ የለኝም፡፡ ሥራ ማግኘትም አልችልም፡፡ መጓጓዝም ሆነ ማንኛውም እንቅስቃሴ ማድረግ ለእኔ አደገኛ ነው፡፡ በዚሁ ላብቃ!

አደራ ለቀድሞ ሥራ ባልደረባዎቼ ወዳጆቼ ሁሉ ሰላምታዬን አድርሱልኝ!

አክባሪያችሁ ዓድል

ምዕራፍ ሃያ አራት

ከውጥረት የመገላገል ትግል

ብዙ ሰዎች ለጭንቀት የሚዳርጋቸው ምክንያት የገጠማቸው የሥራ ጫና ሳይሆን ሥራቸውን በአግባቡ ካለማጠናቀቃቸው የሚመነጭ ነው፡፡

ዴቪድ አለን

ከ ወርሃ ጥቅምት 1992 እስከ 1993 ባሉት ዘመናት መካከል ወደ የመን ከተመለስሁ በኋላ ያሳለፍኋቸው ስድስት ወራት በሙሉ የስቃይ እና የመከራ ጊዜያት ናቸው ለእኔ፡፡ በቃ ለአዕምሮ ህመም ልዳረግ ጥቂት ብቻ ነበር የቀረኝ፡፡ በድባቴ እና በፍጹም ውጥረት ውስጥ ነበርሁ፡፡ ለጓደኞቼ የምልካቸው ደብዳቤዎች ዕለት ዕለት ይህንን የገጠመኝ ቀውስ የሚያሳብቁ የንዴት እና የእብደት ስሜት ውልዶች እየሆኑ መጡ፡፡

በቃ ከአሜሪካ የሚላኩልኝ የጓደኞቼ እና የሥራ ባልደረባዎቼ ደብዳቤዎች ካልደረሱኝ ጭንቀቴ ይበረታ ጀመር፡፡ ከዚህ ውጥረቴ ሰዓት የማመልጥባቸው ህክምናዬ ነበሩ ደብዳቤዎቹ፡፡

ደብዳቤ ተልኮልኝ እንደሆን ለማረጋገጥ የፖስታ ቤት ደጆች በቀን ከኹለት ጊዜ በላይ እየተመላለስሁ የምረግጥባቸው ጊዜያት የትዬለሌ ነበሩ፡፡ አንድ ዕለት ከጓደኛዬ ባህማም ጋር በመሆን ወደ ፖስታ ቤት ሄደን የተላኩልኝ ደብዳቤዎች ከወሰድሁ በኋላ በሰንዓ የአራዶች መንደር ታህሪር አደባባይ በኩል የእግር ጉዞ እያደረግን ተመለስሁኝ፡፡ ታድያ ገና ወደ መኪናዬ ሳልገባ በመንገድ ላይ ሳለን ደብዳቤዎቹን ከፍቶ ማንበብ አሰኘኝ፡፡

ስከፍተው አንደኛው ደብዳቤ ኹለት ገፃች ያህል እርዝማኔ ያለው ነበር፡፡ ማንበቤን ተያያዝሁት፡፡ እዚያው ቆሜ ከኋላዬ የሰው ትንፋሽ አንገቴን

ሲገርፈው ይሰማኛል፡፡ ዞር ብዬ ስመለከት አንድ ሌላ ሰው አብሮኝ ለማንበብ ሲንጠራራ ደረስሁበት እና በጣም ተናደድሁ፡፡ ገረመኝ ተናደድሁም ማለቱ ሳይሻል አይቀርም፡፡

ምንም ትንፍሽ አላለም ሰውየው፡፡ እንዳፈጠጥሁበት ምንአልባት ዐረብኛ መዝገበ ቃላት ላይ ያሉ ሃያ አምስት ቃላትን ታውቅ ይሆናል በእንግሊዘኛ የተጻፈ ደብዳቤን ለማንበብ የዳዳህ ምን አውቀህ ነው? ባክህ አልሁት፡፡ ብር ብሎ ጠፋ፡፡ ሌሎቹም የደብዳቤ ይዘቶች ከአሜሪካ የቀድሞ ባልደረቦቼ እና ጓደኖቼ የተላኩልኝ በዛ ያሉ የማበረታቻና ድጋፍ ደብዳቤዎች ነበሩ ጥቂቶቹ እነሆ!

የደረሰብህ ሁሉ የቱንም ያህል የከፋ ቢሆን ከመንፈስ ከፍታህ እንዳትወርድ በርታ! እምነት ማጣት እና ጭንቀት በችግር ላይ ችግር የሚወልዱ አባባሽ ነገሮች ናቸው፡፡ በዚያ ላይ ጤናህንም መጉዳት ነው የሚሆንብህ፡፡ አትጨነቅ፡፡ አድራሻህ ካልተቀየረብን በቀር እኛ እንፅፍልሃለን፡ ፡ ለምን ኹለት ሃረግ አይሆንም መጻጻፋችን የህልውናችን ማረጋገጫ ነውና ፈፅሞ እንዳንጠፋፋ አደራ እልሃለሁ፡፡ በርግጥ ከሀገር ወጥቼ ስለማላውቅ ሌሎች ሕዝቦች በምን ሁኔታ እንደሚኖሩ መገመት ይከብደኛል፡፡

የምጨነቅልህ እና የማስብልህ ወዳጅህ

ሚሼል ከ አይዳሆ

***   ***

የገጠመህ ሁኔታ ምን ያህል አስጨናቂ እንደሆነ አላጣውም፡፡ እረዳሃለሁ፡ ፡ የደረሰብህ እንግልት እና ስቅይት ምን ያህል እንደሆነ ባንተ ቦታ ሆኜ ማሰብ ፈፅሞ አልችልም፡፡ ብቻ ግን ብችል እና ብረዳህ ምኞቴ ነበር፡፡ የወዳጅን ችግር እየሰሙ እና እየተመለከቱ ምንም ማድረግ አለመቻል በእውነት ነው የምልህ ከባድ ስሜት የሚፈጥር ነገር ነው፡፡ ማለት የምችለው ነገር እዚህ ቦይስ ከተማ የምንኖር ጓደኞችህ ሁሉ ምን ጊዜም እንደማንረሳህ እና እንደምንወድህ ብቻ ነው፡፡ ሳላቋርጥ በፀሎት አስብሃለሁ፡፡ ደብዳቤዎችህን በጣም በደስታ ነው የማነባቸው፡፡ ስትፅፍልኝ እፎይታ እንደሚሰማህ ማወቄም ለእኔ ትልቅ ተስፋ ነው፡፡ በደበብዳቤ ልውውጣችን ቃላት የቱንም ያህል በሃዘን የተሞሉ ቢሆኑ እንኳን በአካል እንደምንነጋገር ያህል ስለሚሰማኝ በመጻጻፋችን ደስ ይለኛል፡፡ሁሌም ደብዳቤህን ካነበብሁ በኋላ የሚሰማኝ ስሜት ይሄ ነው፡፡

መልካሙ ሁሉ ይግጠምህ! ዘወትር እንደምናስብህ እወቅ!

ዣን (የቀድሞ የሥራህ ባልደረባ ከአይዳሆ ከተማ)

*** ***

ውድ ወዳጄ ዓድል ሆይ

ይህን ደብዳቤ ሲደርስህ በመልካም ጤንነት በቤተሰቦችህ እና ጓደኞችህ ተከበህ እንደሆነ አምናለሁ፡፡ ራስህን መንከባበብ ሁሌም ቢሆን እንዳትዘነጋ፡ ፡ ከወንድሞቼ አንዱ ያህል ሆነህ የምትታየኝ አብዝቼ የምወድህ ሰው ነህና ከክፉ ሰዎች ራስህን አርቅ፡፡ እስካሁን ድረስ በመልካም ጓደኝነት ጠብቆ ስላቆየን አምላክን አመሰግነዋለሁ፡፡ለቤተሰቦችህ ስጽፍላቸው አንድ ጥቁር ወንድም አለኝ ብዬ ነግሬያቸዋለሁ እንዲያም ከነስምህ ዓድል መሆንህ ጠቅሼ አስተዋውቄያቸዋለሁ፡፡ ምን አልባት አንድ ቀን ተሳክቶልህ ወላጆቼ ያሉበት ሀገር የምትሄድ ከሆነ ተቀብለው በሚገባ እንዲያስተናግዱህም አደራ ብያለሁ፡፡

በቅርብ ያገናኘን ወንድምህ

እስማኤል (ዓለም አቀፍ ተማሪ) (ወዳጅህ ከአይዳሆ)

*** ***

ውድ ወንድሜ ሆይ የከበረ ሰላምታዬ ይድረስህ

ጊዜ ወስደህ ደብዳቤ ስለጻፍheልኝ ከልብ አመሰግናለሁ።

ዘወትር ስለአካላዊ ሆነ እለአዕምሮ ጤናህ ስለ ውስጣዊ ሰላምህ አብዝቼ አስባለሁ እንዲያው አንዳች ምትሃታዊ ኃይል በኖረኝ እና በዚህ ሀገር ወደ ቦይስ ብመልስህ ስል እመኛለሁ፡

በጣም ነው የናፈቅሽኝ፡፡ ውድ ጓደኛዬ ወደ የመን ከተመለስህ በኋላ የተፈጠረብህን ስሜት በላክህልኝ ደብዳቤ ሳነብ በጣም ነው ያዘንሁት፡፡ በቃ ውብ ቃላትን ታላቅ ሃሳቦችን የያዘ ደብዳቤ ነው፡፡ ምንም እንኳን ሃዘንህን ቢገልፅም ጥልቅ ምልከታህን ያሳያል፡፡ ነጻነት በማጣቴ ወደ ሞት እያዘገምኩ

ነው ስትል የገለፅህበት ደብዳቤህ ሆዴ ቢጠግብም ልቤ ግን ዎና ሆኗል ያልህበት ደብዳቤ እጅግ ውስጤን ነክቶኛል፡፡ የቃላትህ ውበት እና ስሜትህን የሚገልጽበት ጠሊቅ ስሜት አንድ ቀን በግጥሜ እንዳሰፍራቸው ያሳስቡኛል፡፡ በደህና ቆየኝ ወንድሜ፡፡ ለቤተሰብህ መልካም ምኞቴን ተስፋን ከደስታ ይስጥልኝ የሚል መልዕክቴን አድርስልኝ፡፡ ደግሞ ያገናኘን፡፡ የምረዳህ ነገር ሲኖር ጠይቀኝ፡፡

ቢል (የቀድሞ ባልደረባህ ከአይዳሆ)

*** ***

ዓድል

ደብዳቤዎችህ ስለሚደርሱኝ በጣም ደስተኛ ነኝ፡፡ በፖስታ ሳጥኔ ያንተን ደብዳቤ ሳገኝ ምን ያህል ደስታ እንደሚሰማኝ ብታውቅ ትገረማለህ፡፡

በቃ ከቅርብ ጊዜ ወዲህ ያንተ ደብዳቤ ይደርሰኝ ይሆን ስል ለማረጋገጥ ፖስታ ሳጥኔን ለኹለት እና ሦስት ጊዜያት ያህል እየተመላለስሁ መበርበር ሆኗል ሥራዬ እልሃለው፡፡ በብዙ ትናፍቀኛለህ፡፡ ብዙም በፖስት ካርድ ላይ ፅፎ መላክ ባልወድም አንተን ደስ ይልሃል በሚል በዚህ መልኩ እየጻፍሁልህ ነው፡፡ መቼስ በዚያ ላይ ብዙ ወዳጅ ካፈራህበት ሀገር እና ህዝብ ደግሞ የመገናኘት ተመልሶ የመምጣት ትውስታን ለመፈንጠቅ ጭምር ነው ፖስት ካርዶቹን መላኬ፡፡ እዚህ ያለነው ጓደኞችህ ሁሉ ፈፅሞ ተስፋ እንድትቆርጥ አንፈልግም፡፡ ምኞትና ፀአዳ መንፈስህም አብሮህ ይቆይ ዘንድ የዘወትር ምኞታችን ነው!

እባክህ በቀጣይ ደብዳቤህ ስለ የመን ባህል ይበልጥ ፃፍልኝ

ሻሬዝ

*** ***

የእኔ መልዕክት ወደ

ውዲቱ ሻሬዝ ሆይ

ከአሜሪካ ከተመለስኩ በኋላ የከበደኝ አንድ ነገር ቢኖር የሚከራይ አፓርታመንት ማግኘት ነበር፡፡ ለዚህ ችግር መፈጠር ምክንያቱ ጥቁር መሆኔ ወይ የት መወለዴ ሳይሆን የጋብቻ ሁኔታዬ ነው፡፡ ከኹለት ወራት አታካች

ፍለጋ በኋላ ኹለት መኝታ ያላው አፓርትመንት አግኝቼ ተከራየሁ። በዚህ ሀገር ከበርቴዎች በሚያከራዩት ህንጻ ከተከራያቸው ጋር አብረው መኖራቸው የተለመደ ነው። እና የእኔም አከራይ የተከራየሁበት ህንጻ የላኛው ወለል ላይ ነው መኖሪያቸው።

ወደ ግቢ የሚገባውን እና የሚወጣውን ሰው ሁሉ ማንነት በየጊዜው ከማረጋገጥ ባለፈ ያከራዩት ቤት ተለዋጭ ቁልፍ ስላላቸው ሳያስፈቅዱ ገብተው ይፈትሻሉ። በዚያ ላይ እነዚህ አከራዮቼ ለአሥር ዓመት ያህል በአሜሪካ እንደየቆሁ ያውቁ ነበርና በተለይ ባለቤቱ ባገኘኝ አጋጣሚ በየመተላለፊያው ኮሪደር ሳይቀር ስለ አሜሪካ ይጠይቀኝ ነበር። በብዛት የሚጠይቀኝ ጥያቄ ታድያ በአሜሪካን እንዴት ያለ ኑሮ እኖር እንደነበር እና በተለይ አልኮል መጠጥ፣ ሴቶች እንዲሁም የወሲብ ፊልሞችን በአሜሪካ ማግኘት ምን ያህል ቀላል እንደነበር እንድነግረው ነው።

እኔም ያላቸውን ነገሮች ሁሉ ተራ ነገሮች ስለሆኑ በአሜሪካ ማግኘት እንደማይከብድ እነግረዋለሁ። ነገር ግን ከእንደዚህ ዓይነት ተግባራት ላይ መገኘት ከራስ ከብር አንፃር መልካም እንዳልሆነም ላስረዳው እሞክራለሁ፡ የመረጥነው የሕይወት መንገድ ሁሉ ነጻ ቢሆንም በዛው ልክ ጦስም ይዞ ሊመጣ እንደሚችል እነግረዋለሁ። አልኮል መጠጥ ጠጥቼ ባውቅም ስክሬ አለማወቄን ነገርሁት። ኹለት ያህል የፍቅር ግንኙነቶች መመስረቴን እና ግንኙነቱ ግን የከፍያ አለዚያም የግዳጅ እንዳልሆነ ጭምር አስረዳሁት። እኔ ዋነኛ ትኩረቴ በትምህርት በሥራ በስፖርት በመሳሰሉት ጉዮች ላይ ስለነበር ለእነዚህ ጉዳዮች ቁብም አልሰጠኝም። እርሱ ግን በቀላሉ አልተላቀቀኝም። የወሲብ ፊልም ካለኝ እንድሰጠው ቢጠይቀኝም የለኝም ምን ይጠቅምሃል? እለዋለሁ።

በዚያ ላይ በየመን አስኮትራ ደሴት የተፈጥሮ ጋዝ ለማውጣት በተሰማራ የነዳጅ ጋዝ ኩባንያ ተቀጥሬ ስሰራ እንደነበር ከእንግሊዛዊ እና አሜሪካዊ ባልደረቦቼ አልኮል መጠጥ እንዳመጣለት ጠየቀኝ። አልኮል መጠጥ በየመንም ሆነ በማንኛውም የእስልምና ሀገራት የተከለከለ እና ተይዘው ቢገኙ ከባድ ቅጣት የሚያስከትል ነው።ከእስልምና መምጣት በፊት በምድረ አረቢያን አልኮል መጠጥ የተለመደ ነበር። እስልምና ከመጣ ወዲህ አልኮል መጠጥ ሃራም ተሰኝቶ ተወገዘ። ቅዱስ መፅሃፍ ቁራንም በስካር ወቅት የሚደረግ ስለትን ይከለክል

«ማንኛውም ኢማም የሰከረ እንደሆነ ወደ አቅሉ እስኪመለስ ድረስ ማንኛውንም የጸሎት ሥፍራ እንዳገኝ» ሲል ይደነግጋል፡፡ አንደኛው የቁራን ቃል ደግሞ

«ስካር እና ቁማር የተወገዘ የሰይጣን እኩይ ድርጊቶች ናቸውና ፈፅሞ ራቋቸው» ይላል የአልኮል መጠጥ በተወሰነ መልኩ ለጤና የሚመከር ቢሆንም ቅሉ ጉዳቱ ስለሚያመዝን ፈጽሞ መወገድ አለበት፡፡ ወይን በዐረብኛ ትርጉሙ ሃምር መከልከልን የሚያመለክት ነው፡፡ ወይንም ሆነ ሌላ ዓይነት የአልኮል መጠጥ እና እጽ ፈጽሞ አይፈቀድም፡፡ በእስላማዊ ሕግጋት መሠረት ነብዩ መሀመድ «ከቴምርም ሆነ ከዘቢብ የተጠመቁ የአልኮል መጠጦች የተከለከሉ እና በየትኛውም መጠን መጠቀም የማይፈቀድ መሆናቸውን» ይናገራሉ፡፡

የሳውዲአረቢያው ምሁር መሐመድ ሳሊህ አል ሙናጅድ ደግሞ ጥንታውያን የእስላም ምሁራን አልኮል መጠጥን መጠጣት በግርፋት የሚያስቀጣ ተግባር መሆኑን እንደሚያምኑበት ይገልጻል፡፡ ይህ በሚገባ እየታወቀም ቢሆን የኔ አከራይ አልኮል መጠጥ እንዳመጣለት እየደጋገመ ይወተውተኝ ነበር፡፡ በሬን ሳይቀር እያንኳኳ ይነዘንዘኛል፡፡

«ተወኝ ባክህ ማንም እንዲያመጣልህ አላደርግም» እያልሁ እመልሰዋለሁ፡፡ ከጊዜ በኋላ ቤቴን እንደፈተሸ ምልክት በማየቴ ገብቶ እንደነበር ስጠይቀው በፍጹም ብሎ ሸመጠጠኝ፡፡ ምናልባት ወሲባዊ ፊልሞች አገኝ እንደሁ ብሎ ቤቴን ከፍቶ ሳይበረብር እንዳልቀረ ብገምትም የለም ፈጽሞ ሲል ካደኝ፡፡ እኔ ግን እርግጠኛ ነበርሁ፡፡ ይህ ጠባዩ ከጊዜ ወደ ጊዜ እያስመረረኝ መጣ፡፡ ኋላ ላይ አስፋር በርናንድ የተባለ አሜሪካዊ ወዳጄን ባዶ የአልኮል ጠርሙስ እንዲያመጣልኝ ጠይቄ ሰጠኝ፡፡ ከዚያም በሰጠኝ ባዶ ጠርሙስ ሽንቴን ሸናሁበት እና አልጋ ሥር አስቀመትሁት፡፡ ከዚያም እንደ ገመትሁት ሳያገኘው አልቀረም፤ ጉድ ሆነ፡፡ ወዲያው ካከራየኝ ቤት አስወጣኝ፡፡ኋላ ላይ በጓደኞቼ እና ዘመዶቼ እገዛ ሌላ አፓርትመንት ተፈልጎ ተከራየሁ፡፡ በየመን ልክ ሰሜን አሜሪካ እንደሚደረገው የሚከራዩ ቤቶች እቃ አይሟላላቸውም፡፡ ፍሪጅ እና ማብሰያ ምድጃ የመሳሰሉ ቁሳቁሶች አይኖራቸውም፡፡ በአብዛኛው አከራዮች የዓመት ክፍያ በአንድ ጊዜ እንዲከፈላቸው ነው የሚጠይቁት፡፡ ለእኔ ዓይነቱ 83 ዶላር በኪሱ ይዞ በደ የመን ለተመለሰ ይህንን ክፍያ ለመፈጸም በጣም አዳጋች ነበር፡፡

ቤት ስቀይር ደግሞ ፍሪጁ ከዋናው የቤቱ መግቢያ በር 3 ኢንች ያህል ሰፍቶ አስቸገረ፡ ይህንን ያዩ ሰዎች በጣውላ የተሰራ በራፍ ከጎንና ጎን ሰፋ

የማድረግ ሐሳብ አመጡ፡፡ ይህንን መላ ለአከራዩ ነገርሁት፡፡ ለጊዜው አስተካክለን በቦታው እንደምንመልሰው አስረዳሁት፡፡ ላግባባው ሞከርሁ ፍሪጁን ከቻላችሁ ቁረጡት እንጂ የቤቴን በርማ ንክች እንዳታደርጉት ሲል ተቆጣ፡፡ ይህንን ሲል እቃ የሚያዘዋውሩልኝ ሰዎች በጣም ነበር የሳቁት «ከዚህ መልስ ሌላ ካልሰለጠነ ሰው ጠብቀህ ነበር?» እያሉ አውካኩ፡፡ እኔ ዘንግቼው ነው እንጂ በግርትም አብዛኛውን የመናውያን ጠማማ እና የሚሆነው የማይሆንላቸው ተቃራኒ ቢጤ መሆናቸውን አላጣሁትም!

በረጅሙ ያዝኩሽ መቼም እዚህ ላይ ላበቃ

ምዕራፍ ሃያ አምስት

ነገረ መጻሕፍት መደብር

መጻሕፍት መደብር የሌለበት ከተማ፣ ከከተማ አይቆጠርም እልሃለሁ፤ ራሱን ከተማ ብሎ የሚጠራ እንኳን የነዋሪዎቹን ነፍስያ ማንሆለል፤ የተሳነው መሆኑን አያጣውም፡፡

ኤልጌይማል ፣ አሜሪካንጋድስ

ከ አሜሪካ ወዳጆቼ የሚደርሱኝ ደብዳቤዎች ባሻር በተለያዩ ጆርናሎች የሙያዊ ተኮር መጽሄትና ጋዜጣዎች ላይ መጣጥፎችን በመጻፍ እና በማንበብ የማሳልፈው ጊዜ መጽናኛ ሆነውኛል፡፡

አንድ አርብ ቀን ከቀትር በኋላ ከቤቴ አቅራቢያ በሚገኝ ቀለበት መንገድ አቅራቢያ የእግር ጉዞ በማድረግ ላይ ሳለሁ አንድ ቀልቤን የሳበ መጻሕፍት መሸጫ መደብር አየሁ፡፡ ADEL'S BOOK STORE የሚል ማስታወቂያ በጉልህ ተጽፎበታል፡፡ በስሜ መሰየሙ ነበር ትኩረቴን የሳበው፡፡ ከስያሜው ሥር ደግሞ ‹‹ Reader don't steal and ~~thiwres~~ thieves don't Read ›› የሚል ጽሑፍ ሰፍሯል፡፡

ይህ የእንግሊዘኛ አባባል መሰረታዊ ምንድን ዐረብኛ ሲሆን በእንግሊዘኛ ትርጉም ነነበር የተጻፈው ‹‹አንባቢ አይሰርቅም፣ ሌባ አያነብም›› የሚል ትርጉም አለው፡፡ ይህን ፍልስፍና በመከተል ይመስላል የኢራቅ መጻሕፍት

መሸጫ መደብሮች በራቸውን አይቆልፉም:: ምንጊዜም ክፍት አድርገው ነው የሚተውት:: አብዛኞቹ የኢራቅ መደብሮችም ከላይ የተጠቀሰውን ጽሑፍ ከመሸጫ መደብራቸው ሱቅ ላይ ለጥፈውት ማየት የተለመደ ነው::

እየተጣደፍኩ አንድ ከላባ የመናዊ ሹፌር ሳይገጩኝ ከመንገዴ ተሻግሬ ወደ ተመለከትሁት መጽሐፍ መሸጫ ገባሁ:: መደብሩ በውስጡ አያሌ መጽሄቶች እና ጋዜጣዎችን ይዟል:: የበዙት መጽሐፍት በዐረብኛ ቋንቋ የተጻፉ ሲሆኑ ጥቂት እንግሊዘኛ መጽሐፍትም አሉ:: የህትመት ውጤቶች ላይ ትክ ብዬ ሳማትር ባለቤቱ ሳይሆን አይቀርም አንድ ሰው መጣና የሚረዳኝ ነገር ካለ ዝግጁ መሆኑን ነገረኝ::

‹‹የለም አመሰግናለሁ›› ብዬው ንባቤንና አሰላስሎዬን በዓይኔ ተያያዝሁት:: በዚህ አቧራ በጠገበ፣ ሰንፋጭ ጠረን ባለው አነስተኛ የመጻሕፍት መደብር የግራ አቅጣጫ መደርደሪያ ላይ ዓይኔ አረፈ ፣ Myth of Sisyphus , The Fall , The Rebel , The stranger እንዲሁም The plague የተሰኙ መጻሕፍት ተደርድረዋል:: ሁሉም የተጠቀሱት መጻሕፍት የአልበርት ካምዩ ድርሰት የሆኑ ልቦለዶች ናቸው:: በአብዛኞቹ በተደራሲው ዘንደ ይታወቃሉ:: በ1980ዎቹ አካባቢ አሜሪካዊ ጓደኞቼ የገዙልኝ መጻሕፍት ውስጥ እነዚህም እንደ ነበሩትዝ አለኝ::

አደራይራቸው ሳይቀር እዚህ እንደተመለከትኩት ነበርና ያስቀመትሁበት መኝታ ቤቴ እና መደርደሪያው ትውስ አለኝ:: መጻሕፍቱ የተደረደሩት ራቅ ብለው ከፍ ባለ መደርደሪያ ስለነበር እንዲያቀብለኝ ስጠይቀው ግራ በመጋባት አንዴ መጽሐፍቱን አንዴ እኔን ይመለከት ጀመር::

እንዲህ አለኝ ‹‹የጠቆምሀቸው መጻሕፍት ለዓመታት ያህል ማንም ፈላጊ ያልነበራቸው ናቸው››

‹‹እሱ አይደለም የኔ ጥያቄ›› ስል መለስኩለት:: ቀጠለና ‹‹በዚያ ላይ ለማውረድም አይመችም መሰላል የለም አለኝ››

ጠረጴዛ ላይ ወጥቶም ቢሆን እንዲያወርዳቸው ነገርሁት ‹‹ … በዛ ላይ በእንግሊዘኛ እኮ ነው የተጻፉት›› አለኝ ‹‹ለዚያ እኮ ነው ልያቸው ማለቴ ምን ሆነሃል?›› ስል መለስኹለት ፈራ ተባ ብሎ ‹‹ለመሆኑ እንግሊዘኛ ማንበብ ትችላህ?›› ሲል ጠየቀኝ:: ከዚህ ጥያቄው ምናልባት ጊዜውን እያቃጠልሁበት እንደሆነ እያሰበ እንደነበር ገባኝ:: ለአፍታ በዝምታ ከቆየሁ በኋ ‹‹በጣም

አስገራሚና መነበብ የሚገባቸው ጥሩ መጻሕፍት ናቸው:: ለምን በመደርደሪያህ ላይ ቦዝነው እንደቆዩ አልገባኝም ይገርማል›› ስል መለስኹለት::

ምን ማለቴ እንደሆነ ጠየቀኝ መልሶ ‹‹ለመሆኑ አንብበሃቸዋል?›› ጥያቄዬ ነበር ‹‹ኧረ እኔ እንግሊዘኛ አላነብም፤ በዛ ላይ ደግሞ ጭራሽ እነዚህን አቧራ ከመጠጣት ሌላ ጥቅም አልባ መጻሕፍት እንዴት እንደማስወግዳቸው ነው ግራ የገባኝ:: ምንም ገበያ የላቸውም ቦታ ከማጣበብ ውጭ›› አለኝ::

ይህን ሲለኝ መጻህፎቹ በሙሉ እንደነበሩኝ ነገርኩት ‹‹አሜሪካ ከመሄዴ በፊት ከ10 ዓመታት በፊት ገደማ እያንዳንዱን መጽሐፍ በ25 ሳንቲም ሸጥኩት፤ መውሰድ አልቻልሁም ነበር›› አልሁት:: ይህን ስነግረው ጊዜ ነበር መስተንግዶው የተለወጠው:: ስለ እኔ የነበረው የቀድሞ ግምቱ ተቀያየረ:: ለመሆኑ የበፊቱን የዚህን መጻሕፍት መሸጫ ባለቤት ታውቃቸው ይሆን? ሲል ጠየቀኝ ፈጽሞ እንደማላውቅ ነገርኩት::

‹‹ይህን መጻሕፍት መደብር በ1990 ነበር የገዛሁት:: ባለለቤቱ ከእኔ በፊት የነበረው ማለቴ ነው ዓድል መጻሕፍት መደብር ሲል ነበር የሰየመው:: እኔም ከገዛሁት በኋላ ስሙ ላይ ለውጥ አላደረግሁበትም:: በነበረው ስያሜ ነው የቀጠለው:: ለምን ይህ ስያሜ እንደሰጠው የቀድሞውን ባለቤት ስጠይቅ እንግሊዘኛ መጻህፍቱን ዕድል ከተባለ ወጣት እንደገዛውና በዛ የተነሣ የመጻሕፍት ቤቱንም ስያሜ በርሱ ስም እንዳደረገው ነበር የነገረኝ:: ያ ወጣት ትምህርቱን ለመከታተል ወደ ሀገረ አሜሪካ አቅንቷል:: መጀመሪያ ላይ 1500 እንግሊዘኛ መጻሕፍት ነበሩ:: አብዛኞቹ ተሸጠው አሁን ላይ 75 አካባቢ ቀርተውናል›› ይህን ሲነግረኝ መጀመሪያ ላይ አብዛኞቹ የየመን ሰዎች አሊ ወይም መሐመድ የሚል መጠሪያ ስም ስላላቸው ምናልባት በልጅ ስም መጻሕፍት መደብሩን ሰይሞት ይሆናል ብዬ ነበር ያሰብኩት አልኩት:: ሁለታችንም ተሳሳቅን

‹‹የእኔም ስም ዓድል:: ይባላል የእኔ መጻሕፍት ሊሆኑ ይችላሉ ብለህ ታስባለህ ታዲያ?›› አልሁት:: እስኪ ይጣራ አለና መድረፍ ብሎ ጠረጴዛ ላይ በመውጣት ከመደርደሪያው ላይ ኹለት መጻፍትን መዝዞ አወጣ:: ግምቴ ልክ ነበር፤ ሁለቱም መጻሕፍት ላይ የእኔ ፊርማ ሰፍሮባቸዋል:: ሁለታችንም በገጠመኙ በጣም ነበር የተደነቅነው:: የቀሩትን የእኔን መጻፍት መልሼ ለመውሰድ ገንዘብ ስሰጠው አሻፈረኝ አለ:: ከዛ ይልቅ ወስጄ ካነበብኳቸው

በኋላ ያነበብኳቸውን መጻኅፍት እንድመልስ ተስማማን። በእርግጥ እኔም ብሆን ከዚህ በፊት ያነብኳቸውን መጻሕፍት መልሶ የማግበስበስ ፍላጎቱ አልነበረኝም።

በዚህ የሚገርም አጋጣሚና መነሻ ጥሩ ወዳጆች ለመሆን በቃን። በ1996 ወደ ሀገረ ካናዳ ከመጓዜ አስቀድሞ ማለት ነው ልሰናበተው ወደ መጻሕፍት መደብሩ ስሄድ በተለመደው የመናዊ ለዛ እንዲህ ነበር ያለኝ ‹‹ይኸውልህ ወዳጄ ምናልባት ወደ የመን የምትመለስ ከሆነ እኔንም ሆነ መጻህፍቱን ላታገኘን ትችላለህ ዋስትና አልሰህም››

በ2014 የተቀሰቀሰውን እና 100ሺህ ህዝብ ያለቀበትን ጦርነት መለስ ብዬ ባሰብሁ ጊዜ ምናልባት መጻህፎቹ ከዚህ ሰው ሀገር ከነበረው ጦርነት ርሃብ እና ጎርፍ ሁሉ ተርፈው ይሆን? ስል እጠይቃለሁ ... እንጃ ...ማን ያውቃል ?!

ምዕራፍ ሃያ ስድስት

ሱቀጥራ

የትኛውንም ሥፍራ የማትመስለውን እና ወደር የሌላትን የሶኮትራ ደሴት አስስኋት

ጁራሲክ ፓርክ

ወደ የመን ከተመለስሁ በኋላ በአሜሪካ ወዳጆቼ በኩል የየመን መታወቂያ ወረቀቴን መልሼ በማግኘቴ በሰንዓ ከተማ በሚገኘው ዋና የነዳጅ እና ጋዝ ኩባንያ ተቀጥሬ መሥራት ጀመርሁ፡፡ በወቅቱ በየመን ያለመታወቂያ ወረቀት ሥራ መቀጠር ካለመቻሉም በላይ አዲስ የነዋሪነት መገለጫ መታወቂያ ለማግኘትም ነባሩን ወይም አሮጌውን ማሳየት የግድ ስለነበር ተስፋ ወደ መቁረጡ ጫፍ ስደርስ ነው መታወቂያዬ ተልኮልኝ ሥራ የጀመርሁት፡፡

በዚህ ኩባንያ የአይቲ እና የገንዘብ መምሪያው የውስጥ የኮምፒውተር ኔትዎርኮችን እከታተላለሁ፡፡ ወደ ሩቅ ሥፍራዎች በመጓዝ የሬድዮ ግንኙነት መሳሪያዎችንም እተክላለሁ፡ በከፍተኛ የሬዲዮ ሞገድ አማካኝነት የስነ ምህድራዊ መረጃዎን ወደ ዋና መሥሪያ ቤት እንልካለን፡፡ ይህ ሥራ የሚከናወነው በምንጓዝበት ሥፍራዎች የሳተላይት ጣቢያዎችን በመከተል ነበር፡፡ በዋነኘነት ይህ ኃላፊነቴ በቴሌኮም ምህንድስና ሙያ ጭምር እንዳገለግል ዕድል ፈጥሮልኝ ነበር፡፡ ከነዚህ ተግባራ በተጓዳኝ ደግሞ የገንዘብ ሥርጭቶችን በመከታተልና በመቆጣጠር ለምስራበት የነዳጅ እና ጋዝ ኩባንያ ሁሉም ዘርፎች ሪፖርት የማድረግም ኃላፊነት የእኔ ድርሻ ነው፡፡

በወቅቱ እንደ እኔ መሥሪያ ቤት ያሉ ኩባንያዎች ብቻ ናቸው ያለ ዓድልዎ የውጭ ሀገር ዜጎችን ቀጥረው የሚያስሩት ማለት ይቻላል፡፡ የመንግሥት ተቋማት እና ሌሎች ሀገር በቀል ኩባንያዎች ግን ሙሉ በሙሉ የመናዊ ዜጋና ነዋሪ የሆኑትን ብቻ ካልሆነ ቀጥረው አያስሩም ነበር፡፡

እኔ የምሰራበት ኩባያ እኔን መቀጠርና ማሰራት መቻሉ አግሞ እልል በቅምጤ ነበር፡፡ ምክንያቱም መሰል ዓለም አቀፍ ኩባንያዎች እኔን መሰል ባለሙያዎችን ከአሜሪካ እና አውሮፓ አምጥተው እንቅጠር ቢሉ የሚከፍሉት ደምዎዝ ለእኔ እና መሰሎቼ ከሚከፍሉ በእጅጉ የተጋነኑ ነበር የሚሆንባቸው፡ ፡ በሙያውዬ ከአሜሪካ ዩኒቨርስቲ የተመረቅሁትና በዘርፉ በዚያው ሀገር ከ5 ዓመታት በላይ ልምድ ያካበትሁ በመሆኔ ተመራጭ ያደርገኛል፡፡ የካናዳዊ አለዚያም የአሜሪካ ፓስፖርት ቢኖረኝ ኖሮ በወር እስከ 11ሺህ የአሜሪካ ዶላር ደመዎዝና የቤት የትራንሥርት አበልን ጨምሮ አገኝ ነበር፡፡ የሚገርመው ግን ነገሩ ሁሉ የግርንቢጥ ሆነና አሁን ላይ የሚሰፈርልኝ ደመዎዝ መጠን በ1984 ዶላር አሜሪካ ከመሄዴ በፊት ተቀጥሬ ከማገኘው በብዙ መጠን ያነሰ መሆኑ ነው፡፡ በዚያን ዘመን የማገኘው ደመዎዝ በአጠቃላይ 3500 የአሜሪካ ዶላር ገደማ ነበር፡፡ በ1993 ደግሞ ወርሃዊ ደምዎዜ ከ2ሺህ የአሜሪካ ዶላር የማይበልጥ ሆነ፡፡ በዚያ ላይ የገንዘብ አቅሙ በፍጥነት እየተዳከመ በመምጣቱ ምክንያት ያለጥቅማጥቅም ሲሰላ የማገኘው ወርሃዊ ደመዎዝ ከአንድ ሺህ ዶላር የሚበልጥ አይደለም፡፡ የሚከፈለኝ በሀገሪቱ ምንዛሬ እንጂ በአሜሪካ ዶላር አልነበረም፤ በአሰራሩ መሠረት በዶላር የሚከፈላቸው መጤ የውጭ ዜጎች ብቻ ናቸው፡፡

የመናዊ በመሆኔ ብቻ ሙያ ሳያንሰኝ ለምን ይሆን አናሳ ገንዘብ የሚከፈለኝ? ስል ራሴን እጠይቃለሁ፡፡ ያም ሆኖ ግን አሁን የማገኘው ደመዎዝም ቢሆን ከየመን ደረጃ አንጻ ከፍተኛ የሚባል ነው፡፡ በተቃራኒው የውጭ ዜጎች ዲፕሎማ ብቻ ይዘው ከእኔ 10እና 15 እጥፍ ደሞዝ ይበላሉ፡፡

እኔ በገንዘብ መምሪያ ኃላፊነቴ ሁሉም የገንዘብ ዝውውሮች በእኔ ሥር ስለሚያልፉ የውጭ ድርጅቶች የጉቦ ክፍያ ሳይቀር ስለሚደርሳቸው ነው በዚህ መጠን የደሞዝ ልዩነታችን የተፈጠረው፡፡ ይህን አሣምሬ አውቃለሁ፡፡ በጥቅሉ ግን የደሞዙ ማነስ ካለመቀጠርና ሲቦዝኑ ከማሳለፍ የሚሻል መሆኑ ግን አይጠፋኝም፡፡ ምክንያም የብዙዎች ዕጣ ሥራ አጥ ሆኖ መቀመጥ ነበር፡፡ እንደ ጉርሻ ከታሰበ በዚህ ሥራዬ ምክንያት የደሴት ከተማዋን ሱቀጥራን ጨምሮ ወደ ብዙ ከተሞች የመጓጓዝ ዕድልም አለኝ፡፡

ሶኮትራ በአረቢያኑ ልሳነ ምድር በደቡብ አቅጣጫ 380 ኪሎ ሜትሮች ያህል ርቃ የምትገኝ እና በጋርዳፊ እና በአረቢያ ባሕር መተላለፊያ መሃል ላይ የተቀነበበች ሥፍራ ነች፡፡

ይህች ደሴት በአጠቃላይ በስኮትራ ከሚገኙ የደሴቶች ስብስቦች መካከል ከአራቱ ግዙፋን ደሴቶች አንዷ ናት፡፡ በአጠቃላይ 132 ኪሎ ሜትር አለዚያም 82 ማይል ርዝማኔ እና 48 ኪሎ ሜትር ወይም 31 ማይል ያህል መጠነ ሰዓት አላት፡፡ በመልከአ ምድራዊ አቀማመጧ ለአህጉር አፍሪካ የቀረበች ቢሆንም በዋና የመርከብ መጓጓዣ መስመሮች አቅራቢያ የሰፈረችና የየመን ከፍል በመሆን በኻድራሙት አስተዳደር ሥር የምትገዛ መሆኑን ልብ ይላል፡፡

ከሞካ ወደብ በመቀጠል ከቤተሰቦቼ ጋር በመሆን ካሳለፍኳው ጊዜያት ሁሉ በየመን ውብ ትዝታን ያሳለፍሁት በዚህቹ የደሴት ከተማ ሶኮትራ ነበር፡፡ እኔ ተቀጥሬ በማገለግልበት ወቅትም ነዳጅና ጋዝ ኩባንያው በዚህች ሥፍራ የጋዝ ማዕድን ለማግኘት ሰፊ አሰሳን ያደርግ ነበር፡፡ ታዲያ በሥፍራው ከፍተኛ ቁፋሮችን በምናደርግ ጊዜ በዚህች ከተማ ነዳጅ ለመሙላት እና ምግብ ለመመገብ አፍታ እንወስዳለን፡፡ በዚህ ቆይታ ነበር በደሴቲቱ ውበት መማረከ ከዚያም ባሻገር በፍቅሯ ለመውደቅ የበቃሁት ወዲያው ነበር የወደድሁት፡፡ በቃ ልዩ ውበቷ ሁለንተናዬን ገዛው፡ በተለይ በተለይ ደግሞ ከልቤ የማይጠፋው ለየት ያለ ምድራዊ አቀማመጡና የውቅያኖስ ትዕይንት ነበር፡፡ በርግጥም አሱቀጥራ ልብ የሚይዝ ነፍስን የሚያስት ድንቅና ማራኪ ምድር ናት፡፡

በ1990ዎቹ ገደማ አንድ የመንግስታቱ ድርጅት የስነ ሕይወት አጥኚ ቡድን የአካባቢውን ሥነ ዕጽዋትና እንስሳት ለማጥናት በቦታው ተገኝቶ ነበር፡፡ በጥናታቸው መሠረት 700 የሚጠጉ በምድራችን ላይ ከዚህ የደሴቶች ሥፍራ በቀር የትም የማይገኙ ሀገር በቀል ብቸኛ ዝርያዎች አግኝተዋል፡፡ በዘርፉ ጥናት መሠረት በዚህ መጠን በርካታ ዝርያ የተገኙባቸው ቦታዎች በሀገረ ኒውዚላንድ፣ ሃዋይ፣ ኒው ከሌዶንያ እና የጋላፓጎስ ደሴቶች ብቻ መሆናቸው ተረጋግጧል፡፡

በ2008 ሱቀጥራ በዩኔስኮ የዓለም ቅርስነት ተመዝግባለች፡፡ ልዩ የዕጽዋት መካነ ዝርያነቷ የድራጎን ደም ዛፎችን ጨምሮ መሆኑን ልብ ይሏል፡፡ የዱባ ዛፎቿ የበርሃ ሮዝ ዛፎቿ (የቡትሌ ዕጽዋት በመባል ይታወቃሉ) እና የቦስዌሊያዊ ዕጽዋት ዝርያዎቿ በዓለም ብርቅዬ ቅርስ ሆና ለመመዝገቧ በዓበይት ምክንያትነት ይጠቀሳሉ፡፡ በነገራችን ላይ በሶዌሊያዊ ከተባሉት ዕጽዋትን በመጭመቅና በማጣራት የእጣን ዘይት ይመረታል፡፡ ብቻ በጥቅሉ ይህ ደሴታማ መልከአ ምድር የምድራችን ልዩ መስህብ በመባል የሚሞካሽ ጿጋ ነው፡፡

በሌላ በኩል በ2001 አንድ የቤልጂየም ዜጎች የተጣመሩበት የዋሻ ስነ ምህደር አጥኚ ቡድን በስኮትራ የኖራ አፈር ፕሮጀክት በሚል የጥናት ስያሜ በደሴቷ ዋሻ ላይ ጥናት ቷካሂዷል፡፡ በጥናቱም ቡድኑ በዋሻው ጥንታዊ ጽሁፎችን፣ ስነ ስዕሎችን እንዲሁም በርካታ ቅሪት አካሎችን ማግኘት ችሏል፡፡

በተጨማሪም በዚህ ጥናት የተለዩት ግኝቶች ከክርስቶስ ልደት በፊት በመጀመሪያው መቶ ክፍለ ዘመን እና በ6ኛው (ከክርስቶስ ልደት በኋላ) ባሉት ዘመናት መካከል ደሴቲቱን በጎበኙ መርከበኞች የተተወ አሻራ መገኘት ችሏል፡፡ ከተገኙት ጽሁፎች አብዛኞቹ የተጻፉት የህንድ ብራህሚ ጽሁፎች ነበሩ፡፡ ይህም ብቻ አይደለም በጥናቱ ውጤት የደቡብ አረቢያ ስነ ጽሑፍ ቅሪቶች የኢትዮጵያ፣ ግሪክ፣ ፓልሚሬን እንዲሁም የባክትሪያን (ጥንታዊ መካከለኛው ኢስያ ሀገር) ጽሁፎችና ቋንቋዎች ተገኝተዋ፡፡

250 ያህል የሚሆኑት እነዚህ ጥንታዊ ጽሁፎችና ስዕላት ስብስቦች መገኘታቸው በዘመኑ ሲካሄድ ስለነበረው የህንድ ውቅያኖስ የንግድ ትስስሮች ለማጥናትና ለመመራመር ጥሩ መነሻዎች ሆነዋል፡፡

አብዛኞቹ የሱቀጥራ ነዋሪዎች የሚገኙት በዋናው ደሴቶች ነው፡፡ በ2004 ገደማ የተካሄደ የህዝብ ቆጠራ የነዋሪው ቁጥር እስከ 50ሺ እንደሚደርስ ታውቋል፡፡ ከእነዚህ ነዋሪዎች 20 በመቶ የሚሆኑት የሚኖሩት በዋና ከተማዋ ሀዲቡ ውስጥ ነው፡፡

ደሴቶቹ (የደሴት ነዋሪዎቹ) እስከ ከክርስቶስ ልደት በኋላ ባለው 52 ዘመን ድረስ ሀገር በቀል እምነቶችን ሲከተሉ ቆይተዋል፡፡ ታዲያ ከዚያ ወዲያ በሀገሬው እንደሚታመነው ሀዋርያው ቶማስ ህንዳውያንን ወንጌል ሊሰብክ በመጓዝ ላይ ሳለ መርከብ ይሰበርበታል፡፡ ይህን ጊዜ በዚህ ሥፍራ በመቆየት ሃዋርያው የተሰባበሩትን የመርከቡ ቅሪቶችን በመጠቀም በሥፍራው ቤተክርስቲያን ይተክልና እግረ መንገድኑም ብዙ ሶኮትራኖችን ያጠምቃል፡፡

ከዚህ ሁነት በኋላ ነበር ክርስትና የደሴቱ ነዋሪዎች ዋና ሃይማኖት መሆን የቻለው፡፡ የጥንታዊቷን ኮንስታንቲኖጵል ጆፉሶ ኔስቶሪየስ ነበር ተቀብቶ የሚያገለግላቸውና የሚከተሉት፡፡ በዘመኑ ይህ ጆጂስ ሂላ ላይ ምንፍቅና ተገኝቶበት ከአገልግሎቱ እንዲታገድ ተደርጎም ነበር፡፡ ነገር ግን ሶኮትራኖች ለአስተምሮቱ በመታመን የአሲሪያን ቤተክርስቲያን ተቀላቅለዋል፡፡ በ10ኛው መቶ ክፍለ ዘመን ገደማ የዐረቡ መልከአ ምድር አጥኚ የነበረው አቡ ሙሃመድ

አርቦ ሃሰን አል ሃምዳኒ በዚህ ስፍ ጉብኝት በማድረግ አብዛኞቹ የደሴቲቱ ነዋሪዎች ክርስትና እምነትን ስለመቀበላቸው በድርሳኑ ጽፏል፡፡

በ16ኛው መ.ክ.ዝ ገደማ ማህራ የተሰኘ ሱልጣኔት በቦታው ስልጣን ይዞ ተመሠረተ፡፡ ይህን ተከትሎ በክርስትና እምነት ፈንታ እስልምና በስፋት ተንሠራፍቶ የቀደመውን እምነት ተገዳደረው፡፡

በ1800 በጽንፈኛነቱና በአክራሪነቱ የሚታወቀው የዐረቡ ዓለም ጎሣ አባላት ማለትም ውሃቢዮች ሶኮትራ ላይ ጥቃት ሰነዘሩ፡፡ በጥቃቱም በርካታ መካነ መቃብሮች አብያተ ክርስቲናዊ ሃውልቶች እንዲሁም በሀዲቦ ከተማ ጠረፍ የሚገኙ መካነ መቃብሮችና ሃውልቶች ወደሙ፡፡ በዚህ ውድመት ምክንያት በደረሰው ጥፋት አሁን ላይ በሥፍራው የክርስትና እምነት የነበር መሆኑን ለመመስከር በህያውነት የቆሙት ጥቂት መስቀሎች፣ ጥቂት ክርስቲያዊ ሀውልቶች እንዲሁም በጣም የተወሰኑ የአብያተ ክርስቲያናት ፍርሥራሾች ብቻ ናቸው፡፡

በሥራ ምክንያት ወደ ሶኮትራ በምንጓጓዝባቸው ዘመናት ለጉዞ የምንጠቀመው በአብዛኛው አነስተኛ መጠን ያላቸው አውሮፕላኖች እና ወታደራዊ ሄሊኮፍተሮችን ነበር፡፡ የቁፋሮ ሥራ በምንከውንበት ሥፍራዎች ታዲያ ከሠራተኞች በቀር አንድም ሰው ዝር አይልም፡፡ በተለይ ሥፍራው ከላይ ሆነው በአውሮፕላን እና በሄሌኮፕተር ቁልቁል ሲመለከቱት አንዳች ምትሃታዊ ውበት ተላብሶ በግርማ ነበር የሚስተዋለው፡፡ ውሃው እና የባሕር ዳርቻው በቀይ ባሕር ያሳለፍሁትን የወጣትነት ዘመን የኋልዮሽ ያስታውሰኛል፡፡ ያኔ በታእዝ ከተማ በሆዴህዳህ እና በተለይ በሞካ ከተማ በኖርሁባቸው ጊዜያት የነበረኝን ውብ ትዝታ ፊቴ ላይ ይከሰትብኛል፡፡

ትዕይንቱ ሁሉ የልብ ሃሴት የዓይን መልካም ምግብ ነው፡፡ በንጽጽር በተመለከትን እንደሆነ የሱቀጥራ ደሴት ውሃ ፍጹም የጠራ እና አሻዋውም እጅግ የነጣ ፍንትው ብሎ የሚታይ ጸአዳ ነበር፡፡ ታዲያ በህንድ ውቅያስ ማረፊያችንን ባደረግን ጊዜ ለሰአታ ያህል በባሕር ዳርቻው የእግር ጉዞ በማድረግ፣ ቀንድ አውጣ መሳይ የባሕር ዛጎል ስለቅም ማሳለፌ ግድ ነበር፡፡ እነዚህ የባሕር ዘጎሎች የትዝታዬ አካል ሆነው ዛሬም ድረስ አብረውኝ አሉ፡፡ ተሰብስበው ተቀምጠዋል፡፡

በሥራ የተወጠረ ጊዜ ስለነበረኝ ይህችን ትንሽ ደሴታማ ሥፍራ እንደልቤ ተዘዋውሬ ዙሪያ ገባዋን የማሳስና የመጎብኘት ዕድል ባለማግኘቴ በጣም ይቆጨኛል፡፡ አብዛኛው የደሴቲቱ ቅሬት አካል ግኝት ጥናት የተከናወነው እኔ

በየመን በምኖርበት ወቅት ነበር፡፡ ዳግም ሶኮትራን እንደምጎበኛት ውበቷን እንደማስሰው ዳግም አድናቆቴን እንደምቸራት ተስፋ አደርጋለሁ፡፡ አዎ አንድ ቀን ውቢቷን ሶኮትራን ዳግም አያት ይናል በተስፋና በትዝታ አስባታለሁ!!

ምዕራፍ ሃያ ሰባት

የእርስ በእርስ ጦርነት ዘመን

ሲኦል በብዙ እጥ ከጦርነት የሚሻል ሥፍራ ነው

ጆን ኤፍ ኬኔዲ ወርሃ ነሐሴ 1961

በ1988 መገባደጃ ገደማ በምድረ አሜሪካ በምኖርበት ወቅት የሶቪዬት ግዛተ መንግሥት ጸሃይ በመጥለቅ ላይ ነበረች፡፡ ጀምበሯ እያዘቀዘቀች ነው፡፡ የሶቪዬት ኅብረት መንግሥት አባል ሃገራቱን መደገፍ የተሳነው ወቅት ነበር፡፡ በዚህ ሳቢያ ደቡብ የመንም ለኪሳራ ተዳረገች፡፡ በወርሃ ጥቅምት 1989 የደቡብ እና የሰሜን የመን መሪዎች በጠረጴዛ ዙሪያ መክረው የውህደት ስምምነት ላይ ደረሱ፡፡ በወረሃ ግንቦት 22 ፤ 1990 ደግሞ ይህ እቅዳቸውን ዓለም አቀፍ ማኅበረሰብ ያውቅላቸው ዘንድ አቤት አሉ፡፡

የመን ሰራተኛ ዜጎቿ በገፍ ከሳኡዲ አረቢያ ጠቅልለው በመመለሳቸው እና ሌሎቹም የባሕረ ሰላጤው ሀገራት ስላባረሯቸው ለከፍተኛ የፋይናስ ቀውስ ተደረገች፡፡ ምክንያቱም ከዚያ ወዲህ ቀደም ብሎ ስደተኛ ዜጎች የሚልኩላት ገንዘብም ሆነ ከባሕረ ሰላጤ ሀገሪቱ የሚደርሳት ድጋፍ ሙሉ በሙሉ ነጥፍ ነበር፡፡ ከዚህም ባሻገር ዓለም አቀፍ የልማት ድጋፎች እየቀነሱ መጡ፡፡ በሚሊዮን የሚቆጠሩ የየመን ተመላሽ ዜጎቿም የሥራ ያለህ እያሉ ነው፤ ወደ ሀገራቸው ገብተው ለእነዚህ ተመላሽ ዜጎች መኖሪያ ቤት ማቅረብም ሌላኛው የወቅቱ የሀገሪቱ ራስ ምታ ሆነ፡፡

በሀገሪቱ የነገሰው የፖለቲካዊ ርዕዮተ ዓለም ግብግብ እና ሽኩቻ ባናቱ ሲታከልበት ብሎም የመሬት ይገባኛል ውጥረቶች ሲነግሱ ነገሩ ሁሉ

የቁልቁለት ጉዞ ሆነና አረፈው፡፡ በተለይ የመሬት ይገባኛል ውዝግቡ የተንቀሳቀሰው በዋነኝነት ከግዞት በተመለሱ ቱባ የጎሣ መሪዎች መሆኑና የቀደመ ተጽእኗቸው እየገነገነ በመሄዱ ለኮሚኒስቱ አስተዳደር የማይወጣው ዕዳ ነበር የሆነበት፡፡ ያም ብቻ አይደለም በወቅቱ በጂሃይዳዊ እንቅስቃሴ የሚሳተፉ እስላማዊ ሽምቅ ተዋጊዎች ወይም በልዩ ስማቸው ሙጃሂዴን ከአፍጋኒስታን መመለስ ሌላኛው ትኩሳትና የሀገሪቱ ምስቅልቅሎሽ ዋዜማ መሆኑን ነጋሪት የተጎሰመበት ሁነትን ፈጠረ፡፡

በ1990ዎቹ መባቻ ገደማ የደቡባዊ የመን መሪ ግድያ ሲፈጸምበት የሰሜን ፖለቲካኞች የደቡብ ተበቃዮች ላይ ድርጊቱን ፈጽመዋል በሚል ጣታቸውን ቀሰሩ፡፡ ሶሻሊስቶቹ በአንጻሩ የፕሬዝዳንቱን የደኅንነት አገልግሎት እስላማዊ የጽንፈኛ ከግድያው ጀርባ አሉበት ሲሉ ከነዚህ አካላት ላይ ጥርሳቸውን ነከሱ፡፡ የሁለቱን ሀገራት የውህደት ዜና አሜሪካ ሆኜ ስሰማ እንዴት በኹለት የተለያየ ርዕዮተ ዓለምና ጎራ ሲተዳደሩና ሲፋጁ የቆዩ አካላት ወደ አንድ መጡ በሚል እሳቤ ግራ መጋባቴ አልቀረም፡፡ ኸረ እንዲያውም ጨርሶ አልተዋጣልኝም፡፡ ለበዛው የ20ኛው ክፍለ ዘመን ዓመታት በጽንፍ የሚተያዩ አካላት በምን መልኩ ሊጣመሩ ይችላሉ? የሚል ጥያቄ ተፈጥሮብኛል፡፡

የሰሜንኛው ክፍል ኅብረተሰብ ወግ አጥባቂና ጎሣ ተኮር ሲሆን ደቡብ ደግሞ በማርክሲስታዊ ፖለቲካዊ ምሪት የሚመራ ቅኝ ገዢነትን ሲፋለም ሲታገል ታሪኩን ያሳለፈ ነበር፡፡ የሆነው ሆኖ በውህደቱ ወቅት የሰሜኖቹ ህዝብ ቁጥር ከደቡቦች አይሎ ሞጥጥኑ በግርድፍ ስሌት 4 ለ 1 አካባቢ ነበር፡፡ በቀደመው ታሪክ ከውህደቱ አስቀድሞ ማለቴ ነው የሁለቱም ግዛቶች ኢኮኖሚ በውጭው ዓለም ጥገኝነት ሥር የተንጠላጠለ፣ በእርጥባን፣ ረድኤት፣ ብድሮች እና ከዜጎች ከውጭ በሚላክ ገንዘብ ላይ የተመሠረተ በቋፍ ላይ የነበረ ኢኮኖሚ ባለቤቶች ነበሩ፡፡

ሰሜኑና ደቡቡ የየመን ክፍል አስተዳደሮች ውህደት መፈጸም አሁን ላይ የሚታወቀውን የሀገሪቱ ን ሰንደቅ ዓላማ እንደ አንድ ሀገር በጥቅም ላይ አዋሉ፡፡

ሰንደቅ ዓላማው ቀይ፣ ነጭ፣ ጥቁር ቀለማት በአግድሞሽ ተደርድረው የሚታዩበት የአሁን መለያቸው ነው፡፡ የቀለማቱን ውክልና በምናይበት ጊዜ ጥቁር ያለፈውን የጨለማ ጊዜያት በተዘክሮ ያሳያል፡፡ ነጭ ደግሞ የወደፊቱ መጻኤ ተስፋ ምልክት ነው፤ ቀይ ቀለሙ ደግሞ የሰማእቱን መዋደቅና ደም ማፍሰስ የሚያሳይ ሆኖ ነው የተሳለው፡፡ በ1990 የተደረገው ውህደት እና የዚህ የጋራ ሰንደቅ አለማ ጥቅም ላይ መዋል ተስፋን አዝሎ የመጣ ቢመስልም

ቅሉ ሀገረ የመንን ለአንዴ እና ለመጨረሻ ጊዜ ከእርስ በእርስ መቆራቆዝ ያላቀቀ መደላድል መሆን አልቻለም፡፡

በዚህ ሁሉ የርስ በእርስ አለመተማመን ባለበት መሪዎች አንድ አይናቸውን ብቻ ጨፍነው በሚተኙበት ዘመን ፓርላማዊ ምርጫ ተካሄደ፡፡ ኹለት ዓመታቱ የሽግግር ዘመን በይፋ ስለመገባደዱ ተለፈፈ፡፡

በዚህ ወቅት ነበር እኔም ወደ ሀገረ የመን የተመለስሁት፡፡ ከ1993ቱ ምርጫ በኋላ ሰሜኖቹ ከእስላማዊ ጽንፈኛ ሃይላቱ ጋር መጣመራቸው እውን ሆነ፡፡ እነዚህ ያልተቀደሰ ጋብቻ የፈጸሙ ሃይላት ምርጫውን ተከትሎ አብዛኛውን የፓርላማ መቀመጫ ሲይዙ ሶሻሊስታዊ አካላት ደግሞ በፕሬዝዳንታዊ ምክር ቤት (5 አባላት ያሉት የነበራቸው የውክልና ድምጽ አንድ ብቻ ነበር) አንድ መቀመጫን ብቻ በማግኘታቸው አምርሮ የተቆጣውና የተሸማቀቀው የደቡብ የመን መሪ ራሱን በማግለል ወደ ኤደን ከተማ ሄዶ መሸገ፡፡

በቅሬታውም ሰሜኖቹ ውህደቱን ስምምነት አላከበሩም ሲል ኮነናቸው፡፡ በዚህ ሳቢያ ተስፋ የተጣለበትና ይበጃል የተባለው የፌደራል ሥርዓት በእንጭጩ ሊቀጭ እና በኖ ሊጠፋ ቻለ፡፡ ይህ ከሆነ በኋላ በሀገሪቱ ሙሉ በሙሉ በሚባል ደረጃ የጦር አውርድ አዋጅ ታወጀ ወታደራዊ ሽኩቻ ሲጀመር የኹለት ወራት ጊዜም አልፈጀም ነበር፡፡ በዚህ ጦርነት ሰሜኖቹ እንደሚጠበቀው በእግረኛ ወታደር የበላይነት መውሰዳቸው ተረጋገጠ፡፡ በወርሃ ግንቦት የደቡብ አስተዳደር ደግሞ የራሱን ግዛት በማወጅ ነጻነቴን ተቀዳጅቻለሁ፤ ርዕሰ መዲናዬም የኤደን ከተማ መሆኑን እወቁልኝ ሲል አስነገረ፡፡

በአጸፋዊ ምላሹ ሰሜኖቹ የደቡብ ተመራጮቻቸውን ከካቢኔው አስወገዱ፡ ፡ በኤደን ከተማ የሚገኝ ሰው የጦር ሠራዊት አቅማቸውንና ይዞታቸውን በማጠናከርም በወርሃ ሀምሌ 1994 ከተማዋን ሙሉ በሙሉ ተቆጣጠሯት፡፡ በ1994 የተደረገው ኹለት ወራት የፈጀ የእርስ በርስ ጦርነት ብዙ ጥፋት ከማስከተሉም በላይ የውህደቱንና ቀጥሎ የታቀደውን የዲሞክራሲ ሥርዓት ግንባታ እቅድ አኮላሸው፡፡

የሰሜኑም ሆነ የደቡቡ የመን ሀገራት የፖለቲካ ጉከሃን (ሃይላት) በተቋማቸው የሀገሪቱ ውህደት መፈጸምን አንድ ሀገር መሆን የጥንካሬ እና የአንድነት ምንጭ ድርና ማግ ነው ብለው ማመናቸውና ኋላ ላይ የሆነው ሲታይ የነገሩን ምጸታዊነት ፍንትው አድርጎ የሚያሳይ ነበር፡፡ ፍየል ወዲህ ቅዝምዝም ወዲያ እንዲሉ፤ የመን አይሆኑ መሆን ነበር የሆነችው፡፡

የሆነው ሆኖ በዐራት ዓመታት የአንድነት ዘመኗ ባጋጠማት የእርስ በእርስ ጦርነት የሶሻሊስታዊ ክንፍ መሪዎቿና ርዝራዦቹ በያሉበት እየታደኑ እንዲወገዱ ተደረገ:: የቀሩትም ጨርቄን ማቄን ሳይሉ ሀገር ጥለው ተሰደዱ:: ይህን የሽንፈት መራራ ጽዋ ከተጎነጩ በኋላ ሰሜኖቹ ሃይላት የጦር ድል አስመዝግበናል በሚል አዋጅ ከዚህ በኋላ ሰላም ነው ሲሉ በይፋ አዎጁ::

ለመሆኑ የእርስ በእርስ ጦርነቱ የህዝቦቹን ሕይወት ምን ያህል ጎዳው? የሚል አንኳር ጥያቄ መነሳቱ አይቀሬ ነው:: እንደ እኔ ያሉ ሰዎች በጉዳዩ አስተንትኖ ላይ ከየትም ያልወገኑ የመሃል ቤት ሰፋሪዎች ናቸው:: እንደ ደበቡብ የመናዊነቴ ለዚች ሀገር ፍላጎት ተገዢ ነበርሁ:: ለመነሻ ፖለቲካዊ ጥያቄውም ታማኝ ነበርሁ:: እንደ ግለሰብ እውነቱን ለመናገር ከሰሜኑ እንድትነጠል እፈልጋለሁ:: በብዙ መልኩ የሰሜን የመን ግዛት አይጥመኝም ነበር ያም ሆኖ ግን ነዋሪነቴም ሆነ የእንጀራ ገመዴ የተመሠረተው በሰሜን የመን ነበር::

በዚህ ምክንያት ለአያት ቅድመ አያቶቼ ምድረ-ደቡብ በመታመንና ሰርቶ በሕይወት በመኖር ኹለት ምርጫዎች እራሴን አግኝቻለሁ:: ፍጹም አጣብቂኝ ውስጥ ነበር የወደቅሁት:: ለነገሩ እኔ ብቻ ሳልሆን በርካታ ደቡባዊያን የመናዊያን በሰሜን ይኖሩ ስለነበር ተመሳሳይ አጣብቂኝ ውስጥ መውደቃቸው አልቀረም::

እንገደላለን የሚል ፍርሃት ስለነበረን ድምጾቻችንን ከፍ አድርገን ለደቡብ ያለንን ውግንና መግለጽ አልቻልንም:: ያም ሆኖ በደቡብ ዘመዶቻችን ላይ ስለሚፈጸመው በደል ሁሉ ግን ጨርሶ ዝም ማለትም አልሆነልንም:: የኤሌክትሪክም ሆነ ውሃ አገልግሎት ጨርሶ የለም ነበር::

ገንዘብ ያላቸው ጀኔሬተሮችን በመጠቀም በሳተላይት ዲሽ አማካኝነት ሬዲዮንና ቴሌቪዥን ይከታተላሉ:: ቀን ቀን ጦርነቱን ተከትሎ የደረሰውን ውድመት ለመቃኘት በከተማዋ እንዟዟራለን:: ብዙዎቻችን ስብሰበብ ብለን በቤተሰቦቻችን አቅራቢያ ነበር የምንኖረው:: በዚህ ወቅት በተቻለ መጠን ታዲያ የጦርነት ዘገባዎችንና መረጃዎችን ከባለ ስልጣናትና ከጦር መኮንኖች ጋር ከሚውሉ ሰዎች ለመቃረም ጥረት እናደርጋለን::

ከጦርነቱ በኋላ በርካቶች ጥሩ ግንኙነታቸውን ተገን በማድረግ በደቡብ ንብረት የመቆጣጠራቸው ሰሜኖቹ በደቡብ የመናውያን ላይ የፈጸሙት ወረራ ጎልተው መነጋገሪያ የሆኑ ርዕሰ ጉዳዮች ሆኑ:: በዚያን ዘመን የሥራ አጥ መጠን ምጣኔው ወደ በመቶ ደርሷል::

ዓድል ቤንሀርሃራ

ከሀገሬው ህዝብ አንድ ሶስተኛው በፍጹም ድህነት ውስጥ ለመኖር ተገድዷል፡፡ ግማሹ ያህል ህዝብ ደግሞ ጨርሶ ያልተማረ ነበር፡፡ በርሃብተኛ ቁጥር በዐረብ ሀገራት መካከል ከሱዳን ቀጥላ ሁለተኛውን ደረጃ የያዘች ሀገር ሆናለች፡፡ ይህችው የመን ውሀ ማግኘት ብርቅ የሆነበት አቅርቦቱም እጅግ አነስተኛ የሆነባትም ተሰኝታለች፡፡ በዓለም ሀገራት ንጽጽር የዓለም የኢኮኖሚ ፎረም ዓለም አቀፍ ጾታዊ ጥናት እንደሚያመለክተው ዘመኑ በነበረው መረጃ የየመን ዜጎች ዝቅተኛውን መብት ጥቅም ሚያገኙ ናቸው፡፡ ለደቡብባዊያን ብቻ ሳይሆን ለመላው ዓለም እንቆቅልሽ የሆኑ ትጥያቄዎች ዴሞክራሲ እና ብልጽግና በየመን መቼ ይሰፍን ይሆን? የሚሉት ነበሩ፡፡

ምዕራፍ ሃያ ስምንት

የጋዜጣ አምደኝነት

«ያየጋዜጠኝነት ሙያ ያልተማረውን የኅብረተሰብ ክፍል ድምጽ በማስተጋባት፣ ማኅበረሰቡ የገባበት የእውቀት ጨለማ ምን ያህል ጥልቅ እንደሆነ ያሳዬናናል»

አስካር ዋይልድ

በ1993 የመን ታይምስ በተሰኘውና በሳምንት አንድ ጊዜ በእንግሊዘኛ ቋንቋ በሚታተመው ሳምንታዊ ጋዜጣ ላይ መጻፍ ጀመርሁ፡፡ በዚህ ጋዜጣ እንድጽፍ ያሳመነኝና ምክንያት የሆነኝ ከየመን ሁለተኛ ጊዜ ለቅቄ ከመውጣቴ ከኹለት ዓመታተ በኋላ ሕይወቱ ያለፈው የጋዜጣው ዋና አርታኢ እና አዘጋጅ አብድላዚዝ አልሳቃፍ ነበር፡፡

እርሱ ግን እምቢታዬን አልተቀበለም ነበር፤ «ዓድል አንተ እኮ የኮምፒውተር ሳይንስ እና ምህንድስና ምሩቅ ነህ፤ በዚያ ላይ በአሜሪካ በዘርፉ ለበርካታ ዓመታት በመሥራት ልምድ አካብተሃል፤ እውቀቱም ከህሎቱም አለህ፡፡ የየመንን ህዝብ አንዳች ነገር ልታስተምር ይገባል፤ ፍቃድህ ከሆነ ለህገሬው በሙሉ የሚተፍር አቅምህን ልታጋራው የምትችለው ነው» ሲል ሞገተኝ፡፡

በርግጥ በፖለቲካዊና ማኅበራዊ ጉዳዮች ላይ ያለኝን ጥቅል ፍላጎት ይረዳም ነበር፡፡ ሙግቱ አለሳመነኝም፤ ያም ሆኖ ልረዳው ተስማማን፡፡ በጣም አስተሳሰቡ ተራማጅ የሆነ በመሆኑ መልካም ሰው መሆኑ ጥያቄውን እንዳልገፋው አደረገኝ፡፡ ብዙ ሰው በይፋ ባይናገረውና ባያውቅም ይህ ሰው የተወለደው ኢትዮጵያ ውስጥ ነበር፡፡ ለመኖር ሲል ነበር የትውልድ ሥፍራው የመን እንደሆነ አድርጎ ያስወራው፡፡ ይህን ጉዳይ ሁለታችን በሚገባ

እናውቀዋለን፡፡ የሆነው ሆኖ በጋብዘኝ መሠረት ለጋዜጣው አዲስና ተጨማሪ እሳቤያዊ አቅጣጫን ይዞ በመምጣት በተለይ በፖለቲካና ማኅበራዊ ጉዳዮች ላይ በማተኮር በሚሰራው ጋዜጣ ላይ ልጽፍ ተስማማሁ፡፡

*** ***

በመጀመሪያ ንግግራችን የአብዲላዚዝ አል-ሰቃፍ ፍላጎት በመደበኛነት በሳይንስ እና ቴክኖሎጂ አምድ ላይ መጣጥፎችን እንድጽፍለት ነበር፡፡ በርግጠጥ ወቅቱም በኮምፒውተር ምህንድስና በዲግሪ ዘርፍ አዲስ ምሩቅ የነበርሁበትና መላው የዓለም ህዝብም ፊቱን ወደ ኮምፒውተር ቴክኖሎጂ ማዞር የጀመረበት ዘመን ነበር፡፡ በርካታ ሰዎች ለግል እና ለመኖሪያ ቤታቸው ኮምፒውተር መግዛት ጀምረዋል፡፡ ያኔ ኢንተርኔትም የሰዎች የዕለት ከዕለት አካል ሆኖ ገና በመተዋወቅ እና በመስፋፋት ላይ የነበረበት ዘመን እንደነበር አስታውሳለሁ 1990፡፡ ታዲያ ከጻፍኹለት መጣጥፎች አንዱ በዚሁ ዘርፍ ላይ ያተኮረ ኮምፒውርን በግለሰብ ደረጃ የመጠቀም ታሪክን የተመለከተ መጣጥፍ እንደነበር አይዘነጋኝም፡፡ ምንም እንኳን ፖለቲካዊና ማኅበራዊ ጉዳዮች ላይ ላለመጻፍ ብፈለገም ከሳይንስና ቴክኖሎጂ ዘርፍ በተጓዳኝ በነዚህ ጉዳዮች ላይ የኋላ ኋላ በርካታ መጣጥፎችን በየመን ታይምስ ጋዜጣ ላይ ጽፌአለሁ፡፡

ቀዳሚው ታድያ የጫት ጉዳይ ነበር፡፡ ሌላውና ሁለተኛው ደግሞ ስለ ሴቶችና የሚከናነቡት ዐይነ ርግብን የተመለከተ ርዕስ ነበር፡፡ ሦስተኛው ከወንድ ጋር በማበር የሃይማኖት ቀኖና እና ባህላዊ እሴቶችን ጥሰው ተገኝተው ለእሥር ስለሚዳረጉ ሴቶች ያተኮረ ነበር፡፡ 4ኛውንም አልዘጋነውም፡፡ ጋሚል አልራዛይ የተባለ አንድ ወዳጄ በዐረብኛ ቋንቋ ስለእኔ የጻፈውን መጣጥፍ ነበር ተርጉሜ ያቀረብሁት፡፡

ርዕስ ጉዳዩ ከባድ ስለነበር ብዙ ተጨንቄበታለሁ፡፡ ዋነኛ ማጠንጠኛው ዘረኝነት ሲሆን ደቡብ የመናውያን ላይ የደረሰውን ጥቃት በተዘከሮ ለማሳየትና ለመዘርዘር የተሞከረበት ሥራ ነበር፡፡ ይህ መጣጥፍ ለህትመት የበቃው በሰሜን እና ደቡብ የመን መካከል የነገሰው የእርስ በእርስ ጦርነት ወጥረቱ ባየለበት 1994 ስለነበር አስፈሪ ርዕስ ጉዳይ ነበር፡፡ በመጨረሻ ግን ሙሉውን መጣጥፉን ክፍል ከመተርጎም ተቆጥበን ሰብሰብ በማድረግ መርጠንና አሣጥረን በጋዜጣው ላይ አውጥተለዋል፡፡

*** ***

ከአሜሪካ ወደ የመን ስመለስ የገጠመኝ አንድ ተቃርኖ ከየመን የሀገሬው ተወላጅ ዜጎች ጋር የነበረኝ መስተጋብር ነበር፡፡ በ1978 እና 1984 መኻል ባሉት ዘመናት ከሀገሬው ሰዎች ጋር የነበረኝ ግንኙነት እጅግ የተመጠነ ነበር ማለት እችላለሁ፡፡ አብዛኞቹ ጓደኞቼ ከየመን ውጭ በሌላ ሀገር ተወልደው በውጭው ዓለም የመኖር ዕድል የነበራቸው ናቸው፡፡

በ1990ዎቹ መባቻ ገደማ በርካታ የመናውያን ከባህረ ሰላጤው ሀገራት ስደት በመመለሳቸው በውጭ ሀገራት ትምህርት ላይ የነበሩትም ቆይታቸውን አጠናቀው ወደ ሀገራቸው መግባታቸው ከሁለቱ የየመን ሀገራት መዋሃድ ጋር ተደምሮ የህዝብ ቁጥሩ እንዲያሻቅብ መግፍኤ ምክንያት ሆኗል፡፡ ይህን ተከትሎ በጭምትነትና በተነጥሎ ከቆየሁባቸው ጊዜያት በተሻለ መልኩ ከሰዎች ጋር ያለኝ ግብብነት የተሻለ መሆን ጀመረ፡፡

ካጋጠሙኝ ሰዎች ምናልባት ከ80 በመቶ በላይ የሚሆኑት የውሃቢ እስልምና የሚከተሉት ነበሩ፡፡ ያም ሆኖ ግን ትምህርታቸውን በውጭው ዓለም ተከታትለው በማጠናቀቅ ወደ መን የተመለሱ ሰዎችም ብዛት ቀላል የሚባል አልነበረም፡፡ እኔም ይመስሉኛል ካልኳቸው ሰዎች ጋር ያለኝ ግብብነት የተሻለ መሆን ጀመረ፡፡

የባህልና የትምህርት ልዩነትም ገደብ ሳይፈጥርብኝ በነጻነት ከብዙዎች ጋር የሰመረ መግባባት ፈጠርሁ፡፡ ከግንኙነቶቼ ሁሉ አይረሴው ግን ከአልራዛይ ጋር የነበረኝ ወዳጅነት ጎልቶ ይጠቀሳል፡፡ የሚገርመው ነገር ከየመን ውጭ ከተወለዱ የመናውያን አለዚያም ከኻድራሚ ወገን ካልሆኑ ሰዎች ጋር እገጥማለሁ ብዬ አንድም ቀን አስቤ አላውቅም ነበር፡፡

ምንናልባት ጭፍን የጥላቻ ዓይነ ጥላ ሆኖ ጋርዶኝ ነበር፡፡ አለዚያም የሀገረ የመን አስተዳደራዊ ሥርዓት እና የመናውያን ዜጎችን በአንድ ጨፍልቄ ማየቴም ለቀደመው መገለሌ ምክንያት ሳይሆነኝ አልቀረም፡፡ ይህ ጋሚል ኢልራዛይ ያልኳችሁ አዲሱ ወዳጄ ግን ይህን ሁሉ አይነ ጥላዬን ገፎ ስለማጎበረሰቡ የነበረኝን ስሁት እሳቤ ሁሉ ለዋወጠው፡፡ ምናልባት የተሻለ ትምህርት የነበረው በውጭ ሀገራት ከባሕር ማዶ የተመለሰ መሆኑም ከኔ ጋር ለመቀራረብ ሰበብ ሆኖልኝ ይሆናል፤ አለ አይደል የአደይ ዝማሬ ወፎች የመሆን ነገር፡፡

በአጠቃላይ የተሸለ በሳል አስተሳሰባችን ጥሩ ወዳጅነትን ፈጥሮልናል፡፡ በተገናኘን ቁጥር በርካታ ሰዓታትን በጋራ እናሳልፋለን፡፡ በቆይታችን ታዲያ የየመን ማኅበረ ፖለቲካዊ ጉዳዮች ሁሉ እያነሳን እንጥላለን፡፡ ደግመን

ደጋግመን እንወያይባቸዋለን፡፡ አብረን ሆነን በዐረብኛ የተጻፉ በርካታ ጋዜጦችን ለምስራበት የነዳጅ ጋዝ ኩባንያ እንተረጉማለን፡፡

አብዛኛዎቹ የጋዜጦች ይዘቶች ወቅታዊ ጉዳዮች ላይ ያጠነጠኑ ነበሩ፡፡ በየመን ታይምስ ጋዜጣ ላይ የሳይንስና ቴክኖሎጂ ጉዳዮች ላይ ብቻ ሳልገገደብ በማኅበራዊ ጉዳዮች ጭምር እንድጽፍ ምክንያት የሆነኝ ይኸው ወዳጄ ነበር፡፡ አልራዘይ የጋራ ውይይቶቻችንን መነሻ በማድረግ የገጠሙኝን የየመን ቆይታዬ መገለሎች ከንባብ ጋር እያሰናሰለ በመጣጥፍ መልክ በጋዜጣው ላይ ከትቧል፡፡ ይህ ሰው የቆዳ ቀለሜንም ሆነ የትውልድ ቦታዬን ተገን በማድረግ ፈጽሞ አሣንሶ አያየኝም ነበር፡፡

ለእኔ ከፍተኛ ክብርና ፍቅር ነበረው፡፡ ከእርሱ በተቃራኒ የገጠሙኝ አብዛኞቹ የመናዊያን እጅግ ዘረኝነት የተጠናወታቸው አግላይ ቢሆኑም ጥቂቶች መልካሞቹም አይታጡም ምነበር፡፡ በዚህ የተነሣ በየመናዊያን ላይ በደምሳሳው የነበረኝ ጭፍን ጥላቻ በማስወገድ ጥሩዎችም እንዳሉ ማስተዋል እንድችል ስላደረገኝ ሁሌም አመሰግነዋለሁ፡፡ በእኔ ግምት ከርሱ ጋር ከነበረኝ ግንኙነት በፊት ሁሉም የመናዊ ኋላ ቀር ያልሰለጠነ ዘረኛ ነበር፡፡ ይህ አመለካከቴን ያራቀልኝ ወዳጅ ነበር

አልራዛይ !!

ምዕራፍ ሃያ ዘጠኝ

አስካር

«የቀሉና ያበጡ ዐይኖቻቸውን እንደያዙ ለሥራ መጡ፤ ከመዳከማቸው የተነሣ ግን በሙሉ ትኩረት መሥራት አልቻሉም ነበር፡፡

አንድ በስም የማይታወቅ የነዳጅና ጋዝ ኩባንያ የሥራ ኃላፊ የተናገረው

አስካር በርናርድ በ1992 የተዋወቅሁት አሜሪካዊ የቁፋሮ ሥራ ዘርፍ አስተዳደር የነበረ ሰው ነው፡፡ ይህ ሰው በአንድ ወቅት አፓርትመንት ያከራየኝ ከበርቴ አልኮል መጠጥ ካላመጣህልኝ ብሎ ቁምስቅሌን ሲያያየኝ ባዶ ጠርሙስ ተቀብዬ ጉድ እሠራ ዘንድ ያስቻለኝ ነው፡፡

ከዚህ ሰው ጋር በሶኮትራ እና ሌሎች የቁፋሮ ሥፍራዎች ለመሄድ በርካታ የሄሊኮፕተር ጉዞዎችን አድርገናል፡፡ በተገናኘን ቁጥር በተደጋጋሚ ስለአሜሪካ የመን እና ካናዳ ስለበርካታ ርእሶች ዙሪያ ውይይት አድርገናል፡፡ የቅድመ አያቶቹ የዘር ሃረግ የፈረንሳይ ቅኝ ግዛት አካል ከነበረችው ሰሜን አሜሪካዊቷ ሀገር ካናዳ የሚመዘዝ ነው፡፡ አስካር በየመን የተቀሰቀሰውን ግጭት ተከትሎ ወዲያውኑ ነበር ከሀገረ የመን የወጣው፡፡ ታዲያ ከሀገሪቱ ሲወጣ ይኖርበት የነበረውን አፓርትመንት ቁልፍ ለእኔ ነው ጥሎልኝ የሄደው፡፡ ይህ ጥሎልኝ የሄደው አፓርትመንት አንድን ቤተሰብ ለድፍን ስድስት ወራት ያህል ሊቀልብ የሚችል ምግብ የያዘ ነበር፡፡

በእርስ በእርስ ጦርነቱ ዘመን እርሱ ወደ እንግሊዝ ከተማ ወደ ሬዲንግ ቢሄድም ግንኙነታችን አልተቋጠረም፡፡ በየጊዜው የሥራ ቡድኖቹን ደኅንነት እና በሕይወት መኖር አለመኖር ባለበት ሥፍራ ሆኖ ያረጋግጥ ይጠይቀንም

ነበር፡፡ በምንለዋወጣቸው ደብዳቤዎች ደጋግሞ ወደ አሜሪካ እንድመለስ ወይ ደግሞ ካናዳ የምሄድበትን መንገድ እንድፈልግ ይመክረኝ ነበር፡፡ ሌላው ቀርቶ በቤቱ ያከማቻቸውን ምግቦች እንድጠቀምበት እና ጥሏቸው የሄዳቸውን እንደ ሮሌክስ ብራንድ ሰዓቶቹን እንድወስድም መልዕክት ይሰድልኝ ነበር፡፡

እኔ ግን በወዳጅነታችን ላይ ክህደት መፈጸም መስሎ ስለሚታየኝ የቱንም ያህል ቢጎተጉተኝ ትቷቸው ከሄዳቸው የወራት የአስቤዛም ሆነ ንብረቶች አንዳችም ነገር ነክቼ አላውቅም፡፡ ከጦርነቱ በኋላ ወደ የመን ድርሽ ባይልም ከእኔ ጋር የነበረው ወዳጅነት ግን ለበርካታ ጊዜያት ቀጥሏል፡፡ ወደ አልበርታዋ የካናዳ ከተማ ካልጋሪ በወርሃ ግግንቦት 1996 ስገባ እርሱ ነበር አንድ ሺህ አምስት መቶ የአሜሪካ ዶላር በመላክ መኪና እና አዲስ ለሚወለደው ልጄ አንዳንድ ነገሮች እንድገዛ የረዳኝ፡፡ ወደ ሀገረ ካናዳ እንድገባ በርካታ የድጋፍ ደብዳዎችን ለካናዳ ቆንጽላ ጽፎልኛል፡፡

ከገባሁ በኋላም ሥራ እንዳገኝ ለበርካታ ቀጣሪዎች የተለመደውን የድጋፍ ይደረግለት ደብዳቤዎችን ያለመታከት የጻፈልኝ ሰው ነው፡፡

በየመን ሳለሁም በሀገሬው ባለልጣናት ያ ሁሉ ግፍና በደል ሲፈጸምብኝ ዝም ብሎ አልተመለከተም፡፡ በብዙ መልኩ ያጽናናኛል፣ ሌላው ቀርቶ ለየመን ታይምስ ጋዜጣ የምጽፋቸውን መጣጥፎች ሳይቀር አርትኦት በመሥራት ያግዘኝ ጭምር ነበር፡፡ እንደ ታናሽ ወንድም ያህል ከእርሱ ብዙ ነገሮችን እንድማር አግዞኛል፡፡ የሣምንቱን የረፍት ቀናት በርሱ በቤት ስናሳልፍ ስለልጆቹ ስለቀድሞ ትዳሩ እንዲሁም ከዚህ በፊት ስለነበረው የሙዚቃ ልምድ ብዙ ብዙ አጫውቶኛል፡፡ በርካታ የሕይወት ልምድን ያለስስት አጋርቶኛል፡፡

አስካር በተለይ ስለጫት የማወቅ ጉጉት ስለነበረው ዘወትር እንድነግረው የድጠይቀኝ እንደነበር አልረሳውም፡፡ ጫት እና መሰል እጾች በውስጣችን ገበተው የተለየ ስሜትን በመፍጠር ቀስ በቀስ ሊቆጣጠሩን እንደሚችሉ አበክሮ ይናገራል፡፡ ለእርሱ ከእነዚህ እጾች በተጨማሪ ህመም ማስታጋሻ መድሃኒቶች፣ የአልኮል መጠጥ፣ ሃሺሽ የሚባሉት በሙሉ ቀስ በቀስ በደም ሥራችን ገብተው መላ አካላዊ ስሪታችንን እና መንፈሳችንን እንደሚያኮላሹ ዘወትር ይናገር ነበር፡፡ ይህ ሃሳቡን እኔም በእጅጉ የምደግፈው በመሆኑ ለጠየቀኝ ጥያቄ ጫትም አንዱ ዕጽ እንደሆነ አስረድቼዋለሁ፡ በርግጥ ይህ ምለሼ የእኔ የግል ምልከታዬ ብቻ ሊሆን ይችላል፡፡ ምክንያቱም ለዚህ ምላሼ ምንም ዓይነት ሳይንሳዊ ማመሳከሪያ አለዚያም ማረጋገጫ የለም፡፡ እንደ ግል

አስተያየትና ተትዝብቴ ከሆነ ግን፤ 99 በመቶ የሚሆነው ህብረተሰባችን በዚህ ጫት በሚባል ሱስ ተጽዕኖ ጦሱ ሲዳክር የሚገኝ ነው፡፡

ይበልጥ ዘርዘር አድርጌ እንደብራራለት በጠየቀኝ መሠረት ጫት በውስጡ አንዳች ኃይል ያለው ከዚህም የተነሣ በርካታ የመናውያንን በየቤታቸው ትላልቅና ምርጡን ክፍል ሰብሰብ ብለው ለመቃም እንደሚጠቀሙበት ምክንያታቸውም ፈጣሪን ለመለመን ወይም የአምልኮ ሥርዓት ለመፈጸም ይረዳናል የሚል እንደሆነ አስረዳዋለሁ፡፡

በጣም የሚገርመው ነገር አብዛኞቹ በሃገራችን የሚገኙ መኖሪያ ቤቶች ለማብሰያ ማዕድ ቤት፣ መኝታ ቤት፣ ወይም ሌላ ዓይነት ግልጋሎት የሚውሉ ክፍሎች በቅጡ ሳይኖራቸው ነው ለጫት መቃሚያ የሚሆን ሰፊ ክፍል የሚያዘጋጁት፡፡ ይህን ስለው ሌላ ጥያቄ ያከላል

ኧረ ለመሆኑ የየመን ህዝብ ከዚህ ጫት ከሚባል ነገር ምን ቢጠቀም ነው? ይለኛል፡፡

ምንም ረብዕ የሌለው፣ ሴቱም ወንዱም በቅጠል ጉንጬን ወጥሮ እየዋለ ለጤና ቀውስ የሚደረግባት ሌላው ቀርቶ ይህን አረንጓዴ ቅጠል ሲያመነዥጉ አረንጓዴ አረፋ ከአፋቸው ተርፎ እስኪወጣ ድረስ ስለሆነ ለአይን እንኳን አጸያፊ ስለመሆኑ የግል ምልከታዬን አካፈልሁት፡፡

ምናልባት ባፉ ጫት የጎሰጎሰን ሰው አነጋግሮ ያውቅ እንደሆነ ስጠይቀው ኧረ በፍጹም ነበር ያለኝ፡፡ ጫት ቃሚዎቹን ቀረብ ብሎ ማነጋገር ይከብዳል፤ ከአፋቸው የሚፈነጠቀው ጫት አዘል የምራቅ ጢቂታ አይጣል ነው፡፡ ራቅ ያሉ አእንደሆነ ደግሞ አፋቸውን በጫት ስለተለጎመ በቅጡ መደማመጥ የማይታሰብ ነው፡፡ ስለማኅበራዊ ቀውሱና ተጽእኖ ሲጠይቀኝም የማውቀውን ያህል ላስረዳው ሙከራ አድርጌያለሁ፡፡ ጫት በጥቅሉ የየመን ኢኮኖሚ ላይ አሉታዊ ተጽእኖ አሣድሯል ብዙ መሥራት የሚችል የሰው ኃይል ባከኖበታል፡፡

በዚህ ሱስ የተጠመደ ሁሉ የሥራ ሥነ ምግባር የጎደለው ቢሰራም ብልሹ ሥራን የሚሰራ ነው፡፡ በዛ ላይ ጫት በሌሎች ጥሩ ሰብሎች ሊለማ የሚችል የመሬት ሃብትን ተቀራምቶ ይዟል፡፡ አካር በጉዳዩ ላይ ካነሳልኝ ጥያቄዎች መካከል ለህዝቡ የሚሆን ሌላ ጊዜ ማሳለፊያ ጫትን የሚተካ ነገር ስለመኖሩ ወይ አለመኖሩ ነው፡፡ በርግጥ የለም ነው መልሴ፡፡ በሀገሪቱ የአልኮል መጠጥ መጠቀም ፈጽሞ የተከለከለ ነው፡፡ ወንዶች ብቻ ሲጋራ እንዲያጨሱ

ይፈቀዳል፡፡ ጫት ፈጽሞ ያልተፈቀደ ቢሆንም ከቁጥጥር ውጭ በመሆኑ ጥቅም ላይ ይውላል፡፡ የጫት አሉታዊ ተትእኖዎች ተዘርዝረው አያልቁም፡፡

በዚህ ሱስ የተጠመዱ ሰዎች ማኅበራዊ ግንኙነታቸው ደካማ ነው፡፡ ከቤተሰቦቻቸው ጋር ያላቸው ቁርኝትም በእጅጉ ይጎዳል፡፡ የሚጠበቅባቸውን ኃላፊነቶችም በአግባቡ መወጣት አይቻላቸውም፡፡ ነገርየው አሣስሮ የሚያስቀር አረንጓዴ ካቴና ነው፡፡ የሕይወት እሥር ቤት ሊባል ይችላል የፖሊስ ጣቢያዎችን ያጨናነቁ ዶሴዎች በአብዛኛው ጫት ከመቃም በፊት አለዚያም በኋላ የተፈጠሩ አለመግባባቶችና ወንጀሎች የወለዳቸው ናቸው፡፡ የበዛው የሀገሬው ሰው በየዕለቱ በርካታ ሰዓታትን ያለሥራ ተቀምጦ ጫት በማመንዠግ በድንዛዜ ነው የሚያሳልፈው ማለት ይቻላል፡፡

ጫት ሥር የሰደደ ህዝባዊ ሱስ ሆኗል፡፡ አስካር ጥያቄው እንደቀጠለ ነው፡ ፡ ጫት በየመን የሚበቅል ዕጽ ወይንስ ከውጭ የሚገባ? ሲል ለሌላ ማብራሪያ ጋብዙኝ፡፡ «በአብዛኛው በየየመን ተራራማ አካባቢዎች ይበቅላል፡፡ በአፍሪካ ቀንድ እና በምሥራቅ አፍሪካ ሀገራትም በብዛት ይመረታል፡፡ እስከ ሞዛምቢክ ድረስ የሚበቅል አደንዛዥ ቅጠል ነው»

ለመሆኑ ምን ዓይነት ሰዎች ናቸው በብዛት ጫት የሚቅሙት? አሁንም ሌላ ጥያቄ፡፡ እንደሚከተለው ላብራራለት ሞከርሁ፡፡ «80 በመቶ የሀገሬው ህዝብ የጫት ሱሰኛ ስለመሆኑ ለመናገር ጥናት ማካሄድ አይጠበቅብንም፤ ጫት የኅብረተሰብ ጤና ኃላፊዎችም እንደሚደነዝዙበት በጣም አደገኛና በይበልጥ እየተስፋፋ በመሄድ ላይ ያለ የአእምሮና የአካል ጉዳት ምክንያት እየሆነ መጥቷል»

የዜጎችን ሥነ አካልና ሥነ ልቦና የሚገድል መሳሪያም መሆኑ አይታበልም፡ ፡ ለነገሩ ሀገራዊ ጠንቅ ከመሆኑ የተነሣ የህክምና ዶክተሮች ሳይቀር በጫት ሱስ የተጠመዱ ናቸው፡፡ ኧረ እንዲያውም ወደ ሆስፒታሎች ከቀትር በኋላ ጎራ የማለት ዕድል ካለህ ዶክተሮቹ ሳይቀር በአፋቸው ጫት ወጥረው የህክምና ሥራቸውን ሲሰሩ ልታይም ትችላለህ፡፡ የተለመደ የአዘቦት ትዕይንት ነው፡፡ ይህ ጉዳይ ከሙያዊ ሥነ ምግባር ያፈነገጠ እና ጸያፍ ቢሆንም በየክሊኒኩ የሚስተዋል ሃቅ ነው፡፡ ከዚህ ሁሉ ማብራሪያዬ በኋላ አስካር እኔ በምን በምን ማኅበራዊ ጉዳዮች እንደምታሳተፍ ጠይቀኝ፡፡

«ያን ያህል ተሳትፎ የለኝም፤ ጫትን ያላካተተ ማኅበራዊ መስተጋብር ደግሞ ከሀገሬው ፈጽሞ ወደ መጥፋቱ ተቃርቧል፡፡ ሁሉም ማኅበራዊ ስብስቦች፣ ግንኙነቶችና መስተጋብሮች በጫት ዙሪያ የሚደረጉ ናቸው፡፡ በሀገረ የመን ሰርጎች፣ የልደት በዓላት፣ የቀብር ሥርዓቶች ዓመት በዓሎች

የሣምንቱ የእረፍት ቀናት ሁሉ በጫት ዙሪያ ተጀምረው በጫት ዙሪያ የሚጠናቀቁ ናቸው፡፡ በቃ ሁሉም ጫት የየዕለት ወሳኝና አይቀሬ ቀለቡ ነው፡ ፡

በሀገሬው ወዳጆች እንደተገናኙ የሚጠያየቁት የተለመደ ጥያቄ የት ነው ዛሬ የሚቃመው የሚል ስለሆነ በየት በኩል ማኅበራዊ ገቢሮች ይከናወናሉ? ... ጊዜም የላቸው ለዚህ ዓይነቱ ቁም ነገር፡፡ በዚህ ድንዛዜ ውስጥ የመሸገው የኅብረተሰብ ክፍል መናገሻችን፣ መካነ እንስሳት፣ ከበባት፣ መዝናኛ አማራጮች መጫወቻ ሥፍራዎች ቢገነቡ ባይገነቡ ግድ የለሽ ነው፡፡ ደንታም የለውም፡፡

እኔ ጫት ስለማልቅም ጊዜዬን በአብዛኛው የማሳልፈው መጻሕፍት በማንበብና የጓደኞቼን ልጆች እንግሊዘኛ ቋንቋ በማስተማር ነው፡፡

አሁንም አስካር ጥያቄውን አላቋረጠም፡፡ በማስተካከል ያነሳው ጉዳይ የጫት ሱስ በቤተሰባዊ ኑሮ ላይ ያለውን ተጽዕእ የተመለከተ ነበር፡ እኔም ምልከታዬን ማካፈሌ በራሴ ትዝብትና አረዳድ ማብራራቴን ተያይዤዋሁ፡፡ ከተነሣው ጥያቄ አንጻር የሚከተለውን ነበር ያስረዳሁት «ወላጆች ከልጆቻቸው ጋር የሚያሳልፉት ጊዜ እጅግ አናሳ ነው፤ ምክንያቱም ጎልማሶቹም ሆኑ ወጣቶቹ ጫት መቃምን የየዕለት ሥራቸውና መርሃ ግብራቸው አካል አድርገውታል፡፡ ከሰዎች ጋር የመገናኛ የቤተሰብ ጊዜ የሚባል ነገር ፈጽሞ አይተርፋቸውም ማለት ይቀላል፡፡ ሌላው ቀርቶ እነዚህ የቤተሰብ መሪ ራሶች ከምግብ በላይ ለጫት ነው የሚያደሉት፡፡ የመመገብ ፍላጎቱም ጊዜውም ያጥራቸዋል፡፡

የወጭ ጉዳይም ሌላው ጥያቄ ነው፤ ጥናታዊ ግምቶች እንደሚያሳዩት ከሆነ በጫ ሱስ በተጠመደ ቤተሰብ ውስጥ ከሚገኘው ገቢ ከ25 እስከ 40 በመቶ የሚደርሰው ገንዘብ ለጫት ግዢ የሚውል ነው፡፡ በዚህ የተነሣ ከምግብ ፍጆታ መሰረታዊ ወጭ ሳይቀር ተቀንሶ ለጫት ግዢ የሚውለው ገንዘብ ያመዝናል፡፡ ልጆች በቂ ምግብ አያገኙም፤ አልባሳትና የልጆች መጫወቻዎችንም አያገኙም፤ አብዛኛው ቤተሰብ በተለይ አባቶች የበዛው ገቢያቸውን በጫት ላይ ነው የሚያጠፉት፡፡ ጫት የየመን ኅብረተሰብ የኢኮኖሚ ለውጥ እንዳያሳይ ማነቆ ሆኖበታል፡፡ ታዋቂው አረቢካ ቡና የሚገኘው በየመን ምድር ነው፡፡ በዚህ ምክንያት የቡና የወጭ ንግድ ለብዙ ሠራተኞች የገቢ ምንጭ ከመሆኑ ባሻገር የሀገሪቱ ኢኮኖሚ ዋልታና ማገር ነው ማለት ይቻላል፡፡ ያም ሆኖ ግን ገበሬዎች የቡና ተክል ከማልማት ይልቅ ጫት መትከልን ይመርጣሉ፡፡

ይህ በመሆኑ ከውጭ ሀገራት የምናስገባውን ምግብ መጠን መቀነስና በራሳችን የምግብ አዝዕርትና እህልን ማምረት ተስኖናል፡፡ ሁሉ ነገር ወደ ጫት ሆኗል፡፡ በአሁኑ ወቅት ወደ አንድ ነጥብ አምስት ሄክተር የሚገመት የእርሻ መሬት በየመን ለጫት የተያዘ ነው፡፡ በዚያ ላይ ጫት ለመንግሥት ገቢ የሚያስገኝ ወደ ውጭም ሊላክ የሚችል ምርት ባለመሆኑ የኢኮኖሚ ችግሩን የከፋ ያደርገዋል፡፡ ከድጡ ወደ ማጡ ዓይነት ጉዞ ነው፡፡

ይህን ሁሉ የጫት ማኅበራዊ ጦስና ሃገራዊ ክሽፈት ካዳመጣ በኋላ አስካር ከፉኛ አዘነ፡፡ እንዲያውም ቃል በቃል ሃገራችሁ በዚህ አያያዟ በቅርብ ጊዜ ወደ ማይረባ ቅራቅንቦነት መቀየሯ አይቀርም ነበር ያለኝ፡፡

ማብራያዬን አልቋጨኹለትም ...

«የሀገሬው ጫት ቃሚ ዘወትር የየእልቱን ግማሽ ቀን ተጎልቶ ሲቅም ያሳልፋል፡፡ ሌላው ሰዓትም ቢሆን የሚባክነው ጫት ለመቃም በሚደረገው ዝግጅት ነው፡፡ ያ ብቻ እንዳይመስልህ በተቃመ በቀጣዩ ቀንም ሥራ አይገባም፤ ተዳክሞ ተሳስሮ ቁጭ ነው ነገሩ የሚሆነው»

ታዲያ ይህን ሁሉ ስታውቅ ተጽእኖ ፈጣሪ ሰዎች ጋር በመሆን ይህን ገዳይ አባዜና ሱስ ለመከላከልና ለማስቆም ጥረት አድርገሃል? ቢያንስ የሞከርኸው ነገር አለ? ሲል ጠየቀኝ፡፡

«ሃሃሃ ... እኔ እኮ ገና ህልውናዬን ለማረጋገጥ ከዚህች ሀገር ለመውጣት የምጥር ባተሌ ግለሰብ ነኝ፡፡ ይህን ለማድረግ ጊዜ የለኝም፡፡ ደግሞ ለማድረግ ብሞክርም ነገሩ ውቅያኖስን ለማቃጠል የመሞከር ያህል የሞኝ ሥራ ነው፡፡ በርግጥ የመንን እወዳታለሁ፡፡ አሁን ላይ የማስተውለው መስል የህዝቡ አኗኗርና አጓጉል ልማድ ጠባይ ግን ጨርሶ የማይደገፍና የሚያንገፈግፈኝ ነገር ነው»

«ነገሩ ሁሉ ያንገሸግሽህና የታከተህ ተምስላለህ!» አለኝ ቀበል አድርጎ

«የጫት ጉዳይ ብቻ እኮ አይደለም ደሜን የሚያፈላው፤ ሌሎች የማይዋጡልኝ የማይጥሙኝ በርካታ የሀገሪቱ ስንክሳሮችም አሉ» አልሁት፡ ፡ ይንህም ስለው እሱም አንድ የነዳጅ ኩባንያ ኃላፊ ባልደረባውም በየመን ሰራተኞቹ ላይ ሁሌ ወቀሳና ስሞታ የሚያሰማ እንደነበር እና ሰራተኞቹ ዘወትር ወደ ሥራ የሚገቡት እጅግ ተዳክመው በጠቅላላር ባበጠ አይናቸው መላ የሥራ ትኩረታቸውን ተሰልበው መሆኑን እያማረረ ይናገር እንደነበርም አከለልኝ፡፡

ልክ መሆኑን አስረገጥኩለት «በቃ ይህ ነው የጫት ሱስ ውጤትና መገለጫው» አልሁት፡፡ ከዚህ ሰፊ ውይይታን በኋላ አስካር በጉዳዩ አሣሳቢነት ዙሪያ ለየመን ታይምስ ጋዜጣ አንድ ጽሑፍ እንድጽፍ አነሳሳኝ፡ ፡

ሁሌም ቢሆን ለህዝቡ ቀናውና መንገድ ማመላከትና ማስተማር እንዳለብኝ ስለሚያምን በጋዜጣ ላይ መሰል ርዕሶችን በማንሳት እንድጽፍ ይገፋፋኝ ነበር፡፡ ለሀገሬው በሙሉ የሚተርፍ እውቀት እንዳለኝና ምናልባት በምጽፍበት የጋዜጣው መጣጥፎች ጽሁፎች ዛሬ ባይሆን ነገ ቀጣዩ ትውልድ ቢጠቀም እንደሚችል አበክሮ ይነግረኝ ነበር፡፡

ጫት ብዙ የመናውያንን አሣስሮ ያስቀመጠ አደንዛዠ ዕጽ ነው፡፡ በርግጥም በአናቱ የመን ከዓለም እጅግ ደሃ ሀገር እንደመሆኗ ደግሞ ነገሩን ይበልጥ ያከፋዋል፡፡ ያለፉት ሰላሳ ዓመታትን ይህቺ ሀገር በውጭ ሀገራት ረድኤትና ምጽዋት በሚገኝ ገንዘብ ነበር ህልውናዋን የገፋችው፡፡ ምናልባት ይህኛው ትውልድ ከዚህ ድህነቷ በማንሳት ዳግም ይገነባት ይሆናል የሚል ተስፋ ነበረኝኝ፡ አሁን ግን ነገሩ ሁሉ ተስፋ አስቆራጭ እንደሆነ አየሁ፡፡ በቃ ሃገሪቷን ጫት የሚሉት ዕጽ እንሳትላወስ አድርጎ ቀፍድዷታል፡፡

በጫት ላይ ለጤና እክል የሆኑ በርካታ ጸረ አረም ኬሚካሎች ስለሚረጩ በየዓመቱ በሺዎች የሚቆጠሩ የሀገሬው ዜጎች በውስጥ አካል መመረዝ ይጠቃሉ፡፡ ከዚህ የተረፉት ሌሎች ብዙዎች ደግሞ ከአንጀት ጋር ለተያያዙ ሥር ሰደድ ህመሞችና የጫት ማመንዠግ ጠሶች የሚዳረጉ ናቸው፡፡

ዛሬም ድረስ በሀገረ የመን የጥርስ ህመም የተለመደ ነው፡፡ ብዙ የህክምና ባለሙያዎች በዚሁ የጫት ሱስ ሳቢያ በሚከሰት የጀርባ አጥንት ህመም የሚሰቃዩ ዜጎች ቁጥር ከመብዛቱ የተነሣ ማከም እንዳዳገታቸው በምሬት ሲናገሩ ይደመጣል፡፡

የብዙ የመናውያን የሱስ ተጠቂ አሸከርካሪዎች ተፈጥሯዊ ቅርጹን የጠበቀና ቀጥ ያለ አይደለም፡፡ የመናውያኑ ጫት ለመቃም ረጅም ሰአታት አካላቸውን ወደ ጎን አንጋደው ስለሚቀመጡ ነው የዚህ ችግር ሰለባ የሚሆኑት፡፡ በሚቅሙ ወቅት ቃሚዎቹ ማትካ በተባለ ትራስ (30 ሴንቲ ሜትር ከፍታ ያለው ነው) ክርናቸውን ደገፍ በማድረግ ተንጋደው ክብደታቸውን በማሳረፍ ነው የሚቀመጡት፡፡ አካላዊም ሆነ የስሜት መዋዠቅና መነዋወጥ ችግር በየመን በስፋት የሚታይ ችግር ነው፡፡

የሚበዙት መሰል ህመሞችም መነሻና መድረሻው ይኸው የምንነጋገርበት የጫት ሱሳቸው ጉዳይ ነው። ጫት አልጎዳኝም የሚል የመናዊ ባገኝ ውሸታም ነህ ነው መልሴ። ይህን ለማወቅ እስኪ ከጫት ሰዓት በፊት እና በኋላ ያለውን የተጠቃሚዎችን ውሎ ታዘብ። ንግግርና ጠባያቸው ሁሉ ተለዋዋጭ ነው።

ጫት ለመግዛት ወደ ጫት ተራ ሲጓዙም የሚነዱበትን ፍጥነት የዬ አስደንጋጭ ነው። እግረኛ የለ ትራፊክ ሕግ የለ ጉዳያቸውም አይደል። ባለ በሌለ ፍጥነት ወደ ጫት ገበያ ሲነዱ አቅላቸውን አያውቁም። መቆም የሚባል ነገር የለም። ባገኙት ጠባብ መንገድ ሁሉ መጋለብ ነው ሥራቸው። መድረሻና ትኩረታቸው ጫት ብቻ። ሌላው የጫት ሱስ ጦስ ሚስት እና ልጆች ላይ እያደረሰ ያለው አሉታዊ ተጽእኖ ነው። አሁን አሁን ሁሉም አባወራዎች በመኖሪያ ቤታቸው መቃማቸው ያልተጻፈ ሕግ ሆኗል፤ ማንም እንግዳ አይሆንበትም።

ወደ ማምሻው ደግሞ ወደ ቤት ገብተው ልጆቻቸውና ሚስታቸውን ይደበደባሉ። ጫት ከቃሙ በኋላ ሰው ያስጠላቸዋል። ብቻቸውን መሆን ነው የሚፈልጉት። ትንሽ የድምጽ ኮሽታ ይረብሻቸዋል። ምርቃና የሚባለው ነገር ላይ ሲደርሱ ማንንም ባያዳምጡ ነው የሚመርጡት። ከሱሰኛ አባወራዎቹ ይህ ዓይነቱ አባት ብዙ ልጆችን በአንድ ጣሪያ ሥር የሚያሳድግ ሲሆን እግዲህ ማየት ነው።

ገቢው አነስ ያለ አባወራ ከሆነ ደገግሞ የቤተሰቡ የሰርክ ብጥብጥና ጭቅጭቅ ማባሪያ የሌለው ይሆናል። ምክንያቱም ያለችው ገንዘብ በጫት አልቃች፤ ቤቱ ባዶ ነው፤ ልጆቹም ፍላጎታቸው ሁሉ አይጸምም፤ ምክንያም በአባታዬው ገንዘቡን ለሱሱ ገብሮታል። ሚስት ምንም ብትል ሰሚ የላትም፤ በዚህ ሳቢያ ቤተሰቡ የብጥብጥ አውድማ ለመሆን ይገደዳል። ብቻ በጥቅሉ የጫት ሱስ የየመን ዜጎች የመርገም ዕጽ ነው ማለት ይቻላል። በሰዎች ጠባይ ውስጥ አፈንጋጭነት ለወንጀል መፈጸም ዋነኛ መግፍኤ ምክንያት ነው። በበለጸጉት ሀገራት ዘንድ በርካታ የእጽ እና አልኮል ተያያዥነት ያላቸው ወንጀሎች በአደባባዮች ላይ ሲፈጸሙ ይስተዋላል። አዎ እርግጥ ነው ከዚህ አኳያ በአንጻራዊነት በሀገረ የመን እንደሆነ አሜሪካ ካሉ ሀገራት ባነሳ መልኩ ነው ከጫት ጋር በተያያዘ የአደባባይ ወንጀሎች የሚፈጸሙት። ያም ሆኖ በዚህ ሱስ መነሻነት በመኖሪያ ቤትዎ ሆነ በመንግሥት ተቋማት ውስጥ በየመን በርካታ የወንጀል ድርጊቶች መስተዋላቸው አልቀረም። የመንግሥት ሠራተኞች ኃላፊነታቸውንና ስልጣናቸውን ተገን በማድረግ የግል ጥቅማ ጥቅማቸውን ያስሳሉ። በርካታ የጉቦ ገንዘብ ከሚያገለግሉት ህዝብ ይቀበላሉ።

ዓለም አቀፍ ድርጅቶችም ሆኑ የሃገራዊ ተቋማት ውስጥ መሰል የሙስና ወይም ሃገራዊ ንቅዘቶች በብዛት ይያሉ:: ከሚከፈላቸው ደምዎዝ ውጭ በሒሳብ ደብተሮቻቸው ላይ የጉቦ ገንዘቦችን ልናገኝ እንችላለን:: በቃ በዚህች ሀገር አንድ ጉዳይ ለማስፈጸም ወደ የትኛውም ተቋም ጎራ ካልህ ጉቦ ለመክፈል ተዘጋጅተህ መሆን አለበት:: አለዚያ አንዳች የሚከወንልህ ግልጋሎት የለኝም:: ይህ ዓይነቱ ክፍያ በሀገሬው ቃሚ ጉበኞች ዘንድ ሃቅ አልቃት ወይም ለጫት የሚከፈል ገንዘብ ተብሎ ይጠራል::

አጋጣሚ ወይ ገንዘብ ሳይኖርህ እጅ መንሻ ካልሰጠህ ሆን ተብሎ ጉዳይህ እንዲጓተት ይደረጋል:: ሲብስ ደግሞ ሰነድህ ከነአካቴው ጠፍቷል ልትባልም ትችላለህ:: የጫት ጉዳት በሁሉም ዘርፍ በየትም ቦታ የሚታይ ነው:: በየመንግሥት ቢሮው ሲኬድ ሠራተኞች እየቃሙ ሊገኙ ይችላሉ:: ወይንም በቦታቸው በሥራ ገበታቸው የሉም፤ በፖሊስ ጣቢያዎች በሆስፒታሎች ከከፍተኛ የሥራ ኃላፊዎች ጀምሮ እስከ ወታደራዊ መኮንኖችና ሃኪሞች ድረስ ሁሉም ጫት አመንዣኪ ነው:: የሱስ ምርኮኛ የሀገር ደመኛ:: አጉል ጥንወት!!

በአጭሩ በሥራ ገበታና ሰዓት ጫት መቃም ጠያቂ የሌለበት ቅቡል ልማድ ተደርጓል:: በዚህች ሀገር ወደ ሱቆች ጎራ ከተባለም ሻጩ ሁሉ የጫት ሱሰኛ ነው:: በአብዛኛው ስታዘው ከመቀመጫው መነሳት ተራራ የሚሆንበት ፍራሹ ላይ ተጋድሞ በቂማ የደነዘዘው የስንፍና ምርኮ ቁጥሩ ወሰን አልባ ነው:: በሀገረ የመን የሀገሪቱ አስተዳዳሪ መሪዎች ሳይቀር ሰብሰባ የሚያካሂዱት ውሳኔም የሚያሳልፉት ጫት እየቃሙ ነው::

በቃ በዚች ሀገር ማንኛውም ዓይነት ቢዝነስ እንዲካሄድ ከተፈለገ አብሮ መቃም መስፈርቱ ይመስላል:: በጣም የሚያስቀው ደግሞ የመኖቹ ልክ እንደ ጀብድ ሁሉ በኩራት እንግዶችን ጫት መጋበዛቸው ነው:: ይህን አሣሳቢ ጉዳይ መንግሥት ትኩረት ሊሰጠውና ሃይ ሊለው የሚገባ ነው:: በርግጥ በሕግና ኃይልን በመጠቀም የሚለወጥ ነበር ባይኖርም የጫት ጉዳትን በሚገባ ለህዝቡ ማስተማር የሚበጅ ይመስለኛል:: መቼም ጊዜ ቢሆን ይህን ማድረግ ትክለኛው ጊዜ ተደርጎ ሊታይ ይገባዋል ባይ ነኝ::

*** ***

የሆነው ሆኖ ስለ ጉዳዩ አሣሳቢነት የሞነጫጨርኩትና በጋዜጣ የወጣው ጽሁፌ ለየመን ለውጥ አላመጣም:: በርግጥ የትኞቹም መጣጥፎቼ ዓለም ላይ ለውጥ ፈጥረው አያውቁም:: ደሞ የመን ታይምስ የተሰኘው መገናኛ አውታር ከባዱን ዘመን የተሻገርሁበት መተንፈሻዬ የነበር መሆኑን ግን

አልከድም፡፡ በኮምፒዩተር ቴክኖሎጂ በማኅበረ ፖለቲካና መሰል ዘውጎች ያለኝን እውቀት ለኅብረተሰቡ በተቻለኝ መጠን እንዳጋራ አድርጎኛል፡፡ የዘመነ እና የተሻለ አሳቤ ያለው ኅብረተሰብ ለመፍጠር ተግቼበታለሁ፡፡ ሀገረ ካናዳ ከገባሁ ጥቂት ዓመታት በኋላ አብዱላዚዝ አልሳቃፍ በ1999 በመኪና ተገጭቶ እንደተገደለ ሰምቻለሁ፡፡ እጅግ አሣዘኝ መርዶ ነበር፡፡

የመኪና አደጋው ሆን ተብሎ የደረሰና የተቀነባበረ ግድያ ነው በሚል ጥቆማ መሠረት የዶክተር ሳቃፍ ህጋዊ ወራሾች በፍርድ ቤት ይግባኝ ቢጠይቁም ጉዳዩ የሚመለከታቸው ኃላፊዎች ተጨማሪ ምርመራ እንዲደረግ የቀረበውን አቤቱታ በ1999 ውድቅ አድርገውታል፡፡ በመኪና አሽርካሪው ላይ የተከፈተው የክስ መዝገብም እንዲቋረጥ ተደርጓል፡፡ የመን ታይምስ የተሰኘውን ጋዜጣ ከ2005 እስከ 2015 ባሉት ዓመታት ስታስተዳድረው የቆየችሁ የዶ/ር ሳቃፍ ሴት ልጅና ታናሽ ልጅ ዋሊድ በተደጋጋሚ ግድያ የተፈጸመው አባታቸው በቀድሞ የየመን ፕሬዝዳንት አሊ አብዱላህ ሳለህ ላይ የሰሉ ትችት አዘል ጽሁፎችን በመጻፉ ምክንያት እንደሆነ ቢናገሩም ሰሚ አላገኙም ነበር፡፡ እኔም ብሆን የልጆቹ ጥርጣሬ እውነት እንዳው አምናለሁ፡፡

*** ***

ምዕራፍ ሰላሳ

ካፒታሊዝም

የካፒታሊዝም ሥርዓትን ዘመነ ፍጻሜ ከመተንበይ ይልቅ የዓለምን ፍጻሜ መተንበይ ይቀላል፡፡

ማርክ ፊሸር

ለበርካታ አሥርት ዓመታት በነዳጅ እና ጋዝ ኩባንያዎችና በተለያዩ መንግሥታዊ ባልሆነ ተቋማት (NGOS) አገልግያለሁ፡፡ በነዚህ ተቋማት ውስጥ ለዘመናት ማገልገሌ ዓለም አቀፍ የረድኤት ገንዘብ በምን መልኩ በየመን ጥቅም ላይ እንደሚውል በቅርበት የመከታተል ዕድል ፈጥሮልኛል፡፡

ከዚህ ባሻገር በተቋማቱ በኩል ነጻ የትምህርት ዕድል የሚሰጥበትን አኳኋን እና የቅጥር አፈጻጸማቸው እስከተጠበቀ ድረስ ብቻ ነበር የረድኤት እጃቸውን ለደሃ ሀገራቱ የሚዘረጉት፡፡ በአብዛኛው የእርዳታ መስፈርታቸውን የብሔራዊ ጥቅማቸውን ያስጠበቀ መሆን ይጠበቅበታል፡፡ ከደሃ ሃገራቱ ጋር የፖለቲካ ርዕዮተ ዓለማዊ ከእነዚህ ከበለጸጉ ሀገራት ጋር በፈጠሩ ማግስት እርዳታው ይቋረጣል፡፡ ለደሃ ሃገራቱ በሚደረገው ድጋፍና ሸቀጡ ላይ ያለኝ አመለካከት ፍጹም አሉታዊ ነው ማለት እችላለሁ፡፡ የረድኤት ገንዘቡ እጅግ ባነሰ መልኩና ያለ አግባብ የሚደርስ መሆኑን በመታዘቤ እርዳታው የደሃ ሃገራቱን የውጭ ሀገራት ጥገኛ ከማድረግ የዘለለ ፋይዳ እንደሌለው በአጽዕኖት መግለጽ እፈልጋለሁ፡፡

የእርዳታ ገንዘቡ የደሃ ሃገራቱ ዘላቂ ልማት አይጠቅማቸውም፡፡ ጥቂት አብነቶችን እዚህ ጋ መጥቀስ አስፈላጊ ሆኖ አግኝቻለሁ፡፡ ሀገረ የመን በቀን ከግማሽ ሚሊዮን በርሜል በላይ ነዳጅ አምራች ብትሆንም ለህዝቦቿ ንጹህ

የመጠጥ ውሃ ሆስፒታል፣ መሠረተ ልማት ትምህርት ቤቶ እና ሌሎች መሰረታዊ አቅርቦቶች ማደስ ያቃታት ሀገር መሆኗ አስደንጋጭ እውነት ነው::

በበርካታ ሚሊዮኖች የሚቆጠር ዶላር በፕሬዝዳንቱና በዘመድ አዝማዶቹ ቁጥጥር ሥር ይዘወራል:: ሌሎች ደግሞ የሀገሪቱ ን ገንዘብ በመመዝበር ኩባንያቸውን ከማስተዳደር አለዚያም ደግሞ በውጭ ሀገራት መዋዕለ ነዋያቸውን ያፈሱበታል:: ምዕራባውያኑ የሚለግሱት ገንዘብ በአብዛኛው ለታለመለት ዓላማና ግብ ሲውል አይታይም:: የኔ ቤተሰቦች የችግሩ ሰለባዎች መሆናቸውን ስማውቅ ቀጥታ ነበር ገንዘብ የምልክላቸው:: የነዳጅና ጋዝ ኩባንያዎቹ ሆነ የእርዳታ ተቋማት ለደሃው የኅብረተሰብ ክፍል የሚፈይዱት ዋነኛና ተቀዳሚ ዓላማቸው የሀገሪቱን ሃብት በካፒታሊዝም ስም መበዝበዝና ማግበስበስ ነው:: በዚህ ምክንያት ሀገሪቱ ለባሰ ለከፋ ድህነት ተላልፋ ተሰጥታለች:: የጥንብ አንሳ ካፒታሊዝም ሥርዓትን ነው በገሃድ የምናስተውለው ማለት ይቻላል:: ይህ መሰሉ ምዕራባዊያን ሀገራት የደሃ ሀገራትን ማዕድን እና ነዳጅ እጥብ በማድረግ ለራሳቸው ጥቅም የሚያውሉበት ሥርዓት ደሃ ሃገራቱን እንደ ፕላስቲክ ኩባያ ተጠቅሞ ከመጣል ጋር ሊመሳሰል የሚችል ነው::

ለምዕራባውያኑ ሀገራት ደሃዎች ማት ተመጠጥው የሚጣሉ ሸንኮራዎች ናቸው:: ጣዕማቸውንና መቅኔያቸውን መጠውና አሟጠው ከጣሏቸው በኋላ የት እንዳወቁ እንኳን ዞርም ብለው አይመለከቷቸውም:: ደሃ ሃገራቱም ጭራሽ ቆልፈው እጃቸውን አጨብጭበው ከመቀመጥ ባለፈ የተዘረፉትን መጠየቅ እንዳይችሉ ሆነው ተደቁሰው ነው የሚቀሩት::

በሂደቱ የሀገሬው ዜጎች ከገዛ ቀያቸውና መሬታቸው በልማት ስም ይፈናቀላሉ:: ያለ ምንም ካሳና ዳረጎት የትም ይወድቃሉ:: ከዚያም በኋላ የሚኖራቸው ብቸኛ ዕጣ ፈንታ በጥበቃ ሰራተኝነት መቀጠር አለዚያም ደግሞ የነዳጅ ኩባንያዎቹ ከነአካቴው የተዘነጉ ምንድባኖች ይሆናሉ:: የሌሉ ያህልም ይቆጠራሉ:: ነዳጁ በወጣ ማግስት የተሰጣቸው ሥራ ውል ይቋረጣል፤ ቤተሰብም ሳይወድ በግድ በብላሽ ይበታተናል::

በበለጸጉት ሀገራት የምንኖር ብዙዎቻችን በውቅኖስ ስለሚቀመጥ ገንዳ የምንጨነቀውን ያህል መሰረታዊ ሰብአዊ ረድኤቶችን ለማዳረስ ወኔውም ሆነ ፍላጎቱ ሲኖረን አይታይም:: ይህ መሆኑ እንደ የመናዊ ዜጋ ብቻ ሳይሆን ሰው እንደመሆኔ ጭምር እጅግ ያሳስበኛል:: ይህን ስል ግን ጸረ ካፒታሊስት አቋም ኖሮኝ አይደለም:: በእኔ አረዳድ የካፒታሊዝም ሥርአተ ኢኮኖሚን ማንበር

ከፍተኛ ገበያን ለማመንጨት አጋዥነት ቢኖረውም በስነ ምግባር መመራት እንዳለበት ደግሞ አምናለሁ፡፡

በአሁኑ ዘመን ዓለም እየተመራችበት ያለው የካፒታሊዝም ሥርዓት ዓይነትና አተገባበር ግን እጅግ አሣዛኝና አስደንጋጭ ሆኖ ይስተዋላል፡፡ ካርል ማርክስን፤ ሌሊንን እና ሌሎችንም ባሰብን ጊዜ ሌሊን ለአብዮት መታገሉን እናስተውላለን፡፡ ያም ሆኖ በአሁኑ ዘመን በታዳጊ ሀገራት የሚገኙ ሕዝቦች ምን ያህል ሃብቶቻቸው እንደሚመዘበሩ እና እንዴት ይሄን መከላከል እንዳለባቸው ባለማወቃቸው ምክንያት የመፋለም ዝግጅታቸው ተሰልቦ ይታያል፡፡ አሁን ላይ በዓለማችን የሚታየው የሰው ልጅ ስቅየት ክፍለ ዘመኑ ከመቀየሩ ቀደም ባሉት ጊዜት ሲነጻጸር በ100እጥፍ ማየሉ ይናገራል፡፡

በዚህ ዓይነት በቀጣይ ዘመናት ሌላኛው የናዚ ጀርመን ዓይነት በላኤሰብ ሥዓት ደግሞ ተፈጥሮ ብመለከት ብዙም አልደነቅም፡፡ የሰው ልጆች ለሕግና ሥርዓት ተገዢና ታዛዥ ባለመሆናቸው ምክንያት የገዛ ተቋሞቻቸውን ሲያወድሙና ሲያጠፉ ፍትህ አልባነት ነግሶ ሲመለከቱ ሕዝቦች መቃወም ይጀምራሉ፡፡

በዛሬ ዘመን የግድ የካርል ማርክ ዓይነት እሳቤ ሊኖረን አይገባም፡፡ ነገር ግን በአሁኑ ጊዜ ኅብረተሰቡ የሚኖርበትን የአኗኗር ሁኔታ ስመለከት እጅግ የከፋው ዓይነት የኮሚኒዝም ሥርዓት ክሱት ሊሆን እንደሚችል መገመታችን አይቀሬ ነው፡፡

ካርል ማርክስ እና ፍሬድሪክ ኤንግልስ የተባሉ ፈላስፎች ከ100 ዓመታት በፊት ከገለጹት ስግብግብ እና ካፒታሊስት ንጻሬ በላይ በባሰ መልኩ አሁን ላይ የምናየው ካፒታሊዝማዊ ሥርአተ ኢኮኖሚ በከፋ ስግብግብነት ተከስቷል፡፡

ዓለም አቀፉ የገንዘብ ድርጅት (IMF) የአውሮፓ ኅብረት ወይም አሜሪካ ለደሃ ሃገራቱ ከሚሰጡት ብድር ላይ በመመዝበር ጥቂት ባለሥልጣናት ገንዘቡን ወደ ስዊዝ ባንኮች እያሸሹት ነው፡፡ የሚገርመው ነገር ደግሞ እነዚህ ተበዳሪ ሀገራት መክፈል ሲያቅታቸው አበዳሪዎቹ ጉልቤዎች ካልመለሳችሁ እንግዲያው በምላሹ ነዳጅ ቁፋሮ እንጀምራለን ነው ምላሻቸው፡፡ ከዚያ በኋላ የበለጸጉት ሀገራት የደሃዎችን ሀገራት ምድር ማዕድናት ሲመዘብሩ መሪዎች የሚቃወሙ ከሆነ ፈርጣሞቹ ሃይላት ዝም አይሉም፡፡

ተቃዋሚ መሪውን ከስልጣን መንበሩ ነቅንቀው እንደ ሾላ በማውረድ በምትኩ ለኛ ይስማማል ያሉትን መሪ ይተኩበታል፡፡ ለዚህ ኢትዮጵያ አንዱ ምሳሌ ነች፡፡ ከበርካታ ዓመታት በፊት አሜሪካ ለዚህች ሀገር የሰጠችው ድፍን

30 ቢሊዮን የአሜሪካ ዶላር የእርዳታ ገንዘብ በሀገሪቱ ባለሥልጣናት የግል ካዝና ገብቶ ቀርቷል፡፡ በጣም ጥቂት የሚባሉ ተጽዕኖ ፈጣሪ የመንግሥት ሰዎች ነበሩ የገንዘብ ድጋፍን ወደ ግል ኪሳቸው የዶሉት፡፡ ይህን የሚያህል ገንዘብ ሀገሪቱ ን ለማልማት እንዲውል ቢታቀድም ዓላማውን ስቶ በባለሥልጣናቱ የአዞ አፍ ተሰልቅጧል፡፡

ለነዚህ ደሃ ሀገራት ስለሰብአዊ መብቶችና ዲሞክራሲ ስብሰብ የሚያካሂዱት ፖለቲካዊ ምርጫ የተጭበረበረ መሆኑን ስንናገር የመዘበርናቸውን ሃብት ግን መመለስ አንችልም፡፡ ወደ ፊትና ወደ ኋላ የመንገራገጭ ያልተረጋጋ ኑረት ሰለባዎች ነው ያደረግናቸው - እንደ በለጸጉት ሀገራት ሆነን ስናስብ፡፡

የየመን ህዝብ የሚላስ የሚቀመስ ሳይኖረው የሀገሪቱ ፕሬዝዳንት እና ግብረ አበሮቻቸው ግን ከሀገሪቱ የሚገኘውን የነዳጅ ገንዘብ ወደ ውጭ ሀገራት ማሸሽ ላይ ነበር የተጠመዱት፡፡ እነዚህ ባለሥልጣናት በዓለም አቀፍ የባንክ ሒሳብ ያስቀመጡትን በቢሊዮኖች የሚቆጠር ገንዘብ ለበርካታ መዋለ ንዋይ በውጭ ሀገራት ሲያፈሱት በሚያሳዝን መልኩ የየመን ህጻናት በበሽታና በእርዛት ምክንያት እየተሰቃዩና ለሞት እየተዳረጉ ነበር፡፡

ሀገረ የመን መልከአ ምድራዊ አቀማመጡ ከሰሜን አሜሪካ እና አውሮፓ አህጉራት እጅግ የራቀ በመሆኑ ምዕራባውያኑ ህዝቡ ላይ የሚደርሰውን ስቅየትና ግፍ በቅርበት ማየት አይችሉም ነበር፡፡

በርግጥ ሀገሪቷም የወደቀችና ህልውና የሌላት መሆኗ ሽብርተኛ ሀገር ካልሆነች በቀር ለዓለም ርዕስ ዜናነት የሚበቃ አይደለም፡፡ ይህ የምዕራባዊያኑ አተያይ ነው፡፡ በርግጥ በ2022 መባቻ ገደማ ዩክሬን መጠነኛ የዓለም ትኩረት መሆኗን የሚካድ አይደለም፡፡ ይህን ማለቱ ለማነጻጸር ወይም ጉዳዩን አጽዕኖት በመስጠት ሚዛናዊ ለመሆን መሞከሬ አይደለም፡፡ ልሁንም ብል የሚሆንልኝ አይመስለኝም፡፡ አሁን ላይ የሚታየው የበለጸጉት ሀገራት የካፒታሊዝም ሥርዓት የቱንም ያህል ስሁት ቢሆንምና ለማብራራት ብሞክርም መፍትሄ ለመሻት እየዳዳኝ እንዳልሆነ ግን ልብ ይሏል፡፡

ቢያንስ ግን የኃይል ሚዛን ልዩነቱን እና የዓለም አኗኗር ሥርዓቱን ዝንፈት፣ ፍትህ አልባነት ለመዘርዘር እጥራለሁ፡፡ በአንድ ንባቤ ላይ እንደማስተውለው የዓለም ህዝብ ሁሉ እንደ ሰሜን አሜሪካኖች እና አውሮፓውያን ይኑር ቢባል እንደምድር ያሉ ሌሎች ተጨማሪ ሦስት ፕላኔቶች ያስፈልጋሉ፡፡ በነዚህ አህጉራት የኑሮ ደረጃ ምን ያህል ቅንጦት እንዳለ ለጥርስ ሳሙና ምርጫን እና

የምግብ መድሃኒቱን በመመልከት እረዳለሁ፡፡ በአንጻሩ የአፍሪካ ህዝብ አንዴ እንኳን ለመመገብ ገደል የሚሆንበት ሁኔታን እናስተውላለን፡፡ ያቺ አንድ ጊዜ የምትገኘውም ምግብ መናኛ ፍርፋሪና ውሃ በውሃ ልትሆን ትችላለች፡፡ ይህን ስንመለከት መጠየቃችን አይቀርም፡፡ በርግጥ በምዕራባውያኑ እየተጠቀምን ነው? ስለምንስ ስግብግብነት ሰፈነ?

በርግጥ ማጣት ማለት ደስታን አለማግኘት ላይሆን ይችላል፡፡ የሆነው ሆኖ ግን ስለምን የሰው ልጅን መሰረታዊ ፍላጎቱን በማሳጣት የራሳችንን ደስታ እንሻለን? ስለምንስ ለራሳችን ደስታ ብለን የሌሎችን ስቅየትና ሞት እንደግሳለን? ለምዕራቢያኑ ያነጣጠሩ ጥያቄዎች ናቸው፡፡ ይህ ነው ህመሜ ሥርዓቱን ባሰብሁ ቁጥር ዘልቆ የሚሰማኝ ቁስል ስለዚህ ጉዳይ ባልጽፍ ኅሊናዬ በሰላም አያርፍልኝም፡፡ ለዚያም ነው በቅንብቡ ላነሳው የወደድኩት፡፡

ከኢትዮጵያና የመን ቤተሰቦቼ በየጊዜው የስልክና የኢሜል መልዕክት ይደርሰኛል፡፡ ለመሆኑ ኑሮና ብልሃቱ እንዴት ይዟቹሃል ብዬ ስጠይቃቸው የሚሰጡኝ መልስ ‹‹መኖር ከተባልን እየኖርን ነው መቼስ›› የሚል ይዘት ነው ያለው፡፡ በውስጡ ብዙ ቅሬታና የከፋ በደልን የያዘ መልስ እንደሆነ ይሰማኛል፡ ፡ በአግባቡ ምግብ አያገኙም፡፡ አልፎ አልፎ ደሞዝ አልበቃ ብሏቸው ለብድር ያደርጋሉ፡፡ የኤሌክትሪክ አገልግሎት በበቂ መልኩ አይገኝም፡፡ እንዲያውም እነሱ እንደነገሩኝ በቀን ለኹለት ሰዓታት ያህል የኤሌክትሪክ ኃይል ከተገኘ ለነሱ እልል በቅምጤ ነበር፡፡ እንደ ትልቅ ችሮታ ነው የሚቆጠረው፡፡ የኑሮ ውድነቱንም አንጀታቸውን አስረው አፋቸውን ለጉመው አይወጣላቸውም፡፡ የኑሮ ጫናውንና የማይቀመሰውን ዋጋ ሁሉ በዝምታ ነው የሚያስታምሙት፡፡ እህህ ነው ህክምናቸው፡፡

ምዕራፍ ሰላሳ አንድ

የአማጭ ጋብቻ

«ቤተሰቤ የማገባትን ልጅ ቢያመጣልኝ ቤቴን ጥዬ እንደምሸሽ እርገጠኛ ነኝ፤ ፈጽሞ የማልመኘው ዓይነት ጋብቻ ነው»

ኤልዛቤት. ዌይን

ከአሜሪካ ወደ የመን እንደተመለስሁ ደግሞ ከሀገሪቱ የምወጣበትን መንገድ በማፈላለግ ነው የተጠመድሁት፡፡ ከዚያም ባሻገር በወቅቱ ማኅበራዊ ሕይወቴን የማደራጅትና የሕይወት አጋር ውሃ አጣጬን የማግኘት ምኞትም ነበረኝ፡፡ ወደ አውስትራሊያ፣ ካናዳ ወይም ወደ አሜሪካ ተመልሼ ለመሄድ ላይ ታች ከማለት ጎን ለጎን ሁነኛ ሚስት እያፈላለግሁ ነበር፡፡

የትዳር መስፈርቴም ያልበዛ ያልተንዛዛ ነበር፤ 30 ዓመታት ዕድሜ ያላት ኮሌጅ ምሩቅ የሆነች በተቻለ መጠን ደግሞ የኻድራሚ ሴት ብትሆን በቂዬ ነበር፡፡ የአሜሪካ ጋብቻ አለዚያም በቤተሰብ በኩል የሚመጣ ትዳር ላይ ያለኝ አመለካከት አሜሪካ በነበረኝ ኑሮ በመቀየሩ ምክንያት ፈጽሞ የዚህ ዓይነቱን ትዳር አልፈልግሁም ነበር፡፡ ያም ሆኖ ግን በየመን ስኖር የነበረኝ ምርጫ ብዙም የሚያወላይ ዓይነት አልነበረም፡፡ ከዚህ በፊት የወጠንኩት ትዳር በመፍረሱና በዚህ ሳያ ከእህቴና ከቤተሰቤ ጋር በመጋጨቴ ዘመዶቼ ሚስት እንዲያጩልኝ ለሁለተኛ ጊዜ መጠየቅ አልፈለግሁም ነበር፡፡

ያሳፍራላ! ያኔ በተፈጠረው ሁኔታ ቤተሰቤን አዋርጃለሁ፡፡ የሃድራሚ ቤተሰቦች እንደ አይሁዶች ሁሉ አንዳቸው ለአዳቸው የመድረስ የመደጋገፍ

የመገናኘት አብሮ የመኖር ባህል ስለነበራቸው ወደ የመን ስመለስ ከባሼራሂል ቤተሰብ ጋር ነበር ኑሮዬን ያደረግሁት፡፡ ይህ ቤተሰብ እናቴ በሞግዚትነት ለዘመናት ያገለገለችበት ቤተሰብ ነበር፡፡

እኔ በተመለስሁበት ወቅት ወደ የመን ጠቅልለው በመግባት እኔ የምኖርበት ከተማ ሲኖሩ ነበር ያገኘኋቸው፡፡ በወቅቱ ለዚህ ቤተሰብ በሹፌርነት ተቀጥሬ እሰራ ነበር፡፡ ይህን አድራጎቴን ከውለታ ቆጥረው ነው መሰለኝ፤ መላው የቤተሰቡ አባላት በአንዳች ነገር ሊክሱኝ ፈልገዋል፡፡ በየጊዜው በቤታቸው በሚዘጋጅ ማዕድ ላይ እንድገኝ እየጋበዙኝ በርካታ ምሽቶችን እያወጋን ስለ ሕይወት እየተጨዋወትን በጋራ አሣልፈናል፡፡

እናትየው ለአባቴ ጥልቅ ፍቅር ነበራት፡፡ ስለርሱ አውርታ አትጠግብም፡፡ በርካታ ነገሮችን ስለርሱ የምታውቅ ይመስለኛል፡፡ ልክ በቃ የእንጀራ እናቴ በምታውቀው መጠን ብዙ አሣልፈዋል፡፡ እኔ ስለ አባቴ እምብዛም እንደማላውቅ ስለምረዳ በርካታ መረጃዎችን በቅንነት ታካፍለኝ ነበር፡፡ ወደ ቤታቸው በሄድሁ ቁጥር ስለ ጋብቻ ምን እንደማስብ ሳትጠይቀኝ አታልፍም፡፡ ያኔ የ32 ዓመታት ወጣት በመሆኔ ትክክለኛና የጋብቻ ጊዜ ላይ ነበርሁ፡፡

አንድ ሰኞ ዕለት ታዲያ ቢሮዬ ደውላ በቀጣዩ አርብ ከቤተሰቡ ጋር ምሳ ላይ እንድገኝ ጋበዘችኝ (ዕለተ አርብ በሌላ ዓለም እንደ እሁድ አለዚያም ስንበት ያህል የሚቆጠር ነው፤ ቅዳሜ ደግሞ የሣምንቱ የመጀመሪያ የሥራ ቀን ነበር) ግብዣቸውን ተቀበልሁ፡፡

በዚያን ጊዜ በርካታ የመናውያን የመኖሪያ ቤት ስልክ አልነበራቸውም፡፡ ተንቀሳቃሽ ስልክማ ጭራሽኑ ከነመኖሩም የሚታወቅ ጉዳይ አልነበረውም፡፡ ይህ ቤተሰብ ግን የቤት ስልክ ነበረው፡፡

ዕለተ ሃሙስ በድጋሜ ደወለችና የምሳ ቀጠሮውን አስታወሰችኝ፤ ምናልባት ይረሰዋል የሚል ስጋት ስለነበራት እንዳልቀር በማሳሰብ ነበር ድጋሜ መደወሏ፡፡ የምወደውን የየመን ምግብ (ዙርቢያን አለዚያም በህንዶች ዘንድ ቢርያኒ የተሰኘውን ምግብ) አዘጋጅታ እንደምትጠብቀኝ ነገረችኝ፡፡

በቀጣዩ ቀን በምሳ ግብዣቸው ታድሜ መርሃ ግብሩ እንደተጠናቀቀ ከቦርሳዋ ኹለት ፎቶግራፎችን አወጣችና «ይህችን ኮረዳ ልጃገረድ ተመለከታት እስኪ እንዴት ናት?» አለችኝ፡፡

ቆንጆ መሆኗን ነገርኳት፤ ከሰጠችኝ አንዱን ፎቶ ከተመለከትሁ በኋላ በደማቁ ፈገግ አለች፡፡ ይሄኔ ምነው ብዬ ብጠይቃት ወደሃት ይሆን? ስትለኝ፤

አይ አድናቆቴን ገለጽሁ እንጂ ወድጃታለሁ አልወጣኝም ስል መለስሁላት፡፡ ይህን ስላት ለገባት እንደሚገባ ልታሳምነን ሞከረች፡፡

«ይህችን ልጅ ማግባት አለብህ፤ እናቷን እኔ እጠይቅልሃለሁ፡፡ ልጅቱ በቅርቡ ሁለተኛ ደረጃ ትምህርቷን 92 በመቶ ውጤት አምጥታ በማጠናቀቋ የህክምና ትምህርት ለመከታተል እየተጠባበቀች ነው፡፡ በዚያ ላይ ልቅም ያለች ቆንጆ ናት፡፡ ከዚህ በላይ ደግሞ እናቷ ኢትዮጵያ ስለተወለደች ባህልህን የምታውቅ ናትና በክብር ትይዝሃለች» አለችኝ፡፡

ወዲያው «ከኻድራሚ ነች?» ስል ጥያቄ አከልሁ፡፡ አለመሆኗ ነገረችኝ፡፡ ለመሆኑ ወንድ አያቷ ወደ ኢትዮጵያ ተሰዶ የነበረውን አያቷ ማለቴ ነው ከአባቴ ጋር እውቂያ ነበራቸው? ስል ጠየቅኋት፡፡ «አዬ ፈጽሞ አይተዋወቁም ነበር የኔ ልጅ፤ አባትህ እኮ በልዩ ማዕረግና መደብ የኖረ ሰው፤ ምን አገናኝቷቸው? ነገር ግን እንዴት ያሉ መልካም ሰው መሰሉህ? እናቷን ለማናገር ትፈልግ ይሆን? እናትየውን ገና ህጻን ሳለች ነበር የማውቃት፡፡ ወደ የመን ይዘዋት የመጡት ገና የ12 ዓመት ታዳጊ ሆና ነበር፡፡ ሴት አያቷ ጥሩ ወዳጄ ናቸው፡፡ ወላጅ እናትህም እኚህ አያቷ ያውቋታል፡፡ የሚል ግምት አለኝ»

እያመነታሁ በግማሽ ልብ ቅር እያለኝ «እሺ መልካም፤ እናቷን አናግሪልኝ» አልኋትና ርዕስ ሃገራችን ቀይረን ማውጋት ቀጠልን፡፡ ከሳምንት በኋላ የባሻርሂል ቤተሰብ በድጋሜ ደወለልኝና የልጅቷ ቤተሰብ ወዳለንበት ከተማ መጥቶ ይጠይቀን ብዋለል ተባልሁ፡፡ አልፈጠነም ይሄ ነገር? ብልም ሰሚ አላገኘሁም፡፡ አማጭ እናትየው ከወንድ ልጃቸው ጋር ቤተሰቡን ኤደን ከተማ ሄደን እንድንጎበኛቸው ሐሳብ አቀረቡ፡፡

ለምን? ስል ጠየቅሁ፡፡ ምክንያቱም ለ10 ዓመታት ኑሮዬ በአሜሪካ ስለነበር አስተሳሰቤ ሁሉ ተቀይሮ ነበር፡፡ ከዚያም ባሻገር የጋብቻ ሂደትና የመተጫጨት ሥርዓቱ በምን መልኩ እንደሚጀመር መረጃው አልነበረኝምና ግራ በመጋባቴ ነው መጠየቁ፡፡ እንዴት ከቤተሰብ ጥየቃ ይጀመራል ስል አሰብሁ፡፡ ይሄኔ እናትየው ቀበል አድርገው «የልጅቱን እናት ቀደም ብዬ ስለመርሃ ግብሩ ሁሉ አነጋግሬያቸዋለሁ፤ ሐሳብ አይግባህ፤ መተዋወቅ ብቻ ነው፤ ሌላ ነገር አይጠበቅብህም የኔ ልጅ፡፡ሲሉኝ ሊያረጋጉኝና ሊያብራሩልኝ ሞከሩ፡፡ ይሄኔ በጉዳዩ ተስማምቼ ይሁንታዬን ከሰጠሁ በኋላ ለሳምንት ያህል ዓመታዊ የሒሳብ መዝገቦችን መዝጋት ስለሚኖርብኝ ሥራ እንደሚበዛብኝና እንደማይመቸኝ በግልጽ ተናገርሁ፡፡ ሥራዬን ሳጠናቅቅ ከልጆች ጋር በመሆን ወደ ልጅቱ ቤተሰብ ለማቅናት ተቀጣጥረን ጉዳዩ ተቋጨ፡፡

*** ***

ከኹለት ሳምንታ በኋላ እኔና ወንድ ልጃቸው ባሼራሂል ተሸርካሪ ይዘን ወደ ልጅቱ ቤተሰብ መኖሪያ ከተማ ኤደን ተጓዝን፡፡ ከፎዚያ ዘንድ ነበር የቆየሁት፡፡ ሆኖም ለእሱም ሆነ ለእንጀራ እናቴ መሪያም የጉዞዬን ምክንያት በተመለከተ አንዳች ነገር አልተናገርሁም በምሥጢር ነበር ያቆየሁት፡፡

ኤደን ከተማ በገባን ማግስት ወደ ተቀጠርንበት ቤተሰብ ሄድሁ፡፡ ቤታቸው እንደነገሩ የተሰራ ጎስቋላ የሚባል ዓይነት ነው፡፡ በየመናዊያን የቤት አሠራር ባህል መጥሪያ የሚባል ነገር ስለማይታወቅ ቤተሰቦቹን በድምጽ «ቤቶች» ብሎ መጥራት የግድ ነውና በዚህ መሠረት ተጠራን ፡፡ ከዚያ እኔና ባሼራሂል ፍቃድ አግኝተን ወደ ቤት ዘለቅን፡፡ ቤቱ ኹለት ክፍሎች አንድ መኘታ ቤት ዋና ክፍል ያለው ነው፡፡

የውጭ ቨረንዳው የተወሰነ ክፍል ወደ ዋናው መኖሪያ ክፍል ተቆርሶ የተዋኻደ ይመስላል፡፡ በሳሎኑ ቴሌቪዥን አለ፡፡ ወቅቱ ወርሃ ህዳር በመሆኑ በኤደን ከተማ የሙቀት መጠኑ እስከ 30 ዲግሪ ሴልሺየስ አለዚያም 86 ዲግሪ ፋራናይት ገደማ ይደርሳል፡፡ ያን ያህል ሙቀት አልነበረም፡፡ የደረስንበት ቀን ቀዝቀዝ ያለ አየር ስለተቀበለን ከውጭ ይልቅ ውስጥ መሆንን ነው የመረጥነው፡፡ በሙስሊሙ ዓለም ወለል ላይ መቀመጥ፣ መተኛት፣ መመገብ ሳይቀር የተለመደ ነው፡፡ ምክንያቱም በእስልምና እምነት ይህን ማድረግ የነብዩ መሐመድ አርአያነትን መከተል ተደርጎ ስለሚታሰብ ሱና እንደሆነ ይቆጠራል፡፡

ሁሉም የሙስሊሞች ማኅበረሰብ የነብዩ መሐመድን አስተምህሮ ገቢርና ተምሳሌ ይከተላል፡፡ ያ ማለት ግን በሙስሊሞች ቤት መቀመጫ ወንበር አይኖርም ማለት እንዳልሆነ ልብ ይሏል፡፡ ከላይ ለማብራራት የሞከርሁት በወለል ላይ የመመቻቸት ገቢር አመጣጥን በመጠኑ ለማስረዳት ያህል ነው፡ ፡ ለዚህ ባህል እንግዳ ባለመሆኔ ብዙ አዲስ አይሆንብኝም፡፡ በከፊል ዐረብ መሆኔ ባህሉን ማወቅ አስችሎኛል፡፡ በዚህ ቤት እንደታዘብሁት ከሆነ ግን ትራሶቹ ሁሉ የቀለማት ስብጥር አልነበራቸውም፡፡

ሰዓቱ 8፡00 ሰዓት ላይ ያመለክታል፡፡ አባትየው ጫት ለመቃም እየተሰናዳ ነው የደረስነው፡፡ ሲጋራቸውም በታውን ይዟል፡፡ እኔ አንዳች ጥግ ላይ ተቀምጫለሁ፡፡ ሌሎች ኹለት ሰዎች ጎን ለጎን ተቀምጠዋ፡፡ የሲጋራ ጭስ አይስማማኝም፤ ሳይነሴን ይቀሰቅስብኛል፡፡ ስለዚህ ከሰዎቹ ፈጠን ብዬ በርቀት መቀመጤን ወድጀዋሁ፡፡ ለመግቢያ ያህል ጉዟቸን እንዴት እንደነበር እና ሌሎች ጥቂት ንግግሮችን ለግማሽ ሰዓት ያህል አወጋን፡፡ ከ30 ደቂቃ

በኋላ አባትየው ሚስቱን «ሄይ ሴትየ» ሲል ተጣራ፡፡ አብዛኛው የሻድራሚ ወንድ ሚስቱን በዚህ ጸያፍ አጠራር በቀጥታ ስለማይጠራ ቅር ተሰኘሁ፡፡

ወዲያውኑ እድሜዋ በሰላሳዎቹ መጨረሻ የሚገመት ደንበኛውን የኤደን አለዚያም የደቡብ የመናዊ ባህል የሚያንጸባርቅ አለባበስ የለበሰች ጸጉሯን በከፊል የተከናነበች ሴት መጣችና ሰላምታ ከተለዋወጥን በኋላ ስለጉዟችን ጠየቀችን፡፡ ከእኔ በቅርብ ርቀት ነበር የተቀመጠችው ነበርና ጥቂት አወጋን፡፡ የተከበረች ባለ ግርማ ዓይነት ሴት ናት፡፡ ንግግሯ ስክነት ያለው ነበር፡፡

በአጠቃላይ ስለ አሜሪካ የትምህርት ቆይታዬ ስለ ኢትዮጵያ እድገቴ ከዚያ በኋ ስለነበረኝ ቆይታ አንስተን ተጨዋወትን፡፡ እንደኔ ሁሉ ኢትዮጵያ የተወለደች ቢሆንም የዐረብኛ ቋንቋዋ ግን ኢትዮጵያ እንደተወለደች ሰው አልነበረም፡፡ ግሩም አድርጋ ታቀላጥፋዋለች፡፡ ምናልባት በልጅነቷ ከኢትዮጵያ በመውጣቷ አብዛኛውን ሕይወቷን በደቡብ የመን ማሳለፏ ለቋንቋዋ መቀላጠፍ ምክንያት ሳይሆን እንደማይቀር ገመትሁ፡፡

ባለቤቷ የማያውቃቸውን ጥቂት የአማርኛ ቃላትም ተለዋወጥን፡፡ አባትየው ጣልቃ ገባና ለምን እንደመጣን ጉዳያችን ምን እንደሆነ ጠየቀን፡፡ «ለነገሩ ከሴት ልጆቼ አንዷን ለትዳር ከጅለህ ለመጠየቅ እንደመጣህ ሰምቻለሁ» አለኝ፡፡ «አዎ እንደዚያ ነው አመጣጤ፤ ሁሉም ከመፈጸሙ በፊት ቤተሰብ ለቤተሰብ መተዋወቅ መልካም ነው» ስል መለስሁ፡፡

ንግግሬን ሳልጨርስ ነጠቅ አደረገና «ለመሆኑ ምን ያህል ትከፍላለህ?» ሲል ቁርጥ ጥያቄ ሰነዘረ፡፡ ክፍሉ ለአፍታ ጸጥታ ሰፈነነበት፡፡ በቃ ይህን ሲለኝ ሆዴን የተረገጥኩ፣ በቡጢ የተመታሁ ያህል ነበር የተሰማኝ፡፡ የምመልሰው የምለው ሁሉ ጠፋብኝ፡፡ ወዲያው ሚስትየው ጣልቃ ገባችና «ምን ማለትህ ነው? አብደህል እንዴ? ሊተዋወቀን፤ ሊጠይቀን እኮ ነው የመጣው፤ እኛም ልናውቀው ይገባል፡፡ ምን የሚሉት ሥርዓት ነው አደብ ግዛ እንጂ» ስትል አንባረቀችበት፡፡

ይሄኔ ድምጹን ዝቅ አድርጎ «ለምን ቁም ነገሩ ላይ አናተኩርም ስለገንዘቡ ጉዳይ እንነጋገር እንጂ» አለ፡፡ ዐይኖቹን ትክ ብዬ እያየሁ «እኔ እዚህ የመጣሁት ሴት ለመገበያየት፣ ለመግዛት አይደለም፡፡ ነገሩን መስመር መስመር ለማስያዝና ለመተዋወቅ ነው አመጣጤ» በማለት ፈርጠም ብዬ ተናገርሁ፡፡ እናትየው ነገሩ በትክክለኛው አግባብ እየሄደ እንዳልሆነ ወዲያውኑ ገባት፡፡ በሁኔታው እንደተሰማኝ አውቃለች፡፡ ነገሩን ለማብረድ በሚል ርዕሳችንን አቅጣጫ ላፍታ በመቀየር ስለ አስተዳደጋችን በኋላ በሰነአ ስለነበረኝ ሥራ ተጨማሪ ጥያቄዎችን አከል አደረገች፡፡ ስለ እኔ ብዙ ነገሮችን

ባታውቅም ነገሩን ፈር ለማስያዝና ሁኔታውን ለመቀር ነበር ርዕሳችንን የቀየረችው፡፡ ልክ 11፡00 ሰዓት ገደማ ሦስት ሰዓታትን ካሳለፍሁ በኋላ አባትየው «ለመሆኑ ልጃገረዶች መጥተው ሊለምሉን ተዘጋጅተዋል?» ሲል ጠየቀኝ፡ ሚስት ልታረጋግጥ ከክፍሉ ወጣቶች፡፡

ከ10 ደቂቃዎች በኋላ ተመልሳ መጥታ የቀደመ ሥፍራዋን ያዘች፡፡ ሦስት ደቂቃዎች እንዳለፉ 6 ልጆች ተከታትለው ወደ ክፍሉ ገቡና ሰላምታ ተለዋወጥን፡፡ እድሜያቸው ከ6 እስከ 20 በሚደርስ ክልል ውስጥ የሚገኙ ልጆች ናቸው፡፡ 3 ሴቶችና 3 ወንዶች፤ ሁለቱ የስድስት ዓመት መንትያ ወንድ ልጆች ናቸው፡፡ የትኛዋ ልጃገረድ እንደታጨችልኝ ለይቼ አላወቅሁም፡፡ በፎቶግራፍ ብቻ ነበር የማውቃት፡፡

ይባስ ብሎ በፎቶ እንኳን መለየት እንዳልችል ሁለቱ ሴት ልጆች መልካቸው በጣም ነበር የሚመሳሰለው፡፡ ሁለቱም ልቅም ያሉ ቆንጆዎች ናቸው፡፡ ሰላም ስላቸው መልስ አልሰጡኝም፡፡ ሁለቱ ልጆች ዝምታን መርጠዋል፡ ከ5 ደቂቃ በኋላ ሁሉም ክፍሉን ለቀው ወጡ፡፡ ለመሆኑ እነዚህ ሁሉ ልጆች የት ይሆን የሚተኙት? አባት፣ እናት፣ ስድስት ልጆች፣ ኹለት ሌሎች የቤተሰብ አባላት አንድ ላይ በአንድ ጣሪያ ሥር እንዴት አድርገው ይኖራሉ? ስል በውስጤ አሰብሁ፡፡

የሲጋራ ሽታው ራሴን ስለበጠበጠው እና ሙቀቱንም መቋቋም ስላቃተኝ ወደ እህቴ ቤት ለመመለስ እችል ዘንድ ጠየቅሁ፡፡ በዚህ ተስማማንና አባትየው እኔና ባሼራሂልን እስከ ዋናው በር መውጫ ጥቂት መንገድ ሸኘኝ፡ ፡ ከዋናው በር እንደወጣን ወደ አባትየው ታናሽ ወንድም ነበር በፍጥነት ያመራነው፡፡ አባትየው ይህን ሰው የሴት ልጁ እጮኛ እንደሆነ ገልጾ ነው ያስተዋወቀኝ፡፡ ሊያገባት እንደሆነ እገምታለሁ፡፡ ለወንድምየው ሙሉ ፈገግታዬን አልነፈግሁትም፡፡ ሞቅ ያለ ሰላምታ ሰጠሁት፡፡ ነገር ግን የወደፊት አማቴ የሚሆነው አባትየው ጋር ይህ ነው የሚባል ስምምነት ሳናደርግ ነገሩ መስመር ስይዝ ነው የተለያየ ነው፡፡

በቃ ለእርሱ ጋብቻ በሸቀጥ የሚለወጥ ቁም ነገር የሌለው ተራ ነገር ነው? ስል ታዘብሁት፡፡ ልጅን መዳር ወይስ መሸጥ ?... ሆ አያድርስ ነው መቼም፡፡ ወደ እህቴ ቤት እየነዳን ሳለ አባትየው መጥፎ ስሜት እንደፈጠሩብኝ ለባሼራሂል ነገርሁት፡፡ ፈጽሞ ነገሩን ወደ ግብይት መውሰዱ አልጣመኝም ነበር፡፡ የወደፊት አማቼ ባሼራሂል ልጁን እንጂ እሱን አታገባው ምን አስጨነቀህ አለኝ «የምታገባትን ልጅ ከማጨትህ በፊት ስለ እናቷ ጠንቅቀህ እወቅ የሚባል አባል አለ» ሲል አከለ፡፡

«ልክ ነህ! እናትየው መልካም ሴት ትመስላለች፤ አባቷን ግን ልቋቋመው የማልችለው ዓይነት ሰው ነው» አልሁት ከዚህ ቀደም አንዲት የኻድራሚን ልጃገረድ በዚህ መንገድ አጥቼ እንደነበር ገንዘብ የሚሉት ነገር እንዳልተነሣ ነገርሁት፡፡ የጥሎሽን (ማሂሩን) ጉዳይ እህቴ ነበረች ያሰናዳችው፤ ሌላ ጣልቃ ገብነት አልነበረም፡፡ አሁን የገጠመኝ ግን የተለየ ነው፡፡ ፍጹም የማይታመን» ባሼራሂል በንግግሩ ቁጥብ ነው፤ ነገር አያበዛም፡፡ እንዲህ ነበር በአጭሩ የመለሰልኝ፡፡

«እኛ የኻድራሚ ሰዎች ለየት ያልን ነን፤ ስለ ሥርዓትና ፕሮቶኮል ደንብ እናውቃን፡፡ ብዙ የመናውያን ጋብቻን ያህል ጉዳይ በዚህ መልኩ አይደራደሩበትም፡፡ ምናልባት ይህ ሰው ወጣ ያለ ይሆናል? በቃ የአፍ ወለምታ ነው ብለን እናስብ፡፡ አጋጣሚ የተፈጠረ ነው ብሎ ማሰብ ነው» ወደ ቤት ስመለስ የገጠመኝን ሁሉ ለእንጀራ እናቴ መሪያም በዝርዝር ነገርኳት፡፡

ይኸውልህ ልጄ ነገሩ ካልጣመህ ተወው፤ ከወዲሁ ማንን ማግባት ማንን አለማግባት እንዳለብህ እኔ ልወስንልህ አልሻም፡፡ ውስጥህ የሚልህን ተከተል» አለችኝ፡፡ «ይመስለኛል የኻድራሚ ልጃገረድ ብታጭ ስለ ቤተሰቡ ማንነት ለማጣራትም ይቻላል» አለችኝ፡፡ ልጅቷ እኮ ልክ እንዳንቺ ውብ ናት ስላት በጣም ሳቀች

ምዕራፍ ሠላሳ ሁለት

የሰርግ ሥርአቶቹ

ፈጽሞ ትዳር አትያዝ፤ ወንድ ልጅ ትዳር የሚይዘው ሕይወት ስትደክመው ነው፡፡ ሴቶች ጉጉ በመሆናቸው ጥምረቱ አይስምርም፡፡ ለሁለቱም ደስታ አይሆንቸውም፡፡

አስካር ዋይልድ

በወርሃ ጥር 26 1995 አማቴ እና እኔ የጋብቻ ውሉ ላይ ስምምነት ከፈረምን በኋላ ኹለት የሰርግ ምላሾችን ለማሰናዳት ዝግጅቱ ተጧጡፏል፡፡ አንደኛው ሰርግ የባለቤቴ ቤተሰቦች ብዙዎቹ በሚኖሩበት በኤደን ከተማ የሚደረግ ሲሁን፤ ሌላኛው ደግሞ የእኔ የቤተሰብ አባላት በሚኖሩበት ደቡብ የመን ሰንዓ ከተማ እንዲደረግ ተወሰነ፡፡ ምክንያቱም ሁሉም የሰው ታዳሚያን በርዕስ መዲናዋ ይምጡ ቢባል ወጭው የትየለሌ ነበር የሚሆነው፡፡ ከዚያም በላይ ደግሞ አይንሸን ላፈር የተባባሉት እህቶቼ ለየብቻ ተነካጥለው በየሰርጎቹ እንዲታደሙም ዕድል ይፈጥራል፡፡ኹለት ሰርግ መኖሩ ለዚህም ነበር የተወጠነው፡፡

እንደ ወግና ባህሉ በሥርዓቱ መጀመሪያ ላይ ከሙሽራዋ አባት ጋር እጅ ተጣመርን፡፡ ሥርዓቱን የሚከውኑት የተመረጡና ሰው ለእጅ አያያዙን፡፡ በመቀጠል ጋብቻውን ባረኩት፡፡ ከዚያ በኋላ እኔና የልጅቱ አባት (አማቼ) የፊርማ ሥርዓት ፈጸምን፡፡ ከዚህ ሥርዓት አስቀድሞ አፈጣጣሚው ሰው ሙሽሪትን ለብቻዋ ነጠል አድርገው ጋብቻውን ስለመፍቀዷ ጠየቋትና ወደ ሥርዓቱ ተገባ፡፡

ይህ በሚሆን ጊዜ ሙሽት ፍቃዷን ያለ አፈጣጣሚው ሰው ጣልቃ ገብነት መግለጽ ይጠበቅበታል፡፡ በእስልምና እምነት ጋብቻ ውስጥ የሙሽሪት የጋብቻ ፍቃደኝነት ቃል ማክበር ትልቅ ሥፍራ የሚሰጠው ጉዳይ ነው፡፡

ጋብቻውን ተገዳ እንደሆነ ከተናገረች አለዚያም፣ አፈጣጣሚው ከጠረጠረ ይሁንታ ላይገኝ ይችላል፡፡

በኤደን ከተማ በተጠራው የመጀመሪያ ሥነ ሥርዓት ከ300 በላይ ሴቶች ታዳሚ ሆነዋል፡፡ ዝግጅቱ በተካሄደበት አዳራሽ የተገኘሁት ብቸኛ ወንድ እኔ ብቻ ነበርሁ፡፡ ከታዳሚዎቹ አንዷ ወደኔ ጠጋ ብላ «ያለ መነጽር ታምራለህ» አለችኝ፡፡ ይህን ስትለኝ መነጽሬን አወለቅሁት፤ ያለ መነጽር በመሆኔ ያንዳቸውንም ሴቶች ጭፈራ ማየት ተሳነኝ (ጉድ ሰራችኝ ማለትም አደል?)፡ ፡

የተመገብሁት ምግብ ይሁን መረበሼ የፈጠረብኝ ስሜት አላውቅም ብቻ አእምሮዬ ሲዝል ተሰማኝ፡፡ ከሰርጉ ቀደም ባለው ምሽት ጀምሮ ጤንነት ሲሰማኝ ስላልነበረ ምናለ ዝግጅቱ ወዲያውኑ በተጠናቀቀ ስል ተመኝቻለሁ፡ ፡ በአጠቃላይ መርሃ ግብሩ 5 ሰዓታትን የፈጀ ስለነበር ሲጠናቀቅ እፎይታ ነበር የተሰማኝ፡፡ ዝግጅቱ መጠናቀቁን ተከትሎ ወደ ሆቴላችን ስናመራ የፎቶ ባለሙያው በርካታ ፎቶዎችን ያለማቋረጥ እያነሳ ነበር፡፡ ከሆቴላችን መውጣት የፈለገ ሁሉ አይመስልም፡፡ ፎቶ አንሺው የካሜራ መብራት የያዘው ሰውዬ ለካሜራ ባለሙያው እንግሊዘኛ የማልሰማ መስሎት በእንግሊዘኛ ቋንቋ «እቺን ውብ ልጃገረድ የሚድሯት ፈካ ያለ ቀለም አጥተው ነው ለመሆኑ ለዚህ ጥቁር ሰው የሚድሯት?» ሲል ንግግሩ ጆሮዬ ጥልቅ አለ፡ ፡ ልክ እንዳልሰማሁት ለመሆን ሞከርሁ፡፡ ንግግሩ ስላስቀየመኝ ግን በትህትና የውስጤን በውስጤ እንደያዝሁ ከመርሃ ግብሩ እንዲሄድ ነግሬው ሄደ፡፡

ሁለተኛው የሰርግ መርሃ ግብር ኢትዮጵያዊ ባህልና ደንብ በጠበቀ መልኩ በሰነአ ከተማ በሚገኘው ሸራተን ሆቴል ነበር የተካሄደው፡፡ የሙዚቃ ባንድና ሙዚቀኞቹ ከኢትዮያ ባሕር ኃይል በቀይ ባሕር መርከብ ወደ የመን የተሰደዱ የኢትዮጵያ ከያኒዎች ነበሩ፡፡ በኢትዮጵያ ደማቅ ዘፈኖች ጨፈርሁ፡፡ ተዝናናኖትም ሆነልኝ እላችኋለሁ፡፡

ሁለቱም ጾታ የታደመበት ጥሩ ሰርግ ሆኖ ተፈጸመ፡፡ በተለይ ምሽቱ የተለየ ድምቀት ነበረው፡፡ የእንግሊዝ፣ አሜሪካ፣ ካናዳ እና ሌሎች ሀገራት ዜጎች የሥራ ባልደረቦቼ ሳይቀሩ ታድመውበታል፡፡ ጥቂቶቹ ታዲያ በኮካ ኮላ ጠርሙስ የአልኮል መጠጣቸውን ይዘው ነበር የመጡት፡፡ አለዚያማ አልኮል መጠጥ የሚባል ነገር ማግኘት የሚታሰብ አልነበረም ... ከወድ የት ተገኝቶ? ምሽቱን በሙሉ ስንጨፍር ቆየን፡፡ ከጋብቻዬ ሥርዓቶች ምርጡና ደማቁ ይኸኛው ሆኖ አለፈ፡፡

የመጀመሪያ የሰርጌ ሥነ ሥርዓት ደንበኛውን የየመን ባህል የተከተለ ነበር፡፡ ምክንያቱም ወንድና ሴቶች በጋራ መገኘት አይፈቀድላቸውም፡፡ በመሃል ማኅበራዊ ድግሶች ላይ በሰርጉ ዕለት ምሽት ከሙሽሪት በቀር ሁሉም ታዳሚ ሴቶች በአዳራሽ ይታደማሉ፡፡ ጭፈራ ደግሞ የሥርዓቱ ዋነኛ ማድመቂያ ይሆናል፡፡ በየመን ባህልና ወግ መሠረት የሰርጉ ዕለት በሚከወንበት ከቀትር በኋላ ባሉ ሰአታት ወንዶች ብቻ የሚታደሙበት መርሃ ግብር ይኖራል፡፡ ወንዶች ሰብሰብ ብለው ሙሽራውን ያወድሳሉ፡፡

ሦስት ወይም ዐራት ሚደርሱ ፍየሎች ታርደው እንዳየህዝቡ ብዛት ተሰርተው ይቀርባሉ፡፡ ከዚያ ወንዶች በቦታቸው ተሰይመው ጫት ይቅማሉ፡ ፡ በአብዛኛው በዚህ ወቅት አንድ ታዳሚ ጊታር ሲጫወት ማየት የተለመደ ነው፡፡ ታዳሚዎች ይዘፍናሉ፤ ይጨፍራሉ፡፡ ያውካካሉ ያወጋሉ፡፡ ጫት መቃሙም ይቀጥላል፡፡

ያም ሆኖ ግን ሁለተኛውን የመናዊ የሰርግ ሥርዓት አልረሳውም፡፡ ምክንያቱም ጫት የሚባል የማይፈቀድበት ሥርዓት ነበር፡፡ በዚያ ላይ ኢትዮጵያዊ ማንነቴን የሚያስታውስ ሆኖ ነው ያለፈው፡፡

*** ***

ለጫጉላ ሽርሽር ወደ አማን ጆርዳን በሄድንበት ወቅት ገና ኹለት ሳምንት አይሆነንም ነበር፡፡ የጋብቻ ሥርዓቱን ከፈጸምን በርግጥ ይህ ጋብቻ ሰምሮ እንደማይቀጥል ከጅምሩ ያስታውቅ ነበር፡፡

ያገባኋት ልጅ ነገሯ ሁሉ የልጅ ነበር፡፡ ገና 19 ዓመቷ ስለሆነ ድርጊቷ እና ጠባይዋ ሁሉ የህጻን ነው፡፡ ምንም የሚያግባባን ነገር አልተገኘም፡፡ አንመጣጠንም፡፡ በብዙ ነገር በጣም ተጨምታ ስላደገች ነው መሰል ምንም ዓይነት እውቀትም ሆነ የዓለም ልምድ የሌላት ልጅ ሆነችብኝ፡፡ለነገሩ በየመን ብዙ ሴቶች ለመማርና ራስን ለመለወጥ መብቱ እደሌላቸው እገነዘባለሁ ... ብዙ አልፈርድባትም፡፡ የእርሷ ግን ባሰ! እኔ የሕይወት አጋር ብፈልግም ከርሷ ጋር የገጠመኝ ትዳር ህጻን ማሳደግ ነበር የሆነብኝ፡፡ ቤተሰብ የምትመራ አቻዬ ሆና አልታየኝ አለች፡፡

ለነገሩ የጋብቻ ሥርዓቱ ከመከናወኑ አንድ ሳምንት በፊትም ጸብ ጀምሮን ነበር፡፡ ድግሱ በሚፈጸምበት ኤደን ከተማ አዳራሽ ኪራይ ይገፔ ከከፈልሁ በኋላ የእጮኛዬ ጓደኞቿ ሌላ የተሻለ አዳራሽ እንዳለ ነግረዋት ኖሮ ቦታው ካልተለወጠ ሞቼ እገኛለሁ አለች፡፡

በዚህ የተነሣ ብዙ ተጨቃጨቅን፤ አንደኛ ከፍያውን ቀድሜ በመፈጸሜ ገንዘቡን ማስመለስ አልችልም ነበር፡፡ እርሷ ግን ይህን ልትረዳ ፍቃደኛ አልነበረችም፡፡ በቃ ገንዘቡ በብላሽ ተበልቶም ቢሆን ሌላ አዳራሽ እንከራይ ነበር ፍላጎቷ፡፡ በጓደኞቿ ምክር ሌላ የተሻለ አዳራሽ አለ በሚል እሳቤ ልቧ ተወስዷል፡፡ ቀልቤ ያልወደደው ጋብቻ ነበር ቀድሞውኑም ማለት እችላለሁ፡ ፡

ያም ሆኖ ግን ያለመጣጣማችንን ምልክቶች ቸል ብዬ ገባሁበት፡፡ እድሜዬ 32 ዓመት ነበር፡፡ በወቅቱ ከዚህ ቀደም ያበላሸሁት እጮኝነት በኤንቲሳር ላይ ያደረስሁባትን መገፋትም ላለመድገም የትዳር ዕድሜ ላይ በመድረሴ የገባሁበት ትዳር ነው፡፡ ያም ሆኖ ግን ከዚህ ቀደም የባሰ ውርደትን ለቤተሰቦቼ የሚያከናንብ ትዳር መሆኑ ታወቀኝ፡፡ ስለገንዘብና ሌላ ምርጫ የገጠምነውን ንትርክ ሳስብ ምነው ጋብቻውን ባራዘምሁት ሁሉ ያሰኘኛል፡፡ የጠባያችን የመጀመሪያው መጨረሻ ሆነብኝ ነገሩ፡፡

የጫጉላ ሽርሽሩ ተጠናቆ ወደ የመን እንደተመለስን፤ ለሂንዲ ዳውዬ በሕይወቴ ትልቁን ስህተት እንደተሳሳትሁና የተሳሳተ ጋብቻ ውስጥ እንደገባሁ የሴት ምርጫዬም ልክ እንዳልነበር ነገርኋት፡፡ እህቴ በወቅቱ ሌላ ቦታ ነበር የምትኖረው፡፡ ነገሩን ስነግራት እንድታገስ ልጅ መሆኗን በብዙ እድሜ እንደምበልጣት፣ በዚያ ላይ ከየመን ውጭ በሌላ ሀገር የተወለድሁና በአሜሪካ ጭምር ብዙ የተማርሁ በመሆኑ የመጣ ክፍተት መሆኑን አስረዳችኝ፡፡ ጊዜ እንድሰጣት ልታግባባኝ በብዙ ጣረች፡፡ ቀስ በቀስ ወዳንተ ትመጣለች በሂደት ትግባባላችሁ ነበር ምክሯ፡፡

ከዚህም ባሻገር በሂደት ልገራት እንደምችል፤ ጥሩ ሚስት እንድትሆን ማድረግ ያለብኝ ራሴ ስለመሆኔ ነገረችኝ፡፡ በሚገባ ካዳመጥኋት በኋላ የምትለው ሁሉ ረጅም ጊዜ የሚጠይቅ ኃላፊነት ስለሆነ በሚገባ የተሰራች ስንዱ ሚስት የሕይወት አጋር አግኝቶ ቤተሰብ መመስረት በጋራ ማደግ የእኔ ዓላማ መሆኑን አስረዳኋት፡፡ ይህን ስላት አልተዋጠላትም ነበር፡፡

«አይ እግዲህ እናንተ አሜሪካኖች መላም የላችሁ መቼስ! እዚያ የኖራችሁ በሙሉ አእምሯችሁ አስተሳሰባችሁ ሁሉ ተጠልፏል፡፡ ይሄ ምዕራባዊ ስሁት እሳቤህን ወዲያ በልና ባህልህንና ወግህን ተከተል፤ እኛ እኮ ዐረቦች ነን፡፡ ሙስሊም መሆናችንም አትዘንጋው፡፡ የማይበጅ ግትርነት ነው፡፡ የተጠናወተህን አጉል ባሪህን ተወት አድርግና እንደሚሆን ኑር፡፡ አለዚያ ግን ሕይወትህ ይመሰቃቀላል፤ እርባናም አይኖርህም» ስትል ንግግሯ ቋጨች፡፡

ምዕራፍ ሰላሳ ሶስት

ስንብት

ማንነታቸው የማይለዋወጡ ማናቸውንም ነገር ተዋቸው፡፡ አብሮ መቆየት ከንቱ ልፋት ነው፤ አንተ ማንነትህን፣ ስራትህን ወደ ኋላ ተመልሰህ እንደማትለውጠው ሁሉ እነርሱም ራሳቸውን ለመሆን ነው የተሰሩት፤ ከነርሱ ጋር ምንም አንድነት ሊኖርህ አይችልም፡፡

የመኑ የእርስ በርስ ጦርነት፤ ሰሜን የመናዊያን በደቡብ የሚታዩበት ብልሹ መነጽር ሙዋላዲን (የሌላ ሀገር ተወላጆች) የሚያስተናግዱበት ግፍ በየመን መኖሬን እንዳመርር አደረገኝ፡፡ ነገሩ የመን ውስጥ የመኖርና ቤተሰብ መሥርቼ ሕይወቴን ለመምራት የምመኛትም ሀገር አልነበረችም፡፡ እንኳን ቤተሰብ ልመሰርት ለራሴ ህልውናም አትበጀኝም፡፡ ወርሃ ነሃሴ 1995 አንድ ዕለት ባለቤቴ እና እኔ ከአንድ ወዳጃችን ቤት ቆይተን ወደ ቤታችን እየተመለስን ነበር፡፡

መኪናዬ ጋራዥ ስለነበረች በእግራችን ነበር የምንመለሰው፡፡ ያን ያህል ሩቅ አልነበረም፡፡ ቤታችን በእግራችን እየተጓዝን ሳለን አንድ ደኅንነት ከተሽርካሪ ድንገት ወርዶ ከትትል ያደረገብን ጀመር፡ ባለቤቴ እንደሚከታለን እንዳታውቅ ስል በወሬ ጠመድኳት፡፡ ሽጉጡን ወደኔ በማነጣጠር ሊያሸማቅቀኝ ሲሞክር እያየሁት ነው፡፡ ከሚከታተለን ደኅንነት ጋር ምንም እሰጣገባ ውስጥ ሳንገባ ወደ ቤታችን ገባን፡፡

የመኖሪያ ቤታችን ወደ ሚገኝበት ህንጻ ስንገባ ጥበቃውን ሰላምታ ሰጥተን ነበር ያለፍነው፡፡ ቤታችን እንደገባን ከትትሉ ያበቃ መስሎኝ በራችንን ዘጋን፡፡ ነገር ግን መስኮቴን አሻግሬ ስመለከት የሆነ የሁከት ድምጽ ይሰማ ነበር፡፡

የሚከታተለን ደኅንነት ከጥበቃው ጋር እየተጨቃጨቀው ነበር፡፡ በሃይለኛው ይነታረካሉ፡፡ ደህንነቱን ዘልቄ ካልገባሁ በሚል ኃይል ለመጠቀም እየዳዳው ነው፡፡

ነገሩ ከኔ ጋር የተያያዘ ስለመሆኑ ጥርጣሬ ስላልነበረኝ ለማጣራት ወጣሁ፡፡ ለጥበቃው ይህ ደኅንነት ቀድሞውንም ሲከታተለን እንደነበር ነገርሁት፡፡ ደህንነቱ ከኛ ምን እንደሚፈልግ ስጠይቀው መታወቂያ እንዳሳየው ጠየቀኝ፡፡ ለምን አልሁት፡፡ ከሲቪል ደኅንነት መምሪያ ነው የመጣሁት፤ የሆነ አንዳች ልክ ያልሆነ ነገር እንዳለ ጥርጣሬ ስለነበረኝ የማረጋገጥ ኃላፊነት አለብኝ፡፡ ሲል መለሰልኝ፡፡

ምንም የሕግ ጥሰት እንዳልፈጸምሁ ለምን እንደጠረጠረኝ ስጠይቀው ጥያቄዬን ከቁብም አልቆጠረም፡፡ ሳልደነግጥ መጠየቄና እንዳለኝ አለመሆኔ ግን ሳያስገርመው አልቀረም፡፡ ይሄኔ ጥበቃው ደኅንነት ተብየው ሱማሌያዊ መሆኔን እንደጠረጠረና ባለቤቴንም ዮርዳኖሳዊ ሴተኛ አዳሪ መሆኗን እንደተጠራጠረ እኔን በተለይ በሰላይነት እንደጠረጠረኝ ነገረኝ፡፡ ለምን እንዲህ ሊያስብ ቻለ? ስለው ሁለታችሁንም በኃይል አካልቦ ሊያሥራችሁ ነው ሃሳቡ፤ የተከበርከ የኻድራሚ ሰው መሆንህን አስረድቸዋለሁ፤ እሷም የኤደን ነዋሪ ባለቤትህ መሆኗ ነግሬዋለሁ፤ ሊሰማኝ አልፈለገም እንጂ›› አለኝ ጥበቃው፡፡

የመናዊ የመኖሪያ መታወቂያዬን አውጥቼ ለደህንነቱ ሰጠሁት፡፡ ‹‹ዋናውን መታወቂያ ነው የጠየቅሁ›› አለኝ (በየመን ዋናውን ኮፒ በማድረግ አሸን ከኪሳችን የማስቀመጥና ዋናውን ቤት የማስቀረት ልማድ ነበረን)፡፡ የጋብቻ የምስክር ወረቀቴንም እንዳመጣ ጠየቀኝ፡፡ የምስክር ወረቀቱን ኮፒ ሰጠሁት፡፡ ሁለቱንም ሰነዶች አብጠርጥሮ ከተመለከተ በኋላ መለሰልኝ፡፡ በዚህ ግርግር መሃል ቤት አከራዬ ከበርቴ መጣና ምን እንደተፈጠረ ያጣራ ጀመር፡፡

ነገሩን እንደሰማ በቁጣ ተንበልብሎ ወዲያውኑ ደህንነቱ ከአካባቢው እንዲሄድ አዘዘ፡፡ ይህ አከራይና ጥበቃው ባይረዱን ኖሮና ለብቻችን ተነጥለን የምንኖር ቢሆን ኖሮ ምን ሊፈጠር እንደሚችል ማሰብ ነው፡፡እንዲህ ከባድ የሚሆነው ውጤቱ ይህ ከገጠሙኝ መሰል ውክቢያዎች አንድ ብቻ ነበር፤ በርካታ ገጠመኞቼን በመንተራስ ጋሚል አልራዘይ አንድ ጽሑፍ ጽፎ ማውጣቱን አስታውሰለሁ፡፡

በወርሃ ሚያዚያ 1994 የእህቴን ልጅ ባሏን ለመቀበል ወደ አየር መንገድ እየነዳሁ ነበር፡፡ የጫጉላ ሽርሽር ለማሳለፍ ከኻድራሙት ወደ ሰንዓ እየመጡ

ነበር እነዚህ ጥንዶች፡፡ በወቅቱ አንድ የፖሊስ አባል ነኝ ያለ መኮንን አስቆመኝ፡ ፡ የጣስሁት አንድም የትራፊክ ሕግ አልነበረም፡፡ ገንዘብ እንድሰጠው ፈልጎ ነበር ያለ አግባብ ያስቆመኝ፡፡ እንዲህ ያለው ነገር ሲያጋጥመኝ የፖሊስ መኮንኑን ወደ መኪናዬ አስገባውና መቶ ሪያሎች ሸጉጬለት አባርረዋለሁ፡፡

በዚህ ገጠመኝ ግን ለምን እንደሆነ አላውቅም ስባሪ ሳንቲም ላለመስጠት ወስኜ ነበር፡፡ የዘር ስድብ ሰደበኝ፡፡ በሰሜን አሜሪካኖቹ መስፈርት አጭር የሚባል ዓይነት ሰው ነኝ፡፡ ከየመናዊያን አንጻር ግን በብዙ እሻላለሁ፡፡ ጠንካራና አንጻራዊ ጥሩ ሰውነት ያለኝ ሰው ነኝ፡፡ ልደበድበው እችል ነበር፡፡ ግን አላረግትም፤ ባደርገው ኖሮ ቅጣቱ የከፋ ነው የሚሆንብኝ፡፡ ስለዚህ አደብ ገዛሁ፤ ዝምታን መረጥሁ፡፡

ከዚያ ይልቅ ወደ አቅራቢያ ባለ ፖሊስ ጣቢያ ሄጄ የዚህን ሰው ድርጊት ለተቆጣጣሪዎቹ አመለከትሁ፡፡ ይባስ ብሎ እንደሱ ጉቦ የለመደው ዐለቃው ሁኔታውን ከሰማ በኋላ መኪናዬን አሰረና የጫት የእጅ መንሻ ካልከፈልህ መኪናህን አንፈታም ሲል ቁርጤን ነገረኝ፡፡ በጣም ነበር የተቆጣሁት፡፡ ያደረገው ነገር ፈጽሞ ልክ እንዳልሆነ ነገርሁት፡፡ ከፍተኛ መኮንኑን ግብር ከፋይ በመሆኔ ህጋዊ ሰውነት ስላለኝ ያለ አግባብ ስለቻለ ብቻ ገንዘብ ሊቀበለኝ እንደማይችል ነገርሁት፡፡

ጭራሹኑ አስሬህ ምን እንደምታመጣ አያለሁ ይሻላል? ሲለኝ ብድግ ብዬ ከከፋ አደጋው ሸሸሁ፡፡ ፖሊስ ጣቢያውን ለቅቄ ወጣሁ፡፡ በቀጥታ አሜን ባህማን ለተባለ ወዳጄና ቤተሰቤ ስለተፈጠረው ነግሬ ወደ አየርመንገድ እንዲሸኙኝ አደረግሁ፡፡ ይህ ወዳጅና ቤተሰቡን ን እንድሸኘው ስጠይቀው ‹‹ዓድል ችግርህ እኮ ዛሬም አሜሪካ እንደምትኖረው ኑሮ ማሰብህ ነው ያለኸው እኮ የመን ነው፤ በዚህች ሀገር ሕግና የፍትህ ሥርዓት የሚባል ነገር የለም፡፡ አይደለም ዛሬ ገና ለ10ሺህ ዓመታት ፍትህና ሕግ አይኖረንም፡፡ በዚህ ሀገር እስካለን›› ነበር ያለኝ፡፡ አከለናም አንድ ቀልድ ቢጤ ጨመረልኝ …

‹‹በጥንት ጊዜ እንደሚነገረው በሰንዓ ከተማ የተገኘችው በሴም አማካኝነት ጀባል ኑቅም በተባሉ ተራሮች ሥር ነበር፤ ሴም ያው የኖህ ልጅ መሆኑ ይታወቃል እና ይህ ሴም ከብዙ ዘመናት በኋላ ወደ ምድር በመምጣት ምን የተለወጠ አዲስ ነገር አለ ሲል ለመጎብኘት ይወስንና ይመጣል፡፡ በአጃቢዎችና ልዩ ልዩ ባሙዎች ጋር ወደ ምድር መጥቶ ሲጎበኝ በአሜሪካና አውሮፓ ባየው ለውጥ እጅግ ተደነቀ፡፡ በመካከለኛው ምሥራቅ አድርጎ ወደ ኢስያም ባየው ለውጥ እጅግ ተደነቀ፡፡ በመካከለኛው ምሥራቅ አድርጎ ወደ ኢስያም ተጓዘ፡፡ ጉዞውን የሚመራው ሰው ግን የሴምን ትኩረት ወደ ቆረቆራት ከተማ እንዲሆን

ፈልጓል፡፡ ይሄኔ ሴም ‹‹አትጨነቅ ሰንዓ ለእኔ ለማስተዋወቅ አይዳዳህ ህዝቦቿም ሆነ ከተማይቱ ያኔ ጥያቸው እንደሄድሁ ሳይለወጡ እንደማገኛቸው ጥርጣሬ የለውም›› አለው፡፡ በጣም ነበር ያስፈገገኝ ይህን ሲነግረኝ፡፡

እንዲህ አልሁት፡፡ ይህን ሥርዓቱ የተበላሸ ውጥንቅጥ ወደ ተሻለ ሀገር መለወጥ ይኖርብናል፡፡ በዚህ ጉይ ላይ ጥናት እጽፋለሁ፤ ከጻፍሁ በኋላ አሣትመውና ታሪኩ ለህዝቡ ግንዛቤ እንዲውል ይደረጋል፡፡ የመን ልትለወጥና ልትሻሻል ይገባታል፡፡

‹‹ባክህን በዚህ ጊዜህን አታጥፋ፤ ያበቃለት ጉዳይ ነው›› ሲል ተስፋ መቁረጡን ነገረኝ፡፡ የሆነ ሆነና መኪናዬን ከእሥር ለማስፈታት ወደ ተሰሚ የፖሊስ መኮንኖች በመሄድ ጉቦ ከፍዬ ተላቀቀችልኝ እላችኋሁ፡፡

***   ***

በሶማሌያዊን በአፍሪካ አህጉር ተወላጅ የመናዊያን ወይም የመን በሚኖሩ ኢትዮጵያዊ ስደተኞች ላይ የሚደርስባቸውን ግፍና መከራ ጠንቅቄ አውቅ ነበር፡፡ ከዚህ ግፍ ለመገለል እያንዳንዱ ሰለባ ራሱን ዝቅ አድርጎ ድምጹም ሳያሰማ መኖር አለዚያም ራሱን ነቅቶ መጠበቅ ግድ ይሆንበታል፡፡ ከዚህ ውጭ መኖር ከባድ ነበር፡፡ እኔም ችግሩን እስኪያንገሸግሸኝ ድረስ ተቀብዬው፣ ኖሬው አሣልፌያለሁ፡፡

***   ***

በ1995 ለመሰደድ የማሳባቸውን ሀገራት ዋንጫ በማጥበብ ወደ አንድ ማዘንበል የነበረብኝ ጊዜ ነበር፡፡ በርግጥ አሜሪካ ካናዳ እና አውስትራሊያ ተቀዳሚ የስደት ምርጫዎቼ ነበሩ፡፡ በነዳጅ ኩባንያ በምሰራበት ወቅት ባልደረባዬ የነበረው የስነ ምድር ተመራማሪው ኮን ሬስ የመጣው ከካናዳ ካልጋሪ ነበር፡፡ ብዙ ጉዳዮች ላይ የመወያየት ልምድ ነበረንና የነበረኝን እቅድ አወያየሁት፡፡

ተቀዳሚው ትኩረቴ ሥራ የማግኘት ጉዳይ ነበር፡፡ ሥራ የማገኝ ከሆነ ወደየትም ሀገር ለመሄድ ወስኛለሁ፤ የአውስትራሊያ መንግሥት እንደተቀበለኝ የሚገልጽ ደብዳቤ ላከልኝ፡፡ ወደ አሜሪካ ለማቅናት የሚያስችለኝ ቪዛም በሂደት ላይ ነበር፡፡ ነገር ግን ጆን ከነዚህ ሀገራት ይልቅ ወደ ካናዳ የምሄድበት መንገድ እንድፈልግ አማከረኝ፡፡ የአውስትራሊያ ጉዞ አማራጩን እርግፍ አድርጌ በመተው አሜሪካ ወይም ካናዳ ለመሄድ ወጠንሁ፡

፡ ለዚህ እቅድ ምክንያት የሆነልኝ የሀገሪቱ የአናኗር ሥርዓት በሚገባ ማወቄ ነበር፡፡

በአሜሪካ ባንኮቨር የምጫወትበት የእግር ኳስ ቡድን ጋር ጥሩ ጊዜን አሣልፌያለሁ፡፡ በዚያ ላይ አሜሪካ ሳለሁ ጥሩ ተሰሚነት ያለው ኹለት ሰዎች ወደ ካናዳ እንድጓዝ ሁነኛ አማራጭ ሐሳብ ሰጥተውኛል፡፡ ምንም የወንጀል ማህደር እንደሌለብኝ በፌደራል ቢሮ ምርመራ ማረጋገጫ ስለተሰጠኝ ወደ አሜሪካ መመለስ እችል ነበር፡፡ ነገር ግን ጆን ካናዳ የተሻለ አማራጭ መሆኑን እየደጋገመ ነገረኝ፡፡

‹‹ሂድ ... ኑሮህን በዚያች ሀገር አደልድል፤ ዜግነትህን አግኝ፤ ካልወደድኸው ምን አልባት ወደ ደቡብ አሜሪካ መመለስ ሁሌም ትችላህ›› ነበር ያለኝ፡፡ ሁሉንም አማራጭ ካጤንሁኝ በኋላ የጆንን ምክር ተቀብዬ ወደ ካናዳ ለመሄድ አመለከትሁ፡፡ በሳወዲ አረቢያ የሚገኘው የካናዳ ኤምባሲ የቀረቡለትን ማመልከቻዎች ከመረመረ በኋላ በቃለ ምልልስ ያጫቸውን አመልካቾች ጠራ፡፡ እኔም አንዱ ሆንሁና ቃለ ምልልስ አደረግሁ፡፡ የትምህርት ደረጃዬ እድሜዬ የሥራ ልምዴ የፈረንሳይ ቋንቋ ችሎታዬና እንግሊዘኛዬ ሁሉ ማጣራት ተደረገበት፡፡ በሂደቱ ከዚህ ሁሉ ሂደት በኋላ ወደ ሃገሪቱ መግባት እንደምችል ተገለጸልኝ››

የትምህርት ዝግጅቴን ሥራ ልምዴን ያማከለ ስደትን መርጬ አመለከት፡፡ በዚያ በኋላ የካናዳ የስደተኞች ጉዳይ አገልግሎት ሁሉንም ዓይነት የጤና ምርመራ እንዳደርግ በጠየቀኝ መሠረት አድርጌ ንጹህ መሆኔ ተረጋገጠ፡፡ በመጨረሻም ለመሄድ ተዘጋጀሁ፡፡ ጉዞ ወደ ሀገረ ካናዳ ሊሆን ሆነ፡፡

በካናዳ በነበረኝ የጉዞ ሂደት የተማረሁት ነገር ቢኖር ወደ ሀገሪቱ ለመግባት በርካታ የተሳሳቱ ግምቶች ስለመኖራቸው ነው፡፡ በርካታ ያገኟኋቸው ካናዳውያን ሂደቱን ልክ የፊልም ትኬት የማግኘት ያህል ነበር የሚያቀሉት፡፡ በቀላሉ ወደ ካናዳ መብረር እንደሚችል ይታሰባል፡፡

ሀገሪቱ ከሁሉም የዓለም ክፍልና የሕይወት ልምድ የመጡ ሰዎችን እጇን ከፍታ ትቀበላለች የሚለው አስተሳሰብ ፍጹም ስህተት እንደነበር ተረድቻለሁ፡ ፡ እኔ ስደተኛ ባለሃት አለዚያም እርዳታ አድራጊ አልነበርሁም፡፡ በካናዳ የኔ የምለው ስፖንሰር ሊያደርገኝ የሚችል ዘመድም አልነበረኝም፡፡ እንደኔ ዓይነቱ በዚህ ደረጃ ያለ ሰው ታዲያ ወደ ሀገሪቱ ለመግባት በርካታ ሂደቶችንና መጠይቆችን ማለፍ ግድ አለበት፡፡ እኔ በግል ሙያ የሚሰራ ፈጣን የሀገር

ውስጥ መግቢያ በሚሰጣቸው ለዚህ ዓነቱ ፈጣን ቅቡል ዕድል ለማለፍ 5 ደራጃዎችን ማሟላት ይጠበቃል፡፡

የቅቡልነት ፍቃድ ማግኘት

በዚህ ደረጃ አመልካቹ ሊያሟላቸው የሚገባቸው አነስተኛ መጠይቆች ማጣሪያ ይደረግባቸዋል

ያስመዘገቡት ነጥብ ይመዘናል

በዚህ ሂደት አመልካቾች ለቅቡልነት ተስማሚ ስለመሆኑ በቀድሞው መጠይቅ ያስመዘገቡት ነጥብ ይገመገማል፡፡ አነስተኛውን ብቁ የሚያደርግ መስፈርት ያሟሉ እንዲያመለክቱ ይጋበዛል፡፡

የሰነድ ዝግጅት ምዕራፍ

በዚህ ሂደት አመልካቾች የቋንቋ ክህሎታችሁን ፓስፖርት የጤና ምርመራ ውጤት የገንዘብ ምንጭ እና ሌሎች ጉዳዮቻቸው ማጣራት ይደረግበታል

የግል ማህደር ቅጽ መሙላት

አመልካቾች በካናዳ መንግሥት ድረ ገጽ በኩል ማንነታቸውን አስረጂ የሆነ የሕይወት ታሪክ ሰነድ በመፍጠር ሞልተው የሚያቀርቡበት ሂደት ነው፡፡

የግብዣ ወረቀት ማግኘትና ማመልከት

የካናዳ መንግሥት ለእጩ አመልካቾች ግብዣ ይልካል ይህ የግብዣ ወረቀት በአመልካቹ የቀደመ የግምገማ ነጥብና ሌሎች መስፈርቶች ላይ ተመሥርቶ የሚፈጸም ነው የግብዣ ወረቀቷ ከተላከ በኋላ ቀጣዩ ሂደት አመልካቾች በ60 ቀናት ጊዜ ውስጥ ለፈጣን ቅቡልነት ያለው መግቢያ በይፋ አመልከተው ጉዳያቸው ተፈጻሚ ይሆንላቸዋል፡፡

*** ***

አሁን አንድ ጉዳይ ይቀረኛል፡፡ በምን መልኩ ትዳሬን እይዘዋለሁ የሚል ጥያቄን መመለስ ሊኖርብኝ ነው፡፡ ሂንድ ልትጠይቀን ከኻድራሙት መጣችና የሥራ ዕድልና የመኖሪያ ቪዛ አግኝቼ ወደ ካናዳ ልጓዝ ስለመሰናደቴ ነገርኋት፡ ፡ ከአሜሪካ ካናዳ ምን ያህል እንደምትርቅ ጠየቀችኝ፡፡ ጎረቤት ሀገራት እንደሆኑና ልክ የመንና እና ሳውዲ ዐረብያ ያህል ርቀት እንዳላቸው አብራራኹለት፡፡

‹‹ ከእነርሱ ጋር ምን እንዳጣበቀህ እንጃ! አሜሪካኖችን ለምን ይሆን እንዲህ የምትወዳቸው?›› አለችኝ፡፡ ‹‹ለመሆኑ ትዳህንስ ምን ልታደርገው አስበሃል?›› ስትል ሌላ ጥያቄ አከለች፡፡

ከመሄዴ በፊት እዚሁ እንዲበቃለት ማሰቤን ነገርኳት፡፡ ‹‹ለመሆኑ ባቤትህን በጉዳዩ ላይ አማክረሃታል›› ስትለኝ ‹‹የለም ፈጽሞ አልተነጋገረንም›› አልኩት ባናግራት እንደሚሻል ነገረች፡፡ ተለያየን በቁጣዩ ቀን ለባለቤቴ ወደ ካናዳ ልሄድ እንደሆነ ነገርኳት፡፡ ካናዳን ከነ መፈጠሯም አታውቃትም፡፡ የት ስለመሆኑ አልገባትም፡፡ መቼ እንደምመለስ ስትጠይቀኝ የመመለስ ሐሳብ ጨርሶ እንደሌለኝ አስረዳኋት፡፡ የምለው አልገባትም ነበርና ደጋግሜ አብራራሁላት ‹‹ጸንሻለሁ እኮ ልጅህን እንዴት ልትጠይቅ ነው ታዲያ?›› አለችኝ፡፡ ለቅጽበት ያህል ዝም ካልሁ በኋላ ራስሽ መላ በይው አልኳት፡፡ ስላልገባት አባባሌ ‹‹ለብቻዬ ላሳድገው ነው ፍላጎትህ?›› ስትል ጠየቀችኝ ‹‹አስወርጂው›› ስላት ከክፍሉ ወጥታ ሄደች፡፡

ልከ ወደ መኝታዬ ላመራ ስል ሂንድ ወደ መኝታ ክፍሌ መጥታ ልታናግረኝ እንደምትፈልግ ነገረችኝ፡፡ ‹‹ባቤትህን አነጋግሬያት ነበር ጽንሱን አስወርጂው እንዳልሀት ነገረችኝ እሺ የኛ ምሁር ካባቴ ተሻልሁ ብለህ የምታስበው ሰው ... ምናልባ ከርሱም የከፋህ አረመኔ ነህ! እናትህ ያኔ ገና በ15 ዓመት ዕድሜ ስትጸንሰም ልከ እንዳንተ እንድታስወርደው ነበር እርሱም የነገራት፡፡ ከዚያ በኋላ ግን አባትነቱን እኳን በቅጡ ሳያምን የተረገዘከውን ልጁን ወንድ ይሁን ሴት ለማወቅ ሳይጓጓ እንደተጸነስህ እርሱ ሌላ ትዳር ነበረው፡፡ ለዛያ ነው በድርጊቱ የተሸማቀቀውና ነገሩን ለማደፈን የሞከረው፡፡ በርሱ አይፈረድም ያንተስ ምክንያት ኸረ ለመሆኑ ምን ይሆን? እናትህ እንደተባለችው ብታስወርድ እኮ ዛሬ አንተ በህይት አትገኝም ነበር፡፡ ለነገሩ አስወርዳህ ብትገለገል ነበር የሚሻላት!›› ስትል አምባረቀች ምላሽ እስከሰጣት ሳትጠብቅ ከፍሉን ለቃ ወጣች በእውነቱ ከሆነ ለእህቴ ይህ ነው የምለው ምላሽአልነበረኝም ምላሴ አፌ ውስጥ ሬሳ ነበር የሆነልኝ እህቴ ልከ ነበረች ለሚስቴ ያልኳትን ነገር ላስተባብልም ሆነ ሰበብ ልሰጠው አልተቻለኝም፡፡ ሞራላዊ አጣብቂኝ ውስጥ ወደቅሁ ከሀገር የመሰደድ ውሳኔዬ መሃከል ቆምሁ፡ ፡ ባለቤቴን ላፈቅራት ይቅርና በቅጡ እኳ አላከበርኳትም ነበር፡ የእህቴ ንግግር ግን ጭንቅላቴን ነበር የመታኝ፡፡ ያለፋትን 25 ዓመታት ማንነቴን ፍለጋ ስቃብዝ ነበር ያሳለፍሁት፡፡ አባቴን ለማወቅ መልካምነቱን ለማውሳት ስባዝን ቆቻለሁ፡፡ በሕይወት ቢኖር ሊከበርበት የሚችል ልጁ ለመሆን ነበር ምኞቴ፡፡

ይህን ሳስብ በጋብቻዬ የተነሣ ከዚህ በፊት የገጠመኝ ሁሉ ትውስ አለኝ፡፡ ህልውናዬን ዞር ብዬ ገመገምኩት፡፡ ከሁሉም አቅጣጫ ሕይወቴ መና እንደነበር ዘልቆ ተሰማኝ፡፡

የእህቴ ንግግር አጥንቴን ሰርስሮ ተሰማኝ፤ ለባለቤቴ ያልሁትን ሳስብ ጸጸት አቃጠለኝ፡፡ ወዲያውኑ ስለ ባለቤቴ መጻኤ ተስፋ ማብሰልሰል ጀመርሁ፡፡ ወደ ካናዳ ብወስዳት እንዴት አብራኝ ልትኖር ትችል ይሆን ስል ተከዝሁ፡፡

እንግሊዘኛ ቋንቋ ጨርሶ መናገር አትችልም፤ በተጨማሪም ካናዳ እጅግ ቀዝቃዛ ሀገር ናት፡፡ ከሁሉ በላይ ደግሞ ያሳሰበኝ የሕይወት አጋሬ ሆና እንዴት አብረን እንዘልቃለን የሚለው ጉዳይ ነበር፡፡ ባለቤቴ ውብ ሴት ናት ልቅም ያለች ቆንጆ፤ የዋህ ጠባይዋ ግን ላያኗኑረን ይችላል ስል ሰጋሁ፡፡ ጭምት ሆና ያደገች በኋላ ቀር ኅብረተሰብ መካከል የተገኘች ልጅ ናት፡፡ ገር ጠባይ አላት፡፡ ይህ ጠባይ ምናልባት ከእኔ ለሃገሯ ልጅ ለአንድ የመናዊ ወንድ ሁነኛ ሚስት ሊያደርጋት ይችላል፡፡ ለእርሷ የሃገሯን ወንድ አብግታ በዚያበው የመን ብትኖር መልካም ነው ስል አሰባለሁ፡፡ ለሀገሬው ወግና ልማድ አኗኗር የተመቸች ፍጥረትነቷ ይጎላብኛል እኔ፡፡ እኔና እርሷ ግን የኹለት ዓለም ሰዎች ነን፡፡ ምናችንም አይገጥም ፤ አይጣጣምም፡፡ ከአንድ ወንዝ አልተቀዳንም ብዬ አምናለሁ፡፡

ያም ሆኖ ግን የእህቴ ቃላት ከአእምሮዬ ሊጠፉ ከልቤም ሊፋቅ አልቻለም፡፡ የማላመልጠው ዕዳን ያሸከመኝ ንግግር ነበር፡፡ ውስጤን በምላሷ በትር አቁሳላዋለች፤ በርግጥ እውነት አላት፡፡ አንዳችም አልተሳሳተችም፡፡ ልክ ልኬን ነበር የነገረችኝ፡፡ ለሊቱን ሙሉ ለዓይኔ ሽፋሽፍቶች እረፍት እንደናፈቃችሁ፤ በዓይኔ እንቅልፍ ሳይኳል አደርሁ፡፡

የኋላ ኋላ የካናዳ ጉዞዬን ለጊዜው ገታ አደረግሁና ባለቤቴ አብራኝ እንድትጓዝ የሰነድ ዝግጅት ጀመርሁ፡፡ የጉዞ ሂደቱን ስጀምርበት ቤተሰቦቹ ሊቃወሙ ስለሚችሉ በእነሱ ምክንያት ጉዞዋ ተነጥቦ የኛም መጨረሻ በዚያው ይደመደማል የሚል ግምት ይዤ ነበር፡፡ እንደፈራሁት አልሆነም ወደ ካናዳ አብራኝ እንድትሄድ ቤተሰቡ ይሁንታውን ሰጠ፡፡ ምንም አልታቀደም ነበር፤ ይህ በመሆኑ የጀመርኹለት የጉዞ ሂደት ሰመረና ወርሃ ግንቦት፤ 1996 መላው ቤተሰቤ ማለትም እኔ ፤ ባለቤቴ እና ገና ያልተወለደው የጸነሰችው ልጃችን ወደ ሀገረ ካናዳ ተጓዝን፡፡

ቅጽ አንድ - ባዶነት

ብያኔዎችና ክርክሮች ሁሉ በማህበራዊ የትስስር ገጾችና በአርእስተ ነገሮች ላይ ብቻ በተንጠለጠሉበት በዚህ ዘመን፣ በሶስት አህጉሮች መካከል እየተመላለሰ ቅይጥ የባህል ድንበሮችን ስላቆራረጠና ብዙ ቋንቋዎችን ስለተማረ አንድ ትንሽ ልጅ ታሪክ ማንበብ ማን ይፈልጋል?

ይህ “ባዶነት” የተሰኘው መጽሐፍ ባለ ሦስት ክፍል እኔ በእንተእኔ ሲሆን፣ የመጀመሪያው ቅጽ በጨቅላ ሕፃንነቱ ከወላጅ እናቱ ስለተለያየና አባቱ ሲሞት በአክስቱ እጅ ለማደግ ስለተገደደ ልጅ የህይወት ጉዞ ይዳስሳል። ከባቱ ሞት በኋላ፣ እናቱ ድጋፍ መስጠት ባለመቻላቸው እና በየመን ከሚገኙት የአባቱ ቤተሰቦች ጋር ለመገናኘት የሚያስችል መንገድ ያጣው ይህ ልጅ፣ ከስምንት እስከ አሥራ አንድ ዓመቱ ባለው ጊዜ ውስጥ ብዙውን ጊዜ ቤት አልባ ሆኖ በጎዳናዎች ላይ ተንከራትቷል። ለመሆኑ ያለ ማንም ድጋፍ ያንን ከባድ ጊዜ እንዴት ሊያልፈው ቻለ?

ዓድል ቤን-ሀርሃራ

ዓድል በልጅነቱ ጥልቅ የአይሁድ፣ የእስልምና እና የክርስትና ሃይማኖታዊ ትምህርቶችን ቀስሟል። እዚያው ኢትዮጵያ ውስጥ ወጣት ማርክሲስት በነበረበት ወቅት፣ በኮሚኒስት ፓርቲ የወጣቶች ንቅናቄ ውስጥ በመሳተፉ ለእስር ተዳርጎም ነበር፡፡ የአባቱን ቤተሰቦች ለመገናኘት ወደ የመን ከማቅናቱ በፊት ከገዳዮች ቡድን ጥይት ለጥቂት ነበር ያመለጠው።

ልጁ የተወለደው አዲስአበባ፣ ኢትዮጵያ፣ በድህነት ውስጥ ከምትኖር የአሥራአምስት ዓመት ኢትዮጵያዊት እናትእና የሃምሳዓመት ነጋዴ፣ ከመካከለኛው ምስራቅ ጡረታ የወጣ የእንግሊዝወታደር (የመኒሀድራሚ) ነበር። የዚያልጅ ታሪክ ይህ ነው። የጽናትእና የህልውና ተምሳሌት የሆነውን ታሪክ እነሆ....

ቅጽ ሦስት - የተስፋ ጭላንጭል

የምዕራቡ ዓለም ሀገሬዎች አዲስ መጤዎችን የሚያዩበት አንጻርና መጻተኞች ራሳቸውን የሚመለከቱት ንፅፅር እንደ የመን ሰማዮች ኩልል ብሎ የሚታይ ነው። ሁሉም ሰው መረዳትን፣ መከባበርን፣ አድናቆትን እና በአግባቡ መታወቅን ይሻል። ለመጻተኞች ይህ ከተሳካላቸው ታላቅ ፍሰሐ ነው፡፡ ነገር ግን እንደ አለመታደል ሆኖ፣ የካናዳ እና የአሜሪካ አዲስ ሰደቾኞች በተሳሳተ ግንዛቤና መድሎዎች ምክንያት ብዙውን ጊዜ እነዚህን አያገኙም። በምትኩም በአግባቡ አለመረዳትን፣ ክብር ማጣትንና የዝቅተኝነት ደረጃን ይከናነባሉ፡፡

ለአንድ መጻተኛ ሰው በሁለተኛ ወይም በሦስተኛ ቋንቋ ዩኒቨርሲቲ ገብቶ ለመማር ምን ያስፈልጋል? ወደምዕራቡ ዓለም ለሚፈልሱ እስያውያን እና አፍሪካውያን “የአሜሪካ ህልም” ማለት ምን ማለት ነው? ትዳር ለመያዝ፣ ቤተሰብ ለመመሥረት፣ በራስ መተማመንን ጠብቆ በአካዳሚክ እና በሙያ ህይወት ወደፊት ለመግፋት ምን አይነት ባህላዊ ማስተካከያዎችን መደረግ ይጠበቅባቸዋል? የአእምሮ ጤናን እና ሚዛንን እንዴት መጠበቅ ይቻላል? በካናዳና አሜሪካ መኖር የሚጀምሩ ፍልሰተኞች፣ በአዲሱ ህይወታቸው

ከሀገሬው ተወላጆች ጋር ብቻ ሳይሆን ከሌሎች ስደተኞችም ጋር ተግባብቶ ለመኖር የሚያጋጥሟቸውን ፈተናዎች ማለፍ አለባቸው።

“የተስፋ ጭላንጭል” የተሰኘው ይህ ሦስተኛው ጥራዝ፣ ስደተኞች በአዲስ ሀገርና ሕብረተሰብ መሀል ስለሚያጋጥሟቸው መሰናክሎችና በኮበለሉባት አዲስ ምድር ላይ ከሚኖሩ ሀገሬዎች የሚያገኙትን ድጋፍ የሚያሳይ መስተዋት ነው። ማንነቱንና አላማውን ሳይተው በአሜሪካና በካናዳ የኖረን አንድ ወጣት ታሪክ በማንበብ የሚስተዋለውን ሕያው ተውኔት እንዲታደሙ ተጋብዘዋል።

የዚህ መጽሐፍ ዓላማ፣ አንባቢዎች “የሚያውቁትን ሁሉ ወደ ኋላ ትተው፣ በአዲስ አህጉርና በአዲስ ሀገር ውስጥ ካልታወቀ አዲስ የአኗኗር ዘይቤ ጋር ተላምዶ ስኬታማ ለመሆን ምን ይጠይቃል?” የሚለውን የወል ጥያቄ እንዲያሰላስሉ ማጠየቅ ነው።

እነሆ ምስጋና...

በኢትዮጵያ ባህል መሠረት “የሴት ልጅ” መባል እንደ ነውርና ስድብ ይቆጠራል፡፡ አንድ ሰው “ተባዕት” ለመሆን በወንድ እጅ ማደግ ይጠበቅበታል፡፡ እኔ ግን የአባቴን ህልፈት ገና በእምቡቃቅላነቴ የተጎነጨሁ ብላቴና እንደመሆኔ፣ በሴቶች ተከብቤ ያደግሁ ወንድ ልጅ ብሆንም፣ አሁን ለደረስኩበት “የሰውነት” ጥግ እነርሱ ያሳደሩብኝ በጎ ተጽዕኖ ውጤት ነኝ፡፡ እና ኩራቶቼ ናቸው፡፡ አሁን የተጎናጸፍኩት ማንነት የእነዚያ ጠንካራና ድንቅ እናቶቼ፣ እህቶቼ፣ ሴት ልጆቼና ሴት ባልንጀሮቼ አሻራ ነው፡፡

ቢያንስ ስድስት እናቶች ልጃቸው እኔ ስለመሆኔ የይገባኛል ጥያቄ የሚያቀርቡብኝ ዕድለኛ ሰው ነኝ!

የሁሉም እናቶቼ ጥረት፣ ብርታት፣ ምሪት፣ ጥበብ ከሁሉም በላይ ደግሞ የፍቅራቸው ውጤት ነኝ፡፡ ከእጃቸው የበላሁትን ምግብ እና የተሻልኩ ሰው እንድሆን የጣሉብኝን አደራ ለአፍታ እንኳን መዘንጋት አይቻለኝም፡፡ ይህ እንዴት ሊሆን ቻለ?

በኢትዮጵያ፣ በየመንና በአሜሪካ ውስጥ ልጅነቴንና ወጣትነቴን ባሳለፍኩባቸው ዓመታት የተለያዩ ለጋስ ቤተሰቦች፣ ለመልካም ሕይወት የሚያስፈልገኝን ድጋፍ ሁሉ ሊያሟሉልኝ ሞክረዋል፡፡ አለኝታ ሆነውኛል፡፡

እናቶቼ ሁሉ ከተለያየ የኋላ ታሪክ... ባህል... ሃይማኖት... ዳራ የመጡ ናቸው፡፡ ዳሩ ግን ሁሉም እጅግ ድንቅ አሻራቸውን በእኔ ሰብዕናና ማንነት ላይ አሳርፈዋል፡፡ እነሆም ዛሬ፣ “ድልን ሁሉም ይሻታል፣ ውድቀትን ግን ግለሰቡ ያጣጥማታል” እያልኩ ደረቴን እደቃለሁ፡፡

ጥቂት ቢቀልልኝ እነዚያን ድንቅና ብርቅ አንስታት ይህ ከወገቤ ዝቅ ብዬ እስቲ ላነሳሳቸው...

እናቶቼ...

ወይንሸት ፈርተውሃል (ወላጅ እናቴ)

ወላጅ እናቴ ወይንሸት፣ በተሰጠሽ ምድራዊ አቅም ሁሉ የምትችይውን አድርገሽልኛል፡፡ ወልደሽኛል፣ ሕይወት አካፍለሽኛል፡፡ ከዚያም በሕይወቴ ላይ በጎ ተጽዕኖን ላሳደሩብኝ ለእነዚያ ሁሉ እናቶቼ አሳልፈሽ ሰጥተሽኛል፡፡ ለዚህና ለሌሎችም ውለታዎችሽ ሁሉ ከልብ አመስጋኝ ነኝ፡፡

እወድሻለሁ፡፡ በተጎዳሁበት ነገር ውስጥ ሁሉ ረቂቅና ተአምራዊ በረከቶች አግኝቻለሁ፡፡ ትናንት፣ ዛሬ፣ ነገ... ሁሌም በመላ ሕዋሳቴ እወድሻለሁ፡፡ ደግሞም አይዞሽ የምትችይውን ሁሉ ማድረግሽን አውቃለሁ...

ሩቅያ አቱፋ (የእንጀራ እናቴ)

ሩቅያ... ተወዳጇ ሴት... “ባልወልድህም የመጀመሪያ ልጄ ነህ” እያለች የፍቅሯን ሙቀት ያካፈለችኝ ወላጅ አከል ነበረች፡፡ ከአንድ እስከ ሦስት ዓመት ዕድሜዬ ድረስ የኖርኩት ከእርሷ ጋር ነበር፡፡ ስለ ሰጠሽኝ ያልተገደበ ፍቅርና ክብካቤ እጅ እነሳለሁ፡፡

እመቤት ፈርተውሃል (እቴቴ)

እቴቴ፣ የወላጅ እናቴ ታናሽ እህት፣ ውዷ አክስቴ... አባቴ ካረፈ በኋላ እናቴ እኔን ማሳደግ ስላልቻለች ድንገት በሕይወቴ ውስጥ ጣልቃ ገባች... ከናዝሬት የጎዳና እንግልት ታደገችኝ... አስተምራኛለች... አሳድጋኛለች... በስተመጨረሻም ወደ የመን ስሄድ የተሸኘሁት ከእርሷ ቤት ነው፡፡

የጀመሩትን ጉዳይ የመጨረስ ቁርጠኝነት ያስረጸችብኝ እርሷዉ ናት፡፡ ብሉይና ሐዲስ ኪዳን መጻሕፍትን አነብላት ነበር... ወደ ኦርቶዶክስ አብያተ ክርስትያናት አስከትላኝ መመላለስ የአዘቦት ተግባሯ እንደነበር ዛሬ የተከወነ ያህል ይታሰበኛል...

በእነዚያ ሁሉ ዓመታት ውስጥ የዕለት ማስታዎሻዎቼን ጠብቀሽ ስላቆየሽልኝ፣ ጥይት ተማሪ እንደሆንኩና የእጅ ጽሑፍ አጣጣሌም ዓይነ ግቡ መሆኑን ስላሳወቅሽኝ አመሰግናለሁ፡፡

እነዚያ አንቺ ለዘመናት ጠብቀሽ ያኖርሽልኝ ማስታወሻዎቼ፣ የሕይወቴ ዜና መዋዕሎች ሆነው እንደምታይው ነፍስ ዘሩ፡፡

አንቺና ባልሽ በትንሹ እኔ ውስጥ አሻግራችሁ አንድ ብቁ ሰው ታዩ ነበር፡ ፡ በእናንተ ራዕይ አነሳሽነት ያን የተመኛችሁልኝልን የተሟላ ሰብዐዊ ማንነት ለመላበስ ሞክሬያለሁ፡፡

ደግሞም ለጎረቤቶቻችን ጋዜጣ እንዳነብ ዕድል ለሰጠኝ ለልጆችሽ አባት ለማመጫ፣ ምስጋና ይድረሰው፡፡ እርሱ የፈጠረልኝ አጋጣሚ በራስ ከመተማመንንና ከስኬት ጋር አስተዋውቆኛል፡፡

መርየም አፊፍና ዘይነብ አፊፍ (የእንጀራ እናቶቼ)

በየመን ሃድራማውት ያገኘኋቸው ሁለቱ የእንጀራ እናቶቼ፣ ስለ አባቴ ታሪክ ብዙ ስላጫወታችሁኝ፣ ከየመናዊ ዝርያና ማንነቴ ጋር ስላስተዋወቃችሁኝ ምስጋናዬ ከፍ ያለ ነው፡፡ ስለ ጥበብ ካዝናነታችሁ ስለ ክብራችሁ፣ ስለ ውበት ላህያችሁ ሞገስ ያንሳችኋል፡፡

ታጋሽ፣ ጨዋ፣ ጽኑ፣ የመርህ ሰው እንድሆን ምክራችሁን ለግሳችሁኛል፡፡ የምኞታችሁን ሁሉ ለመሆን ጥረቴን አላቋረጥኩም...

ፋጡም ባናጃህ (ኡማ)

በሰሜናዊት የመን እናት ለሆንሽኝ ላንቺ... የቤትሽን መዝጊያ ቁልፍ ለከፈትሽልኝ... ከእጅሽ ለበላሁት ምግብ ሁሉ ምስጋና ያንስሻል፡፡

ኡማ፣ አሁን ለደረስኩበት ደረጃ በእርግጠኛነት አንቺ አለሽበት። በራሴ ላይ እምነት እንዲኖረኝ ጎትጉተሽኛል፡፡ ሐቀኛ እንድሆንና ከሀብት ይልቅ እውቀትን እንዳስቀድም ትመክሪኝ ነበር። "እንዳንተ ያለ ልጅ ቢሰጠኝ ምኞቴ ነበር፣ ነገር ግን ምንም ይሁን ምን አንተንም አርግዤ እንደ ወለድኩህ ልጄ ነው የምቆጥርህ" ያልሽኝን እንዴት ልዘነጋው እችላለሁ? አሁንም አንቺን ባሰብኩሽ ቁጥር ባለ ዕዳነት ይሰማኛል፡፡

ኖርማ ራይስ (አሜሪካዊቷ እናቴ)

አንድም ጥቁር የቆዳ ቀለም ያለው ሰብዐዊ ፍጡር በማይኖርበት ከተማ... በቦይዝ እስቴት ዩኒቨርሲቲ በመማር ላይ ሳለሁ ነበር፣ ወይዘሮ ኖርማ ራይስ ከቤተሰቧ ጋር የመኖር ዕድል የሰጠችኝ... እናት የሆነችኝ፡፡

ሁሌም የእግር ኳስ ጨዋታዎቼን ማየት ያስደስታት ነበር... ታድያ አንድ እሁድ ከቀትር በኋላ፣ የእኔ ዩኒቨርሲቲ ከሌላ ኮሌጅ ጋር በነበረው ግጥሚያ የማሸነፊያዋን ግብ አስቆጠርኩ... እና ይሄኔ “ልጄ እኮ ነው!... ጎሉን ያስቆጠረው የኔ ልጅ ነው! ...” ስትል ጮኸች፡፡

ይህን መሳዩን አድናቆትና እውቅና በአደባባይ ስጎናጸፍ የመጀመሪያዬ ነበር... ዛሬም ቢሆን ያቺን ቅጽበት ባሰብኩ ቁጥር እንባ ይቀድመኛል...

የብዙ እምነቶች ውጤት በመሆኔና ለእርሷ ካለኝ አክብሮት የተነሳ በሞርሞን ቤተ ክርስትያን አገልግሎት ላይ በየጊዜው አብሬያት እገኝ ነበር፡፡

እህቶቼ...

ለሂንድ፣ ለሼካ፣ ለፎዚያና ለሙና ቤን ሐርሃራ፣ ከክርስቲያን እናት በተገኘው በእናንተው አስቂኝ፣ ቀጫጫ፣ ጠይም፣ አይናፋርና ፈሪ ወንድማችሁ ላይ ተስፋ ስላልቆረጣችሁ... ሁሌም መኩሪያችሁ ስላደረጋችሁኝ... በሃድራማውያን ልማድ መሠረት አንድ ወንድም ለእህቶቹ እንዲያደርግ የሚጠበቅበትን ማሟላት ባልቻልኩበት ጊዜ እንኳን ከወንድምነት ክብር ስላላጎደላችሁኝ እነሆ ብዙ ምስጋና፡፡

ስለ አባት

አህመድ ባንሰር፣ ማንም ሊያደርገው ከሚችለው በላይ የአባቴ ምትክ ስለሆንከኝ አመሰግንሃለሁ፡፡ አዎ አባት ነበረኝ፣ ነገር ግን ማን እንደሆነ እንኳን አላውቅም ነበር፡፡ አንተ በእኔና በማላውቀው አባቴ መካከል በፈቃድህ የተዘረጋህ ድልድዬ ነበርህ፡፡ ከማላውቀው አባቴ ጋር አስተዋወቅኸኝ፣ ባንተ ምክንያት አባቴ የማከብረውና ራሴን የቀረጽኩበት ሰው ሆነ፡፡

የአባቴ ተቀጥያ፣ የሁሉ ነገር ምስሌ ባንሰር፣ ባደረክልኝ የገንዘብ ድጋፍ፣ ከሁሉ በላይ ደግሞ ከቤተሰቦቼ ጋር ስላስተዋወቅኸኝ በሕይወቴ ላይ ትልቅ ሚና ተጫውተሃል፡፡ ከሀድራሚ ቤተሰቦቼ ጋር የተጋረጠብኝን ጥቁር መጋረጃ ገፈህልኛል፣ ሙሉ ሰውም ለመሆን አብቅተኸኛል፡፡

“ልዑል ባህሪ የታደለ፣ ጠንካራ፣ በቀጥተኛ መርህ የሚመራ... አባት ነበረህ፡፡” ያልከኝ ምንጊዜም ከልቤ አይጠፉም፡፡

ልጅህ ፎዚያ፣ “አባቴ ለዓድል ያደረገለት የተለየ ነገር የለም” ብላ ቃሏን ሰጥታለች፡፡ ምናልባትም እርሷ እንዳለችው የተለየ ነገር አላደረግክልኝ ይሆናል፡፡ ሆኖም ግን የማንነቴ ብዙው ክፍል የተገነባው ባንተ ነው፡፡ እንዴት መኖር እንዳለብኝ አስተምረኸኛል፡፡ “ሰው ሁን፣ ይህንን ሁል ጊዜ አስብ፣” ትለኝ ነበር፡፡

በሕይወቴ ላይ ያሳረፍከውን አሻራ አንተ አታውቀው ይሆናል፡፡ ነገር ግን ከማንነቴ ፈለግ ላይ አንተን ብቀንስህ ምናልባትም ፍጹም የተለየ ውዳቂ ሰው እሆን እንደነበር አውቃለሁ፡፡ በእውነት ደግና መልካም ሰው ነበርክና እንዲህ ቀርጸኸኛል፡፡

ልጆቼ...

ውድ ሴት ልጆቼ ሊናና ሰመር፣ በብሩህ የብርሃን ጮራ ሕይወቴን አፍከታችሁልኛና ባለ እዳዎቼ ናችሁ፡፡ ገና ከአምስት ዓመት ለጋ ዕድሜዬ ጀምሮ የሕይወቴ ፍኖት ጎርበጥባጣ እንደነበረ ታውቃላችሁ፡፡

ዛሬ ላይ ሆኜ ያንን ጊዜ ሳስበው፣ እጅግም ደግ ነገር አላስታውስበትም፡፡ ከልጅነቴ መራርነት የተነሳ “ነገዬ” ጨለማ እንዳይሆንብኝ እሰጋ ነበር፡፡ ወደፊት የምገፋበትን አቅምና ተስፋ ያለበሳችሁኝ እናንተ ናችሁ፡፡

እኔ ያልነበሩኝን ዕድሎች እናንተ አላጣችኋቸውም፡፡ በእኔ ሕይወት ያልነበሩ አወንታዊ ተሞክሮዎች ሲኖሯችሁ ማየት፣ ለእኔ ትልቅ ስኬት ነው፡፡ እናም ወደፊት ይበልጥ ስታብቡ ስትፈኩ ማየትን እናፍቃለሁ፡፡ የመኖር ምክንያቴ፣ ብርታቴና ጸጋዎቼ እናንተ ናችሁ፡፡ እንዳታደርጉልኝ የምጠብቀው አንዳች ነገር የለም፣ መኖራችሁ ብቻ ተስፋዬን ያለመልመዋል፡፡

ተባባሪዎቼ...

አል ሐማዲ፣ ባዛራአ፣ አል ሐባሺ፣ ባአባይድ፣ ባዋዚር፣ አሊ ሰይድ፣ ባህማም፣ ሳህለ ማመጫ፣ ጀኒን ሹምን... አመሰግናለሁ፡፡

በዚህ መጽሐፍ ሥራ ላይ ስለተባበሩ ሰዎች ተጨማሪ መረጃ ለማግኘት adelbenharhara.com/team ን ይጎብኙ፡፡

ምስጋና!

ስለባውዚር ምን ማለት እንዳለብኝ ከዬት ጀምሬ የት እንደምጨርስ አላውቅም። በአጭሩ የህይወት አፅቆቼ ላይ በጎ አሻራውን ያኖረ ባለውለታዬ ነው ብዬ ብገልፀው የተሻለ ይመስለኛል። በተለይ በአዲስ አበባ ኢትዮጵያ በነበረኝ የልጅነት ጎስቋላ ህይወት ክሱት ሆኖ የአባትነት ፍቅሩን የመገበኝ የአባቴ አምሳለ ሰብና አርአያዬ የሆነልኝ ሰው ነውና ምስጋናዬ እንዲሁ በቃላት የሚገለፅ አይደለም።

ባውዚር ለእኔ የባንሴር ምትክ የውለታ እኩያ የመናዊ አምሳል ሆኖ ነው የሚታየኝ። የከፍተኛ ደረጃ ትምህርቴን እንዳጠናቅቅ በተቻለው መጠን ሁሉ የሚጠበቅበትን ድጋፍ በማድረግ በብዙ አግዞኛል። የአባቴ ሁነኛ ባልንጀራ የነበረው ይህ ሰው በርካታ ገንዘብ በማውጣት የግል የእንግሊዘኛ ትምህርት ቤት እንድማር ድጋፍ አድርጎልኛል። በየመን ሳለሁም ከህዝቡ ባህልና አኗኗር ጋር በቀላሉ እንድላመድ ላደረገው ጥረት ምስጋናዬ ላቅ ያለ ነው።

በሀገረ የመን ባሳለፍኳቸው ዘመናት ሁሉ ከእርሱ ባልተናነሰ አኳኋን የአልሜቃሌህ ቤተሰብና አባላቱ አይዞህ ባይነታቸው አሌ የሚባል አልነበረምና ለነርሱም ቢሆን ለውለታቸው እጅ ነስቻለሁ። ከዚህ ቤተሰብ አባላት ጋር የመን ከመግባቴ አስቀድሞ ምንም ዓይነት ትውውቅ አልነበረኝም። በዚያ ላይ የሀድራሚ የዘር ሀረግ አባላት እንኳን በመሆን በጎሳ እንኳን አይዛመዱኝም። ከአባቴም ጋር ፈፅሞ እውቂያ አልነበራቸው፤ ያም ሆኖ ግን በመልካም አቀባበል በለጋስነትና በንፁህ መቀራረብ አስተናግደውኛል።

የባሽሬሂል ቤተሰብ እኔ ከመወለዴ በፊት አባትና እናቴ እንዲተዋወቁ ምክንያት ነበር፤ ምክንያቱም በወቅቱ እናቴ በዚህ ቤተሰብ ውስጥ በሞግዚትነት በማገልገል ላይ ሳለች ነበር ትውውቁ የተጀመረው። በዚህ ምክንያት በኢትዮጵያ ሳለን የነበረን መልካም ወዳጅነትና ቤተሰባዊነት

ሳይደበዝዝ በ1981 ወደ የመን ባቀናሁ ጊዜ ዳግም በአይነ ስጋ ለመገናኘት በቅተናል። ባሽራሂል እንደ ባውዚር እና ባንሴር ሁሉ ስለአባቴ እንዳውቅ በርካታ ታሪኮችን በመንገር ብዙ ረድቶኛል። ከዚያም በላይ ቤተሰቦቼን በተለይ እህቶቼን ለማየት ወደ ደቡብ የመን ሳቀና ለደህንነቴ በማሰብ እዛ ለሚገኙ ባልንጀሮቹ ተቀበሉት የሚል የአደራ ደብዳቤ ፅፎ ለህልሜ መሳካት ትልቅ ውለታ የዋለልኝ መልካም ሰው ነውና አመስግኘው አልጠግብም። ወደ ኤደን ከተማ ተጉዤ እህቴን ፎዚያን ማግኘት እንድችል ከቤንሻህና ቤተሰብ ጋር አስተዋውቆኛል።

አብዱል አል አሪሲ ከሥነ ጽሑፉ ዓለም ጋር በጥልቀትና በምልአት እተዋወቅ ዘንድ አመለካከቴን በመቅረፅ በብዙ ያገዘኝ ወዳጄ ነበር ፈፅሞ አልረሳውም። ዘወትር በምስጋና አስበዋለሁ። ከሥነ ጽሑፉ ዓለም ጋር መሠረታዊ ወዳጅነት ባይኖረኝም ጥሩ አድናቂ እንድሆን አስችሎኛል። ይህ ወዳጄ የበርካታ ተስጥኦዎች ባለቤት ከመሆን ባለፈ ስለ ዐረቡ አለምና ሀገረ ኢትዮጵያ ሰፊ እውቀት ያለው ግለሰብ ነበር ማለት እችላለሁ። በአጠቃላይ በነበረን የአብሮነት ዘመናት ሁሉ በበርካታ ጉዳዮች ላይ የአስተሳሰብ አድማሴን ያሰፋልኝ ምስጉን ሰው መሆኑን ዛሬም እመሰክራለሁ። ባልከተላቸውም ቅሉ የህይወት መርሆዎቹ አክባሪ ነኝ።

ጋሚል አል አራዛይ፡ ይህ ሰው በተለይ ከአሜሪካ ወደ ሀገሬ የመን በተመለስሁበት ወቅት ከነበረው ሁኔታ ጋር እንድላመድ ከፍተኛ እገዛ ያደረገልኝ ባለውለታዬ ነውና አብዝቼ አመሰግነዋለሁ።፡

ሪቻርድ ማዲ፡ ማዲ በየመን ለመጀመሪያ ጊዜ በመደበኛ ሥራ ተቀጥሬ ለአሜሪካ ተራድኦ ድርጅት ቅርንጫፍ ኢሮ (ዩ.ኤስ. ኤይዲ) በማገለግልበት ወቅት አለቃዬ ነበር፡፡ ከዚያም ባለፈ አብሬው የሠራሁት የመጀመሪያው ነጭ (የውጭ ዜጋ) ነበር፡፡ ታዲያ በአብሮነት ቆይታችን አዳዲስ የሥራ ባህልና ሥርዓት እንድተዋወቅ ምክንያት ሆኖኛል ማለት እችላሁ፡፡ ወቅቱ ገና ለጋ ልጅ የነበርሁበት አፍላ የወጣትነት ዘመን በመሆኑ ከምሰማው ሁሉ ነገር ቁም ነገሮችን የመቅሰም ዝንባሌ ነበረኝ፡፡

በመሆኑም ለበላይ ኃላፊዎችና ጋዜጦች ላይ ለሚወጡ ጽሑፎች ልዩ ትኩረትና ከበሬታ እንደነበረኝም አስታውሳለሁ፡፡ ከዚህም ሰው ጋር ለመጨረሻ ጊዜ በሥራ የተገናኘነው ከአርባ ዓመታት በፊት ነበር፡፡ ትውስታዬ እምብዛም ባይሆንም ታዲያ ከዚህ ሰው ዘንድ የቀሰምኳቸው እውቀቶች ዛሬ ድረስ አብረውኝ አሉ፡፡ ጠቅመውኛልም፡፡ ከመጻሕፍት ካነበብኳቸው አያሌ ቁም ነገሮች በላይ በትውስታ ማኅደሬ ታትመው የሕይወቴ ስንቅ ሆነውኛል፡

፡ ዛሬ እኔም በተራዬ ወጉ ደርሶኝ በአመራር ዘርፍ ላይ እንደመገኘቴ ከሠራተኞች ጋር በሥራ ዘርፍ ለሚገጥሙኝ ችግሮች በሙሉ የማዲን የአመራር ጥበብ እና ችግር አፈታት ሥነ ዘዴ መለስ ብዬ እያስታወስሁ ወደ ተግባር እለውጠዋለሁ፡፡ ወደ አሜሪካ ለትምህርት እንዳልጓዝ በተከለከልሁ ጊዜ በጣም ከፍቶኝ ነበር፡፡ ሪቻርድ ማዲም የኔን ያህል ነበር የተከፋው፡፡ ያን የመሰናከል ጊዜ እንድወጣውም ከጎኔ ሆኖ ብዙ አግዞኛል፡፡ ለእርሱም ምስጋናዬ እነሆ ይድረስህ እላለሁ፡፡

ማርክ ሃንሰን፡ ይህ ሰው ለእኔ ከቋንቋ መምህር በላይ ነበር፡፡ በአሜሪካ ህይወት ምን ሊመስል እንደሚችል በአጠቃላይ ስለውጭው ዓለም እና የየመን ተግዳሮት ግንዛቤን የፈጠረልኝ እና መንገድ ጠቋሚዬ ነበር፡፡ በእርግጥ በወቅቱ ከብልህነቱና ከሕይወት መርህ አቅጣጫ ይህ ነው የሚባል ትምህርት መውሰድ ባልችልም አሁን ላይ ሆኘ ባሰብሁት ቁጥር በከፍተኛ አድናቆት ውስጥ ሆኜ ነው የማመሰግነው፡፡ በርግጥም ላቅ ያለ አስተሳሰብ ባለቤት ስለመሆኑ ህያው ምስክር ነኝ፡፡

ዶክተር አብዱላዚዝ አል ሳቃፍ፡ የሰብአዊ መብት ተሟጋችና ጠበቃ፣ የኢኮኖሚ ባለሙያ የየመን ታይምስ ሳምንታዊ ጋዜጣን በ1991 የመሠረተ ጋዜጠኛ ጭምር ነበር፡፡ ይህ ጋዜጣ ለየመን በዐይነቱ የመጀመሪያ ከመሆኑ ባሻገር እጅግ ተወዳጅና ተነባቢም ነበር፡፡ በእንግሊዘኛ ቋንቋም ነበር የሚታተመው፡፡

በወቅቱ በሳይንስና ቴክኖሎጅ ሙያዬ በጋዜጣው ላይ አምድ ይገቼ እንድጽፍ በጋበዘኝ ጊዜ አርቆ አሳቢ እና ተራማጅ ስለመሆኑ አላሰብሁም ነበር፡፡ በየመን በማኅበረ ኢኮኖሚውና ፖለቲካው ዘርፍ ትርጉም ያለው ለውጥ ለማምጣት ያደረገው ጥረት ኋላ ላይ ዋጋ አስከፍሎት ዕድሜው በአጭር እንዲቀጭ ሰበብ ስለሆነበት እጅግ ልቤ ይደማል፡፡ ገና በ48 ዓመቱ ነበር ይህችን ዓለም የተሰናበተው፡፡

በወቅቱ በሀገሪቱ ለተንሰራፋው የነቀዘ አስተዳደር ራስ ምታት መሆን የቻለ ሰው ነበር፡፡ በዚህ የተነሣ ምናልባትም ከመገደሉ ጀርባ የትችት ብዕሩን ከመዘዘባቸው መካከል አንዱ የሆኑት የቀድሞ የየመን ፕሬዝዳንት አሊ አብደላህ ሳላህ እና ግብረ አበሮቻቸው እጅ ይኖራል የሚል ጥርጣሬ አለኝ፡፡ በልሂቅ አእምሮውና ሀቀኛ ታጋይነቱ ታላቅ ከበሬታ ቢኖረኝም ግንኙነታችን ግን ወደ ፍርሃት እንድገባ አንዳደረገኝ አልክድም፡፡ ከእርሱ ጋር በመሥራቴ ጭዳ እንዳልሆን ለሕይወቴ ሁሉ እፈራ ነበር፡፡ እርሱ ግን ዘወትር ለሀቅ እንድቆምና ምልከታዬን በግልጽ እንዳንጸባርቅ ይወተውተኝ ነበር፡፡

እነሆ ምስጋና...

ኦስካር በርናርድ፣ ዘወትር የሚለኝን አንድ ነገር አስታውሳለሁ፡፡ ‹‹የመንን ለማስተማር የሚያስችልህን ትምህርት በተለይ በኮምፒዩተር ሳይንስ ቴክኖሎጅ፣ ተግባቦትና ምህንድስና ዘርፍ እውቀትና ልምድ ታጥቀሃል›› ይለኝ ነበር፡፡ ይህ አባባሉ በየመን በነበረኝ ቆይታ ከፍተኛ የራስ መተማመን ፈጥሮልኛል፡፡

በቅጽ አንድ መጽሐፌ የላቀ አበርክቶ የነበራቸውን ወዳጆቼን ሎርና ስቱበር፣ ትሬሲ፣ አንደርሰን፣ ኔስማ አብዱላዚዝ፣ ቀዳማዊ ሰሎሞን እና ሃይፋ አልማሽን በብዙ አመስግኛለሁ፡ መጽሐፉ ሲጻፍ ለበርካታ ወራት በጋራ ሠርተናል፡፡ በረቂቁ ላይ ማስተካከያ የሚሆኑ በርካታ ሐሳቦችን ተለዋውጠናል፡፡ በሸህ የሚቆሩ የኢሜል ልውውጦች አድርገናል፡፡ እንደ ቡድን ጥሩ የሥራ ጊዜ አሳልፈናል፡፡ ስለዚህም ለሁሉም ምስጋናዬ ይድረሳቸው፡፡ በአጠቃላይ ለመጽሐፉ ስኬት እንደ ቡድን ስንሠራ ሁሉም ላሳዩት ቁርጠኝነት እና ትጋት ዛሬም ምስጋናዬ ከቃላት በላይ ነው፡፡

እኔም ብሆን ዋዛ የምባል ሰው አይደለሁምና ለመጽሐፉ ስኬታማነት እስከመጨረሻው የተቻለኝን አድርጊያለሁ ብል ማጋነን አይሁንብኝ፡፡ በርግጥ በሥራችን ወቅት በግልጽቴና ፊት ለፊት ተናጋሪነቴ የቡድኑ አባላት አስቸጋሪ ጠባዮቼን ስለቻሉኝ አሁንም አመሰግናቸዋለሁ፡፡ በተለይ ሎርና ለዚህ የመጽሐፍ ፕሮጀክት የነበራት ቁርጠኝነት ራሱን የቻለ መጽሐፍ የሚወጣው ነው፡፡ ‹‹ከመጋረጃው ጀርባ›› የሚል አጠር ያለ መጽሐፍ!

አብራችሁን ሁኑ

ከሎርና (ተባባሪ ጸሐፊ)

'JeoParly' ላይ ጥሩ የሚባል ሥራ እንደሠራሁ ነው ዘወትር የማስበው:
: አሁን ደግሞ «ባዶነት» (ቅጽ አንድ) እና «የተስፋ በረራ» (ቅጽ ሁለት) በተባሉት የዓድል መጽሐፎች ላይ አሻራዬን ለማኖር በቅቻለሁ፡፡ ታሪክና ባህልን የተመለከቱ የኢትዮጵያ እና የየመን ጉዳዮችን በተመለከተ በቴሌቭዥን ሲተላለፉ ካዩሁ ‹ይህን ጉዳይ አውቀዋለሁ› ማለት አዘወትራለሁ፡፡ ይህ የሆነው የዓድል መጽሐፎች ላይ በጋራ ለመሥራት በመታደሌ ምክንያት ነው፡፡ ስለጉዳዮቹ ያለኝ እውቀት ሰፋ እንዲል አስችሎኛል ስል በልበ ሙሉነት ነው፡፡

ከዓድል ጋር ብታምኑኝም ባታምኑኝም መጽሐፎቹ ላይ ያላካተትናቸው በሽዎች የሚቆጠሩ ሀገራቱን የተመለከቱ የባህል የታሪክ የፖለቲካ ውይይቶችን አድርገናል፡፡ እንደ አስካር ሁሉ መጽሐፎቹ ላይ ከመሳተፌ በፊት ስለየመን ምንም ዓይነት ዕውቀት አልነበረኝም ማለት እችላለሁ፡፡ ከዚያ በኋላ በመጽሐፎቹ ሥራ ላይ ሆኜ ባዳበርሁት ዕውቀት ግን ሀገሪቱን አንድ ቀን በጎበኘኋት የሚል ፍላጎት አድሮብኛል፡፡ የዓድል ድረ ገጽ ላይ የተለጠፉ በርካታ ፎቶግራፎችን ለማዬት ችያለሁ፡፡ ሌሎች ምስሎችን በመመልከትና ንባብም በማድረግ የየመን ኪነ ህንጻ፣ የአመጋገብ ባህል፣ ህዝባዊ መስተገባር ዓድል የጠቀሳቸውን ታሪካዊ ሥፍራዎች ማለትም ሞካ እና ሰቀጥራ የመሳሰሉት ቦታዎች በጎበኘሁ ስል እጓጓለሁ፡፡ ቤተሰቦቹንም ብተዋወቃቸው ለእኔ መታደል ነው፤ ዓድል ከፈጠረብኝ ምስል የተነሣ ቤተሰቦቹን በተለይ አንዳንዶቹን የማውቃቸው ያህል ነው የሚሰማኝ፡፡ እነዚህን ደጋግ ሰዎች ቀርቦ ለማወቅ የጓጓሁት ከዓድል ከሰማሁትና ካነበብሁት ብሎም ከጻፍነው የተነሣ ነው፡፡

ወደ ዐረቡ ክፍለ ዓለም ተጉዤ ስለማላውቅ ያለኝ እውቀት ከብዙኃን መገናኛ የቃረምሁት ብቻ ነው፡፡ በርግጥ ከአፍጋስታን፣ ኢራን፣ ኢራቅ፣ ሶሪያ፣ ሊባኖስ የእንግሊዘኛ ተማሪዎቼም መጠነኛ ዕውቀት ገብይቻለሁ፡፡ በብዙኃን መገናኛ የምናገኘው የቀጠናው እውቀት በጣም ቁንጽል ነው፡፡ በዚያ ላይ የተንሸዋረረ እይታ ይበዛዋል፡፡ ከዓድል ጋር መጽፎቹ ላይ በጋራ መሥራቴ ግን ስለቀጠናው ጠለቅ ያለ እውቀት እንድጨብጥ አግዞኛል፡፡ በዓድል አማካኝነት ዩኒቨርሲቲ ገብቶ ከመማር በላይ በምወደው የሥነ ሰብ የሰብአ ባህል ዘር ጥናት ዘርፍ ብዙ ተምሬአለሁ፡፡ ዓድል እንደማይታዘበኝ

በመተማመን ስለ እስልምና ታሪክ ባህል፣ ስለመካከለኛው ምስራቅ ለሴቶች ስለሚሰጠው መብት፣ ማኅበረ ፖለቲካዊ ጉዳዮች ሁሉ ያወቅሁት በዓድል መጸሕት በኩል ነው፡፡

ለምን መሰላችሁ? ዓድል ስለጉዳዮቹ ባለው ጥልቅና ምሉዕ ዕውቀት፣ ብዙ ንባብ፣ እና አስደናቂ ትረካ ምክንያት ነው፡፡ በተለይ ደግሞ ሆዳችንን እስኪያመን ከሚያስቅ ለዘኛ አቀራረብ ጋር ሲሆን ነገሩ ምን ያህል እድለኝነት እንደሆነ አስቡት፡፡

ሌላው ትልቁ የተማርሁት ነገር ሰዎችን በግል ለማወቅ ከመሞከር ይልቅ በጅምላ መፈረጅ፣ በግምት የተመረኮዘ ስሁት አረዳድ እንደሚደረግ ጭምር ነው፡፡ ለዚህ ምሳሌ የሚሆነን ኢራቃዊው አምባሳደር ነው፡፡ ለመሆኑ አድል በታሠረ ጊዜ በርህራሄ ቀርቦ ለመጠየቅ ምን አነሣሣው? አድል የነበረበትን የእስር ሁኔታ በሰብአዊነት ተመልክቶታል፡፡ ማርክ ሀንሰን፣ ጀምስ ዚግለር፣ ሪቻርድ ማዲ፣ ጆን ሪዬስ፣ እና ኦስካር በርናንድ ለጉዳዩ የተሰማቸው ሁኔታ ራሱንም ልብ ነክቶታል፡፡ ሁሉንም ከመጽሐፉ እናገኘዋለን፡፡

በጥቅሉ ግን አድል በመጽሐፉ ሀቀኝነቱን፣ ክብሩን፣ ታማኝነቱን እውቀቱን ሁሉ አሳይቶናል፡፡ በየመን ከአድል ጋር ለመሥራት ዕድሉ የገጠማቸው አሜሪካዊያን እና የካናዳ ዜጎች ሁሉ አድል ታላቅ እድሎችን መፍጠር የሚያስችለው ልህቀት እንዳለው ይመሰክራሉ፡፡ ለካናዳም ሆነ ለአሜሪካ የሚያበረክተው ጥልቅና ተዝቆ የማያልቅ እውቀትና ልዕልና ያለው ሰው ነው አድል፡፡ ለዚህም ነው ህልሙን በመረዳት እና እገዛ በማድረግ ወደ ህልሙ ያደረሱት፡

በማንኛውም ሀገር ባህል ውስጥ ጥሩም ሆነ መጥፎ ሁነቶች ያንድ ሳንቲም ሁለት ገጽታዎች መሆናቸውን አምናለሁ፡፡ ንቅዘት፣ ማኅበራዊ መገለል፣ ጭቆና እና የመሳሰሉት ነገሮች በአንዳንድ አካባቢዎች ይበልጥ በላኤሰብ ሆነው ይታያሉ፡፡ አንድ ግልሰብ ሊቋቋማቸው ከሚችላቸው በላይ ሆነውም ሊከሰቱ ይችላሉ፡፡ ነገር ግን አንዲት ጠብታ ስትጠራቀም ባልዲን ትሞላለች እንደሚባለው አባባል አድል በየመን ታይምስ ጋዜጣ ላይ ይጽፋቸው በነበሩ መጣጥፎች እና በዚህ መጽሐፍ ድንበር ተሻጋሪ አበርክቶን አድርጓል፡፡

በጥቅሉ ከአድል ጋር በጋራ በሠራንባቸው ፱ ያህል ወራትም ሆነ በዚህ መጽሐፍ ከአድል ጋር እንድሠራ በመታጨቴ ደስታዬ ወደር አልባ ነው፡፡ አብሬው በሠራሁ ቁጥር ያለኝ ክብርና አድናቆት ይልቅብኛል፡፡ በሦስተኛውም ቅጽ መጽሐፍ በአሁኑ ወቅት ስላለው ህይወቱ እያነበብን የምንደመምበት ስለመሆኑ ከወዲሁ መናገር እፈልጋለሁ፡፡

ስለ ደራሲው

“ዓድል የሥነ ጽሑፍ ልምድና ችሎታ ሳይኖረው እንዴት የራሱን ግለ ታሪክ ይጽፋል?” ቀላል ጥያቄ ነው!

የፑሊትዘርን ሽልማት የተቀዳጀው “አንጄላስ አሽስ” መጽሐፍ ደራሲ ፍራንክ ማኮርት፣ የመጀመሪያውን መጽሐፉን ከማሳተሙ በፊት አንድም መጽሐፍ አልጻፈም።

ዓድል እንደማንኛውም ሰው በአያሌ የሕይወት ውጣ ውረድ ውስጥ ያለፈ ተራ ሰው ነው። ጨለማና ብርሃን፣ ውድቀትና ስኬት... እየተፈራረቀበት ደፋ ቀና እያለ እዚህ ደርሷል፡፡

ይህ ነው የሚባል ልዩ ችሎታ፣ ዝና ወይም ሀብት የለውም። ስለማንነቱም ሆነ ስለጻፈው ነገር ማራኪ ጽሑፍ የመከሸን ችሎታም የለውም፡፡ ታዲያ የእርሱን መጽሐፍ ማንበብ ምን ፋይዳ አለው? ለዚህ ዋነኛው ምክንያት በራሱ ስልት ያቀረበውን ትረካ ለማጣጣም ነዋ!

ዓድል የተወለደው ከአንዲት ምስኪን የአሥራ አምስት ዓመት ኢትዮጵያዊት እናትና ከአንድ ባለጸጋ የሃምሳ ዓመት ነጋዴ ነው፡፡ አባቱ ከእንግሊዝ ጦር ጡረታ የወጣ የየመን ሀድራሚ ተወላጅ ነበር። ዓድል በአልኮል ሱሰኛ አባቱ ሞት፣ በእናቱ ድጋፍ መስጠት አለመቻልና በየመን ከሚገኙት የአባቱ ቤተሰቦች ጋር ለመገናኘት የሚያስችል ቀዳዳ በማጣቱ፣ ምክንያት በስምንትና በአሥራ አንድ ዓመት ዕድሜው መካከል ከአንድም ሁለቴ በጎዳና ላይ ለመኖር ተገዷል።

ከልጅነቱ እስከወጣትነቱ ድረስ፣ የአይሁድ እምነትን ጨምሮ፣ በእስልምናና በክርስትና (ሞርሞኒዝም) ሃይማኖቶች ላይ በቂ ትምህርት አግኝቷል። በአፍላ ዕድሜው ማርክሲስት በነበረበት ወቅት፣ በግራ ዘመም ፓርቲ የወጣቶች እንቅስቃሴ ውስጥ በመሳተፉ ምክንያት ለእስር ተዳርጓል፡፡ ከዚያም ከመንግስታዊ ገዳይ ቡድን ለጥቂት ተርፎ ወደ አባቱ ወገኖች ሀገር ወደ የመን ተሻግሯል።

በየመን ከጭፍን ጥላቻ፣ ከአድልኦና ከእርስ በርስ ጦርነት መዘዞች ጋር ተጋፍጧል፡፡ ጠየም ባለው የቆዳ ቀለም፣ በምሥራቅ አፍሪካ በመወለዱ፣ እንዲሁም ከኋላ ቀር ባሕላዊ ወጎቻቸው ጋር ካልተፋቱ ጥንታዊ የማህበረሰቡ አባላት ጋር ተመሳስሎ መኖር ባለመቻሉ ምክንያት፣ የደረሱበትን ማግለሎች ለመመከት ተገድዷል።

ይሄን ሁሉ ምድራዊ አበሳ ጠንክሮ ካሳለፈ በኋላ የቅድመ አያቶቹን ሀገር ጥሎ ተሰደደ፡፡ በራሱ ደካማ ስለነበር ሳይሆን፣ አማራጭ ስላልነበረው ብቻ የሆነውን ሁሉ ሆነ።

የዓድል ውጣ ውረድ በየመን ምድርም ተደግሟል፡፡ ሀዘንና የተስፋ ጭላንጭል... በአሉታዊና በአዎንታዊ ንቃቃት ውስጥ ማጮለቅ... የተስፋ ዝናብ ያረገዘ ደመና... በጭጋግ የተሸፈነጭላንጭል እየጎበኘው አልፏል፡፡ ይሄን ሁሉ ወጀብ ያስተናገደው ብላቴና በወጣትነቱ የመንን ተሰናብቶ ወደ ሰሜን አሜሪካ ተሸገረ።

ዓድል የምዕራቡ ዓለም እንከን የለሽ ነው ብሎ አያምንም፡፡ ይልቁንም በዚያ ባገኛቸው መልካም ዕድሎች፣ ማለትም በትምህርትና በመሠረታዊ የሰብአዊ መብቶች መከበር ላይ ማተኮርን ይመርጣል።

በሰሜን አሜሪካ ያሳለፈው የተደላደለ የወጣትነት ሕይወት፣ ከልጅነቱ ጀምሮ ያለፈባቸውን አሳዛኝ ትዝታዎችና እሴቶች ከአዕምሮው ፍቆ እንዲያወጣ አላደረገውም፣ ሰብዕናውንና አመለካከቱን መልክ አስያዘለት እንጂ።

ዓድል ከትምህርት ነክ ክንውኖቹ፣ ከሙያዊ ስኬቶቹና ማዕረጎቹ ይልቅ በሌሎች የሕይወት ገጽታዎቹ መታወስን ይሻል፡፡ ሁለት ሴት ልጆቹን ለብቻው በማሳደጉ በሚሰማው የአባትነት ኩራት፣ ለመድኅንና ለመዝናናት በካናዳ አለታማ ተራሮች ላይ ባደረጋቸው ስፍር ቁጥር የሌላቸው የእግር ጉዞዎች፣ ኪሊማንጃሮ ተራራን በመውጣቱና በተሳተፈባቸው የማራቶን ሩጫዎች ጭምር መታወስን ይሻል፡፡ እነዚህን ሁሉ ተግባራት የሚከውነው ያለፈ ዕድሜውን ለማጣጣምና አሁናዊ ፈተናዎቹን ለመጋፈጥ ነው።

ዓድል ከልጅነቱ አንስቶ የሕይወትን መራራ ገፈት ተጎንጭቷል። ሆኖም የትግሉ ድል አድራጊ አይደለም... ቆራጥ ተዋጊ እንጂ!

ዓድል በጋዜጠኛና ደረሲ አበራ ለማ ዕይታ

ዓድልን ለመተዋወቅ ሰበብ የሆነኝ፣ ከአብደላ መሐመድ ሳልህ አል-አራሲ (አብደላ እዝራ) ጋር የነበረኝ ትውውቅ ነው፡፡ ዓድልና አብደላ ሰንዓ ውስጥ በጋራ አንድ ቤት ተከራይተው፣ ለስድስት ዓመታት አብረው ኑረዋል፡፡ ምናልባት ከአርባ ዓመት በፊት አብደላ፣ ዓድል የሚባል ጓደኛ እንደነበረው ያጫወተኝ ትንሽ ትንሽ ትዝ ይለኛል፡፡

አብደላ በድንገተኛ ሕመም ምክንያት ከዚህ ዓለም በሞት ከተለየ በኋላ፣ ዓድል ስለአበደላ የመጨረሻዎቹ የኢትዮጵያ ቆይታው ዜናዎችን ለመስማት ሲያነፈንፍ ነበር፡፡ እናም መጀመሪያ ያብደላን ብቸኛ ልጅ ማኅሌትን እፌስ ቡክ ላይ ፈልጎ አገኛት፡፡ ቀጥሎም ለኔ በሜሴንጀር ያብደላን ስም ጠቅሶ፣ የእሱ ጓደኛ እንደነበር አብራርቶ፣ ሊተዋወቀኝ እንደሚፈልግ ገለጸልኝ፡፡ ማመን አልቻልኩም፡፡ አብደላ እራሱ የጻፈልኝ ያህል ተሰማኝ፡፡ ለትውውቁ የተሰማኝን ደስታዬን ገለጽኩለት፡፡

ከትውውቃችን በኋላ፣ ስለአበደላ ብዙ ብዙ ተጨዋወትን፡፡ ብዙ የማላውቃቸውን የወዳጄን ገጽታም አካፈለኝ፡፡ የሕይወት ታሪኩን በሚመለከት፣ ሦስት ተከታታይ መጻሕፍት በእንግሊዝኛ ቋንቋ እየጻፈ እንዳለም አጫወተኝ፡፡ በሁለተኛው ቅጽ ውስጥ ያብደላ ትዝታውም እንደተካተተ ነገረኝ፡፡ በሥራው በኩል በምችለው ሁሉ ከጎኑ እንደምቆም ቃል ገባሁለት፡፡ ለመጀመሪያ መጽሐፉ ደህና ተርጓሚ እንዳፈላልግለት አጣደፈኝ፡፡ ለምላሹ ቀናት አልቆጠርኩም፡፡ የረዥም ዘመን ወዳጄን ዶ/ር ሰሎሞን በርሄን (ቀዳማዊ ሰለሞን) ለዚህ ብርቱ ሥራ አጨሁለት፡፡ ደውሎ በሰልክ አነጋገረው፡፡ በብዙ ብዙ ተግባብተው፣ ዶ/ር ሰሎሞን ሊተረጉምለት ቃል ገባለት፡፡ ይህንን የትርጉም ሥራ ባጭር ጊዜ አጠናቆ አቀረበለት፡፡ ዓድል ደስታውን አልቻለውም፡፡ በእጅጉ አመሰገነው፡፡ እኔም የመጨረሻውን ያርትዖት ሥራ እንድሠራለት ጠየቀኝ፡፡ አላቅማማሁም፡፡ አደራውን ተቀብዬ ሠራሁለት፡፡

ታዲያ ባለፈው ወር አውሮፓ በነበርኩበት ጊዜ የመጀመሪያውን የእንግሊዝኛ እትም ሥራውን ካነበብኩ በኋላ፤ አንድ ኃሳብ ብልጭ አለብኝ፡ ፡ ዓድልን ካልጋሪ ካናዳ ሄጄ መጎብኘትና፣ እሱነቱን ጠጋ ብዬ ማየትና ማጥናት አማረኝ፡፡ ባጭር ጊዜ ውስጥ ፈጸምኩት፡፡

ካድል ጋር አንድ ወርቃማ ሳምንት በካልጋሪ አሳለፍኩ፡፡ ዓድል አጠር ያለ ሥጋ ሳይሆን ጠንካራ ጡንቻ ያካበተ አስፖርተኛ ሆኖ አገኘሁት፡፡ ጠዋት ተነስቶ እንደቀልድ አሥር ሺህ ሜትር ሮጦ ለቁርስ ይመለሳል፡፡ ቅዳሜና እሁድ ታላላቆቹን ተራሮች እነ ሮኪ ማውንቴንን (Rocky Mountain) እንደ ጦጣ እየቧጠጠ ሲወጣና ሲወርድ ይስተዋላል፡፡ መሮጥና ተራራ መውጣት ወደር የሌለው ፍቅሩ ነው፡፡ በዓለም ዙሪያ በተደረጉ የማራቶን የሩጫ ውድድሮች ከሃያ ጊዜ በላይ ተሳትፏል፡፡ የመኖሪያ ቤቱ አንድ ግድግዳ በመቶዎች በሚቆጠሩ ሜዳሊያዎች ያሸበረቀ ነው፡፡

ዓድል አኗኗሩ ዘመናዊና ጥርት ያለ ነው። ከሃያ ስድስት ዓመታት በፊት የገዛው የመኖሪያ ቤቱ ማለፊያ ቪላ ነው። እሱና አብራው የምትኖረው ሁለተኛ ልጁ ሰመር ምግባቸውን እየተጋገዙ ያበስላሉ። በጥብሳ ጥብስ አንደኛ ነው።

በኮቪድ 19 ምክንያት የመሥሪያ ቤቱን ሥራ የሚሠራው ከቤቱ ሁኖ ነው። የቫንኮቨርን የጤና ጥበቃ መሥሪያ ቤት በፋይንስና በፕላኒንግ መምሪያ ኃላፊነት ይመራል። የሁለት ባችለርና ያንድ ማስተርስ ድግሪ ጌታ ነው። "ብዙ ሰርተፊኬት ማባረር ጥሩ አይደለም" በሚል፣ ለዶክትሬቱ የጀመረውን ጥናት አቋርጧል። ሰዎችን ለመርዳት ብርቱ ፍላጎት አለው። በሁሉም ነገር ፈጣን ነው፣ ችኩል ነው። የተረጋጋ ሕይወትን መምራትና፣ በጠንካራ ጉዳዮች ላይ ከሰዎች ጋር መወያየትን ይፈቅዳል። ከተከበረው ጋብቻም ለጥቂት ዓመታት ከቀማመሰ በኋላ ፋይሉን በበቃኝ ዘግቶታል።

የመጀመሪያ መጽሐፉን አንብቤ ስጨርስ የተሰማኝ ስሜት ድብልቅልቅ ያለ ነው። ያንድን ሰው መውደቅና መነሳት፣ ተስፋ ማጣትና ማጋት፣ ጽናትና ቁርጠኝነት፣ ከዚህም በላይ ብዙ ብዙ ስሜቶችን አደበላልቆ አምጥቶብኛል። የአመጸኛው ክልስ" ደራሲን የዳንዔል ሁክን መራራ የሕይወት ጉዞ አስታውሶኛል። ዳንዔል ወላጅ አባቱን ሲፈልግ ብዙ ባጅቷል። ዓድል ደግሞ ወላጅ እናቱን ሲናፍቅና ሲያፈላልግ የልጅነት ጊዜውን ሰውቷል። በዚህ ያመሳስላቸዋል።

ሁለቱም ክልስ (መጢቃ) ሲሆኑ፣ የጎዳና ተዳዳሪዎች ሁነው የልጅነት ወራታቸውን በቁዘማ አሳልፈዋል። በመከለሳቸው ከማህበረ ሰቡ ደግ እይታ አልተቸሩም። የሚያለያያቸው ግን ዳንዔል የጎዳና ተዳዳሪ ሁኖ የእለት ጉርሱን ሲያሳድድ፣ ዓድል ግን ትምህርቱ ላይ ሙጥኝ ብሎ ነበር።

ሁለቱንም በለስ የቀናቸው በተለያዩ አቅጣጫ ሄደው ነው። ዳንዔል ሁክ ቬሮኒካ የምትባል ሆላንዳዊት የሐብታም ቤተሰብ ልጅ በፍቅር አጥምዶ ድህነትን ያመልጣል። ዓድል ደሞ ከልጅነት ጀምሮ ያፈቀራትን ትምህርትን እዳር አድርሶ፣ በእወቀትና በሥልጠና ከሕይወቱ ፍትፍት ቀማሽ ሁኗል። የሁለቱም የሕይወት ታሪክ ላንባቢያን ጥንካሬንና ብርታትን ስንቅ ማድረግን ያስተምራሉ።

ወዳጄ ዓድል፣ ዛሬ ቀና ብሎ በሕይወት ፍኖት ውስጥ የሚጓዝ ልበ ሙሉና በራሱ የሚተማመን ሰው ነው። ከስኬት ማማ ላይ እንዴት እንደደረሰም፣ አንዳችም ሳይደብቅ በመጽሐፎቹ እየነገረን ነው። ብዙዎቻችን ብዙ እንማርበታለን የሚል ብርቱ እምነት አለኝ።

ጋዶል ቤን ሀርሃራ

ተጨማሪ - ሁለት

የቅርቡ ትዝብቴ፣ ኢትዮጵያ

በ2002 ዓ.ም. እና በ2008 ዓ.ም. ጉብኝቴ ወቅት ያየኋትን ኢትዮጵያ በ1950ዎቹና 60ዎቹ ከማውቃት ጋር ማነፃፀር ተሳነኝ፡፡

በእኔ የአፍላነት ዘመን ብዙዎቹ የሀገሬ ሰዎች በባዶ እግራቸው የሚሄዱና ባህላዊ ሸማ የሚለብሱ ነበሩ፡፡ ጎዳናው ያልተጨናነቀና ንጹህ ነበር፡፡ አብዛኛው ሕዝብ የሚጠጣው ቤት ውስጥ የተጠመቀ ባህላዊ መጠጥ ከመሆኑም በላይ በየቤቱ የሚመገብ ሕዝብ ያላት ነበረች... ያኔ የማውቃት ሀገር፡፡ በተለይማ ለሴት ልጅ ከቤት ውጭ መብላት የማይሞከር ጉዳይ ነበር፡ ፡ በዚህም የተነሳ የሆቴሎች ቁጥር አናሳ ነበር፡፡

ሱቆችና የንግድ ድርጅቶች በታሪካዊ ስያሜዎች ወይም በኢትዮጵያዊ ባለቤቶቻቸው ስሞች የሚሰየሙ ነበሩ፡፡ ያኔ ሰዎች የሚለዩት በትውልድ ቦታቸው ስለነበር፣ ዘርህ ምንድነው ተብለው ሲጠየቁ መስማቴን አላስታውስም፡፡ ሰዎች "ሀገርህ ወዴት ነው?" ተብለው ሲጠየቁ የትውልድ ቦታቸውን ነበር የሚመልሱት፡፡

በዚያን ዘመን የተማረው የሕብረተሰብ ክፍልም ሆነ ትምህርት ቤቶች፣ በቁጥር አናሳ ይሁኑ እንጂ የዓለምን ሁኔታ ጠንቅቀው የሚያውቁ ብዙዎች ነበሩ፡፡ ከዚህም በላይ ከአብዮቱ ዘመን በፊት ከሀገሩ ለመውጣት የሚቋምጥ ዜጋ አልነበረም፡፡ በሀገራቸው እንዲሁም በቱባ ባህሏና ታሪኳ፣ ከራሳቸው አልፈው የአፍሪካና የመላው ጥቁር ሕዝቦች ኩራት እንደሆኑ የሚቆጥሩ ኩሩ ሕዝቦች ነበሩባት - ኢትዮጵያ፡፡

በቅርቡ ባደረግኳቸው ጉብኝቶች ግን ሁለት - ሦስተኛ የሚሆኑት የንግድ ድርጅቶችና ሆቴሎች በባዕድ ስሞች ተሰይመዋል፡፡ እንዴት እንዲህ እንደሆነ ብጠይቅ የተሰጠኝ መልስ "የአሜሪካ ድምፀት ያላቸው ስሞች የምንጠቀመው ፈረንጆችን ወይም ቱሪስቶቹን ለመሳብ ነው" የሚል ነበር፡፡

ፒዛና በርገር በሚሸጥባቸው ቤቶች ደጃፍ ያሉት ረጃጅም ሰልፎች አስደነቁኝ፡፡ ምዕራባውያኑ እንዲህ ያሉትን የምግብ ዓይነቶች ሲሸሹ፣

ኢትዮጵያ ግን በተቃራኒው ወደ ተጠላው እየከነፈች ነው፡፡ አበቅ የለሹ ኢትዮጵያዊ ባህል በአልባሌ የምዕራባውያን ልማዶች እንዲዋጥ መጎምዠትን ምን አመጣው?

ዛሬ አብዛኛው ሰው በቻይና ጫማና ልብስ ተወጣጥሯል፡፡ የማውቀው የሀገሬው ሸንቃጣ ገላ ስብ ተሸክሟል፡፡ ይህ ልዩነት የመጣው የሰዉ አመጋገብ ከተፈጥሮአዊው ይልቅ ወደ ፈጣን (ለብለብ) ምግብ ስለተቀየረ ነው፡፡

ከሁሉ ያስደነገጠኝ ግን ሴቶች የውስጥ ሱሪያቸውን የሚያሳይ ልብስ ለብሰው ማየቴና፣ ወንዶቹም ከወገባቸው ወርዶ የኋለኛውን የመቀመጫቸውን ክፍል የሚያሳይ ሱሪ አጥልቀው መታዘቤ ነው፡፡

አሜሪካ ውስጥ እንዲህ ዓይነቶቹን የአለባበስ ዘይቤዎች መመልከት የተለመደ ነበር፡፡ አንዱ ፍርደ ገምድል የሆንኩ የመሰለው ሰው "ይህ ወጣቱ ነፃነቱን የሚገልጽበትና፣ ነባሩን ባህል አሽቀንጥሮ የማውለቁ ምልክት" እንደሆነ ነገረኝ፡፡ የሰውዬው መከራከሪያ ነጥብ እንዲህ ዓይነቱ አለባበስ ቀበቶና ልከኛ ልብስ በሚከለከልባቸው የአሜሪካ እስር ቤቶች ውስጥ የተፈጠረ ነው የሚል ነው፡፡ ታዲያ አሜሪካ ውስጥ የሆውን ሁሉ ኢትዮጵያውያን እንዳለ ቀድተው መወጣጠር አለባቸው እንዴ?

እኔ የማውቃት ኢትዮጵያ የብዙ ቋንቋ፣ ብሔርና ሃይማኖት ምድር ነበረች፡ ፡ ያደግኩት የማንም ዘር ወይም ብሔር በማይጠይቅበት ቅይጥ ማህበረሰብ ውስጥ ነበር፡፡ በበኩሌ ከጎሳ ኋላ ቀር አመለካከት ጋር የተፋጠጥኩት ሰሜን የመን በሄድኩበት ጊዜ ነበር፡፡ እስከ ቅርብ ጊዜ ድረስ ስለ እናቴ የዘር ሐረግ ትኩረት አልነበረኝምና፣ አትላንታ ጆርጂያ ውስጥ የሚኖረውን የአክስቴን ልጅ ሳህለን ስለ ዘሬና በእናቴ በኩል ስለሚኖረኝ ማንነት ጠየቅኩት፡፡ ይህን ያደረጉት የኢትዮጵያ መታወቂያ ካርድ ለማውጣት በምሞላው ቅጽ ላይ በመጠየቄ የተነሳ ነው፡፡ መቼም መሰሉን ጥያቄ በሰሜን አሜሪካ ውስጥ ማቅረብ እብደት ነው፡፡

ኢትዮጵያውያን ዘርን መሠረት ያደረጉ ክልሎች አዋቅረዋል፡፡ ይኸው የዘር ፌደራሊዝም የሚሉት ስሪት ነው ግጭትና ጦርነት መቀፍቀፊያ የሆነው፡፡ አሁን ኢትዮጵያውያን በክልል ታጥረው የእኔና የአንተ መባባል ጀምረዋል፡፡ የክልላዊነትን አጥር አንግሦ ካብ ለካብ መተያየትን የፈጠረው የፖለቲካ ቁማር ነው፡፡

በአሁኑ ጊዜ ሀገራችን ውስጥ ከብሔራዊ ቋንቋ ይልቅ፣ እንግሊዝኛ የሚናገር ሰው ሥፍራና ክብር ይሰጠዋል፡፡ ግን የኢትዮጵያ የትምህርት ሥርዓት ምነ ነካው?

እኔን ብንወስድ እንግሊዝኛ እናገራለሁ፡፡ ሆኖም እንግሊዛዊ አይደለሁም፣ አልሆንምም፡፡ ዐረብኛ መናገሬም ኢትዮጵያዊ ማንነቴን ከውስጤ መዝምዞ አያወጣውም፡፡

ራስን ማክበርና በማንነት መኩራት የመሠልጠን የማዕዘን ድንጋዮች ናቸው፡፡ የራስህን ቋንቋ ካጣጣልከው ግን ማን ሊያከብርልህ ይችላል? ለአያሌ ዓመታት ከሀገሬ ርቄ መኖሬ ከሸለቆ የጠለቀ ክፍተት ፈጥሮብኛል፡፡ ከኢትዮጵያ መውጣቴ በእኔ ሕይወት ዕይታ ውስጥ የልዩነት አሻራውን አሳርፏል፡፡

ኢትዮጵያን ትቼ ወደ የመን የሄድኩት ግማሽ ማንነቴ እዚያ ስለነበረ ነው፡፡ ከፊል የመናዊ ነኝ፡፡ የመን መሄዴም ሆነ ወደ አሜሪካና ካናዳ መሰደዴ ግን በራሱ ስኬታማ አላደረገኝም፡፡ የመን ሳለሁ በውስጤ የሰረጸው የተማረና የተሻለ ሰው የመሆን ጉጉት ነበር፡፡ የጥንካሬዬ ምንጭ ኢትዮጵያ እንጂ አሜሪካ ወይም ካናዳ አይደለችም፡፡ የበቀልኩባት መሠረቴ ኢትዮጵያ ናት፡፡ ለዚህም ነው በልቤ ጽላት ውስጥ የማኖራት፡፡

ከትውልድ ሀገር ወጥተው ስለተሰደዱ ብቻ፣ ከስኬት ማማ ላይ መቀመጥ ይቻላል ብሎ ማሰብ ከንቱ ነው፡፡ በሀገሩ ውስጥ የሁለተኛ ደረጃ ትምህርት ማጠናቀቅ የተሳነው ኢትዮጵያዊ፣ በባዕድ ምድር የተሻለ ውጤት ይኖረዋል ብሎ መመኘት የዋህነት ነው፡፡ እትብቱ ከተቀበረበት ሀገር ውጭ የተከበረም ሆነ የተደነቀ ሰው አጋጥሞኝ አያውቅም፡፡ ራሳችንን ካላከበርን በማንም ዘንድ ቦታ አይኖረንም፡፡

"የፖለቲካ አቋሜ ላይጥማችሁ ይችላል፣ እምነቴንም ላታከብሩት ትችላላችሁ፡፡ ነገር ግን ከእኔ ነጥላችሁ ጥቁርነቴን ልትወስዱብኝ አትችሉም፡፡" ይህን ያለው ሪፐብሊካኑ ሳሚ ዴቪስ ነው፡፡ የእኔም እምነት ይኸው ነው፡፡ የቱንም ያህል ከእኔ ጋር ባትስማሙ ወይም ብትጠሉኝ፣ ኢትዮጵያዊነቴን ግን ከውስጤ ማውጣት አትችሉም፡፡ ከስድሣ ዓመት የዕድሜ ባለፀጋ የሚወጣው ሃቅም ይህ ብቻ ነው፡፡

Bibliography

Angela. "10 Symptoms of PTSD." *Facty Health*. Updated May 21, 2019. facty.com/conditions/ptsd/10-symptoms-of-ptsd/?.

ANU Museum of the Jewish People. "The Jewish Community of Ethiopia." The Museum of the Jewish People. 1996. dbs.anumuseum.org.il/skn/en/c6/e195130/Place/Ethiopia

BBC News Africa. "The Rise of Aksum—History of Africa with Zienab Badawi [Episode 5]." YouTube Video, 44:48. April 19, 2020. youtube.com/watch?v=A4OSEpexs_Q.

Bethune, Brian. "Inside Roméo Dallaire's Ongoing Battle with PTSD." MACLEAN'S. October 21, 2016. macleans.ca/culture/books/inside-romeo-dallaires-brutally-revealing-new-memoir/.

BililaAward.org. "Abebe Bikila." Accessed December 27, 2021. bikilaaward.org/about_us/bikila/index.html.

Insight Ethiopia. "Episode 15: Axumite Kingdom: The Rise and Fall of an Empire." December 4, 2013. YouTubeVideo, 27:48. youtube/ad-k2nwJGZw.

"How to Celebrate the Ethopian New Year." Absolute Ethiopia Tours. Accessed December 3, 2021. absoluteethiopia.com/how-to-celebrate-the-ethiopian-new-year/.

Kloman, Harry. "Setting the Ethiopian Table," Ethiopian Food: Mesob Across America. April 1, 2013, 8:04 a.m. ethiopianfood.wordpress.com/2013/04/01/setting-the-ethiopian-table/.

"Meskel Festival: Finding of the True Cross." *WATA*. 2021. wata-dmc.net/dmc/travel-fit-products/ethiopia/meskel-festival-finding-of-the-true-cross/.

Nilsondm. "Abebe Bikila." December 3, 2012. YouTube Video, 22:50. youtube.com/watch?v=9FC8ozQtTEk.

Orpen, Neil. *South African Forces World War II: East African and Abyssinian Campaigns*. October 1968, p 250. hibiblio.org/hyperwar/UN/SouthAfrica/EAfrica/EAfrica-18.html

"Post-Traumatic Stress Disorder (PTSD)." Mayo Clinic, 2021. mayoclinic.org/diseases-conditions/post-traumatic-stress-disorder/symptoms-causes/syc-20355967.

"Red Terror Martyrs Memorial Museum." *MOMAA | African Modern Online Art Gallery & Lifestyle*. 2021. momaa.org/directory/red-terror-martyrs-memorial-museum/.

Bibliography

Senna, Danzy. *New People*. New York: Penguin Random House, 2017. p. 114 of 281. Adobe Digital Editions EPUB.

Shaikh, Ahmed. "Islamic Inheritance: A Guide for American Muslims." *IslamicInheritance.com*. accessed November 30, 2021. islamicinheritance.com/islamic-inheritance-guide/

"Truth to Power: The Book of Esther." Ministry Pass, 2021. ministrypass.com/resource/truth-to-power-the-book-of-esther/

2007 Wikipedia Selection for Schools. "Code of Hammurabi." Accessed December 19, 2021. cs.mcgill.ca/~rwest/wikispeedia/wpcd/wp/c/Code_of_Hammurabi.htm.

Ubelacker, Sheryl. "Romeo Dallaire's Memoir Sheds Light on Former Canadian General's Battle with PTSD." CTV NEWS. Last updated Friday October 28, 2016. ctvnews.ca/health/romeo-dallaire-memoir-sheds-light-on-former-canadian-general-s-battle-with-ptsd-1.3135585.

"What is Ta`awwudh and Tasmiyah?" *Sabiqoon Blog Space*. December 16, 2012. alsabiqoon.blogspot.com/2012/12/what-is-taawwudh-and-tasmiyah.html.

"What Was the Significance of Jesus Washing the Feet of the Disciples?" Got Questions Ministries. accessed December 16, 2021. gotquestions.org/Jesus-washing-feet.html.

"Wikipedia: 1960 Ethiopian coup d'état attempt." Wikimedia Foundation. Last edited October 5, 2021, 08:06. en.wikipedia.org/wiki/1960_Ethiopian_coup_d%27%C3%A9tat_attempt.

"Wikipedia: Ād." Wikimedia Foundation." Last edited November 18, 2021, 17:28. en.wikipedia.org/wiki/%CA%BF%C4%80d - Legend.

"Wikipedia: Agaw people." Wikimedia Foundation. Last edited November 7, 2021, 18:42. en.wikipedia.org/wiki/Agaw_people.

"Wikipedia: Arabic." Wikimedia Foundation. Last edited November 29, 2021, 12:33. en.wikipedia.org/wiki/Arabic.

"Wikipedia: Ark of the Covenant." Wikimedia Foundation. Last edited December 2, 2021, 01:59. en.wikipedia.org/wiki/Ark_of_the_Covenant.

"Wikipedia: Battle of Adwa." Wikimedia Foundation. Last edited December 6, 2021, 06:18. en.wikipedia.org/wiki/Battle_of_Adwa.

"Wikipedia: British Forces Aden." Wikimedia Foundation. Last edited November 13, 2021, 14:42. en.wikipedia.org/wiki/British_Forces_Aden.

"Wikipedia: Derg." Wikimedia Foundation. Last edited December 26, 2021, 14:00. en.wikipedia.org/wiki/Derg.

"Wikipedia: East African campaign." Wikimedia Foundation. Last edited November 30, 2021, 18:26 en.wikipedia.org/wiki/East_African_campaign_(World_War_II).

"Wikipedia: Geʿez." Wikimedia Foundation. Last edited December 1, 2021, 16:37. en.wikipedia.org/wiki/Ge%CA%BDez.

"Wikipedia: Gondor." Wikimedia Foundation. Last edited November 15, 2021, 12:02. en.wikipedia.org/wiki/Gondar.

"Wikipedia: Gurage people." Wikimedia Foundation. Last edited December 1, 2021, 01:59. en.wikipedia.org/wiki/Gurage_people.

"Wikipedia: Gushl." Wikimedia Foundation. Last edited November 28, 2021, 15:26. en.wikipedia.org/wiki/Ghusl.

"Wikipedia: Human Rights Watch." Wikimedia Foundation. Last edited November 13, 2021, 18:23. en.wikipedia.org/wiki/Human_Rights_Watch.

"Wikipedia: Kebur Zabagna." Wikimedia Foundation. Last edited October 7, 2021, 19:52. en.wikipedia.org/wiki/Kebur_Zabagna.

"Wikipedia: Kingdom of Axum." Wikimedia Foundation. Last edited December 1, 2021, 16:17. en.wikipedia.org/wiki/Kingdom_of_Aksum.

"Wikipedia: Lake Tana." Wikimedia Foundation. Last edited July 29, 2021, 15:12. en.wikipedia.org/wiki/Lake_Tana.

"Wikipedia: Mancala." Wikimedia Foundation. Last edited November 12, 2021, 13:35. en.wikipedia.org/wiki/Mancala.

"Wikipedia: Meskel Square." Wikimedia Foundation. Last edited November 25, 2021, 16:02. en.wikipedia.org/wiki/Meskel_Square.

"Wikipedia: Obelisk of Axum." Wikimedia Foundation. Last edited October 30, 2021, 23:12. en.wikipedia.org/wiki/Obelisk_of_Axum.

"Wikipedia: Salat al-Janazah." Wikimedia Foundation. Last edited December 3, 2021, 09:42. en.wikipedia.org/wiki/Salat_al-Janazah.

"Wikipedia: Shewa Robit." Wikimedia Foundation. Last edited December 2, 2021, 07:40. en.wikipedia.org/wiki/Shewa_Robit.

"Wikipedia: Tarawih." Wikimedia Foundation. Last edited November 5, 2021, 19:55. en.wikipedia.org/wiki/Tarawih.

"Wikipedia: Zewditu Hospital." Wikimedia Foundation. Last edited March 9, 2021, 22:18. en.wikipedia.org/wiki/Zewditu_Hospital.

Endnotes

Introduction

[1] North and South Yemen united in May 1990; they are still united today but have been engaged in civil war since 1994.

Major Life Events

[1] Volumes Two (Yemen) and Three (the US and Canada) are both divided into two parts, as I lived in the US between the two periods I lived in North Yemen, and then I moved to Canada.

I

[1] Danzy Senna, *New People*, New York: Penguin Random House, 2017.
[1] It is common for Ethiopian families to hire young girls or boys as servants. Despite being a poor country, Ethiopia's percentage of homeless people is low because any homeless person can have a simple job working as a servant at any house and can secure accommodation. Most people hire servants, paying them little but providing room and board. That is what I find so unique about Ethiopia—the level of generosity and the ability to share what little they have is an admirable quality that Ethiopian people possess.
[1] In Ethiopian tradition, a visit over coffee is the most valued aspect of catching up and connecting socially. It was during those sessions in 2010 when I learned about the whereabouts of my relatives and incidents of my childhood as well as family births, deaths, and other reflections.
[1] To view these and other photographs, visit adelbenharhara.com/gallery.
[1] To view these and other photographs, visit adelbenharhara.com/gallery.
[1] *Tahasas*: The month of the Ethiopian calendar that coincides with December 10-January 8 in the Gregorian calendar. For more information: travelethiopia.eu/content.aspx?c_id=48F7D6C3-7E63-488D-A4C3-FCE92C5EFC7A&lang=en&cat_id=99359B6D-1358-4FE3-84BF-1FB737EDBE50
[1] For more information: bbc.com/news/world-africa-57443424
 —and—

officeholidays.com/holidays/ethiopian-new-year#:~:text=History%20of%20Ethiopian%20New%20Year,five%20or%20six%20timekeeping%20days
–and–
timeanddate.com/calendar/coptic-calendar.html

[1] *Hamle*: The month of the Ethiopian calendar that coincides with July 8-August 6 in the Gregorian calendar. For more information: travelethiopia.eu/content.aspx?c_id=48F7D6C3-7E63-488D-A4C3-FCE92C5EFC7A&lang=en&cat_id=99359B6D-1358-4FE3-84BF-1FB737EDBE501

[1] Wikipedia; Wikipedia's "Zewditu Hospital" entry; Wikipedia's entry on the Zewditu Hospital in Addis Ababa, Ethiopia.

[1] When a person dies, Western society turns to a funeral home or crematorium to take care of the body. In the Islamic tradition, it's different. According to Islam, death marks the end of a Muslim's life on earth and the beginning of another, leading to the hereafter. The departure from this life is thus marked by an act of symbolic purification. Family members often help wash and bury the body within twenty-four hours.

II

[1] Arabs and Ethiopians see or judge a man by his religion rather than his conduct. My father was defined as an Arab because he was one by ancestry. But he mimicked the British middle class or ex-military man's lifestyle due to his extended British military service. He was not a white man; nor did he think of himself as being an Arab. He was neither Christian nor Muslim. He was a character of his own. People were confused when trying to define him, so he was not understood or appreciated for who he wholly was.

[1] Wikipedia; Wikipedia's "Ād" entry; Wikipedia's entry on members of the lost tribe, Ād.

[1] Subsequent mentions will use the abbreviation: pbuh.

[1] The Awash valley is one of the most important paleontological sites in Africa. It is in this area where the remains of the famous Lucy, one of the oldest known human ancestors, were found. For more information: whc.unesco.org/en/list/10/

III

[1] Ahmed Shaikh, "Islamic Inheritance: A Guide for American Muslims," *IslamicInheritance.com*, islamicinheritance.com/islamic-inheritance-guide/

Endnotes

1 Shaikh.
1 For more information: hornafricainsight.org/post/amhara-demonization-the-enduring-legacy-of-a-malevolent-narrative
1 Wikipedia; Wikipedia's "Shewa Robit" entry; Wikipedia's entry on the Ethiopian town of Shewa Robit.
1 Yemeni-Hadhrami refers to people from the Hadhramaut area of South Yemen.

VI

1 Wikipedia; Wikipedia's "Lake Tana" entry; Wikipedia's entry on Lake Tana in Ethiopia.
1 Wikipedia.
1 Wikipedia.
1 Wikipedia.
1 *Merriam-Webster.com Dictionary*, s.v. "Agaw," accessed November 29, 2021, https://www.merriam-webster.com/dictionary/Agaw
1 ANU Museum of the Jewish People, "The Jewish Community of Ethiopia," The Museum of the Jewish People, 1996, dbs.anumuseum.org.il/skn/en/c6/e195130/Place/Ethiopia
1 ANU Museum of the Jewish People.
1 ANU Museum of the Jewish People.
1 Wikipedia; Wikipedia's "Ge'ez" entry; Wikipedia's entry on the Ge'ez language.
1 *Torah*: the first part of the Jewish Bible, specifically Genesis, Exodus, Leviticus, Numbers, and Deuteronomy.
1 The Ethiopian Bible has eighty-one books, compared to the Protestant Bible, which has sixty-six. For more information: borkena.com/2016/06/30/ethiopian-bible-is-the-oldest-and-complete-bible-on-earth-ancient-origine/
1 For more information: learnreligions.com/four-important-numbers-in-judaism-3862364 and myjewishlearning.com/article/judaism-numbers/
1 "Truth to Power: The Book of Esther," Ministry Pass, 2021, ministrypass.com/resource/truth-to-power-the-book-of-esther/
1 "Ta'awwudh is an Arabic term used to refer to the phrase: *A'udhu billahi minash-shaitanir-rajim* which means *'I seek refuge in Allah from Shaitan, the accursed one.'*" Source: Sabiqoon Blog Space. "What is Ta'awwudh and Tasmiyah?" alsabiqoon.blogspot.com/2012/12/what-is-taawwudh-and-tasmiyah.html
1 "Taraweeh is derived from the Arabic word meaning 'to rest and relax'. These special prayers involve reading long portions of the Qur'an, as well as

performing many rakahs (cycles of movement involved in Islamic prayer)." Source: Wikipedia; Wikipedia's "Tarawih" entry; Wikipedia's entry on the Tarawih prayer.

[1] *Salat al-Janazah*: "The Islamic funeral prayer; a part of the Islamic funeral ritual. The prayer is performed in congregation to seek pardon for the deceased and all dead Muslims." Source Wikipedia; Wikipedia's "Salat-al-Janazah" entry; Wikipedia's entry on the Salat-al-Janazah funeral prayer.

[1] *Hammurabi Code*: The Hammurabi Code is "one of the earliest extant sets of laws and one of the best-preserved examples of this type of documents from ancient Mesopotamia … It shows rules and punishments if these rules are broken. The punishments could be as little as a fine or as big as sentencing to death. It focuses on theft, agriculture (or shepherding), property damage, women's rights, marriage rights, children's rights, slave rights, murder, death, and injury." Source: 2007 Wikipedia Selection for Schools, "Code of Hammurabi," accessed December 19, 2021, cs.mcgill.ca/~rwest/wikispeedia/wpcd/wp/c/Code_of_Hammurabi.htm

VIII

[1] Wikipedia; Wikipedia's "Mancala" entry; Wikipedia's entry on the mancala games.

[1] Wikipedia.

[1] Wikipedia.

[1] Wikipedia.

IX

[1] "What Was the Significance of Jesus Washing the Feet of the Disciples?" Got Questions Ministries, accessed December 16, 2021, gotquestions.org/Jesus-washing-feet.html

[1] Ethiopians don't sit on the floor to eat as Arabs do. They have either a traditional Ethiopian- or European-style table My aunt had a European style table. "The *mesob* [is] a woven round wicker basket that can sit as high as three or four feet tall. It has a lid, and when you remove it, there's a place in the center for a tray of food. Each diner sits on a small stool, about eight inches high, called a *barchuma*, and everyone then eats from the common tray of food." Source: Harry Kloman, "Setting the Ethiopian Table, Ethiopian Food: Mesob Across America, ethiopianfood.wordpress.com/2013/04/01/setting-the-ethiopian-table/

www.ingramcontent.com/pod-product-compliance
Lightning Source LLC
Chambersburg PA
CBHW030001110526
44587CB00012BA/1308
* 9 7 8 1 7 7 8 0 2 3 3 4 7 *